D1680732

திராவிட இயக்க வரலாறு

பாகம் 2

ஆர். முத்துக்குமார்

மயிலாடுதுறையில் பிறந்தவர். எம்.சி.ஏ முடித்தபிறகு கல்கி பத்திரிகையில் அரசியல் கட்டுரைகள் எழுதத் தொடங்கினார். இந்திய மற்றும் தமிழ்நாடு அரசியல் குறித்து தமிழின் முன்னணி இதழ்களில் தொடர்ந்து எழுதிவருகிறார். இந்தியாவின் முக்கிய அரசியல் ஆளுமைகளான பெரியார், அம்பேத்கர், இந்திரா காந்தி, எம்.ஜி.ஆர் ஆகியோரின் வாழ்க்கை வரலாறுகளைப் புத்தகமாகப் பதிவு செய்திருக்கிறார்.

இணையத் தளம்: http://www.rmuthukumar.com

ஆர். முத்துக்குமாரின் பிற நூல்கள்

பெரியார்
அம்பேத்கர்
வாத்யார் : எம்.ஜி.ஆரின் வாழ்க்கை
இந்திரா
சஞ்சய் காந்தி
அத்வானி
ஒபாமா, பராக்!
அன்புள்ள ஜீவா
லாலு பிரசாத் யாதவ்
உல்ஃபா: ஓர் அறிமுகம்
மகா அலெக்சாண்டர்

திராவிட இயக்க வரலாறு

பாகம் 2

ஆர். முத்துக்குமார்

கிழக்கு

திராவிட இயக்க வரலாறு - பாகம் 2
Dravida Iyakka Varalaru - Part 2
by R. Muthukumar ©

First Edition: December 2010
280 Pages
Printed in India.

ISBN: 978-81-8493-599-8
Title No: Kizhakku 585

Kizhakku Pathippagam
177/103, First Floor,
Ambal's Building, Lloyds Road
Royapettah, Chennai 600 014.
Ph: +91-44-4200-9603

Email : support@nhm.in
Website : www.nhm.in

Author's Email: writermuthukumar@gmail.com

Cover Images : S.V. Jayababu, Wikimedia

Kizhakku Pathippagam is an imprint of New Horizon Media Private Limited

This book is sold subject to the condition that it shall not, by way of trade or otherwise, be lent, resold, hired out, or otherwise circulated without the publisher's prior written consent in any form of binding or cover other than that in which it is published and without a similar condition including this the rights under copyright reserved above, no part of this publication may be reproduced, stored in or introduced into a retrieval system, or transmitted in any form or by any means (electronic, mechanical, photocopying, recording or otherwise), without the prior written permission of both the copyright owner and the above-mentioned publisher of this book.

அன்புடன்

உடன் பிறந்த தோழன் சரவணனுக்கும்
உடன்பிறவாத சகோதரன் மருதனுக்கும்

பொருளடக்கம்

1.	அண்ணாவுக்குப் பிறகு...	•	09
2.	மு.க.	•	14
3.	பொருளாளர் எம்.ஜி.ஆர்	•	17
4.	இந்திராவுடன் கூட்டணி	•	21
5.	ராமர் மீது தாக்குதல்	•	27
6.	பிள்ளையோ பிள்ளை	•	32
7.	கணக்கு வேண்டும்	•	41
8.	வண்டு துளைத்த கனி	•	51
9.	எம்.ஜி.ஆர் : சில குறிப்புகள்	•	58
10.	திண்டுக்கல் திருப்புமுனை	•	62
11.	மறைந்தார் பெரியார்	•	69
12.	மாநில சுயாட்சி	•	72
13.	கச்சத்தீவு கைமாறியது	•	78
14.	எமர்ஜென்சி	•	83
15.	அரசியல் சட்டப் பிரிவு 356	•	90
16.	நெருக்கடித் தழும்புகள்	•	96

6

17.	உருவானது ஜனதா	•	101
18.	முதல்வரானார் எம்.ஜி.ஆர்.	•	106
19.	இந்திராவுக்குக் கறுப்புக்கொடி	•	113
20.	மணியம்மை மறைந்தார்	•	138
21.	9000 ரூபாய் உச்சவரம்பு	•	144
22.	நேருவின் மகளே வருக	•	151
23.	மீண்டும் ஜெயித்தார் எம்.ஜி.ஆர்	•	157
24.	எரிசாராயம்	•	161
25.	சத்துணவு	•	167
26.	கருணாநிதி - எம்.ஜி.ஆர் - ஈழம்	•	171
27.	நானும் பிரார்த்தனை செய்கிறேன்	•	176
28.	படுத்துக்கொண்டே ஜெயித்தார்	•	183
29.	உருவானது டெஸோ	•	188
30.	கலைந்தது மேலவை	•	192
31.	இந்திய அமைதி காக்கும் படை	•	199
32.	எம்.ஜி.ஆர் மரணம்	•	206

33. மீண்டும் திமுக • 192

34. மண்டல் கமிஷன் • 198

35. ராஜிவ் காந்தி கொலை • 205

36. சமூகநீதி • 211

37. உருவானது மறுமலர்ச்சி திமுக • 217

38. ஐக்கிய முன்னணி • 221

39. டெல்லியில் அஇஅதிமுக • 226

40. டெல்லியில் திமுக • 231

41. கண்ணகி சிலை • 236

42. பொடா சட்டம் • 241

43. வைகோ - சில குறிப்புகள் • 245

44. இந்திராவின் மருமகளே வருக • 251

45. அரிசி, அடுப்பு, டிவி • 255

46. மீண்டும் மேலவை • 259

தொடரும் • 263

இணைப்புகள்

காலவரிசை • 266

ஆதாரங்கள் • 272

8

1 அண்ணாவுக்குப் பிறகு...

திமுக எம்.எல்.ஏக்கள் கூட்டம் 9 பிப்ரவரி 1969 அன்று சென்னை அரசினர் தோட்டத்தில் கூடியது. சட்டமன்றக் குழுவுக்குப் புதிய தலைவரைத் தேர்ந்தெடுக்கவேண்டும். மு. கருணாநிதியின் பெயரை அமைச்சர் கே.ஏ. மதியழகன் முன்மொழிந்தார். அமைச்சர் சத்தியவாணி முத்து வழிமொழிந்தார். அடுத்து, இரா. நெடுஞ்செழியனின் பெயரை எஸ்.ஜே. ராமசாமி முன்மொழிய, வி.டி. அண்ணாமலை வழிமொழிந்தார்.

இரா. நெடுஞ்செழியன் கட்சியில் மூத்தவர். அனுபவம் நிறைந்தவர். கட்சியின் முக்கியப் பொறுப்புகள் பலவற்றில் இருந்தவர். முக்கியமாக, அண்ணாவின் நம்பிக்கையைப் பெற்றவர். முதல்வர் பதவிக்குத் தகுதியானவர். தாற்காலிக முதல்வரும்கூட.

மு. கருணாநிதிக்கும் கட்சிக்குள் நல்ல செல்வாக்கு. கடுமையான உழைப்பாளி. கட்சி வளர்ச்சிக்காக நிதி சேகரிப்பதில் வல்லவர். தொண்டர்கள் மத்தியில் நன்கு அறிமுகமானவர். முக்கியமாக, கட்சியின் முக்கியத் தலைவர்களாகக் கருதப்பட்ட எம்.ஜி.ஆர், கே.ஏ. மதியழகன், அன்பில் தர்மலிங்கம், மன்னை நாராயணசாமி, சத்தியவாணி முத்து, ப.உ. சண்முகம், சபாநாயகர் சி.பா. ஆதித்தனார் உள்ளிட்டோரின் ஆதரவும் அவருக்கு இருந்தது.

அடுத்த முதல்வர் யார் என்ற பேச்சு எழுந்தவுடனேயே திமுக சட்டமன்ற உறுப்பினர்கள் பலரையும் அழைத்துப் பேசினார் எம்.ஜி.ஆர். பேசப்பேச, பெரும்பான்மை உறுப்பினர்களின் ஆதரவு கருணாநிதிக்கு இருப்பது எம்.ஜி.ஆருக்குப் புரிந்துவிட்டது. விளைவு, முடிவெடுக்காமல் இருந்தவர்களையும் கருணாநிதியின் பக்கம் திருப்பத் தொடங்கினார். பெரியாரின் ஆதரவும் கருணாநிதிக்கே இருந்தது.

இதுகுறித்து நெடுஞ்செழியன் தனது சுயசரிதையில், 'கருணாநிதிக்கு ஆதரவு திரட்டும் விதத்தில் திமுக எம்.எல்.ஏக்களை ராமாவரம் தோட்டத்துக்கு

அழைத்து விருந்து கொடுத்தார் எம்.ஜி.ஆர். ஆதித்தனாரும் தன் பங்குக்கு நிறைய உதவிகளைப் பொருளாதார ரீதியாகச் செய்துகொடுத்தார்' என்று எழுதியிருக்கிறார்.

போட்டி ஏற்பட்டுவிட்டது. வாக்கெடுப்பு நடத்தவேண்டிய சூழல். திடீரென நெடுஞ்செழியனிடம் இருந்து வந்தது ஒரு அறிவிப்பு.

'தலைவர் தேர்தலில் போட்டி ஏற்படுவதை நான் விரும்பவில்லை. ஒரே மனதாக என்னைத் தேர்ந்தெடுப்பதாக இருந்தால் மட்டுமே நான் தேர்தலில் நிற்பேன் என்று தொடர்ந்து சொல்லிக் கொண்டு வந்துள்ளேன். எனக்குப் போட்டி ஏற்பட்டுவிட்ட நிலையில், நான் போட்டியிட விரும்பவில்லை. போட்டியில் இருந்து விலகிக்கொள்கிறேன்'

முக்கியப் போட்டியாளர் விலகிக் கொண்டதால் திமுக சட்டமன்றக்குழுத் தலைவராக மு. கருணாநிதி ஏகமனதாகத் தேர்ந்தெடுக்கப்பட்டார். முதலமைச்சராகவும் பதவிப்பிரமாணம் எடுத்துக் கொண்டார். உடனடியாக, அமைச்சரவையில் யார், யார் இடம்பெறுவது என்ற கேள்வி எழுந்தது.

நடப்பதை உன்னிப்பாகக் கவனித்துக் கொண்டிருந்த பெரியார், 7 பிப்ரவரி 1969 அன்று முன்கூட்டியே விடுதலையில் எழுதினார். புதிய மந்திரிகள் தேவையில்லை என்ற தலைப்பில் எழுதிய அவர், 'மீண்டும் ஓரிருவருக்கு மந்திரி பதவி தந்தால், பதவி கிடைக்காத மற்றவர், பூசல் உண்டாக்கக் கூடும். யாருடைய யோசனையையும் கேட்டு, கூட்டு அமைச்சரவை அமைக்கும் எண்ணமும் வேண்டாம். வேண்டவே வேண்டாம். முதலில் நெருக்கடியில் இருந்து தப்பி, நம்மை நிலைநிறுத்திக்கொண்டு, பிறகே மற்றவர்களைப் பற்றிச் சிந்திப்பது நல்லது' என்றார்.

செய்தியாளர்களைச் சந்தித்தார் நெடுஞ்செழியன். 'நான் திமுக சட்டமன்ற உறுப்பினராகத் தொடர்ந்து பணியாற்றுவேன். கலைஞர் கருணாநிதி அமைக்கப்போகும் அமைச்சரவையில் இடம்பெற மாட்டேன். எப்போதும் போல் கழகத் தொண்டினை ஆற்றிக்கொண்டு வருவேன்.'

அதிருப்தி காரணமாக அப்படியொரு முடிவை எடுத்திருந்தார் நெடுஞ் செழியன். ஆனாலும் கட்சியின் மூத்தவரான அவரை அமைச்சரவையில் சேர்த்துக்கொள்ள விரும்பினார் கருணாநிதி. உடனடியாக என்.வி. நடராசன், ப.உ. சண்முகம், ஏ. கோவிந்தசாமி உள்ளிட்டோர் நேரில் சென்று நெடுஞ் செழியனிடம் பேசினர். பெரியாரும் நெடுஞ்செழியனை சமாதானம் செய்யும் முயற்சியில் இறங்கினார்.

'இந்த நெருக்கடியான நேரத்தில் நாவலரும் மற்றவர்களும் கண்ணைமூடிக் கொண்டு கலைஞரை ஆதரிக்கவேண்டும்' என்பதுதான் பெரியாரின் கருத்து.

துணை முதல்வர் பதவியை நெடுஞ்செழியனுக்குத் தருவதற்கும் கருணாநிதி தயாராக இருந்தார். ஆனால் எனது முடிவில் எந்த மாற்றமும் இல்லை என்று திட்டவட்டமாகச் சொல்லி விட்டார் நெடுஞ்செழியன். 10 பிப்ரவரி 1969

அன்று கருணாநிதி தலைமையில் திமுக அமைச்சரவை பதவியேற்றுக் கொண்டது. அதில் தினத்தந்தி அதிபர் சி.பா. ஆதித்தனார் இடம்பெற்றார். முன்னதாக, சபாநாயகர் பதவிக்கு இருந்துகொண்டு அரசியல் நடவடிக்கையில் ஆதித்தனார் ஈடுபட்டதற்கு கடும் எதிர்ப்பு இருந்தது. சங்கடத்தைச் சமாளிக்க தற்போது அமைச்சரவையில் அவரை இணைத்திருந்தார் கருணாநிதி.

ஆதித்தனாரை அமைச்சரவையில் சேர்க்கக்கூடாது என்று அண்ணாவுக்கே குறிப்பு அனுப்பி இருந்தார் எம்.ஜி.ஆர். அதன் காரணமாகவே அண்ணா அவரை சபாநாயகராக ஆக்கியிருந்தார். இப்போது அவரை கருணாநிதி அமைச்சராக்கியிருந்தது எம்.ஜி.ஆருக்கு ஆச்சரியத்தைக் கொடுத்தது. தான் முதல்வராவதற்கு ஆதரவு திரட்டிக் கொடுத்த ஆதித்தனாருக்கு அமைச்சர் பதவி கொடுத்து கௌரவப்படுத்தி இருந்தார் முதலமைச்சர் கருணாநிதி. சபாநாயகர் பதவிக்கு புலவர் கோவிந்தன் வந்திருந்தார்.

கருணாநிதி தமிழ்நாட்டின் முதலமைச்சராகிவிட்டார் என்ற செய்தி கேள்விப்பட்ட பிரதமர் இந்திரா காந்தி, 'கருணாநிதியா முதல்வர்! தகராறு செய்யக்கூடியவரென்று கேள்விப்பட்டிருக்கிறேனே! மத்திய அரசுடன் ஒத்துழைப்பாரா?' என்று அருகில் இருந்தவர்களிடம் கேட்டிருக்கிறார். இது கவனத்துக்கு வரவே மனத்துக்குள் குறித்துக்கொண்டார் கருணாநிதி.

பின்னாளில் அண்ணாவின் படத்தை சட்டப்பேரவையில் திறந்து வைப்பதற்காக வந்திருந்தார் பிரதமர் இந்திரா காந்தி. அப்போது பேசிய முதலமைச்சர் கருணாநிதி, 'தமிழ்நாடு அரசாங்கம் மத்திய அரசோடு சண்டை போட்டுக்கொள்ளுமோ, தகராறு செய்யுமோ என்கிற சந்தேகம் அம்மையார் அவர்களே உங்களுக்கு இருந்ததாக நான் கேள்விப்பட்டேன். உறுதியாகச் சொல்கிறேன். நாங்கள் உறவுக்குக் கை கொடுப்போம்; அதேநேரத்தில் உரிமைக்குக் குரல் கொடுப்போம்' என்று பதில் கொடுத்தார்.

முதல் அமைச்சர் கருணாநிதியின் வசம் பொது நிர்வாகம், காவல்துறை, தேர்தல்கள், மதுவிலக்கு, சட்டமன்றம், செய்தித்துறை ஆகியன இருந்தன. மற்ற அமைச்சர்கள் மற்றும் அவர்களுக்கான துறைகள் கீழே:

கே.ஏ. மதியழகன்	-	நிதி, வருவாய், விற்பனை வரி
ஏ. கோவிந்தசாமி	-	விவசாயம், உணவு, மீன்வளம், வனம்
சத்தியவாணி முத்து	-	சுகாதாரம், அரிசன நலம், சுற்றுலா, அரசு அச்சகம்
மாதவன்	-	தொழில், சட்டம்
சாதிக் பாட்சா	-	பொதுப்பணி
முத்துசாமி	-	உள்ளாட்சி

புதிதாக இணைந்தவர்கள்

ப.உ.சண்முகம்	-	தொழிலாளர் நலம்
சி.பா. ஆதித்தனார்	-	கூட்டுறவு, போக்குவரத்து
கே.வி. சுப்பையா	-	அறநிலையம், வீட்டுவசதி
ஓ.பி. ராமன்	-	மின்சாரம்

கருணாநிதியின் அமைச்சரவைக்குத் தொடர்ந்து தன்னுடைய ஆதரவையும் ஆலோசனைகளையும் அவ்வப்போது வழங்கினார் பெரியார். அரசாங்கம் கவனிக்கவேண்டும் என்ற தலைப்பில் எழுதிய அவர், காமராஜர் தமிழனுக்குக் கல்விக் கண் கொடுத்தார். ஆனால் கண்ணிருந்தும் குருடராக இருப்பதில் பயனில்லை. ஆகையால், திமுக ஆட்சி தமிழர்களை எழுந்து நடக்கச் செய்ய ஆவன செய்திட வேண்டும். கண்டிப்பாக இதில் கவனம் செலுத்திடவேண்டும்' என்றார்.

•

அமைச்சரவை பதவியேற்றுக்கொண்ட பிறகும் திமுகவில் ஆங்காங்கே சலசலப்புகள் இருந்தன.

9 மார்ச் 1969 அன்று சென்னை நேப்பியர் பூங்காவில் முதலமைச்சர் கருணாநிதிக்குப் பாராட்டு விழா நடைபெற்றது. அந்த விழாவுக்குத் தலைமையேற்ற பேராசிரியர் க. அன்பழகன் சொன்ன சில வார்த்தைகள் கட்சிக்குள் கொந்தளிப்பை ஏற்படச் செய்தன. அவர் அப்போது சட்டமன்ற உறுப்பினராக இல்லை. திருச்செங்கோடு தொகுதி நாடாளுமன்ற உறுப்பினர்.

'நான் கருணாநிதியைத் தலைவராக ஏற்றுக்கொண்டால் என் மனைவியே என்னை மதிக்கமாட்டார்' என்ற பொருள்பட ஏதோ சொல்லிவிட்டதாகப் பேசப்பட்டது.

உடனடியாக பெரியார் எதிர்வினை ஆற்றினார்.

அதிருப்தியாளர்கள் கட்சியில் இருந்து விலகிவிடுவதே நல்லது. பெருந்தன்மையுமாகும். கட்சியில் இருக்கிறவரையில் தலைவருக்குக் கட்டுப்பட்டுத்தான் தீரவேண்டும். தனிநபரைப் பற்றி எனக்குக் கவலை யில்லை. கருணாநிதியே, அண்ணா எனக்குப் பயந்துகொண்டு இருந்த காலத்தில் என்னை வெளிப்படையாக எதிர்த்துப் பேசி, விலக முயன்றவர் தான். இன்றைக்குக் கருணாநிதி இடத்தில் அன்பழகன் இருந்து, கருணாநிதி தலைவரை மதிக்காமல் பேசினால் அவரையும் இப்படித்தான் நான் கண்டிப்பேன். உள்விவகாரம் என்ன என்பது எனக்குத் தெரியாது. கட்சியின் கௌரவத்தைக் காப்பது தலைவரின் கடமை. திமுக இனியும் குறைந்தது 2 பீரியட் பொதுத் தேர்தலில் வெற்றிபெற்றாக வேண்டும். திமுக என்னை மதித்தாலும் மதிக்காவிட்டாலும் அவர்கள் என்னை விரும்பினாலும்

விரும்பாவிட்டாலும் திமுகவைப் பாதுகாப்பதில் அண்ணா எனக்குப் பங்கு ஏற்படுத்திவிட்டார். அதற்காக நிபந்தனையற்ற தொண்டாற்றி வருகிறேன்.

1 ஏப்ரல் 1969 அன்று சென்னை ஆயிரம் விளக்கில் திமுக சார்பில் கூட்டம் ஒன்றுக்கு ஏற்பாடு செய்யப்பட்டது. அதில் பேசிய எம்.ஜி.ஆர், 'யார் முதல்வராக வரவேண்டும் என்று பெரும்பாலானோருடன் கலந்து பேசியபோது கலைஞர்தான் வரவேண்டும் என்று அனைவரும் தெரிவித்தார்கள். அதற்குப் பிறகு நானும், நீங்கள்தான் அந்தப் பொறுப்பை ஏற்றுக்கொள்ள வேண்டும் என்று வற்புறுத்தினேன். இத்தனைக்குப் பிறகும் அவர் சம்மதிக்கவில்லை. (முரசொலி) மாறனை அனுப்பிவைத்தார். கலைஞருக்கு முதலமைச்சர் பதவி வேண்டாம். அவரைத் தொல்லைப் படுத்தாதீர்கள் என்று மாறன் எங்களிடம் சொன்னார். இது கட்சிக்காக, மக்களுக்காக என்று நாங்கள் சொன்னோம்' என்றார்.

எம்.ஜி.ஆரின் பேச்சு பின்னாளில் எழுந்த பல விவாதங்களுக்கு முக்கிய சாட்சியமாக அமைந்தது. அதைப்பற்றி விரிவாகப் பின்னால் பார்க்கப்போகிறோம்.

2   மு.க.

திருவாரூருக்கு அருகில் இருக்கும் திருக்குவளை கிராமத்தைச் சேர்ந்தவர் முத்துவேலர். அவருடைய மனைவி பெயர் அஞ்சுகம். இவர்களுக்கு 3 ஜூன் 1924 அன்று ஆண் குழந்தை ஒன்று பிறந்தது. கருணாநிதி என்று பெயர் வைத்தனர்.

எழுதவேண்டும். பேசவேண்டும் என்ற ஆர்வம் அதிகம் இருந்தது கருணாநிதிக்கு. பள்ளியில் படிக்கும்போதே பத்திரிகை தொடங்கவேண்டும் என்ற ஆசை வந்தது. மாணவ நேசன் என்ற பெயரில் கையெழுத்துப் பத்திரிகை ஒன்றைத் தொடங்கினார். பிறகு அந்தப் பத்திரிகை முரசொலியாக மாறி அச்சுப்பத்திரிகையாக மாறியது. இந்தி எதிர்ப்புப் போராட்டம் நடந்துகொண்டிருந்த சமயம் என்பதால் திருவாரூர் பகுதியில் இருக்கும் காங்கிரஸ் மாணவர் இயக்கங்களுக்குப் போட்டியாக தமிழ்நாடு தமிழ் மாணவர் மன்றம் என்ற அமைப்பைத் தொடங்கினார் கருணாநிதி.

தமிழின் பெருமைகளைப் பேசுவது, இந்தியின் ஆதிக்கத்தைக் கண்டிப்பது போன்ற காரியங்களில் ஈடுபட்டுவந்த அந்த மன்றத்தின் முதல் ஆண்டு விழாவுக்கு வந்தவர் கே.ஏ. மதியழகன் மற்றும் க. அன்பழகன். திராவிட நாடு இதழில் கருணாநிதியின் இளமைப் பலி என்ற கட்டுரை பிரசுரமானது. அதன்பிறகு திருவாரூர் வந்த அண்ணாவைச் சந்தித்தார் கருணாநிதி. முதலில் படி! பிறகு எழுது! என்பதுதான் அண்ணா கொடுத்த அறிவுரை.

ஆனாலும் எழுத்தார்வம் கொஞ்சமும் குறையவில்லை. நாடகங்கள் எழுதினார். அதையே மேடையில் நடத்தினார். நல்ல வசூல். அடுத்தடுத்து நாடகங்களை எழுதினார். மெல்ல மெல்ல கருணாநிதி பிரபலமாகத் தொடங்கினார். 1944ல் கருணாநிதி - பத்மாவதி திருமணம் நடந்தது. கருணாநிதி நடத்திய நாடகங்களை பெரியார், அண்ணா போன்ற முக்கியத் தலைவர்கள் பலரும் பார்த்தனர். அவர்களுக்கெல்லாம் நன்கு அறிமுகமாகி விட்டார். அதன் காரணமாக குடி அரசு இதழில் துணை ஆசிரியராக வேலை கிடைத்தது.

அண்ணாவுக்குக் கிடைத்தது போலவே கருணாநிதிக்கும் எழுதுவதற்கு ஏற்ற பொன்னான வாய்ப்புகள் கிடைத்தன. அண்ணாமலைக்கு அரோகரா, தீட்டாயிடுத்து போன்ற பகுத்தறிவுக் கட்டுரைகளை எழுதி பெரியாருக்குப் பிடித்தமானவராகிவிட்டார் கருணாநிதி. நாடகங்கள் எழுதுவதில் ஆர்வம் உடைய கருணாநிதிக்கு சினிமா வாய்ப்பு குடி அரசுவில் வேலை செய்தபோது தான் வந்தது.

ராஜகுமாரி, அதன்பிறகு மந்திரி குமாரி, மருத நாட்டு இளவரசி, மணமகள் என்று நிறைய படங்களுக்கு வசனம் எழுதினார். அதிலும் எம்.ஜி.ஆர் நடித்த மந்திரி குமாரியில் இடம்பெற்ற வசனம் கருணாநிதிக்குப் பெரிய வரவேற்பைப் பெற்றுக்கொடுத்தது.

வீரர்களே! சிங்கங்கள் உலவும் காட்டிலே சிறுநரிகள் சீறுவது போல், இன்று ஒரு சுயநலக்கூட்டம் நம் நாட்டில் உலவுகிறது! நிரபராதிகளின் சொத்துகளை சொந்தமாக்கிக் கொள்கிறது! அனாதைகளின் ரத்தங்களை அள்ளிக் குடிக்கிறது! நாட்டிலே ஆட்சி நடக்கிறதா என்று நினைக்கிற அளவுக்கு அவர்களின் அட்டகாசம்! இனிப் பொறுமையில்லை! அந்தக் கொள்ளைக்கூட்டத்தை விட்டுவைப்பதாக உத்தேசமும் இல்லை! கொதித்துக் கிளம்புங்கள்! அவர்கள் சிலர்... நாம் பலர்! அவர்கள் சூழ்ச்சிக்காரர்கள்... நாம் சூரர்கள்! சிங்கத் தமிழர்களே! சீறி எழுங்கள்!

கதையும் வசனமும் முக்கியம் என்றாலும் கட்சியும் கொள்கையும் அதைவிட முக்கியமானதாக இருந்தது கருணாநிதிக்கு. இடைப்பட்ட காலத்தில் திராவிடர் கழகத்தில் மிகப்பெரிய புயல் வீசியிருந்தது. பெரியாருக்கும் அண்ணாவுக்கும் இடையே கருத்துவேறுபாடு வளர்ந்து, மணியம்மை திருமண விவகாரத்தால் முற்றிய நிலைக்குச் சென்று இறுதியில் திமுக என்ற புதிய கழகம் அண்ணா தலைமையில் உருவாகியிருந்தது.

திமுகவின் மாநிலப் பிரசாரக்குழுவில் இடம்பெற்ற கருணாநிதிக்கு அப்போது கட்சியும் சினிமாவும் இரண்டு கண்களாக இருந்தன. திமுக வளர்ச்சிப் பாதையில் பயணித்தபோது அதன் பிரசார பீரங்கிகளுள் கருணாநிதி முக்கியமானவர். தேர்தலில் போட்டியிடவேண்டும் என்று திமுக முடிவெடுத்தபோது கருணாநிதிக்கு கொடுக்கப்பட்ட தொகுதி குளித்தலை. தஞ்சாவூர் மாவட்டத்தைச் சேர்ந்த கருணாநிதிக்கு அதற்குக் கொஞ்சமும் தொடர்பில்லாத குளித்தலை ஒதுக்கப்பட்டதே கருணாநிதியின் மீது அண்ணாவுக்கும் திமுகவுக்கும் இருந்த நம்பிக்கைக்கு சாட்சியம்.

முதல் தேர்தலில் வெற்றிபெற்ற பதினைந்து வேட்பாளர்களுள் கருணாநிதியும் ஒருவர். திமுகவின் சட்டமன்றக்குழு கொறடாவாக நியமிக்கப்பட்டார் கருணாநிதி. அதைத் தொடர்ந்து திமுக நடத்திய போராட்டங்களிலும் கருணாநிதி பிரதானமாக இடம்பெற்றார். முடிவுகள் எடுக்கும் விஷயத்தில் கருணாநிதியின் கருத்துகளுக்கு முக்கியத்துவம் கொடுக்கப்பட்டன. முக்கியமாக, சென்னை மாநகராட்சித் தேர்தலில் திமுக வெற்றிபெறுவதற்கு வியூகம் அமைத்துக் கொடுத்தவர் கருணாநிதி.

பிரசாரத்தில் பல முக்கியத் தலைவர்கள் ஈடுபட்டபோதும் கருணாநிதிக்கே கணையாழி கொடுத்தார் அண்ணா.

அந்த நொடியில் இருந்தே திமுகவுக்குள் சலசலப்புகள் தொடங்கிவிட்டன. வயதில் இளையவரான கருணாநிதிக்கு கட்சியில் கிடைக்கும் முக்கியத்துவமும் தொண்டர்கள் மத்தியில் கிடைத்த வரவேற்பும் ஈ.வெ.கி. சம்பத் போன்ற மூத்தவர்களை எரிச்சலைடைய வைத்தது. நேற்று வந்தவர்கள் எல்லாம் பேசுகிறார்கள் என்று விமரிசனம் செய்தார் சம்பத். உச்சக்கட்டமாக, சட்டமன்ற - நாடாளுமன்ற உறுப்பினர்கள் கட்சியின் முக்கியப் பொறுப்புகளுக்குப் போட்டியிடக்கூடாது என்ற புதிய விதிமுறையைக் கொண்டுவந்தார். இது கருணாநிதிக்கு எதிரான காய் நகர்த்தல் என்று கட்சிக்குள் கருத்து எழுந்தது.

திமுகவின் பொருளாளர் என்ற முக்கியத்துவம் வாய்ந்த பதவி கருணாநிதியின் கரங்களில் ஒப்படைக்கப்பட்டது. இது சம்பத் குழுவினரை ஆத்திரம் கொள்ளச் செய்தது. வேலூரில் நடந்த பொதுக்குழு - செயற்குழுக் கூட்டத்தில் பொருளாளர் பதவியின் அதிகாரங்களைக் குறைக்கும் திருத்தங்களைக் கொண்டுவந்தனர். இதுவிஷயமாக சம்பத் - கருணாநிதி பிரிவினருக்கு இடையே மோதல் முற்றி, இறுதியாக திமுகவில் இருந்தே வெளியேறினார் சம்பத். பெரியாரை எதிர்த்து தனி இயக்கம் உருவாக்கியபோது அண்ணாவுக்கு நேசக்கரம் நீட்டியவர் பெரியாரின் அண்ணன் மகன் ஈ.வெ.கி. சம்பத். ஆனால் சம்பத்துக்கும் கருணாநிதிக்கும் மோதல் நடந்தபோது கருணாநிதிக்கு ஆதரவாகவே இருந்தார் அண்ணா என்பது குறிப்பிடத்தக்கது.

1962 தேர்தலில் திமுகவின் பதினைந்து சட்டமன்ற உறுப்பினர்களையும் தோற்கடித்துக் காட்டுவேன் என்று காமராஜர் வியூகம் வகுத்தார். அற்புதமான வெற்றியைப் பெற்றார் காமராஜர். ஆம். 14 பேர் தோல்வியடைந்தனர். அனைத்து வியூகங்களையும் உடைத்து வெற்றிபெற்றவர் கருணாநிதி மட்டுமே. இது கருணாநிதிக்கு இருந்த தொண்டர் பலத்துக்கும் அவருடைய பிரசார பலத்துக்கும் கிடைத்த வெற்றி.

திமுக பொருளாளரான கருணாநிதி, தேர்தலுக்காக நிதி திரட்டும் பணியில் ஈடுபட்டார். பத்து லட்சம் என்பதுதான் இலக்கு. கடுமையான உழைப்புக்குப் பலனாக பதினோரு லட்சம் கிடைத்தது. 1967ல் நடந்த தேர்தலில் திமுக வெற்றிபெற்று ஆட்சி அமைத்தபோது பொதுப்பணித்துறை அமைச்சரானார் கருணாநிதி. இரண்டு ஆண்டு காலத்தில் அண்ணா அகால மரணம் அடையவே, அந்த இடத்துக்கு வந்திருந்தார் கருணாநிதி.

3. பொருளாளர் எம்.ஜி.ஆர்

குடியரசுத் தலைவர் போன்ற பெரிய பதவிகளுக்கான தேர்தல்களில் மாநிலக் கட்சிகள் அதிகம் கவனிக்கப்பட்டதில்லை. அதிகம் பங்களித்ததில்லை. காரணம், சொற்ப எம்.பிக்களே அவர்கள் வசம் இருக்கும். ஆனால் எழுபதுகளின் தொடக்கத்தில் இந்த நிலை மாறத் தொடங்கியது.

இந்தியக் குடியரசுத் தலைவராக இருந்த ஜாகிர் உசேன் மரணம் அடைந்ததை ஒட்டி, புதிய குடியரசுத் தலைவரைத் தேர்ந்தெடுக்க வேண்டியிருந்தது. யாரை வேட்பாளராக்குவது என்பதில் காங்கிரஸ் கட்சிக்குள் எதிரெதிர் கருத்துகள் முளைத்தன. பாபு ஜெகஜீவன் ராமை வேட்பாளராக்கவேண்டும் என்பது இந்திரா காந்தியின் வாதம். நீலம் சஞ்சீவரெட்டியை நிறுத்த வேண்டும் என்பது காங்கிரஸ் தலைவர் நிஜலிங்கப்பா தரப்பின் வாதம்.

காங்கிரஸ் கட்சியின் ஆட்சிமன்றக் குழுவில் வாக்கெடுப்பு நடத்தப்பட்டது. அதில் இந்திராவின் வேட்பாளர் தோல்வியடைந்தார். இதனையடுத்து காங்கிரஸ் கட்சியின் வேட்பாளராக நீலம் சஞ்சீவ ரெட்டி நிறுத்தப்பட்டார். திடீர் திருப்பமாக துணை ஜனாதிபதி மற்றும் தாற்காலிக ஜனாதிபதியாக இருந்த வி.வி. கிரி, தான் தேர்தலில் போட்டியிடப்போவதாக அறிவித்தார். நிலைமை சிக்கலானது.

குடியரசுத் தலைவர் தேர்தலில் மாநிலக் கட்சியான திமுக என்ன மாதிரியான முடிவை எடுக்கப் போகிறது என்ற கேள்வி எழுந்தது இப்போதுதான். திமுக உறுப்பினர்கள் அளிக்கும் வாக்குகள் தேர்தலில் வெற்றி தோல்வியைத் தீர்மானிக்கக்கூடியதாக இருந்தன. காங்கிரஸ் அல்லாத எதிர்க்கட்சிகளின் சார்பில் கருணாநிதியை வேட்பாளராக்கலாம் என்ற கருத்து எழுந்தது. ஆனால் அப்படியொரு எண்ணம் தனக்கு இல்லை என்றும் தமிழ்நாட்டு மக்களுக்கு அவர்களோடு நெருங்கி இருந்து ஆற்ற வேண்டிய பணிகள் ஏராளம் இருக்கின்றன என்று அறிவித்த கருணாநிதி, எதிர்க்கட்சிகளின் சார்பில் ஜெயப்ரகாஷ் நாராயணனை நிறுத்த வேண்டும் என்றார்.

ஆனால் எதிர்க்கட்சிகளின் சார்பில் வேட்பாளர் யார் என்பது குறித்துத் தெளிவான முடிவு எதையும் எடுக்கவில்லை. காலம் கடந்துகொண்டே போனது. குடியரசுத் தலைவர் தேர்தலில் வி.வி. கிரியை திமுக ஆதரிக்கும் என்று அறிவித்தார் கருணாநிதி. இந்த இடத்தில் வரலாற்றைக் கொஞ்சம் பின்னோக்கிப் பார்த்துவிடுவது நல்லது.

1957ம் ஆண்டும் இந்தியக் குடியரசுத் தலைவர் பதவிக்குத் தேர்தல் அறிவிக்கப்பட்டது. அதில் திமுகவின் நிலைப்பாடு குறித்து முடிவெடுக்க திமுக சட்டமன்ற உறுப்பினர்கள் கூட்டம் அண்ணா தலைமையில் கூட்டப் பட்டது. அதில் குடியரசுத் தலைவர் பதவிக்கு மீண்டும் மீண்டும் ஒருவரையே நியமிப்பது ஜனநாயக முறைக்கு ஏற்றதல்ல என்ற காரணத்தால் திமுக சட்டமன்றக் கட்சி குடியரசுத் தலைவர் தேர்தலில் பங்கேற்பதில்லை. தவிரவும், குடியரசுத் தலைவர் பதவிக்கு மீண்டும் ஒருமுறை வடநாட்ட வரையே காங்கிரஸ் கட்சி நிறுத்தி, தென்னாட்டின் மீது வடநாடு திட்டமிட்டு ஆதிக்கம் செலுத்துகிறது என்பதை உறுதிப்படுத்துகின்ற காரணத்தாலும் திமுக குடியரசுத் தலைவர் தேர்தலில் பங்குகொள்ளவில்லை என்று அறிவிக்கப்பட்டது. இது கடந்த காலம். தற்போது தமிழ்நாட்டைச் சேர்ந்த வி.வி. கிரி போட்டியிடும் சமயத்தில் திமுக அவருக்கு ஆதரவளிப்பது குறிப்பிடத்தக்கது.

காங்கிரஸ் கட்சியின் நாடாளுமன்ற, சட்டமன்ற உறுப்பினர்கள் அவரவது விருப்பம் போல வாக்களிக்க அனுமதிக்கவேண்டும் என்று இந்திரா காந்தி கூறியது குழப்பத்தை அதிகரிக்கச் செய்தது. இல்லையில்லை, இப்போதுதான் சூழல் தெளிவாகி இருக்கிறது என்றனர் சிலர்.

தேர்தலின் முடிவில் காங்கிரஸ் கட்சியின் அதிகாரப்பூர்வ வேட்பாளரான நீலம் சஞ்சீவி ரெட்டி தோல்வி அடைந்தார். திமுக ஆதரவு பெற்ற வி.வி. கிரி குடியரசுத் தலைவரானார். திமுக - இந்திரா உறவுக்கு இந்தத் தேர்தல் சரியான தொடக்கப்புள்ளி.

●

அண்ணாவின் மறைவுக்குப் பிறகு திமுகவின் அடுத்த பொதுச்செயலாளர் யார் என்ற கேள்வி எழுந்தது. திமுக சட்டதிட்ட விதிகளின்படி கட்சி உறுப் பினர்கள் முறைப்படி தேர்வு செய்யப்பட்டு, கிளைக்கழக, மாவட்டக்கழக நிர்வாகிகள் தேர்வு செய்யப்படுவர். அதன்பிறகு செயற்குழு மற்றும் பொதுக்குழு உறுப்பினர்கள் தேர்வு செய்யப்படுவர். புதிய பொதுக்குழு உறுப்பினர்களே கழகத்தின் பொதுச்செயலாளர், பொருளாளர் உள்ளிட்ட ஏனைய முக்கியப் பதவிகளுக்கு உரியவர்களைத் தேர்வு செய்வார்கள்.

27 ஜூலை 1969 அன்று பொதுச்செயலாளர் தேர்தல் நடத்தப்படும் என்று அறிவிக்கப்பட்டிருந்தது. அந்த அறிவிப்பு வெளியாவதற்கு சில மாதங்களுக்கு முன்பே பொதுச்செயலாளர் பதவிக்கு, தான் போட்டியிட இருப்பதாக அறிக்கை மூலம் அறிவித்திருந்தார் நாவலர் நெடுஞ்செழியன்.

அமைச்சரவையில் இடம்பெறாததால் கட்சிப் பணியில் முழுமையாகவும் தீவிரமாகவும் செயல்பட அந்தப் பதவி அவசியம் என்பது அவருடைய கருத்து.

முதலமைச்சர் கருணாநிதி தன்னுடைய கருத்து என்று எதையும் திட்ட வட்டமாகச் சொல்லவில்லை. மாறாக, எம்.ஜி.ஆர் தனது கருத்தை பகிரங்கமாக அறிவித்தார்.

திமுகவில் 99 சதவீதம் பேர் கலைஞரே பொதுச்செயலாளராக வரவேண்டும் என்று விரும்புகிறார்கள். தனக்குப் பெரும்பான்மை இல்லாத நிலையில் தன்னுடைய கருத்தை மற்றவர்கள் ஏற்றுக்கொள்ளவேண்டும் என்று நாவலர் (நெடுஞ்செழியன்) சொல்வது அவர்களைக் கட்டாயப்படுத்துவதாகத்தான் ஆகும். கட்சியின் தலைமை ஒருவரிடமும் ஆட்சியின் தலைமை இன்னொருவரிடமும் இருந்ததால்தான் காங்கிரஸ் கட்சி தமிழ்நாட்டில் சீர்குலைந்தது. அந்த நிலை திமுகவுக்கு வரக்கூடாது என்ற எண்ணத்தில்தான் இரண்டு பதவிகளையும் ஒருவரே வகிக்கவேண்டும் என்று நான் கூறுகிறேன்.

கட்சிக்குள் என்ன மாதிரியான சூழல் இருக்கிறது என்பது எல்லோருக்குமே புரிந்துபோனது. முதலமைச்சர் கருணாநிதி பொதுச்செயலாளர் பதவிக்குப் போட்டியிடுவது என்று முடிவு செய்துவிட்டார். அதைப் போலவே முதல்வர் பதவியில் பறிபோன வாய்ப்பை தலைவர் தேர்தலில் பிடிக்கவேண்டும் என்ற ஆவலில் போட்டியில் இருந்து விலகும் பேச்சுக்கே இடமில்லை என்று சொல்லிவிட்டார் நெடுஞ்செழியன்.

பொதுச்செயலாளர் தேர்தலில் கலைஞர் என்னை எதிர்த்துப் போட்டியிடப் போகிறார் என்ற செய்தியினைக் கேட்டு நான் அதிர்ச்சி அடைந்தேன். போட்டி ஏற்படாத சூழ்நிலை உருவானால் நல்லது என்பதற்காகத்தான் முன்கூட்டியே என்னுடைய விருப்பத்தை வெளியிட்டேன். நான் என் முடிவை மாற்றிக் கொள்ள வேண்டிய காரணம் எதுவும் இப்போது என்னைப் பொறுத்து ஏற்பட்டிருப்பதாக நான் எண்ணவில்லை.

நிலைமை சிக்கலாகிக்கொண்டே போனது. குழப்பங்கள் அதிகரித்தன. இதைச் சரிக்கட்டும் வகையில் திமுகவில் சட்டத்திட்டங்களில் ஒரு திருத்தம் கொண்டுவர முடிவு செய்யப்பட்டது. திருத்தம் என்பதைக் காட்டிலும் திட்டம் என்பதுதான் பொருத்தமாக இருக்கும்.

அவைத் தலைவர் என்ற பதவியைத் தலைவர் என்று மாற்றிக் கொள்ளலாம். பொதுச்செயலாளர் நிறைவேற்ற வேண்டிய பணிகளைத் தலைவருடன் கலந்துபேசி, இருவரும் சேர்ந்து முடிவெடுக்க வேண்டும்.

புதிதாகக் கொண்டுவரப்பட்ட சட்டத் திருத்தத்தை பொதுக்குழு ஏற்றுக்கொண்டது. அதன்படி திமுகவின் தலைவராக கருணாநிதி, பொதுச் செயலாளராக நெடுஞ்செழியன் இருவரும் ஒருமனதாகத் தேர்ந்தெடுக் கப்பட்டனர்.

பொருளாளர் பதவிக்கு எம்.ஜி.ஆரைக் கொண்டுவரவேண்டும் என்ற எண்ணம் கருணாநிதிக்கு ஏற்கெனவே உருவாகியிருந்தது. ஆனால் பொருளாளர் பதவிக்கு தேவசகாயம், க. செல்வராசு என்ற இரண்டு பேர் போட்டியிட விருப்பம் தெரிவித்தனர். மற்ற முக்கியப் பதவிகளைப் போலவே பொருளாளர் பதவியையும் போட்டியின்றித் தேர்ந்தெடுக்க விரும்பிய கருணாநிதி, அந்த இரண்டு பேரையும் சமாதானம் செய்து போட்டியில் இருந்து விலகச் செய்தார். எம்.ஜி.ஆர் பொருளாளராகத் தேர்ந்தெடுக்கப்பட்டார்.

இருபது ஆண்டுகளாகக் காலியாக விடப்பட்டிருந்த திமுக தலைவர் பதவிக்கு கருணாநிதி வந்ததில் பெரியாருக்கு மகிழ்ச்சி. ஆனால் எம்.ஜி.ஆரைத் திமுகவின் பொருளாளராக்கியதில் பெரியாருக்கு விருப்பம் இல்லை. 'அய்யய்யோ, கலைஞர் எதிலேயோ காலை வைத்துவிட்டாரே' என்று அதிருப்தி தெரிவித்திருக்கிறார். கவிஞர் கருணானந்தம் எழுதிய பெரியார் வாழ்க்கை வரலாறில் இந்தத் தகவல் இருக்கிறது.

பொதுச்செயலாளர் பதவியை ஏற்றதன்மூலம் நெடுஞ்செழியன் சகஜநிலைக்குத் திரும்பினார். 13 ஆகஸ்டு 1969 அன்று கருணாநிதியின் அமைச்சரவையிலும் இணைந்து கொண்டார். அவருக்கு கல்வி மற்றும் மக்கள் நல்வாழ்வு ஆகிய துறைகள் ஒதுக்கப்பட்டன. அமைச்சரவை மேலும் கொஞ்சம் விரிவுபடுத்தப்பட்டு என்.வி. நடராசன், கவிஞர் கா. வேழவேந்தன் இருவரும் அமைச்சரவையில் இணைந்தனர்.

4 இந்திராவுடன் கூட்டணி

'திமுக ஆட்சியில் 13 மந்திரிகளில் 13 பேரும் தமிழர்கள் என்பதோடு 18 உயர்நீதிமன்ற நீதிபதிகளில் 14 பேர் பார்ப்பனர் அல்லாதவர்கள். டெல்லி ஆதிக்கமில்லாத அதிகாரங்களில் 100க்கு 50 முதல் 70 வரை பார்ப்பனர் அல்லாதார் இருக்கும்படி ஆகிவிட்டது. அரசியலில் ஆளுங்கட்சியிலும், எதிர்க்கட்சியிலும் தலைவர்கள், பணியாளர்கள் யாவருமே 100க்கு 100ம் தமிழர்களேயாவார்கள். இதை அனுசரித்தே மற்ற நிலைகளும் மாற்ற மடைந்துவருகின்றன. இவ்வளவுக்கும் காரணம் திமுக ஆட்சி என்றே சொல்லுவேன்.'

பெரியாரின் 91வது பிறந்தநாள் செய்தி இது.

அப்போது பெரியாரின் சிந்தனையில் கோயில் கருவறை நுழையும் விவகாரம் ஆக்கிரமித்து இருந்தது. அவருடைய பேச்சுகளும் அதைப்பற்றியே அதிகம் இருந்தன.

'வடநாட்டில் உள்ள காசி, பூரி, பண்டரிபுரம் முதலான ஊர்களில் பிரபலமான கோயில்களில் பக்தர்களே பூசை செய்யலாம். கர்ப்பக்கிரகத்தில் யாரும் போகலாம். இந்துமதம், ஆகமம் என்றெல்லாம் சொல்லிக்கொள்வது இந்தத் தமிழ்நாட்டில்தான். எல்லோருக்கும் பொதுவான இடமாகிய கோயிலில் பேதம் காட்டுவது ஏன்? சிலை இருக்கும் இடத்துக்குப் பார்ப்பான்தான் போகலாம். சிலைகளுக்குப் பார்ப்பான்தான் பூசை செய்யலாம். கடவுளுக்கு வட மொழியில்தான் மந்திரம் சொல்லவேண்டும். இந்த இழிவுகளை நீக்க, கோயில் கர்ப்பக்கிரக நுழைவுப் போராட்டத்தைத் தொடங்கவேண்டும்.

போராட்டத்தில் கலந்துகொள்ள விருப்பம் தெரிவித்தவர்கள் பட்டியல் விடுதலையில் தொடர்ச்சியாக வெளியானது. ஒருவேளை போராட்டத்தில் ஈடுபடுபவர்களை அரசு கைது செய்தால் அவர்களுக்காக வாதாட விரும்பும் வழக்கறிஞர்களின் பட்டியலும் விடுதலையில் வெளியானது. போராட்ட அறிவிப்பு வெளியானபோதும் திமுக ஆதரவு நிலைப்பாட்டில்தான் திரா

விடர் கழகம் இருந்தது. ஆகவே, போராட்டம் குறித்த சந்தேகம் எழுப்பப்பட்டபோது பெரியார் திட்டவட்டமாகப் பேசினார்.

'நாம் திமுக அரசை ஆதரித்தாலும்கூட, திட்டப்படி, கர்ப்பக்கிரக நுழைவுக் கிளர்ச்சி நடந்தே தீரும். மனிதன் சந்திரனுக்குச் சென்றுவரும் விஞ்ஞான யுகத்தில்கூடச் சூத்திரன் என்ற இழிவை நாம் ஒழித்தாக வேண்டாமா?'

தொடர்ந்து பிரசாரம் செய்துவாருங்கள். விரைவில் போராட்டம் நடத்தப்படும் என்று சொன்ன பெரியார், 1970ம் ஆண்டுக்கான தன்னுடைய புத்தாண்டு செய்தியில் தமிழனுக்கு இன்றுள்ள கடமைகள் என்று ஒரு பட்டியலை உருவாக்கினார்.

1. பார்ப்பனப் பத்திரிகைகள் வாசிப்பதைத் தடுத்தல்
2. கோயில்களுக்குப் போவதைத் தடுத்தல்
3. அப்படியே போனாலும் வெறுங்கையோடு போய்வருதல். அப்படியே தேங்காய் எடுத்துப் போனாலும் தானே உடைத்துத் தானே திரும்பக் கொண்டுவருதல்
4. பூசாரி அல்லது அர்ச்சகனுக்குத் தட்சணை கொடுக்காதிருத்தல்
5. நெற்றியில் மதக்குறிகள் தீட்டுவதைத் தடுத்தல்
6. பார்ப்பனரைப் பிராமணர் என்று சொல்லாமல் பார்ப்பனர் என்றே சொல்லுதல்

1970 ஜனவரி. கோயில்களின் கர்ப்பக்கிரகம் வரை சாதிப்பாகுபாடு எதுவும் இல்லாமல் அனைத்து சாதியினரும் செல்வதற்கு அனுமதிக்கப்பட வேண்டும், அனைத்து சாதியினருக்கும் அர்ச்சகராகும் உரிமை வேண்டும் என்பதை வலியுறுத்தி போராட்டம் நடத்தப்படும் என்று அறிவித்தார் பெரியார்.

உடனடியாக பதில் கொடுத்தார் முதலமைச்சர் கருணாநிதி.

'அர்ச்சகர்களுக்கென சில தகுதிகள் இருக்கவேண்டும். போற்றக்கூடிய புனிதத் தன்மைகளை அவர்கள் கடைப்பிடித்தாக வேண்டும். அதற்குரிய பயிற்சிகளை அவர்கள் பெற்றாகவேண்டும். அதில் எனக்குக் கருத்து வேறுபாடில்லை. அப்படிப் பயிற்சி பெறுகிறவர்கள் எந்த வகுப்பினராக இருந்தாலும் அவர்கள் அதில் தேர்வு பெற்று அர்ச்சகராக ஆகலாம். அதற்கு விதிமுறைகள் வகுக்க அரசு யோசித்துக் கொண்டிருக்கிறது. அதேசமயம் பரம்பரை அர்ச்சகர் வீட்டுப் பிள்ளைகள் அர்ச்சகராக விரும்பினால் அவர்களுக்கு முதல் சலுகை அளிப்பது பற்றியும் அரசு யோசித்துக் கொண்டிருக்கிறது. கர்ப்பக்கிரகத்தில் இருக்கின்ற பொருள்களின் பாதுகாப்புக்காக மட்டுமே அந்த இடம் ஒருவர் பொறுப்பிலே விடப்பட வேண்டுமே தவிர, அதற்கு சாதி வர்ணம் பூசக்கூடாது. ஆகவே, இந்த வாக்குறுதியை ஏற்று பெரியார் அவர்கள், தான் திட்டமிட்டுள்ள கிளர்ச்சியை நிறுத்திவைக்கவேண்டும்'

முதலமைச்சரின் கோரிக்கையைப் பெரியார் ஏற்றுக்கொண்டார். கோயில் கருவறை நுழையும் போராட்டம் ஒத்திவைக்கப்படுவதாக அறிவித்தார்.

பெரியாருக்குக் கொடுத்த வாக்குறுதியை நிறைவேற்றும் வகையில் 2 டிசம்பர் 1970 அன்று தமிழ்நாடு சட்டமன்றத்தில் இந்து சமய அறக்கட்டளைத் திருத்த மசோதா கொண்டுவரப்பட்டது. அதன்படி அர்ச்சகர் தேர்வில் வெற்றிபெறும் தாழ்த்தப்பட்ட சமுதாயத்தைச் சேர்ந்தவரும் கோயிலின் கர்ப்பக்கிரகத்தில் நுழைந்து பூசை செய்யலாம் என்ற நிலை உருவானது. அதேபோல ஆலயங்களில் நியமிக்கப்படும் அறங்காவலர்களில் தாழ்த்தப்பட்ட சமுதாயத்தைச் சேர்ந்த ஒருவர் கண்டிப்பாக இடம்பெற வேண்டும் என்றும் ஆணை பிறப்பிக்கப்பட்டது.

முதலமைச்சராகப் பதவியேற்றதும் டெல்லி சென்ற கருணாநிதி மரியாதை நிமித்தமாக பிரதமர், துணைப் பிரதமர், மத்திய அமைச்சர்கள் பலரையும் சந்தித்துப் பேசினார். அப்போது தமிழ்நாட்டுத் தேவைகள் குறித்தும் பேசினார். டெல்லியில் இருப்பவர்கள் மாநில அரசுகளை, குறிப்பாகத் தமிழகத்தைச் சேர்ந்த திராவிட இயக்கத் தலைவர்களை எத்தனை அலட்சியத் துடன் அணுகினர் என்பதற்குச் சாட்சியாக அமைந்தது துணைப் பிரதமர் மொரார்ஜி தேசாய் - முதலமைச்சர் கருணாநிதி இருவருக்குமான சந்திப்பு.

போக்குவரத்துச் சிக்கல் காரணமாகக் கொஞ்சம் தாமதமாக மொரார்ஜி தேசாயைச் சந்திக்கச் சென்றார் கருணாநிதி. அப்போது மொரார்ஜி, உங்களுக்காக எவ்வளவு நேரம் காத்திருப்பது, எனக்கு வேறு வேலை இல்லையா? என்று கோபம் கொப்பளிக்கக் கேட்டிருக்கிறார். அதேபோல தமிழ்நாட்டு வறட்சியை சமாளிக்க ஐந்து கோடி ரூபாய் வேண்டும் என்று கேட்டதற்கு, 'என் தோட்டத்தில் பணம் காய்க்கும் மரம் இல்லை' என்று பதில் சொல்லியிருக்கிறார். இதுதான் மாநில அரசை மத்திய அரசு மதித்த விதம்.

தேசிய வளர்ச்சிக்குழுக் கூட்டம் டெல்லியில் நடைபெற்றது. மாநில முதலமைச்சர்கள் கலந்து கொள்ளும் அந்தக் கூட்டத்தில் தமிழக முதல்வர் கருணாநிதி கலந்துகொண்டு பேசினார்.

மத்திய - மாநில அரசுகளின் உறவுகள் குறித்து ஆராய வேண்டிய காலம் வந்துவிட்டது. அந்த முயற்சியின் முதல் கட்டமாக மாநில முதலமைச்சர்கள் அடங்கிய குழு ஒன்று அதுபற்றி விவாதிக்கவேண்டும்.

•

மத்திய-மாநில அரசுகளின் உறவுநிலை குறித்து ஆய்வு செய்து அறிக்கை தருவதற்காக குழு ஒன்று அமைக்கப்பட்டது. 22 செப்டெம்பர் 1969 அன்று அமைக்கப்பட்ட அந்தக் குழுவுக்குத் தலைவராக உயர்நீதிமன்ற முன்னாள் நீதிபதி டாக்டர் ராஜமன்னார் நியமிக்கப்பட்டார். அந்தக் குழுவில் சென்னைப் பல்கலைக் கழக முன்னாள் துணைவேந்தர் ஏ. லட்சுமணசாமி முதலியார், சென்னை உயர்நீதிமன்ற முன்னாள் தலைமை நீதிபதி பி. சந்திரா ரெட்டி ஆகியோர் இடம்பெற்றனர்.

1970 பிப்ரவரி மாதத்தில் திருச்சியில் திமுக மாவட்ட மாநாடு கூடியது. அந்த மாநாட்டில் திமுகவின் ஐம்பெரும் முழக்கங்களைப் பட்டியலிட்டார் திமுக தலைவரும் முதலமைச்சருமான கருணாநிதி. அவை, அண்ணா வழியில் அயராது உழைப்போம், ஆதிக்கமற்ற சமுதாயம் அமைத்தே தீருவோம், இந்தித் திணிப்பை என்றும் எதிர்ப்போம், வன்முறை தவிர்த்து வறுமையை வெல்வோம், மாநிலத்தில் சுயாட்சி - மத்தியில் கூட்டாட்சி ஆகியன. அதற்கடுத்த மாதத்தில்தான் இனி தமிழக அரசு நிகழ்ச்சிகளில் தொடக் கத்தில் இறைவணக்கம் என்பது தமிழ்த்தாய் வாழ்த்தாக இருக்கும் என்றும் மனோன்மணியம் பெ. சுந்தரனார் எழுதிய 'நீராருங் கடலுடுத்த..' பாடல் தமிழ்த்தாய் வாழ்த்தாகப் பாடப்படும் என்ற அறிவிப்பு வெளியிடப் பட்டது.

•

நாடாளுமன்றம் கலைக்கப்பட்டு, தேர்தல் அறிவிக்கப்பட்டிருந்தது. இந்திய தேசிய காங்கிரஸ் இரண்டு கூறுகளாகப் பிரிந்துகிடந்த சமயம் அது. இந்திரா காந்தி தலைமையில் ஒரு பிரிவு. நிஜலிங்கப்பா, மொரார்ஜி தேசாய் உள்ளிட்டோர் தலைமையில் இன்னொரு பிரிவு. திடீரென பிரதமர் இந்திரா காந்தி - முதலமைச்சர் கருணாநிதி இருவரும் டெல்லியில் சந்தித்துக் கொண்டனர்.

சட்டமன்றத்தைக் கலைத்துவிட்டு, மீண்டும் தேர்தலில் ஜெயித்து ஆட்சி அமைக்கும் முடிவுக்கு முதலமைச்சர் கருணாநிதி வந்திருப்பதாக செய்திகள் கசிந்தன. விரைவில் இந்திரா காங்கிரஸ் - திமுக கூட்டணி உருவாகும் என்ற சூழலும் தெரிந்தது. 3 ஜனவரி 1971 அன்று சென்னையில் திமுக செயற்குழுவும் பொதுக்குழுவும் கூடி விவாதித்தன. அதன் தொடர்ச்சியாக தமிழ்நாடு சட்டமன்றத்தைக் கலைத்துவிட்டுத் தேர்தலைச் சந்திப்பது என்று தீர்மானிக்கப்பட்டது. திமுகவும் இந்திரா காங்கிரஸும் கூட்டணி அமைத்துத் தேர்தலைச் சந்திக்கும் என்ற அறிவிப்பும் வெளியானது.

அந்தத் தேர்தலில் அணி அமைப்பது குறித்து இந்திய கம்யூனிஸ்டு, பிரஜா சோசலிஸ்டு, தமிழரசு கழகம், முஸ்லிம் லீக், ஃபார்வர்டு ப்ளாக் ஆகிய கட்சிகளுடன் பேச்சுவார்த்தை நடத்தியது திமுக. சுமுகமான முறையில் உடன்பாடுகளும் எட்டப்பட்டன. ஆனால் இந்திரா தலைமையிலான காங்கிரஸ் கட்சியுடனான உடன்பாட்டில் சிக்கல்கள் ஏற்பட்டன.

நாடாளுமன்றத்துக்கு 5 முதல் 7 தொகுதிகளும் சட்டமன்றத்துக்கு 10 முதல் 15 தொகுதிகளும் ஒதுக்கத் தயார் என்றது திமுக. காரணம், அப்போது தமிழ்நாட்டைப் பொறுத்தவரை காமராஜர் தலைமையிலான ஸ்தாபன காங்கிரஸுக்கே செல்வாக்கு அதிகம். போதாக்குறைக்கு ராஜாஜி தலைமையில் சுதந்தரா கட்சியும் இயங்கிக் கொண்டிருந்தது. இதனால் இந்திரா காங்கிரஸுக்கு அதிக இடங்களை ஒதுக்குவதில் திமுக தலைமைக்கு விருப்பமில்லை.

கூட்டணி அமைவதில் சிக்கல்கள் அதிகரித்தன. திடீரென இந்திரா காங்கிரஸ் கட்சியின் தலைவரான சி. சுப்பிரமணியம் வேட்பாளர் பட்டியல் ஒன்றை வெளியிட்டார். கூட்டணிப் பேச்சுவார்த்தைகள் நடந்து கொண்டிருக்கும் சமயத்தில் வேட்பாளர் பட்டியல் வெளியானது கூட்டணிக்குள் இருக்கும் குழப்பத்தைப் பகிரங்கப்படுத்தியது. நிலைமையை சுமூகப்படுத்தும் வகையில் இந்திரா காந்தியே கருணாநிதியுடன் தொலைபேசியில் பேசினார். அதன்பிறகு மீண்டும் பேச்சுவார்த்தை தொடங்கியது. அதன் முடிவில் இந்திரா காங்கிரஸ் கட்சி சட்டமன்றத் தேர்தலில் போட்டியிடுவதில்லை; ஆனால் பாண்டிச்சேரியுடன் சேர்த்து பத்து நாடாளுமன்றத் தொகுதிகள் கூட்டணியில் ஒதுக்கப்படும் என்று அறிவிக்கப்பட்டது.

சட்டமன்றம்

திமுக 201; இந்திய கம்யூனிஸ்டு 10; ஃபார்வர்டு ப்ளாக் 9; முஸ்லிம் லீக் 8; பிரஜா சோசலிஸ்டு 4; தமிழரசுக் கழகம் 2

நாடாளுமன்றம்

திமுக 24; இந்திரா காங்கிரஸ் 9; இந்திய கம்யூனிஸ்டு 4; முஸ்லிம் லீக் 1; ஃபார்வர்டு ப்ளாக் 1

1967ல் திமுகவுடன் அணி அமைத்திருந்த ராஜாஜி இப்போது காமராஜருடன் நெருக்கம் காட்டினார். ஆட்சி அமையும்வரை நன்றாக இருந்த திமுக - சுதந்தரா உறவு மெல்ல மெல்ல மோசமடைந்தது. ராஜாஜியின் வழிகாட்டுதலின்படியே திமுக ஆட்சி நடத்தும் என்ற எதிர்பார்ப்பு இருந்த சூழலில் பெரியாரின் வழிநடத்தலில் சென்றது இதற்கு முக்கியக் காரணம்.

15 டிசம்பர் 1970 அன்று ராஜாஜியும் காமராஜரும் சந்தித்துப் பேசினர். கூட்டணி அமைந்தது. தேசத்தை நாசப்படுத்தும் அபாயகரமான இந்திரா காந்தியின் திட்டங்களுக்கும் கொள்கைகளுக்கும் திமுக நெருக்கமான ஒத்துழைப்பு தருவதால் திமுகவை எதிர்ப்பதாகக் கூறினார் ராஜாஜி. இருவரும் இணைந்து திமுகவுக்கும் இந்திரா காங்கிரஸுக்கும் எதிராகப் பிரசாரம் செய்துகொண்டிருந்தனர்.

திமுக - இந்திரா காங்கிரஸ் கூட்டணியை ஆதரித்த பெரியார், ராஜாஜி - காமராஜர் கூட்டணிக்கு எதிராகக் கடும் கண்டனங்களைத் தெரிவித்தார். காமராஜர் ஆதரவு நிலைப்பாட்டை எடுத்திருந்த சமயத்தில் திராவிட நாடு, மொழிப்போர் போன்ற விஷயங்களில்கூட தனது அணுகுமுறையை அமைதியாக வைத்திருந்த பெரியார், தற்போது ராஜாஜியும் காமராஜரும் இணைந்திருப்பதைக் கடுமையாக விமரிசனம் செய்தார்.

பழைய காங்கிரஸும் ராஜாஜியின் சுதந்தராக் கட்சியும் இப்போது ஒன்று சேர்கிறார்கள். இந்திராவை ஒழிப்பது என்ற போர்வையில் திமுகவை ஒழிக்கவே இவர்கள் மறைமுகமாகக் கூட்டு சேர்ந்துள்ளனர். தன் ஜாதி நலத்துக்காக ஆச்சாரியார் திமுகவை எதிர்க்கிறார். டில்லித் தலைமைக்குக்

கட்டுப்பட்டு காமராஜர் திமுகவை எதிர்க்கிறார். மட்டக்குதிரையும் எருமையும் ஒரு வண்டியில் கட்டி ஓட்டினால் எப்படி இருக்கும்? அதுபோல, காமராஜரும் ராஜாஜியும் சேர்ந்து இழுக்கும் ஜனநாயக வண்டியின் கதி என்னாகும்? வண்டி ஓடுமா? போய்ச் சேருமா? கலைஞர் ஆட்சிக்கு அனுகூலமான இந்திரா ஆட்சியும் இந்திராவைக் கட்டுப்படுத்தக்கூடிய வசதியும் வாய்ப்பும் கொண்ட கலைஞர் ஆட்சியும் நமக்கு நல்ல ஆட்சியா? அல்லது இரண்டுக்கும் கேடான ராஜாஜி - காமராஜர் கூட்டணி ஆட்சியா?

திமுக தலைமையில் ஒரு அணியும் ராஜாஜி - காமராஜர் தலைமையில் ஜனநாயக முன்னணியும் போட்டியிட்டன. இரண்டு கூட்டணிகளிலும் இடம்பெறாத மார்க்சிஸ்ட் கம்யூனிஸ்ட் கட்சி 37 தொகுதிகளில் தனித்துப் போட்டியிட்டது. ஜனசங்கம் 5 தொகுதிகளில் தனித்துப் போட்டியிட்டது. இப்படி அரசியல் கட்சிகள் தேர்தல் அணி அமைக்கும் முயற்சியில் ஈடு பட்டிருக்கும் சமயத்தில் திடீரென்று திராவிடர் கழகம் களத்தில் இறங்கியது.

5. ராமர் மீது தாக்குதல்

23 ஜனவரி 1971 மற்றும் 24 ஜனவரி 1971 ஆகிய தேதிகளில் சேலத்தில் திராவிடர் கழகம் சார்பாக மூடநம்பிக்கை ஒழிப்பு ஊர்வலம் நடத்தப்பட்டது. கிட்டத்தட்ட ஒன்றரை மைலுக்கு நீண்டிருந்த அந்தக் கறுப்புச்சட்டை ஊர்வலத்தில் ஐம்பது ஆயிரத்துக்கும் மேற்பட்டோர் கலந்துகொண்டனர்.

தீ மிதித்தல், கரகம் எடுத்தல், அலகு குத்திக் கொள்ளுதல் ஆகியவற்றைக் கேலி செய்யும் வகையிலும் உண்மையை உணர்த்தும் வகையிலும் ஊர்வலத்தில் கலந்துகொண்டவர்கள் வித்தைகள் செய்துகாட்டினர்.

பத்து அடி உயரம் கொண்ட ராமன் சிலை எரிக்கப்பட்டு ராவண லீலா கொண்டாடப்பட்டது. மக்களின் ஆன்மிக உணர்வுகளைப் புண்படுத்தும் வகையில் எதையும் செய்யக்கூடாது என்று காவல்துறையினர் கூறினர். அதை அதிகாரப்பூர்வமாகத் தடை செய்யுங்கள் என்றார் பெரியார். அதைக் காவல்துறையினர் செய்யவில்லை என்பதால் ஊர்வலத்தில் மூடநம்பிக்கையைக் கேலி செய்யும் காட்சிகள் தொடர்ந்தன.

திடீரென செருப்பு ஒன்று ஊர்வலத்துக்குள் வந்து விழுந்தது. ஆத்திரமடைந்த திராவிடர் கழகத் தொண்டர் ஒருவர் அந்தச் செருப்பைக் கையில் எடுத்து ஊர்வலத்தில் கொண்டுவரப்பட்ட ராமன் படத்தின் மீது தாக்குதல் நடத்தினார். இது சம்பந்தப்பட்ட பகுதிகளில் பலத்த சலசலப்பை ஏற்படுத்தியது. ராமன் படம் அவமதிக்கப்பட்டது மிகப்பெரிய தேர்தல் பிரச்னையாக மாறியது.

திராவிடர் கழகத்தின் போராட்டத்தை தடுக்காமல் ஊக்குவித்த திமுகவுக்கா உங்கள் வாக்கு என்று எதிர்க்கட்சிகள் கேள்வி கேட்டனர். எந்தவிதமான திட்டமிடலும் இல்லாமல் தற்செயலாக நடந்த சம்பவத்துக்கு திமுக மீது பழிசுமத்துவதில் அர்த்தமில்லை என்றார் பெரியார்.

ஒருபக்கம் ராமன் படம் தாக்கப்பட்ட விவகாரம் பெரிதாகிக் கொண்டிருக்க, இன்னொரு பக்கம் தனது தேர்தல் அறிக்கையை வெளியிட்டது திமுக. அந்த

அறிக்கையின் ஒரு பகுதியில் திமுக அரசின் கடந்த காலச் சாதனைகளைப் பட்டியலிட்டிருந்தது. இன்னொரு பகுதியில் எதிர்காலத் திட்டங்களையும் லட்சியங்களையும் பட்டியலிட்டிருந்தது:

தமிழ்நாட்டில் தமிழ், ஆங்கிலம் இரண்டு மொழிகள் மட்டும்தான்; இந்திக்குப் பள்ளிகளில் வேலையில்லை என்று சட்டமன்றத்தில் தீர்மானம் நிறைவேற்றப்பட்டு, நடைமுறைக்குக் கொண்டுவரப்பட்டுள்ளது, சென்னைக்குத் தமிழ்நாடு என்று பெயர் சூட்டப்பட்டது, நில உச்சவரம்பு முப்பது ஸ்டாண்டர்டு ஏக்கரா என்பதை பதினைந்து ஸ்டாண்டர்டு ஏக்கரா என மாற்றியது, ஐந்து ஏக்கர் வரை நிலவரியை ரத்து செய்தது, பியூசி வரை இலவசக் கல்வி அளித்தது, சுயமரியாதைத் திருமணங்களைச் சட்டப்பூர்வமாக்கியது என்று பல சாதனைகளைப் பட்டியல் போட்ட அறிக்கையில் ஏராளமான திட்டங்களும் இருந்தன.

விஞ்ஞான யுகத்துக்கு ஏற்ற சமதர்ம சமுதாயம் அமைப்பதே திமுகவின் லட்சியம், அதிகமாகின்ற உற்பத்தி ஒரு சிலரது பணப்பெட்டியை மட்டும் நிரப்பாமல் அனைவருக்கும் அந்தப்பலன் விநியோகம் ஆவதில் தகுந்த, எச்சரிக்கையான நடவடிக்கைகள் மேற்கொள்ளப்படவேண்டும், டில்லியில் இருந்து திட்டமிடும் முறை மாநிலங்களுக்குப் போதிய பலன் தரவில்லை. ஆகவே, ஒவ்வொரு மாநிலத்துக்கும் தனித்தனி திட்டக்கமிஷன் அமைக்கப்படவேண்டும், சில பெரிய - நடுத்தர தொழில் அமைப்புகளுக்குக் கூட்டுத்துறை முறை அமல்படுத்துவது, இந்திய ஒருமைப் பாட்டையும் அண்டை மாநிலங்களோடு தோழமையையும் விரும்புகிற அதே நேரத்தில் தமிழ்நாட்டு ஊறு விளைவிக்கிற நிலைமையில் ஹேமாவதி போன்ற அணைகள் கட்டப்படுவதை எதிர்த்து தனது நியாயத்தை நிலைநாட்டி வெற்றி பெறுவதில் கழகம் மிகுந்த உறுதியோடு இருக்கிறது, விவசாயிகள், தொழிலாளர்கள், முடிதிருத்துவோர், சலவைத்தொழிலாளர்கள் உள்ளிட்ட பாட்டாளி மக்களுக்கும் சமுதாயத்தின் அடித்தளத்தில் அவதிப்படுவோருக்கும் நடுத்தர வர்க்கத்தினருக்கும் படிப்படியாக வசதிகள் அளிக்கப்படும் என்பன போன்ற வாக்குறுதிகளையும் திட்டங்களையும் கொடுத்தது திமுக தேர்தல் அறிக்கை. திமுக நாட்டுக்குத் தொண்டன்; வீட்டுக்கு விளக்கு. தொண்டு வென்றிட, விளக்கொளி நிலைத்திட வாழ்த்தி வரவேற்று வெற்றி குவிப்பீர் என்று கேட்டுக்கொண்டது அந்த அறிக்கை.

திமுகவைச் சேர்ந்த அமைச்சர்கள் மட்டுமின்றி, மற்றவர்களும் புதிய வீடுகளைக் கட்டியுள்ளனர். கார்கள் வாங்கியுள்ளனர். திமுக நிர்வாகத்தில் ஊழல் மலிந்துவிட்டது. ஆளுங்கட்சியினருக்கு லஞ்சம் கொடுத்தால்தான் இந்த அரசாங்கத்தில் எந்தக் காரியமும் நடக்கிறது என்று பிரசாரம் செய்தார் காமராஜர். சேலத்தில் ராமர் படம் அவமதிக்கப்பட்டதும் தேர்தல் பிரச்னையாகப் பேசப்பட்டது. இந்துக் கடவுளரைச் செருப்பால் அடித்த பெரியாரின் சிலையைத் திறந்த அவருடைய சீடர் கருணாநிதிக்கா உங்கள் ஓட்டு? என்று கேள்வி கேட்கும் சுவரொட்டி தேர்தல் களத்தை வெப்பமாக்கியது.

சென்னையில் நடைபெற்றப் பொதுக்கூட்டம் ஒன்றில் ராஜாஜியும் காமராஜரும் ஒரே மேடையில் கலந்துகொண்டனர். அதில் காமராஜரின் நெற்றியில் குங்குமம் வைத்து ஆசிர்வாதம் வழங்கினார் ராஜாஜி. காமராஜர் பேசும் கூட்டங்களில் எல்லாம் மக்கள் பெருமளவில் திரண்டனர்.

திமுக கூட்டணிக்கு எம்.ஜி.ஆரும் காமராஜர் கூட்டணிக்கு சிவாஜி கணேசனும் பிரசாரம் செய்தனர். சென்ற இடங்களில் எல்லாம் எம்.ஜி.ஆருக்கு அபார வரவேற்பு. ஒவ்வொரு கிராமத்திலும் ஒவ்வொரு தெருவிலும் எம்.ஜி.ஆர் நீக்கமற நிறைந்திருந்தார். வெள்ளைத் தொப்பி, கறுப்புக் கண்ணாடி சகிதம் தமிழ்நாடு முழுக்க பிரசாரம் செய்தார். பிரசாரம் முடிந்ததும் 'இதயவீணை' படப்பிடிப்புக்காக காஷ்மீர் புறப்பட்டுவிட்டார் எம்.ஜி.ஆர்.

மார்ச் 1, 4, 7 ஆகிய தேதிகளில் மூன்று கட்டங்களாகத் தேர்தல்கள் முடிந்தன. வாக்கு எண்ணிக்கை முடிந்து முடிவுகள் அறிவிக்கப்பட்ட போது திமுக கூட்டணிக்கு அபார வெற்றி கிடைத்திருந்தது.

திமுக	-	183
இந்திய கம்யூனிஸ்டு	-	8
ஃபார்வர்டு ப்ளாக்	-	7
இந்திய முஸ்லிம் லீக்	-	6
பிரஜா சோசலிஸ்டு	-	4
தமிழரசு கழகம்	-	1

காமராஜர் - ராஜாஜி கூட்டணிக்கு 21 இடங்கள். அவற்றில் ஸ்தாபன காங்கிரஸுக்கு 15, சுதந்தராவுக்கு 6. மற்ற இடங்கள் சுயேட்சைகளுக்குக் கிடைத்தன.

நாடாளுமன்றத் தேர்தலைப் பொறுத்தவரை தமிழ்நாட்டில் திமுக போட்டியிட்ட 24 தொகுதிகளில் 23ஐக் கைப்பற்றியது. காங்கிரஸ் கட்சி தமிழகத்தில் இருந்து போட்டியிட்ட 9 மற்றும் பாண்டிச்சேரி என்று பத்து தொகுதிகளில் வெற்றிபெற்றிருந்தது. நாகர்கோவில் நாடாளுமன்றத் தொகுதியில் போட்டியிட்ட காமராஜர் மட்டும் எதிர்க்கட்சிகளின் சார்பில் வெற்றி பெற்றிருந்தார்.

தேசிய அளவிலும் இந்திரா காங்கிரஸுக்கு மிகப்பெரிய வெற்றி. 350 தொகுதிகளைக் கைப்பற்றியிருந்தது. மற்ற கட்சிகளில் மார்க்சிஸ்டு கம்யூனிஸ்டுக்கு 25, இந்திய கம்யூனிஸ்டுக்கு 23, ஜனசங்கத்துக்கு 22, ஸ்தாபன காங்கிரஸுக்கு 16, சுதந்தரா கட்சிக்கு 8 தொகுதிகள் கிடைத்திருந்தன.

திமுகவின் வெற்றியைக் காட்டிலும் ராஜாஜி - காமராஜர் கூட்டணி பெற்ற தோல்வி பெரியாரை வெகுவாக மகிழ்ச்சியடைய வைத்திருந்தது. உங்களைப்

பாராட்ட எனக்குத் தமிழில் வார்த்தை இல்லை. எனக்குப் பழி நீங்கியது. உங்களுக்கு உலகப் புகழ் கிடைத்தது என்று முதலமைச்சர் கருணாநிதிக்கு வாழ்த்துத் தந்தி அனுப்பினார் பெரியார். தேர்தல் முடிவுகள் குறித்து காமராஜர் தெரிவித்த கருத்து வித்தியாசமாக இருந்தது.

'நாம் இதுவரை ஏழைகளை நம்பி ஓட்டு வாங்கிவந்தோம். திடீரென்று ராஜாஜியின் பணக்காரக் கட்சியோடு கூட்டு சேர்ந்தமையால், ஏழை மக்களுக்கு அது பிடிக்காமல் எதிர்த்து ஓட்டளித்ததால்தான் நாம் தோற்றுவிட்டோம் என்று கூறினாராம். மேலும், ராஜாஜி அவர்கள் கடற்கரையில் பலர் முன்னிலையில் தன்னை அவருக்கு முன் தலைகுனிய வைத்துவிட்டார் என்று வருத்தப்பட்டுக் கொண்டாராம்' என்று பதிவு செய்திருக்கிறார் காமராஜரின் உதவியாளராக இருந்த பொ.க. சாமிநாதன்.

உண்மையில், அண்ணாவின் மறைவுக்குப் பிறகு திமுக என்ன ஆகுமோ என்ற கேள்வி தமிழக அளவில் மட்டுமல்ல; தேசிய அளவிலும் பரபரப்பாக விவாதிக்கப்பட்டு வந்தது. அநேகமாக திமுகவின் கதை முடிந்துவிட்டது என்றே சில கருத்துகள் இருந்தன. ஆனாலும் கருணாநிதி தலைமையில் சட்டமன்ற, நாடாளுமன்றத் தேர்தல்களைத் துணிச்சலாகச் சந்தித்த திமுக, அண்ணா தலைமையில் பெற்ற வெற்றியைக் காட்டிலும் மிகப்பெரிய வெற்றியைப் பெற்றிருந்தது.

14 மார்ச் 1971 அன்று திமுகவின் சட்டமன்றக் குழுவின் தலைவர் பதவிக்கான தேர்தல் நடைபெறும் என்று அறிவிக்கப்பட்டிருந்தது. திமுகவின் வெற்றித் தகவல் எம்.ஜி.ஆரை எட்டியதும் உடனடியாக கருணாநிதியைத் தொலைபேசியில் அழைத்து வாழ்த்து தெரிவித்தார். அப்போது தனக்கு அமைச்சரவையில் இடம் ஒதுக்கவேண்டும் என்றும் குறிப்பாக சுகாதாரத்துறை அமைச்சர் பதவி வேண்டும் என்று சூசகமாகத் தெரிவித்ததாகவும் கருணாநிதி பின்னாளில் தெரிவித்தார்.

தனி விமானத்தில் சென்னை வந்தார் எம்.ஜி.ஆர். கருணாநிதியைச் சந்தித்துப் பேசினார். அதற்குள் நெடுஞ்செழியன், மாதவன் போன்ற பல தலைவர்களும் கருணாநிதியிடம் பேசியிருந்தனர். குறிப்பாக, எம்.ஜி.ஆரை அமைச்சர் ஆக்குவது தொடர்பாக. எல்லாவற்றையும் உள்வாங்கி வைத்திருந்தார் கருணாநிதி. தவிரவும், யார், யாருக்கு அமைச்சரவையில் இடமளிப்பது என்பது பற்றியும் தொடர்ந்து ஆலோசனையில் ஈடுபட்டார் கருணாநிதி.

எம்.ஜி.ஆர் வந்ததும், 'உங்களை அமைச்சராக்குவதில் எனக்கு ஆட்சேபனையில்லை. ஆனால் படங்களில் நடிப்பதை நிறுத்திக்கொள்ள வேண்டும். சட்டச் சிக்கல்கள் வரக்கூடும்' என்றார் கருணாநிதி. அதிர்ச்சியாக இருந்தது எம்.ஜி.ஆருக்கு.

'நடித்துக்கொண்டே அமைச்சராகப் பணியாற்றும் வகையில் அமைச் சருக்கான கோட்பாடுகளில் திருத்தம் கொண்டுவர இந்திரா காந்தியிடம் பேசலாமே' என்றார் எம்.ஜி.ஆர். ஆனால் சட்டரீதியாக எதையும் செய்ய

முடியாது என்று தெரியவரவே, வேறு வழியில்லாமல் அமைச்சர் பதவிக் கனவைத் தாற்காலிகமாக ஒத்திவைத்துக் கொண்டார் எம்.ஜி.ஆர்.

உண்மையில் எம்.ஜி.ஆர் - கருணாநிதி இடையே இது இரண்டாவது விரிசல். கடந்த முறை தினத்தந்தி அதிபர் சி.பா. ஆதித்தனாரை அமைச்சராக்கியபோதே எம்.ஜி.ஆரின் முகத்தில் அதிருப்தி ரேகைகள் ஓடத் தொடங்கிவிட்டன. இப்போது தனக்கு அமைச்சர் பதவி தராதது விரிசலை விரிவடையச் செய்தது. ஆனாலும் அப்போதைக்கு விவகாரம் பெரிதாகவில்லை.

திமுகவின் சட்டமன்ற உறுப்பினர்கள் கூட்டம் கூட்டப்பட்டது. திமுக சட்டமன்றக் குழுவின் தலைவர் பதவிக்கு கருணாநிதியின் பெயரை நெடுஞ்செழியன் முன்மொழிந்தார். க. அன்பழகன், எம்.ஜி.ஆர், மதுரை எஸ். முத்து ஆகியோர் வழிமொழிந்தனர். சட்டமன்றக் கட்சித்தலைவராகத் தேர்ந்தெடுக்கப்பட்ட கருணாநிதி 1 மார்ச் 1971 அன்று இரண்டாவது முறை முதலமைச்சராகப் பதவிப் பிரமாணம் எடுத்துக்கொண்டார்.

திமுக அமைச்சரவையில் நெடுஞ்செழியனுக்குக் கல்வித்துறை, என்.வி.நடராசனுக்கு மக்கள் நல்வாழ்வுத்துறை, சத்தியவாணி முத்துவுக்கு தாழ்த்தப்பட்டோர் நலத்துறை, ப.உ. சண்முகத்துக்கு உணவுத்துறை, மாதவனுக்குத் தொழில்துறை, சாதிக் பாட்சாவுக்கு பொதுப்பணித்துறை, சி.பா. ஆதித்தனாருக்குக் கூட்டுறவுத் துறை, அன்பில் தர்மலிங்கத்துக்கு விவசாயத்துறை, க. ராஜாராமுக்குப் பிற்படுத்தப்பட்டோர் நலத்துறை, ஓ.பி. ராமனுக்கு மின்சாரத்துறை, மு. கண்ணப்பனுக்கு அறநிலையத்துறை, பண்ருட்டி எஸ். ராமச்சந்திரனுக்குப் போக்குவரத்துத் துறை வழங்கப்பட்டன.

இந்த அமைச்சரவையில் திமுகவின் முக்கியத் தலைவர்களுள் ஒருவரான கே.ஏ. மதியழகனுக்கு வாய்ப்பு தரப்படவில்லை. காரணம், சில மாதங்களுக்கு முன்புதான் அவருடைய சகோதரர் கே.ஏ. கிருஷ்ணசாமி பெயரில் வாங்கப்பட்ட சொத்து விவகாரம் காரணமாக கே.ஏ. மதியழகனை முந்தைய அமைச்சரவையில் இருந்து விடுவித்திருந்தார் கருணாநிதி. ஆனாலும் அவருக்கு சபாநாயகர் பதவி அளிக்கப்பட்டது. மூத்த தலைவர்களுள் ஒருவரான ஏ. கோவிந்தசாமியின் இடத்தில் இளைஞரான பண்ருட்டி ராமச்சந்திரனுக்கு வாய்ப்பு தரப்பட்டிருந்தது.

இரண்டாவது முறையாக முதலமைச்சர் பதவியை ஏற்றிருந்த கருணாநிதிக்கு நிறையவே சவால்கள் காத்திருந்தன.

6 பிள்ளையோ பிள்ளை

பகுத்தறிவுப் பிரசாரத்தைத் தொடருவோம்; பக்திப் பிரசாரத்தைத் தடுக்கமாட்டோம்!

புதிய அமைச்சரவைக்கு பெரியார் தலைமையில் நடந்த பாராட்டுவிழாவில் முதலமைச்சர் கருணாநிதி சொன்ன வாசகம் இது. சொன்னதற்குக் காரணம் இருக்கிறது. இரண்டாவது முறையாக முதலமைச்சரானதும் திமுக அரசு செய்த காரியங்களுள் ஒன்று, திருவாரூரில் பல ஆண்டுகளாக ஓடாமல் இருந்த தேரைச் செப்பனிட்டு ஓடச் செய்தது. பகுத்தறிவுத் தந்தைக்கு திமுக ஆட்சி காணிக்கை என்று சொல்லிவிட்டு, வாக்குவங்கிக்காக ஆன்மிகக் காரியங்களைச் செய்கிறது என்ற விமரிசனம் திமுக அரசின் மீது வைக்கப்பட்டது. அதற்கு முதலமைச்சர் கருணாநிதி விளக்கம் கொடுத்தார்.

'தேர் நான்கு நாள்களுக்குத்தான் ஓடுகிறது. ஆனால் அதற்காக நான்கு லட்சம் ரூபாயில் போடப்பட்ட சாலைகளை அந்தப் பகுதி மக்கள்தான் பயன் படுத்தப் போகிறார்கள்.'

பிச்சைக்காரர் மறுவாழ்வுத் திட்டம். சாலையில் திரியும் பிச்சைக் காரர்களுக்கென திமுக அரசு சார்பில் விடுதிகள் உருவாக்கப்பட்டன. அங்கேயே அவர்கள் தங்கவைக்கப்பட்டு, உணவு வழங்கவும் ஏற்பாடு செய்யப்பட்டது. தொழுநோய் உள்ளிட்ட நோய்களால் பீடிக்கப்பட்டிருந்த பிச்சைக்காரர்களுக்கு மருத்துவ சிகிச்சையும் அளிக்கப்பட்டது. கண்பார்வை இழந்த ஏழை, எளிய முதியவர்களுக்குக் கண்ணொளி வழங்கும் திட்டம் கருணாநிதி தலைமை யிலான திமுக அரசு கொண்டுவந்த திட்டங்களுள் குறிப்பிடத்தக்கது.

ஊனமுற்றோர் நல்வாழ்வுத் திட்டம், ஆதரவற்ற சிறுவர் - சிறுமிகளுக்கான கருணை இல்லங்களை உருவாக்கும் திட்டம், விதவைகள் உதவித் திட்டம் என்று பல திட்டங்களை அறிவித்து, அமல்படுத்திக் கொண்டிருந்த சமயத்தில் திடீரென தமிழக அரசுக்கு ஒரு நெருக்கடி. நிதி நெருக்கடி. அண்ணா காலத்தில் அமலாகியிருந்த மதுவிலக்கை நிதி நெருக்கடி

காரணமாக ஒத்திவைக்க முடிவு செய்திருந்தது திமுக அரசு. அரசின் முடிவுக்கு பலத்த எதிர்ப்பு. குறிப்பாக, மூத்த அரசியல் தலைவர்களான ராஜாஜி, காயிதே மில்லத் போன்ற பலரும் முடிவை மறுபரிசீலனை செய்ய வேண்டும் என்று முதலமைச்சரைக் கேட்டுக்கொண்டனர்.

மதுவிலக்கு ஒத்திவைப்பு முடிவை எடுப்பதற்கு முன்பே கோவையில் நடைபெற்ற திமுக பொதுக்குழுவில் இதுபற்றி விவாதிக்கப்பட்டிருந்தது. திமுக பொருளாளரான எம்.ஜி.ஆருக்கு மதுவிலக்கை ஒத்திவைப்பதில் மனத்தளவில் விருப்பம் இல்லை. படங்களில் மதுப்பழக்கத்தின் விரோதியாகத் தன்னை அடையாளப்படுத்திக்கொண்டிருந்த அவருக்கு திமுகவின் முடிவு தர்மசங்கடத்தை ஏற்படுத்தியது.

இதுவிஷயமாகப் பேச வாய்ப்பு கிடைத்தபோது, 'மதுவிலக்கு தாற்காலிகமாக விலக்கப்படலாம். மதுவால் ஏற்படும் தீமைகளைப் பிரசாரம் மூலம் மக்களுக்குத் தெளிவுபடுத்தலாம். எனினும் மதுவின் மீதான மக்களின் விருப்பத்தையும் ஆசையையும் தடுக்க முழு முயற்சிகளையும் எடுக்கவேண்டும். இப்போது மதுவிலக்கை நிறுத்திவைப்பதும்கூட தாற்காலிகமானதுதான். மக்களின் அவசரத் தேவைகளையும் சட்ட ஒழுங்கையும் சட்டத்தை மக்கள் மதிக்கும் மனப் போக்கையும் உறுதிப்படுத்தத்தான் மதுவிலக்கு தாற்காலிகமாக நிறுத்திவைக்கப்படுகிறதே தவிர, நிரந்தரமாக அல்ல' என்று பேசினார்.

மனச்சாட்சி இடம் கொடுக்காத நிலையில்தான் மதுவிலக்குச் சட்டம் ஒத்திவைக்கப்படுகிறது என்று அறிவித்தார் முதலமைச்சர் கருணாநிதி. (சொன்னபடியே 1973ல் மதுவிலக்கு மீண்டும் அமுலுக்கு வந்தது) அதே சமயம் மதுப்பழக்கத்தின் கொடுமைகளை விளக்கி நாடு தழுவிய அளவில் பிரசாரம் செய்வதற்காக திமுக சார்பில் குழு ஒன்று அமைக்கப்பட்டது. அந்தக் குழுவுக்கு எம்.ஜி.ஆர், தலைவர். முன்னாள் மேயர் சா. கணேசன், செயலாளர்.

●

மதுவுக்கு எதிரான பிரசாரத்தைத் தொடங்கினார் எம்.ஜி.ஆர். 15 செப்டெம்பர் 1971 அன்று நடந்த அண்ணா பிறந்தநாள் விழாவின்போது அவருடைய சமாதிக்கு முன்னால் 'இனி மது அருந்துவதில்லை' என்று தன்னுடன் வந்திருந்த சத்யா ஸ்டுடியோ தொழிலாளர்களை எல்லாம் உறுதிமொழி எடுக்கச் சொன்னார். பிரச்னை என்னவென்றால் அந்தப் பிரசாரத்துக்கும் ஊர்வலத்துக்கும் பெரிய அளவில் வரவேற்பு கிடைக்கவில்லை. திமுகவில் இருக்கும் எம்.ஜி.ஆர் அதிருப்தியாளர்கள் ஒதுங்கிக்கொண்டனர்.

போதாக்குறைக்கு எம்.ஜி.ஆரின் பிரசாரம் எடுபடவில்லை என்பதுபோல அங்கொன்றும் இங்கொன்றுமாகப் பேசத் தொடங்கினர். ஒவ்வொன்றும் எம்.ஜி.ஆரின் கவனத்துக்குக் கொண்டு செல்லப்பட்டது. பதிலடி கொடுக்க முடிவு செய்தார் எம்.ஜி.ஆர். மதுவிலக்குப் பிரசாரத்துக்கு ஆதரவாகத் தனக்கு வந்துள்ள நான்கு கடிதங்களை வெளியிட்டார்.

மதுவிலக்கு கூடாது என்று தொடக்கத்தில் இருந்தே கூறிவருகின்ற தங்கள் தலைமையில் மதுவிலக்கு பிரசாரக் குழு அமைக்கப்பட்டது மகிழ்ச் சியளிக்கிறது; தங்களைத் தலைவராக நியமித்திருப்பது முதல்வர் கருணாநிதி எதைச் செய்தாலும் சரியாகவே செய்கிறார் என்பதற்கு எடுத்துக்காட்டு; தங்கள் முயற்சிகளுக்கு நாட்டில் இருக்கும் நல்லவர்கள் அனைவரும் ஆதரவளிப் பார்கள் என்று சென்னை-18-ல் இருந்து ஆதவன் என்பவர் எழுதியிருந்தார்.

ஏழை மற்றும் நடுத்தர மக்களை மதுவின் கொடுமையில் இருந்து காப்பாற்றும் பணியில் தன்னையும் இணைத்துக் கொள்வதாக ந. பால கிருஷ்ணன் என்ற கல்லூரி மாணவர் எழுதியிருந்தார். மது அருந்துவதற்கு எதிரான பிரசாரக் குழுவில் தன்னையும் உறுப்பினராகச் சேர்த்துக்கொள்ள வேண்டும் என்று சியம்பாறைவிளையில் இருந்து தமிழ்ச்செல்வி என்பவர் எழுதியிருந்தார். சாத்தூரைச் சேர்ந்த கார்த்திகேயன் என்ற மாணவர் மதுவிலக்குப் பிரசாரக் குழுத் திட்டத்துக்காக கிளை ஒன்றை உருவாக்கி செயல்பட்டுவருவதாக எழுதியிருந்தார்.

மதுவிலக்கு ரத்தானதற்குப் பொருளாதாரச் சூழ்நிலைதான் காரணம் என்றே எம்.ஜி.ஆர் சொல்லிவந்தார். நேரடியாக திமுக அரசை விமரிசிக்காமல், மதுவிலக்கால் ஏற்படும் நஷ்டத்தை ஈடுகட்ட மத்திய அரசு முன்வராததுதான் காரணம் என்று சொன்னார். 'மதுவிலக்கு பிரசாரக் குழு சார்பாக மேடை போடுவோம். வானொலியில் பேசுவோம். வில்லுப்பாட்டு நடத்துவோம். மதுவிலக்கு பிரசாரம் செய்ய வாருங்கள் என்று எவர் அழைத்தாலும் வருவேன். எந்தக் கட்சி அழைத்தாலும் வருவேன்' என்றார் எம்.ஜி.ஆர். சர்ச்சைகள் தொடங்கிவிட்டன.

எம்.ஜி.ஆர் தொடர்பான சர்ச்சைகள் ஒருபக்கம் நடந்துகொண்டிருக்க, இன்னொரு பக்கம் இந்திரா காங்கிரஸ் தலைவர்கள் திமுகவுக்கும் முதலமைச்சர் கருணாநிதிக்கும் எதிரான நிலைப்பாட்டை எடுத்திருந்தனர். தேர்தல் சமயத்தில் கூட்டணி அமைத்துவிட்டு, இப்போது திமுக ஆட்சியைக் கடுமையாக விமரிசனம் செய்துகொண்டிருந்தனர்.

17 ஜனவரி 1972. தஞ்சாவூரில் திமுகவின் செயற்குழு மற்றும் பொதுக்குழுக்கள் கூடின. திமுகவின் கூட்டணிக் கட்சிகள் சமீபகாலமாக அனுசரித்துவரும் போக்கு, கூட்டணி உறவுகள் பற்றிப் பேசுவதற்காகவே அந்தக் குழுக்கள் கூட்டப்பட்டிருந்தன. அந்தப் பொதுக்குழுவில் நிறைவேற்றப்பட்ட தீர்மானங்களுள் ஒன்று கூட்டணி உறவு பற்றியதுதான்.

> இந்திய தேசிய காங்கிரஸ், இந்திய கம்யூனிஸ்ட் கட்சி ஆகிய இரண்டும் அண்மைக்காலமாக திமுகவுக்கு எதிராகக் கடைப்பிடிக்கும் போக்கும் மேடைப் பேச்சுகளும் எழுத்துகளும் கழகத்தினர் இடையே பெரும் அதிருப்தியை ஏற்படுத்தியிருக்கிறது... பிற்போக்கு சக்திகளும் வன்முறையாளர்களும் வலுப்பெறும் வகையில் ஆளுங்கட்சியான தோழமைக் கட்சிக்கு எதிராக மேற்குறிப்பிட்ட இரண்டு கட்சிகளும் எடுக்கும் நடவடிக்கைகள் கழகத்தின் எல்லா மட்டத்திலும் கசப்

புணர்ச்சியை ஏற்படுத்தியிருக்கிறது.. இந்த நிலை தொடருமானால் அதுபற்றி இறுதி முடிவெடுக்க கழகத் தலைவர் மற்றும் பொதுச் செயலாளருக்கு பொதுக்குழு அதிகாரம் அளிக்கிறது.

அடுத்த தீர்மானமும் முக்கியத்துவம் வாய்ந்ததே.

அண்மையில் சென்னையில் ஏற்பட்ட தொழிலாளர் பிரச்னையில் மத்திய அமைச்சர் ஒருவர், மாநில அரசுடன் எந்தவிதத் தொடர்பும் கொண்டு கலந்து பேசாமல் பிரச்னைகளை சுமுகமாகத் தீர்ப்பதற்குப் பதிலாக, மத்திய மாநில அரசுகளின் உறவுகளைப் பாதிக்கும் வகையில் பேசியதும் நடந்துகொண்டதும் ஆளுங்கட்சியும் நேசக்கட்சியுமாக உள்ள திமுகவை அலட்சியப்படுத்தும் நோக்காக அமைந்துள்ளதை இந்தப் பொதுக்குழு சுட்டிக்காட்டுவதோடு, இதுபோன்ற நிலை இனி ஏற்படாத வண்ணம் பிரதமர் கண்காணிப்பார் என்று நம்புகிறது.

இந்தத் தீர்மானங்களின் பின்னணியில் இருந்தது சிம்சன் தொழிற்சாலை விவகாரம். சென்னையில் உள்ள சிம்சன் நிறுவனத்தில் தொழிலாளர்கள் பிரச்னை ஒன்று ஏற்பட்டது. அதைத் தீர்க்கும் முயற்சியில் மத்திய அமைச்சரும் தொழிற்சங்க ஆர்வலருமான மோகன் குமாரமங்கலம் ஈடுபட்டார். அதன் தொடர்ச்சியாக தொழிற்சங்கத் தலைவர்கள் டெல்லி சென்று பிரதமர் இந்திரா காந்தியைச் சந்தித்துப் பேசினர்.

உடனடியாக தமிழக அரசைத் தொடர்புகொண்ட மத்திய தொழிலாளர் நலத்துறை அமைச்சர் காடில்கர், பிரச்னையைப் பேசித் தீர்ப்பதற்காக உடனடியாக தமிழக அரசின் தொழிலாளர் நலத்துறை அமைச்சரை டெல்லிக்கு அனுப்புமாறு கோரினார்.

மாநிலத்தில் நடக்கும் ஒரு பிரச்னையை திடுதிப்பென மத்திய அரசு கையில் எடுத்துக் கொண்டதே அத்துமீறல். அதிலும், மாநில அமைச்சரையும் டெல்லிக்கு அனுப்பவேண்டும் என்று கோரியது முதலமைச்சர் கருணாநிதியை யோசிக்கச் செய்தது. பிறகு மத்திய அமைச்சரைத் தொடர்பு கொண்டு அமைச்சரை அனுப்பும் திட்டம் இல்லை என்றும் மாற்று யோசனை குறித்து ஆலோசிப்போம் என்று சொல்லிவிட்டார். இதுதான் மேற்கண்ட தீர் மானங்களுக்கான பின்னணி. இந்தப் பொதுக் குழுவுக்கு எம்.ஜி.ஆர் போக வில்லை. மதுவிலக்கு தொடர்பாக ஏற்பட்ட அதிருப்தியே காரணம். ஆனால் அதைப் பகிரங்கமாக சொல்லவில்லை.

இந்தச் சமயத்தில் பம்பாயில் நிருபர்களைச் சந்தித்தார் சோஷலிஸ்ட் தலைவர்களுள் ஒருவரான ஜார்ஜ் ஃபெர்னாண்டஸ். அப்போது அவர் கூறிய செய்தி வெறும் பரபரப்புச் செய்திதான் என்று முதலில் சொல்லப்பட்டது. உண்மையில் அந்தச் செய்திதான் அடுத்த சில வருடங்களுக்கு தமிழக அரசியல் களத்தைப் பரபரப்பாக வைத்திருந்தது. ஆம். தமிழகத்தில் கருணாநிதி ஆட்சியைக் கவிழ்க்க இந்திரா காந்தி சதி செய்கிறார்; திமுகவின் முக்கியப் பொறுப்பில் உள்ள மூன்று பேரைப் போட்டித் தலைமைக்குத் தேர்ந்தெடுத்து, அவர்கள் மீது விளம்பர வெளிச்சம் பாய்ச்சப்படுகிறது. இதுதான் அந்தச் செய்தி.

யார் அந்த மூன்று பேர் என்ற கேள்வி தமிழக அரசியலில் பரபரப்பாக விவாதிக்கப்பட்டது. எம்.ஜி.ஆர், நெடுஞ்செழியன், அன்பழகன் போன்றோரை அந்த மூவர் பட்டியலில் வைத்து கிசுகிசுத்தனர்.

திமுகவின் பிரபல வழக்கறிஞரான வேலூர் நாராயணன் துக்ளக் இதழுக்கு அளித்த பேட்டியில் சினிமா படப்பிடிப்பு காரணமாகவே தஞ்சாவூர் பொதுக்குழுவில் எம்.ஜி.ஆர் கலந்துகொள்ளவில்லை என்று கூறியிருந்தார். உடனடியாகப் பதிலளித்த எம்.ஜி.ஆர், 'நான் ஏன் அந்தப் பொதுக்குழுவுக்குப் போகவில்லை என்பதை எனது நண்பர் திரு. நாராயணன் அவர்கள் தயவு செய்து பொதுக்குழுவில் அங்கம் வகிக்கும் நண்பர்கள் வாயிலாக, கழக சட்டவிதிகளின்படி உடனே பொதுக்குழுவினைக் கூட்டச்செய்து, இந்தக் கேள்வியை முன்வைத்து, என்னிடமிருந்து கிடைக்கும் பதிலைப் பொதுக்குழுவில் பெற்றுக்கொள்ளச் செய்யவேண்டும்' என்று பதில் கூறியிருந்தார்.

திமுகவுக்குள் பலத்த குழப்பம் ஏற்பட்டிருக்கிறது என்பது எம்.ஜி.ஆரின் குழப்பம் நிறைந்த வார்த்தைகளின் மூலம் தெளிவானது. இதற்கிடையே 8 ஏப்ரல் 1972 மற்றும் அதற்கடுத்த நாளில் செங்கல்பட்டு மாவட்ட திமுக மாநாடு கூடியது. அந்த மாநாட்டில் எம்.ஜி.ஆர் கலந்துகொண்டார்.

> கழகம் பிரிவுபட வேண்டும். கழகத்தில் உள்ளவர்களிடையே பிளவு ஏற்படவேண்டும் என்கிற நப்பாசையோடு நடத்தப்படுகிற ஏடுகளுக்குக் கழகத் தோழர்கள் ஆதரவளிக்கக் கூடாது. எம்.ஜி.ஆர் ஒருவரை வைத்துக் கழகம் வளரவில்லை. வேறு எந்த ஒருவருக்காகவும் கழகம் இல்லை.
>
> அண்ணா அவர்களால் உருவாக்கப்பட்ட நமது கழகம் அவருடைய கொள்கையின் மீதும் லட்சியங்களின் மீதும் பற்று வைத்துள்ள லட்சோப லட்சம் மக்களை நம்பித்தான் இருக்கிறது. இப்படிப்பட்ட கழகத்தில்தான் பூசலை உண்டாக்க நினைக்கிறார்கள். பிளவை உண்டாக்கப் பார்க்கிறார்கள். நடக்குமா? அப்படியே உண்டாக்கினாலும் கூட அதை எங்களுக்குள் தீர்ப்போமே தவிர அது சந்தைக்கும் வராது. எங்களுக்குள் சச்சரவும் வராது.
>
> திமுக ஆட்சியிலே ஊழல், ஊழல் என்று பேசிவருகிறார்கள். பக்தவத்சலனாரேகூட ஊழலைப் பற்றிப் பேசிவருகிறார். இப்படியெல்லாம் சொல்வதன்மூலம் தங்கள் கட்சியைப் பலப்படுத்திக் கொள்ளலாம் என்று அவர்கள் நினைக்கிறார்கள் போலும். அது ஒருக்காலும் அவர்களுக்கு நிறைவேறப் போவதில்லை.
>
> திமுக ஆட்சியில் குறைகள் நடக்கிறது என்றால் அதுபற்றி இன்ன குறை நடக்கிறது என்று சொல்லுங்கள். யார்மீது குற்றம் என்று தெளிவாகச் சொல்லுங்கள். அதற்காக வழக்குமன்றத்துக்கு வேண்டுமானாலும் செல்லுங்கள். இப்படி எல்லாம் செய்யாமல் சில பத்திரிகைகளைத் தூண்டிவிட்டு அவற்றுக்குப் பணம் கொடுத்துப் பொய் பிரசாரங்கள் செய்யச் சொல்வானேன்?

கழகத்துக்குள் பிளவை ஏற்படுத்துவதற்கு இப்படி எல்லாம் வழிகோலலாம் என்று சில குழப்பவாதிகள் நினைக்கிறார்கள். இங்கு குழப்பங்களை ஏற்படுத்த அனுமதிக்க மாட்டோம். கழகத்தைப் பிளவுபடுத்த எவரும் பிறக்கவில்லை. இனிமேலும் பிறக்கப்போவதில்லை.

பிரச்னை ஏற்பட்டிருக்கிறது என்பதை ஒப்புக்கொள்ளும் வகையில் பேசினாலும் அதற்காகக் கட்சியைப் பிளவுபடுத்தும் விஷயத்தில் தனக்கு ஆர்வமில்லை என்பது போலப் பேசியிருந்தார் எம்.ஜி.ஆர். இதன்மூலம் புகைமூட்டம் அடங்குவது போல இருந்தது. ஆனால் அதைக் கிளறிவிடும் வகையில் இன்னொரு பிரச்னை எழுந்தது.

மு.க. முத்து. முதலமைச்சர் கருணாநிதியின் மூத்த மகன். தந்தையைப்போல எழுத்தில் கவனம் போகவில்லை. வெள்ளித்திரையில் நாயகனாக வேண்டும் என்று ஒற்றைக்காலில் நின்றுகொண்டிருந்தார். கருணாநிதிக்கும் அதில் மகிழ்ச்சிதான். படத்தை யார் எடுப்பது? இருக்கவே இருக்கிறது பூம்புகார் புரொடக்ஷன்ஸ். கருணாநிதியின் இன்னொரு படத் தயாரிப்பு நிறுவனம்.

கிருஷ்ணன் பஞ்சு இயக்கத்தில் படம் எடுப்பதாக முடிவானது. படத்தின் பெயர், 'பிள்ளையோ பிள்ளை'. தொடக்கவிழாவுக்கு எம்.ஜி.ஆர் வந்தார். அவரே க்ளாப் அடித்து படத்தைத் தொடங்கி வைத்தார். மு.க. முத்துவுக்கு வாழ்த்துகளைக் கூறினார். படம் முடிந்தது. சிறப்புக்காட்சிக்காக எம்.ஜி.ஆர் வந்தார். படத்தைப் பார்த்தார். உதட்டைக் கடித்தபடியே யோசித்துக் கொண்டிருந்தார்.

மு.க. முத்துவின் நடிப்பில் எம்.ஜி.ஆரின் சாயல் அளவுக்குமீறி இருந்தது. நடனம், சண்டை எல்லாவற்றிலும் எம்.ஜி.ஆரையே மு.க. முத்து பிரதிபலித்தார். ஏதோ வேலை நடக்கிறது என்று எம்.ஜி.ஆருக்குப் புரிந்துவிட்டது. ஆனாலும் அதை வெளிக்காட்டவில்லை. 'உனக்கென்று ஒரு பாணியை உருவாக்கிக்கொள்' என்ற வாழ்த்து சொல்லிவிட்டுப் புறப்பட்டார். முத்துவின் அடுத்தடுத்த படங்களில் அவருக்கு ஜோடியாக நடித்தவர்கள் எம்.ஜி.ஆரின் விருப்பத்துக்குரிய கதாநாயகிகளான மஞ்சுளா, வெண்ணிற ஆடை நிர்மலா போன்றோர்தான்.

கட்சிக்குள் புயல் வீசிக்கொண்டிருந்த சமயத்திலும் முதலமைச்சர் கருணாநிதி தொடர்ந்து இயங்கிக் கொண்டிருந்தார். 1972 ஆம் ஆண்டு தமிழ்ப்புத்தாண்டு தினத்தன்று தஞ்சாவூர் பெரிய கோயிலுக்கு அருகில் சோழ மன்னன் ராஜராஜனுக்கு சிலைத் திறப்பு விழா நடந்தது. உண்மையில் ராஜராஜனின் சிலையைக் கோயிலுக்குள் நிறுவவேண்டும் என்பதுதான் கருணாநிதியின் விருப்பம். ஆனால் மத்திய அரசு அதற்கு அனுமதி தரவில்லை. ஆகவே, சிலையைக் கோயிலுக்கு வெளியில் நிறுவ வேண்டிய கட்டாயம் ஏற்பட்டது. மத்திய அரசின் போக்கைப் பதிவு செய்யும் வகையில், 'கோயிலுக்குள் இடம்தர மத்திய அரசு மறுத்துவிட்டதால் இங்கே சிலை அமைக்கப் படுகிறது' என்று கல்வெட்டில் பொறிக்கப்பட்டது.

அதிருப்தியில் இருந்த எம்.ஜி.ஆரை மேலும் ஆத்திரமூட்டும் வகையில் இன்னொரு விவகாரம் 1972 மே, ஜூன் மாதங்களில் கிளம்பியது. எஸ்.எஸ்.எம்.சுப்ரமணியம். திமுகவின் சேலம் மாவட்டத் தலைவர். அவருக்கும் எம்.ஜி.ஆருக்கும் இடையே ஏதோ தனிப்பட்ட தகராறு. திமுகவுக்கு எதிரான நிலைப்பாட்டைக் கொண்டிருக்கும் பத்திரிகை ஒன்றுக்குக் கடிதம் ஒன்றை எழுதிவிட்டார். அது திமுகவுக்குள் பலத்த கொந்தளிப்பை ஏற்படுத்தியது. 'கட்சிக்கு நான் வேண்டுமா? சுப்ரமணியம் வேண்டுமா?' என்று எம்.ஜி.ஆர் குரல் உயர்த்தும் அளவுக்கு நிலைமை உச்சத்துக்குச் சென்றது.

அப்படியென்ன இருக்கிறது அந்தக் கடிதத்தில்?

அந்நியச் செலாவணி, வருமானவரி போன்ற விஷயங்களில் எம்.ஜி.ஆருக்கு நிறைய சிக்கல்கள் இருக்கின்றன. அவற்றைத் தீர்த்துக்கொள்ள மத்திய அமைச்சர்களின் உதவியை எம்.ஜி.ஆர் ரகசியமாகத் தொடர்புகொண்டிருக் கிறார்; எம்.ஜி.ஆருக்கு வந்துள்ள நெருக்கடியைத் தங்களுக்குச் சாதகமாகப் பயன்படுத்திக் கொள்ள முயல்கிறது காங்கிரஸ் கட்சி. குறிப்பாக, மத்திய அமைச்சர் மோகன் குமாரமங்கலம் இந்த விஷயத்தில் ஆர்வமாக இருக்கிறார். இதுதான் கடிதத்தின் சாரம்.

நியாயமாக அந்தக் கடிதத்தை திமுக தலைமைக்குத்தான் அனுப்பியிருக்க வேண்டும். ஆனால் சுப்ரமணியம் என்ன நினைத்தாரோ தெரியவில்லை. பத்திரிகைக்கு அனுப்பிவிட்டார். பற்றிக் கொண்டது நெருப்பு. சுப்ரமணியம் ஐந்தாண்டுகளுக்குக் கட்சியில் இருந்து விலக்கி வைக்கப்பட்டார்.

திமுகவில் பிரச்னை ஏற்பட்டிருந்த சமயத்தில் தமிழ்நாட்டின் உயிர்நாடிப் பிரச்னை ஒன்றில் முடிவெடுக்க சூழ்நிலையில் இருந்தது திமுக அரசு. ஆம். கர்நாடகப் பகுதிகளில் இரண்டு அணைகளைக் கட்டும் பணிகள் தொடங்கியிருந்தன. அதை நிறுத்துவது தொடர்பாக இரு மாநில அரசுகளும் பலமுறை பேச்சுவார்த்தை நடத்தியும் அணை கட்டும் பணிகள் எதையும் கர்நாடக அரசு நிறுத்தவில்லை.

இதனைத் தொடர்ந்து காவிரி பிரச்னையை நடுவர் மன்றத்திடம் கொடுக்கவேண்டும் என்று 8 ஜூலை 1971 அன்று தமிழ்நாடு சட்டமன்றத்தில் தீர்மானம் நிறைவேற்றப்பட்டிருந்தது. அதற்கடுத்த மாதமே தமிழ்நாடு அரசு, உச்சநீதிமன்றத்தில் வழக்கு தொடர்ந்தது. காவிரி பிரச்னை தொடர்பாக நடுவர் மன்றம் அமைக்கவேண்டும் என்று மத்திய அரசுக்கு உத்தரவு பிறப்பிக்க வேண்டும் என்பதுதான் தமிழக அரசின் கோரிக்கை.

அதன்பிறகு தமிழ்நாட்டுக்கு வந்த பிரதமர் இந்திரா காந்தி வழக்கை வாபஸ் வாங்கிவிட்டு, பேச்சுவார்த்தை மூலமாகவே காவிரிப் பிரச்னையைத் தீர்த்துக் கொள்ளலாம் என்று ஆலோசனை கொடுத்தார். அதனை ஏற்றுக்கொண்ட தமிழ்நாடு அரசு உடனடியாக அனைத்துக்கட்சிக் கூட்டத்துக்கு அழைப்பு விடுத்தது. அதன்பிறகு வழக்கைத் தாற்காலிகமாக வாபஸ் பெறுவது என்று முடிவு செய்யப்பட்டது. வழக்கு வாபஸ் பெறப்பட்டதே ஒழிய பேச்சு வார்த்தைகள் எதுவும் வெற்றி பெறவில்லை. காவிரி விவகாரம் மேன்மேலும் வளர்ந்துகொண்டே இருந்தது.

•

திமுகவில் புகைச்சல் அதிகரித்துக்கொண்டிருந்த பின்னணியில் 5 ஆகஸ்டு 1972 மற்றும் அதற்கடுத்த நாளில் மதுரை எஸ்.முத்துவால் மதுரையில் மாவட்ட மாநாட்டுக்கு ஏற்பாடு செய்யப்பட்டது. ஆடம்பரமாகவும் பிரம்மாண்டமாகவும் நடத்தப்பட்ட திமுக மாநாடுகளுள் அதுவும் ஒன்று. மாநாட்டுக்குத் தலைமை முரசொலி மாறன். அந்த மாநாட்டில் தன்னுடன் நடிக்கும் நடிகை ஒருவரைக் கட்சியில் இணைக்க இருப்பதாகவும் மாநாட்டு மேடையில் அந்த நடிகையை உட்கார வைக்கவேண்டும் என்றும் கருணாநிதியிடம் கோரினார் எம்.ஜி.ஆர்.

அதற்கு கருணாநிதியோ, 'ஏ, அப்பா! திராவிட இயக்கம் இதையெல்லாம் தாங்காது. கொஞ்சம் பொறுமையாக இருந்து சிந்தியுங்கள்' என்று பதில் சொல்லிவிட்டார். மாநாட்டு வரவேற்புக் குழுவின் தலைவரான மதுரை எஸ்.முத்துவும் அதற்குச் சம்மதிக்கவில்லை. வருத்தம் தோய்ந்த முகத்துடனேயே எம்.ஜி.ஆர் மதுரை மாநாட்டில் கலந்துகொண்டார்.

மாநாட்டு மேடைக்கு எம்.ஜி.ஆர் வந்தபோது லேசான சலசலப்பு. உள்ளத்துக்குள் அதிருப்திகள் இருந்தாலும் வெளியே அதற்கு நேர் மாறாகப் பேசினார் எம்.ஜி.ஆர்.

> ஏதோ இந்த அரசை கவிழ்க்க முயற்சிசெய்வதாக நண்பர்கள் எல்லாம் சொன்னார்கள். இதுவரை நான் பேசாத பேச்சை, சொல்லாத சொல்லை, இப்போது சொல்லும்படி அவர்கள் தூண்டிவிட்டு இருக்கிறார்கள். அடுத்து நியாயப்பூர்வமாக எந்த ஆண்டில் தேர்தல் நடைபெற வேண்டுமோ அப்போது நடவாமல் அதைமீறி இடையில் தேர்தல் நடக்கும் நிலை உருவாக வேண்டும் என்று விரும்புவார்கள் என்றால், மோகன் குமாரமங்கலமோ, சி. சுப்ரமணியமோ அதற்குத் தூண்டி விட்டிருந்தால், தாய்மார்களே, பெரியோர்களே, கழகத் தோழர்களே, நீங்கள் அதை அனுமதிக்கப்போகிறீர்களா?
>
> அப்படியொரு சூழ்நிலை தோற்றுவிக்கப்படுமானால் மறுவிநாடி ராணுவத்தையே தமிழ்நாடு சந்திக்கும்.

பிறகு மக்களுக்கும் எம்.ஜி.ஆருக்கும் இடையே நடந்த உரையாடல்:

எம்.ஜி.ஆர்: மாநில சுயாட்சியை...

மக்கள்: அடைந்தே தீருவோம்!

எம்.ஜி.ஆர்: தமிழக அரசை...

மக்கள்: காப்போம்! காப்போம்!

எம்.ஜி.ஆர்: கலைஞர் தலைமையில்...

மக்கள்: வழிநடப்போம்!

கருணாநிதிக்கும் திமுக அரசுக்கும் தன்னுடைய பரிபூரண ஆதரவு எப்போதும் உண்டு (அல்லது இப்போது வரை உண்டு) என்பதைத் தொண்டர்களுக்கும் கருணாநிதிக்கும் தெரிவிப்பதுதான் எம்.ஜி.ஆரின் நோக்கம். அதை அழகாகச் செய்துமுடித்திருந்தார். ஆனால் உள்ளுக்குள் புகைந்துகொண்டிருந்தது. குறிப்பாக, எம்.ஜி.ஆர் மன்றங்கள் வலுக்கட்டாயமாக மு.க. முத்து மன்றங்களாக மாற்றப்படுகின்றன என்றொரு செய்தி எம்.ஜி.ஆரின் கவனத்துக்கு வந்தது. உடனடியாக அந்த மன்றங்கள் கலைக்கப்படவேண்டும் என்று மு. கருணாநிதி அறிக்கை விடுத்தார். அதன்பிறகும் எம்.ஜி.ஆருக்கு திருப்தி ஏற்படவில்லை. பல விஷயங்கள் அவருடைய மனத்துக்குள் அலைமோதிக் கொண்டிருந்தன.

7 கணக்கு வேண்டும்

23 மார்ச் 1992 தேதியிட்ட ஜுனியர் விகடன் இதழ் அது. 'போலீஸ் மனிதர்கள்' என்ற தலைப்பில் தொடர் ஒன்று வெளியாகிக் கொண்டிருந்தது. அதன் பதிமூன்றாவது அத்தியாயம் தமிழக அரசியலில் பலத்த அதிர்வுகளை ஏற்படுத்தியது. காரணம், உளவுத்துறை அதிகாரி ஒருவர் தன்னுடைய பணிக் காலத்தில் நடந்த சம்பவங்கள் பற்றி எழுதியிருந்தார்.

> எம்.ஜி.ஆரைத் திமுகவில் இருந்து வெளியே கொண்டுவர ஒரு பெரிய நாடகம் நடத்தினோம். எப்படித் தெரியுமா?
>
> 1971. அப்போது திமுக பதினைந்து எம்.பிக்களை வைத்திருந்தது. திமுக எம்.பிக்களின் ஆதரவு இந்திரா காந்தியின் அரசுக்குத் தேவைப்பட்டது. அதே சமயத்தில் கருணாநிதி தன் கைக்குள் இருக்கவேண்டும் என்று நினைத்தார் இந்திரா காந்தி. இதற்கு என்ன செய்யலாம் என்ற யோசனையில் இருந்தார். திமுகவை உடைத்துவிட்டால்தான் அந்தக் கட்சி காங்கிரஸ் உதவியைத் தமிழ்நாட்டில் நாடும் என்று முடிவெடுத்தார். அதற்கான வேலைகளைச் செய்ய இண்டலிஜென்ஸ் உயர் அதிகாரிகளுக்குக் கட்டளையிட்டார்.
>
> திமுகவில் முக்கியப் புள்ளிகள் யார் யார் இருக்கிறார்கள் என்று பார்த்தபோது எம்.ஜி.ஆர்தான் முன்னணியில் இருந்தார். அதனால்தான் அவரைத் திமுகவிலிருந்து இழுக்க முயற்சி செய்தோம். அப்போது ஏராளமான படங்களில் நடித்துக்கொண்டிருந்தார் எம்.ஜி.ஆர். வருமானமும் அவருக்கு அதிகமாக இருந்த நேரம்.
>
> இதைக் கருத்தில்கொண்டு வருமான வரி அதிகாரிகள், வருவாய் கண்காணிப்பு அமலாக்கப் பிரிவு என்று எல்லா அதிகாரிகளும் எம்.ஜி.ஆர் வீட்டை முற்றுகையிட்டு அவரைக் குடைந்தெடுத்தார்கள். அப்போது அவர் ஒரு சினிமா படப்பிடிப்பு சம்பந்தமாக வெளிநாடு சென்று வந்திருந்தார். அதற்கான கணக்கு வழக்குகளையும் விசாரித்தார்கள். ஆனால் இதற்கெல்லாம் பெரும் பின்னணி இருப்பது அவருக்குத் தெரியாது!

இந்தச் சமயத்தில் எம்.ஜி.ஆருடன் பேச என்னை அனுப்பினார்கள். நான் போனபோது எம்.ஜி.ஆர் மிகவும் சோர்வாக இருந்தார். நானே வலியப் பேசி, 'பிரச்னைகளை சமாளிக்க டெல்லிக்குப் போய் அம்மாவை (இந்திரா காந்தி) பாருங்க.. எல்லாம் சரியாகப் போய்விடும்' என்று யோசனை சொன்னேன். எல்லாவற்றையும் பொறுமையாகக் கேட்டார் எம்.ஜி.ஆர். பிறகு நானே, முக்கியமான காங்கிரஸ் பிரமுகர் ஒருவரின் பெயரைச் சொல்லி அவர் மூலமாக அம்மாவை மீட் பண்ணுங்க என்று கூறி, வழிகாட்டிக் கொடுத்தேன்.

அதன்படியே அந்த காங்கிரஸ் பிரமுகர் மற்றும் தன் வழக்கறிஞர், ஆடிட்டருடன் சென்று பிரதமர் இந்திராவைச் சந்தித்தார் எம்.ஜி.ஆர். சந்திப்பு முடிந்து எம்.ஜி.ஆர் உற்சாகமாகத் திரும்பினார். இப்படித்தான் மெதுவாகத் தொடங்கி, திமுகவில் உட்பூசல் உண்டாக்கிக் கடைசியில் 1972-ல் எம்.ஜி.ஆரைத் திமுகவில் இருந்தே வெளியேற வைத்தோம்.

இதுதான் அந்த அத்தியாயத்தில் இடம்பெற்ற செய்தி. மீண்டும் 1972 அரசியல் களத்துக்கு வந்துவிடலாம்.

8 அக்டோபர் 1972 அன்று அண்ணா பிறந்தநாள் விழா மற்றும் எம்.ஜி.ஆருக்கு மத்திய அரசின் பாரத் பட்டம் கிடைத்ததற்கான பாராட்டு விழா சென்னையில் நடத்தப்படுவதாக அறிவிக்கப்பட்டது. மேடை ஏறினார் எம்.ஜி.ஆர். அந்த விழாவில் பேசிய பேச்சு மதுரை மாநாட்டில் அவர் பேசியதற்கு நேர் எதிராக இருந்தது.

அண்ணா அவர்களுடைய உருவச் சிலையைத் (திருக்கழுக்குன்றத்தில்) திறந்துவைத்துவிட்டு வந்திருக்கிறேன். ஆகவே, அண்ணா அவர்களைச் சந்தித்துவிட்டு வந்திருக்கிறேன். அண்ணாவின் அனுமதியோடு நான் பேசுகிறேன்.

எம்.ஜி.ஆர் என்றால் திமுக; திமுக என்றால் எம்.ஜி.ஆர் என்று சொன்னேன். உடனே ஒருவர் நாங்கள் எல்லாம் திமுக இல்லையா என்று கேட்டார். நான் சொல்கிறேன். நீயும் சொல்லேன். உனக்கும் உரிமை இருக்கிறது. எனக்கும் உரிமை இருக்கிறது. உனக்குத் துணிவில்லாததால் என்னைக் கோழை ஆக்காதே!

உனக்குத் துணிவிருந்தால், நான்தான் திமுக என்று சொல். நான் மறுக்கவில்லை. நான் 'மட்டும்' திமுக என்றால்தான் கேள்வி. இதைக் கூட புரிந்துகொள்ளாத தமிழர்கள் கட்சியில் வந்து மாட்டிக்கொண்டார்களே என்பதை நினைத்து அனுதாபப்படுகிறேன்.

இந்தப் பிரச்னைகள் எல்லாம் தேவையற்ற பிரச்னைகள். மதி(யழகன்) பேசுகையில் நான் கலைத்துறையில் பணியாற்றுவதோடு இன்னும் கொஞ்சம் அதிகமாக அரசியலில் பங்குகொள்ளவேண்டும் என்று சொன்னார்.

இவ்வளவு கொஞ்சமாக அரசியலில் பங்குகொள்வதையே சிலரால் தாங்கிக் கொள்ள முடியவில்லையே... இன்னும் அதிகமாக ஈடுபட்டால் எல்லோருக்கும் என்ன ஆகுமோ? பரிதாபத்துக்குரியவர்கள்!

முன்பொருமுறை சொன்னேன். காமராஜர் அவர்களைத் தலைவர் என்று. அண்ணாவை வழிகாட்டி என்று சொன்னேன். அப்போதும் இதே மதுரை முத்து 'தூக்கி எறிவோம்' என்று சொன்னார். தூக்கி எறிந்து பழக்கம். ஆனால், யாரை என்றே தெரியவில்லை.

கழக நண்பர்களுக்குச் சொல்கிறேன். நான் மக்களைச் சந்திக்கிறவனே தவிர, தலைவர்களைத் தேடிப்போய் வாழ்க்கையை உயர்த்திக்கொள்ள வேண்டிய நிலையில் என் தாயும் தமிழகமும் அண்ணாவும் வைக்க வில்லை.

நான் யாருக்கும் பயந்து கொள்கையை மாற்றிக்கொண்டவன் அல்ல; அப்படிப்பட்ட தேவையும் இல்லை.

கழகத்துக்கு வாக்கு தாருங்கள். இன்னின்ன காரியங்களை நிறைவேற்றுவோம். ஊழல் இருக்காது, நேர்மை இருக்கும் என்று சொன்னேனே, அப்படிப்பட்ட வைகள் கழகத்தில் இருக்கவேண்டும் என்று விரும்புவதற்கு, சொல்வதற்கு எனக்கு உரிமை இல்லையா?

திராவிட முன்னேற்றக் கழகத்தில் இருந்து எம்.ஜி.ஆர் போய்விடுவார் என்று சொல்ல அவர்களுக்கு அச்சம். யாருக்கோ என்னுடைய கேள்வி உறுத்துகிறது. யாருக்கோ என்னுடைய கேள்வி குழப்பத்தை உண்டாக்குகிறது.

மந்திரிகள் - சட்டமன்ற - நாடாளுமன்ற உறுப்பினர்கள் கணக்கு காட்டவேண்டும் என்று சொல்கிறோம். கணக்கு அங்கே காட்டிக் கொண்டிருக்கிறோம். ஆனால் இவர்களின் சொந்தக்காரர்களுக்கு எவ்வளவு சொத்து இருக்கிறது என்ற கணக்கை திமுக பொதுக்குழு ஏன் கேட்கக்கூடாது?

ராமச்சந்திரனுக்கு ஒரு பங்களா இருந்தால் அது ஆட்சிக்கு வந்தபிறகு வந்ததா? அதற்கு முன்னால் வந்ததா? இதைக் கேட்கக்கூடாதா? என் மனைவிமீது, உறவினர்கள்மீது பங்களா, சொத்து வந்திருக்குமானால் அது எப்படி வந்தது? மாவட்ட, வட்ட, கிளைக் கழகச்செயலாளர்களுக்கு எப்படி வந்தது?

ராமச்சந்திரன் சினிமாவில் நடிக்கிறான். சம்பாதிக்கிறான். நீ சம்பாதித்தால் கணக்கு காட்டு.

இதை எதிர்க்கட்சிகள் கேட்க வேண்டியதில்லை. நாமே கேட்டுக் கொள்வோம். இந்தத் தீர்மானங்களைப் பொதுக்குழுவில் கொண்டுவர இருக்கிறேன். மக்கள் என் பக்கம் இருக்கிறார்கள். பொதுக்குழுவில் இந்தத் தீர்மானத்துக்கு ஆதரவு கிடைக்கவில்லை என்றால் தமிழகம்

முழுவதும் இந்தக் கேள்வியைத் தீர்மானமாக உருவாக்குவேன். மக்களைச் சந்திப்பேன்.

மாவட்டச் செயலாளர்கள், கிளைக் கழகச் செயலாளர்கள், வட்டச் செயலாளர்கள், பதவிகளில் இருப்பவர்கள் குடும்பத்துக்கு வாங்கியிருக்கும் சொத்துகள் இருந்தால் கணக்கு காட்டவேண்டும். அவை எப்படி வந்தன என்று விளக்கம் சொல்ல வேண்டும். பொதுக் குழுவில் நிறைவேற்றி, அதற்காகக் குழு அமைத்து, அதனிடம் ஒவ்வொருவரும் தங்கள் கை சுத்தமானது என்பதை மக்கள் முன்னால் நிரூபிக்கலாம்.

நிரூபிக்க முடியாதவர்களை மக்கள் முன்னால் நிறுத்தி, அவர்கள் தவறு செய்திருந்தால் அவர்களைத் தூக்கி எறிவோம். அண்ணாவின் கொள்கைக்கு ஊறு தேடியவர்களை எல்லாம் மக்கள் முன்னால் நிறுத்தித் தூக்கி எறிவோம். பதினைந்தாம் தேதிக்குப் பிறகு சந்திக்கிறேன்.

எம்.ஜி.ஆர் பேசிய பேச்சுகள் செய்தித்தாள்களில் வெளிவந்தன. சென்னையில் பேசியதைப் போலத்தான் திருக்கழுக்குன்றத்திலும் பேசியிருந்தார். திமுகவுக்குள் மிகப்பெரிய குழப்பம் உருவாகியிருப்பது அப்பட்டமாகத் தெரிந்தது. கட்சியைக் கேவலப்படுத்தும் முறையிலும் சவால் விடும் வகையிலும் பேசிய எம்.ஜி.ஆருக்கு எதிராக நடவடிக்கை எடுக்கவேண்டும் என்று கட்சிக்குள் கோரிக்கைகள் எழுந்தன. செயற்குழு மற்றும் பொதுக்குழுவைச் சேர்ந்தவர்கள் சென்னையை நோக்கி வரத் தொடங்கினர்.

10 அக்டோபர் 1972. திமுக செயற்குழுவைச் சேர்ந்த இருபத்தியாறு பேர் கையெழுத்திட்ட முறையீட்டு மனு ஒன்று திமுக தலைவர் கருணாநிதி, பொதுச்செயலாளர் நெடுஞ்செழியன் ஆகியோரிடம் அளிக்கப்பட்டது. மொத்த உறுப்பினர்களின் எண்ணிக்கை 31. அவர்கள் கொடுத்த முறையீட்டின் சுருக்கம்:

அண்மையில் சில நாட்களாகக் கழகப் பொருளாளர் திரு. எம்.ஜி.ஆர் அவர்கள் கழக சட்டதிட்டத்துக்கு மாறாகவும் கழக அரசையும் சட்டமன்ற, நாடாளுமன்ற உறுப்பினர்களையும் மாவட்ட, வட்ட, கிளைக் கழகச் செயலாளர்களையும் குற்றம் சாட்டும் முறையில் கழகத்தையே இழிவுபடுத்திப் பேசி வருவதாலும், கழகச் செயற் குழுவிலும் பொதுக்குழுவிலும் மட்டுமே பேசக்கூடியதும் மறுக்கப் படக் கூடியதுமான பிரச்னைகளைப் பொதுமேடையில் பேசி பொதுமக்களிடம் குழப்பம் விளைவித்து வருகிறார். மேலும், கோவையில் நடைபெற்ற பொதுக்குழுவில் மதுவிலக்கு ஒத்திவைப்புத் தீர்மானத்தை ஆதரித்துப் பேசி, அந்தத் தீர்மானத்தை ஒருமனதாக நிறைவேற்றுவதற்கு ஒத்துழைத்திருந்தும் இப்போது அதனை எதிர்த்துப் பேசிவருகிறார். மேலும், கழகப் பொதுக்குழுவிலும் செயற்குழுவிலும் அவர் ஒரு தீர்மானத்தைக் கொண்டுவரப் போவதாகவும் அந்தத்

> தீர்மானத்தைப் பொதுக்குழு ஏற்றுக்கொள்ளாவிட்டால் அவர் பொதுமக்கள் முன்னால் சென்று பிரச்னையை எடுத்துவைத்துக் கழகத்தைச் சந்திப்பேன் என்றும் பேசியிருக்கிறார். அவருடைய இந்தப் போக்கு, கழக அமைப்பையும் பொதுக் குழுவையும் நமது ஜனநாயக முறையையும் இழிவுபடுத்துவதாக உள்ளது. ஆகவே, கழகக் கட்டுப்பாட்டைக் காப்பாற்றவும் விதிமுறைகளுக்கு மதிப்பளிக்கும் வகையிலும் அவர் மீது உடனடியாகத் தக்க நடவடிக்கை எடுக்கவேண்டும்.

அதில் கையெழுத்திட்டோரில் க. அன்பழகன், என்.வி. நடராசன், அன்பில் தர்மலிங்கம், மன்னை நாராயணசாமி, சாதிக் பாட்சா, சத்தியவாணி முத்து, ப.உ. சண்முகம், க. ராசாராம், மதுரை எஸ். முத்து, ஏ.வி.பி. ஆசைத்தம்பி ஆகியோரும் அடக்கம். ஆனால் அப்படிப்பட்ட நடவடிக்கைகள் எதுவும் எடுக்கக்கூடாது என்று நாஞ்சில் மனோகரன், முரசொலி மாறன், இரா.செழியன் உள்ளிட்டோர் வாதாடிக் கொண்டிருந்தனர்.

அந்தக் கோரிக்கை மனுவைப் பரிசீலித்த திமுக பொதுச்செயலாளர் நெடுஞ்செழியன், ‘இந்த விண்ணப்பத்தை ஏற்று எம்.ஜி.ஆர் அவர்களைக் கழகத்தின் எல்லா பொறுப்புகளில் இருந்தும் தாற்காலிகமாக விலக்கி வைத்து, விளக்கம் கேட்கலாம்’ என்று குறிப்பு எழுதினார். அதற்கு கருணாநிதி ஒப்புதல் கொடுத்தார். பத்திரிகைகளுக்குக் கொடுப்பதற்காக அறிக்கை தயாரானது.

> தலைமைக் கழகப் பொருளாளர் எம்.ஜி.ஆர் அவர்கள், அண்மைக் காலத்தில் கழகக் கட்டுப்பாடுகளை மீறியும் கழகத்துக்குக் களங்கம் ஏற்படும் வகையிலும் தொடர்ந்து தன்னுடைய நடவடிக்கைகளின்மூலம் செயல்பட்டு வருவதால் அவர் இன்று முதல் கழகப் பொருளாளர் பொறுப்பில் இருந்தும் மற்றும் கழகத்தின் சாதாரண உறுப்பினர் உள்பட எல்லாப் பொறுப்புகளில் இருந்தும் தாற்காலிகமாக விலக்கிவைக்கப்பட்டிருக்கிறார். அவர் பெயரில் விரைவில் முறைப்படி நடவடிக்கை மேற்கொள்ளப்படும்.

அடுத்து திமுக பொதுச்செயலாளர் இரா. நெடுஞ்செழியன் எம்.ஜி.ஆரிடம் விளக்கம் கேட்டு கடிதம் ஒன்றை அனுப்பினார்.

> கழகத்தின் முன்னணித் தோழர்களில் ஒருவராகவும் கழகப் பொருளாளர் என்ற பொறுப்பிலும் உள்ள தாங்கள், அண்மைக்காலமாகக் கழகக் கட்டுப்பாடு - ஒழுங்குமுறைகளை மீறியும் கழகத் தோழர்களிடையே பிளவு உருவாக்கும் முறையிலும் கழகத்தின் கண்ணியத்துக்குப் பொதுமக்களிடையே இழுக்கு ஏற்படும் வகையிலும் கழகத்தின் ஒழுங்குமுறை குலையும் வகையிலும் தாங்கள் செயல்படுவதும் பேசிவருவதும் கழகத்தின் பல்வேறு பொறுப்பிலுள்ள தோழர்களால் தலைமைக் கழகத்தின் கவனத்துக்குக் கொண்டுவரப்பட்டுள்ளன.

கழகத் தலைமை செயற்குழு - பொதுக்குழு கூட்டங்களில் முறைப்படி பேசி, விவாதிக்க வேண்டிய கருத்துகளைத் தாங்கள் வெளிப்படையாகப் பேசுவதுடன், அவை, கழகத்துக்கு எதிரானதும் ஊறு செய்யக் கூடியதுமான வகையில் இதழ்களில் வெளிவரும் நிலைமைகளையும் உருவாக்கி வருகிறீர்கள். எல்லா இதழ்களிலும் பரவலாக நாள்தோறும் வெளியிடப்படும் தங்கள் முறைகேடான பேச்சுகள் தொடர்ந்து வெளிவந்து கொண்டிருப்பது தலைமைக் கழகத்தின் கவனத்துக்குக் கொண்டுவரப்படுகிறது.

மதுவிலக்குக் கொள்கை பற்றிக் கோவையில் நடைபெற்ற கழகப் பொதுக்குழு ஏகமனதாக ஒரு தீர்மானத்தை நிறைவேற்றி இருக்கிறது. இதனைத் தாங்களும் உடனிருந்து நிறைவேற்றி இருப்பதுடன் அந்தத் தீர்மானத்துக்கு ஆதரவாகத் தாங்கள் விளக்கமாகப் பொதுக்குழுவில் பேசியுமிருக்கிறீர்கள். இந்தத் தீர்மானத்தின் பேரில் கழகமும் கழக அரசும் மேற்கொண்ட செயல்முறைகளைத் தாங்கள் இத்தனை நாள் கழித்து பகிரங்கமாகக் கண்டித்துப் பேசியிருக்கிறீர்கள். இது கழகக் கட்டுப்பாட்டையும் பொதுக்குழுவின் முடிவின் பேரிலும் கழகமும் கழக அரசும் மேற்கொண்ட செயல்முறைகளை அவதூறாகப் பேசுவதாகவும் அமைவதாகத் தலைமைக் கழகம் கருதுகிறது.

மேலும், 8-10-72 அன்று சென்னை ஆயிரம் விளக்குப் பகுதியில் நடைபெற்ற பொதுக்கூட்டம் ஒன்றில், கழகத்தின் பொதுக்குழுக் கூட்டத்தில் தாங்கள் ஒரு தீர்மானம் தாக்கல் செய்யப் போவதாகவும் அந்தத் தீர்மானம் பொதுக்குழுவில் நிறைவேறாமல் போகுமானால் அந்தத் தீர்மானத்தைப் பொதுமக்கள் முன்னிலையில் வைத்து, மூலைக்கு மூலை பிரசாரம் செய்து, வெளியில் ஆதரவு திரட்டப்போவதாகவும் பேசியிருக்கிறீர்கள். பொதுக்குழுவில் எந்தவொரு தீர்மானத்தைக் கொண்டுவருவதற்கும் அதன் உறுப்பினரான யாருக்கும் முழு உரிமை உண்டு. ஆனால், அப்படிக் கொண்டுவரும் தீர்மானம் நிறைவேறாமல் போகுமானால் பொதுக்குழுவின் முடிவுக்குக் கட்டுப்படவோ, அடங் கவோ மறுத்து, அதே தீர்மானத்தைப் பொதுமக்களிடையே அதாவது கழகத்துக்கு வெளியே வலியுறுத்துவேன், ஆதரவு தேடுவேன் என்று பகிரங்கமாகத் தங்களைப் போன்ற முக்கியப் பொறுப்பில் உள்ள தோழர் அறிவிப்பது கழகக் கட்டுப்பாடு, ஒழுங்கு முறை, கழகம் வளர்க்க விரும்பும் ஜனநாயக அடிப்படை ஆகியவற்றைப் புறக்கணிக்கத் துணிந்துவிட்ட செயலாகவே கருத வேண்டியிருக்கிறது.

மேலும், இவை போன்று அடிக்கடி தங்களால் கழக நன்மைகளுக்கு எதிராகப் பகிரங்கமாகப் பேசப்பட்டுவரும் கருத்துகள், கழகத் தோழர்களிடையே கட்டுப்பாடு இன்மையும் பொதுமக்களிடையே கழகத்தைப் பற்றித் தவறான, இழிவான எண்ணமும் உருவாக ஏதுவா கிறது என்று தலைமைக் கழகம் கருதுகிறது.

எனவே, இவைபோன்ற காரணங்களாலும் கழகத் தோழர்களிடையே குழப்பமும் பொதுமக்களிடையே கழகத்துக்கு இழுக்கும் நேர்வதைத் தடுக்கும் வகையில் தங்களை இன்றுமுதல் கழகப் பொருளாளர் பொறுப்பு மற்றும் சாதாரண உறுப்பினர் பொறுப்பு உட்பட கழகத்தின் எல்லா பொறுப்புகளில் இருந்தும் தாற்காலிகமாக விலக்கி (சஸ்பெண்ட்) வைப்பதுடன், மேற்குறிப்பிட்ட குற்றச்சாட்டுகளின் அடிப்படையிலேயே தங்களை ஏன் அறவே கழகத்திலிருந்து நீக்கக் கூடாது என்பதற்கும் இந்தக் கடிதம் கிடைத்த பதினைந்து நாள்களுக்குள் தலைமைக் கழகத்துக்குத் தாங்கள் தெரிவிக்க விரும்பும் விளக்க - சமாதானங்களைத் தெரிவிக்குமாறு இதன்மூலம் கேட்டுக் கொள்ளப்படு கிறீர்கள்.

எம்.ஜி.ஆர் மீது எடுக்கப்பட்ட நடவடிக்கை திமுகவில் இருக்கும் எம்.ஜி.ஆர் ஆதரவாளர்கள் மத்தியில் கடும் கொந்தளிப்பை ஏற்படுத்தியது. அவருடைய ஆதரவாளர்கள் வாகனங்களைப் பிடித்துச் சென்னைக்கு வந்தனர். தங்களுடைய ஆதரவைத் தெரிவித்தனர். எம்.ஜி.ஆரும் தன் பங்குக்கு அறிக்கை வெளியிட் டார். தர்மத்தின் வாழ்வுதனை சூது கவ்வும். ஆனால் தர்மம் மறுபடியும் வெல்லும். நிச்சயம் இதில் நான் வெற்றிபெறுவேன். உண்மைகளை உலகத் துக்குச் சொல்வேன் என்றது அந்த அறிக்கை. '26 பேர் கையெழுத்திட்ட வேண்டுகோளின்படி முடிவு எடுக்கப்பட்டதாகத் தெரிகிறது. அண்ணாவால் உருவாக்கி வளர்க்கப்பட்ட கழகம், 26 பேருடனோ, சில அமைச்சர்களுடனோ முடிந்துவிடவில்லை' என்று சொல்லிவிட்டார் எம்.ஜி.ஆர்.

விஷயம் விபரீதமாகாமல் தடுக்க நாஞ்சில் மனோகரன், முரசொலி மாறன் ஆகியோர் முயற்சி மேற்கொண்டிருந்தனர். எம்.ஜி.ஆரை நேரில் சந்தித்துப் பேசினர். ஆனால் சமாதானம் ஏற்படுவதற்கான சூழல் எதுவும் தட்டுப் படவில்லை. 12 அக்டோபர் 1972 அன்று திமுகவின் செயற்குழு மற்றும் பொதுக்குழுக் கூட்டங்கள் தொடங்கின. அதில் பேசிய நாஞ்சில் மனோகரன், 'எம்.ஜி.ஆர் பொதுக்கூட்டத்தில் பேசிய கருத்து தவறுதான் என்றாலும் அதற்காக அவர் வருத்தம் தெரிவித்துக் கொள்வதாக இருந்தால் மேல் நடவடிக்கை எடுக்காமல் இருப்பது பற்றி செயற்குழு யோசிக்க வேண்டும்' என்றார். ஆகட்டும் என்றார் கருணாநிதி. அவகாசம் தரப்பட்டது.

நாஞ்சில் மனோகரன், முரசொலி மாறன் இருவரும் எம்.ஜி.ஆரிடம் சென்று பேச்சுவார்த்தை நடத்துவது என்று முடிவுசெய்யப்பட்டது. எல்லாவற்றையும் உன்னிப்பாகக் கவனித்துக் கொண்டிருந்த பெரியார் களத்தில் இறங்கினார். கடமை, கண்ணியம், கட்டுப்பாடு என்று அண்ணா அவர்கள் சொன்னார்கள். திமுகவுக்கு இப்போது மறுபடியும் கட்டுப்பாடு பற்றி ஞாபகப்படுத்த வேண்டியவனாயிருக்கிறேன். கட்டுப்பாடு குலைந்தால் நீதிக்கட்சியின் கதிதான் உங்களுக்கும் ஏற்படும் என்று எச்சரித்தார்.

அத்துடன் நிறுத்திக்கொள்ளவில்லை. திமுகவின் பொருளாளரே இவர்தான். கணக்கு தெரிய வேண்டும் என்றால் ரகசியமாக, உறவுமுறையில் கேட்டிருக்

கலாமே! பொதுமேடையில் பேசியதால் கழகத்துக்குத்தான் கேடு செய்தார்கள். இதற்கு நடவடிக்கை எடுக்காமல் விட்டால் கழகத்தின் கதி என்ன? எதிர்காலம் இருக்குமா? வெளியில் போவதற்குச் சாக்கு தேடியதுபோல் போய், இப்போது குப்பை போடுகிறார்கள். ஆகையால், தமிழ் மக்கள் ஜாக்கிரதையாக இருக்கவேண்டும் என்றார்.

இதற்குப் பிறகு, எம்.ஜி.ஆரை அழைத்துப் பேசிவிடுவது என்றும் முடிவு செய்தார். 13 அக்டோபர் 1972 அன்று பெரியாரின் அழைப்பின் பேரில் பெரியார் திடலுக்கு வந்து அவரைச் சந்தித்துப் பேசினார் எம்.ஜி.ஆர். பொறுப்பான பதவியில் இருக்கும் நீங்கள் கட்சிக்கும் ஆட்சிக்கும் கேடு வராமல் காப்பாற்ற வேண்டியது உங்கள் கடமை என்றார். அதற்கு, 'என் மீது தவறு இல்லை. திமுக தலைமைதான் சரியாக நடந்துகொள்ளவில்லை' என்று பதிலளித்தார் எம்.ஜி.ஆர்.

'இருந்தபோதும் கட்சிக் கட்டுப்பாடு மற்றும் ஆட்சியின் நலன் கருதி நீங்கள் சொன்னதை வாபஸ் பெற்று வருத்தம் தெரிவிப்பது நல்லது என்று பெரியார் சொல்ல, 'நண்பர்களுடன் கலந்துபேசி ஆலோசித்து முடிவு செய்கிறேன்' என்று பதிலளித்துவிட்டுப் புறப்பட்டார் எம்.ஜி.ஆர்.

பிறகு முதலமைச்சர் கருணாநிதியும் அவருடைய அமைச்சர்கள் நெடுஞ்செழியன், ராஜாராம் உள்ளிட்டோரும் மத்திய அரசு வழங்கிய தாமிரப் பட்டய விருதை பெரியாரிடம் கொடுப்பதற்காக வந்திருந்தனர். தான் எம்.ஜி.ஆரிடம் பேசியது பற்றி அவர்களிடம் சொன்ன பெரியார், கட்சியின் ஒற்றுமை, ஆட்சி நலன் ஆகியவற்றைக் கருத்தில் கொண்டு கட்சி பிளவு படாமல் பார்த்துக்கொள்ளுங்கள் என்று எச்சரிக்கை செய்து அனுப்பினார். அவருடைய யோசனையை ஏற்றுக்கொள்வதாகச் சொல்லிவிட்டுப் புறப்பட்டார் கருணாநிதி.

ஏற்கெனவே எடுத்த முடிவின்படி, சென்னை தியாகராய நகரில் இருக்கும் எம்.ஜி.ஆரின் அலுவலகத்தில் நாஞ்சில் மனோகரன், முரசொலி மாறன் இருவரும் எம்.ஜி.ஆரிடம் சென்று பேச்சுவார்த்தை நடத்தினர். நடந்தது. நீண்டது. என்ன நடந்து கொண்டிருக்கிறது? முடிவு கிட்டுமா? ஒன்றும் புரிய வில்லை. ஒருவழியாக, திமுக தலைமைக்குக் கடிதம் ஒன்றை எழுத எம்.ஜி.ஆர் ஒப்புக் கொண்டார். (வருத்தம் தெரிவித்துக் கடிதம் என்கிறார் கருணாநிதி. ஒப்பந்தத்துக்கான வரைவு என்கிறார் ஆர்.எம். வீரப்பன்.) பேச்சுவார்த்தையைப் பிற்பகலில் தொடரலாம் என்று முடிவானது.

பிறகு கூடிய திமுக செயற்குழுவில் அதிரடித் தீர்மானம் ஒன்று நிறைவேற்றப் பட்டது.

கழக நலனுக்காக எம்.ஜி.ஆர் அவர்கள் வருத்தம் தெரிவித்து, கழகப் பணியில் ஈடுபட வாய்ப்பு அளித்தும்கூட அவர் அதனைப் பயன்படுத்திக் கொள்ளாதது வருந்தத்தக்கதாகும். எனவே, அவர் கழகத்தின் ஒழுங்குமுறைகள் குலையும் அளவுக்கு நடந்துகொண்டதற்காக பொதுச் செயலாளர் அவர்மீது கழகச் சட்ட

திட்ட விதி 31-ன்படி எடுத்துள்ள நடவடிக்கையை இந்தச் செயற்குழு ஒருமனதாக ஏற்றுக்கொண்டு, இந்தத் தீர்மானத்தைப் பொதுக்குழுவுக்குப் பரிந்துரை செய்கிறது.

பிற்பகலில் பேசிக்கொள்ளலாம் என்றுதானே முடிவுசெய்யப்பட்டது? பிறகு எதற்காக திமுக செயற்குழு எம்.ஜி.ஆர் மீதான நடவடிக்கையை ஏற்றுக் கொண்டு பொதுக்குழுவுக்கு அனுப்பியது?

இந்த இடத்தில் இரண்டு முக்கியமான, ஒன்றுக்கொன்று முரணான கருத்துகள் கவனம் பெறுகின்றன.

இது தொடர்பாக கருணாநிதியின் விளக்கம் இதோ:

> அப்படியொரு கடிதம் எழுதத் தொடங்குவதற்குள் தொலைபேசி மணி அடித்திருக்கிறது. எம்.ஜி.ஆர் எடுத்துப் பேசியிருக்கிறார். யார் பேசினார்கள், என்ன பேசினார்கள் என்று தெரியாது. அது எம்.ஜி.ஆருக்கு மட்டுமே தெரியும். மறுமுனையில் இருந்தவர்கள் சமரச முயற்சியை முறித்துவிட்டார்கள் என்பதும் எம்.ஜி.ஆரைத் தங்கள் வலையிலிருந்து மீளவொட்டாமல் ஆக்கிவிட்டார்கள் என்பதும் அடுத்த விநாடியே நாஞ்சிலாருக்கும் முரசொலி மாறனுக்கும் புரிந்துவிட்டது. தொலைபேசி ரிசீவரைக் கீழே வைத்தவுடன் எம்.ஜி.ஆர், பொதுச்செயலாளர் நாவலருக்கோ, அல்லது செயற்குழு, பொதுக்குழுவுக்கோ வருத்தம் தெரிவிக்கும் கடிதத்தைத் தர இயலாது என்றும் நடந்தது நடந்ததுதான் என்றும் மறுபரிசீலனைக்கே இடமில்லை என்றும் இருவரிடமும் திட்டவட்டமாகக் கூறிவிட்டார்.

ஆர்.எம். வீ: ஒரு தொண்டர் என்ற வாழ்க்கை வரலாற்றுப் புத்தகத்தில் பதிவாகியிருக்கும் தகவல் இது:

> அந்தப் பேச்சுவார்த்தை தோல்வி என்று சொல்லமுடியாதபடி மதியம் உணவுவேளை வரை நீண்டு, பிரச்னை தீர்க்கப்பட்டுவிடும் என்ற நம்பிக்கையை ஏற்படுத்தியது. ஓர் ஒப்பந்தம் ஏற்படும் நிலையில், ஒப்பந்தத்துக்கான வரைவைப் பகலுணவுக்குப்பின் முடிவு செய்து எழுதலாம் என்று முடிவெடுத்து அவரவர்கள் வீட்டுக்குக் கிளம் பினார்கள். ஆர்.எம்.வீரப்பனுக்கோ மிகவும் சந்தோஷம். திடீரென ஆர்.எம்.வீ வீட்டில் தொலைபேசி ஒலித்தது.
>
> 'தெரியுமா? நம்ம ரசிகர்கள் பயங்கரமாக தாக்கப்படுகிறார்களாம். இந்த நிலையில் என்ன பேச்சுவார்த்தை வேண்டிக் கிடக்கிறது? என்ன ஒப்பந்தம் வேண்டிக் கிடக்கிறது? பிற்பகல் பேச்சுவார்த்தை எதுவும் வேண்டாம். மாறனுக்குச் சொல்லிவிடுங்கள்.' என்று சொல்லிவிட்டு எம்.ஜி.ஆர் போனை வைத்துவிட்டார்'

எம்.ஜி.ஆர் மீது ஒழுங்கு நடவடிக்கை எடுக்க செயற்குழு நிறைவேற்றிய தீர்மானம் பொதுக் குழுவில் வாக்கெடுப்புக்கு விடப்பட்டது. மொத்த

பொதுக்குழு உறுப்பினர்கள் 310 பேர். அன்றைய கூட்டத்தில் கலந்துகொண்ட உறுப்பினர்களின் எண்ணிக்கை 277. தீர்மானம் ஒருமனதாக நிறைவேற்றப் பட்டது.

14 அக்டோபர் 1972 அன்று எம்.ஜி.ஆர் அறிக்கை ஒன்றை வெளியிட்டார். திராவிட முன்னேற்றக் கழகத்தில் இருந்து நான் அறவே விலகிவிட்டேன். இரண்டொரு நாளில் புதிய அமைப்பு ஒன்றை உருவாக்க இருக்கிறேன்.

8 வண்டு துளைத்த கனி

திமுகவுக்குள் ஏற்பட்ட விரிசல் தேசிய அளவில் விவாதிக்கப்பட்டது. கட்சித் தொண்டர்கள் இரண்டு கூறுகளாகப் பிரிந்து நின்றனர். எங்கு பார்த்தாலும் அடிதடி. வன்முறை. கூச்சல். குழப்பம். உருவாகியிருக்கும் அசாதாரண சூழல் குறித்து விளக்கம் அளிக்கும் வகையில் 15 அக்டோபர் 1972 அன்று சென்னைக் கடற்கரையில் திமுக சார்பில் பொதுக்கூட்டத்துக்கு ஏற்பாடு செய்யப்பட்டது. கூட்டத்துக்குத் தலைமையேற்றுப் பேசினார் பொதுச்செயலாளர் நெடுஞ் செழியன்.

> எம்ஜி.ஆருக்கு நம்முடைய கணக்கின்மேல் இதுவரை இல்லாத சந்தேகம் இப்போது வந்திருக்கிறது. நானோ, கலைஞரோ மட்டுமல்ல, ஒவ்வொருவருமே கணக்கு வைத்திருக்கிறோம். நாங்கள் அப்படியே கணக்கில் தவறு செய்திருந்தால் செயற்குழுவிலும் பொதுக்குழுவிலும் இருக்கிற அத்தனை பேரும் விட்டு விடுவார்களா? அவர்களெல்லாம் என்ன அச்சடித்த பதுமைகளா? சட்டமன்ற உறுப்பினர்கள், அவரது மனைவி, பிள்ளைகள் ஆகியோரின் கணக்கை மன்றத்தில் வைக்க வேண்டும் என்று 69ம் ஆண்டில் சட்டம் நிறைவேற்றியவர் கலைஞர். இந்தியாவில் எந்த மாநிலத்திலும் இல்லாத, இந்திரா காந்தியே நிராகரித்த அந்தச் சட்டத்தை நிறைவேற்றி, அதன்படி கணக்கும் தரப்பட்டு வருகிறது. அப்படி நாங்கள் மூன்றாண்டு காலமாகத் தந்துவருகிற கணக்கில் தவறு இருந்தால் சொல்லட்டும். ஆனால் எம்.ஜி.ஆர் முதலாண்டு மட்டுமே கணக்கு தந்தாரே தவிர, கடந்த இரண்டாண்டாகக் கணக்கு தரவில்லை. 13 தடவை நோட்டீஸ் அனுப்பியுங்கூட தரவில்லை. எங்களுடைய கரங்களும் கழகத்திலுள்ள கோடானுகோடி தொண்டர்களின் கரங்களும் கறைபடியாத கரங்கள்.

இதே மேடையில் கருணாநிதி பேசினார்.

> பதினெட்டாயிரம் கிளைக் கழகச் செயலாளர்களின் கணக்குகளையும் கொண்டுவந்து பொதுக்குழுவில் வைப்பது என்றால் அது எவ்வளவு

உயரம் இருக்கும்? அவ்வளவையும் ஆராய்வது என்றால் அது நடக்கின்ற காரியமா? நடைமுறைக்கு ஒத்துவரக்கூடிய செயலா? இது எம்.ஜி.ஆர் அவர்களுக்கு நன்கு தெரியும். தெரிந்தும் கேட்டார். ஏன்? அவருடைய எண்ணம் வெளியேறவேண்டும் அல்லது வெளியேற்றப்பட வேண்டும். இரண்டிலே ஒன்றை விரும்பினார். ஒருமாத காலம் பேசினார். ஆதித்தனாரைப் பற்றித் தாக்கிப் பேசினார். தினத்தந்தி, மாலை முரசு ஏட்டைப் பற்றி ஏளனமாகப் பேசினார். எதை எதையோ பேசினார். தனிப்பட்ட முறையில் நாங்கள் எல்லாம் தாக்கப்பட்டோம். நிருபர் களுக்குத் தெரிந்ததுகூட முதலமைச்சருக்குத் தெரியவில்லை என்று கேலியாக ஆலந்தூரில் பேசினார். அதையெல்லாம் இந்த ஒரு மாத காலம் நாங்கள் தாங்கிக் கொண்டோம். இறுதியாகத்தான் நாங்கள் தாங்க முடியாத நிலைமைக்குத் தள்ளப்பட்டோம். ஒரு கனி மடியில் விழுந்தது. அதை எடுத்து என் இதயத்தில் வைத்துக்கொண்டேன். அதுதான் எம்.ஜி.ஆர் - என்று ஒருமுறை நீ கூறினாய். நீ மறைந்தபிறகு உன் இதயத்தை எனக்குக் கொடு என்று கேட்டேன். நீயும் தந்துவிட்டாய்! ஆம், அந்தக் கனியோடு தான் இதயத்தைப் பெற்றுக் கொண்டேன். ஆனால் இன்று அந்தக் கனியை வண்டு துளைத்துவிட்டது. இனியும் வைத்திருந்தால் நீ கொடுத்த இதயத்தையும் துளைத்துவிடும் என்பதற்காகத்தான் அந்தக் கனியை எடுத்து எறிந்து விடும் நிலைக்கு ஆளாக்கப்பட்டேன்! என்னை மன்னித்துவிடு அண்ணா! என்னை மன்னித்துவிடு அண்ணா!.

எம்.ஜி.ஆர் புதிய கட்சியைத் தொடங்குகிறார் என்றதும் பெரியாரிடம் இருந்து உடனடியாக எதிர்வினை வந்தது. திமுகவில் வெளியாட்களால் ரகளை வராது. உள்ளே இருப்பவர்களால்தான் வருமென்று கூறியிருக்கிறேன். சமரசமாகப் போங்கள் என்று எவ்வளவோ கூறினேன். முடியாது என்று எம்.ஜி.ஆர் கூறிவிட்டார். இந்த நேரத்தில் அனைவரும் திமுகவுக்கு ஆதரவாக இருக்க வேண்டும். திமுகவை ஏன் ஆதரிக்கிறேன் என்பது எல்லோருக்கும் தெரிந்த விஷயம். சுயமரியாதை இயக்கத்தின் கொள்கை களை முடிந்தவரையில் செயல்படுத்தி வருகிறார்கள். அதற்காகத்தான் அவர்களை ஆதரிக்கிறேன். கழக அரசு, பலவிதங்களில் ஏழைகளுக்கு நன்மை செய்துவருகிறது. அரசு ஊழியர்களுக்கு இந்த அரசு தேவையான அளவு செய்துவருகிறது. ஆகவே, தன்னுடைய ஆதரவு தொடர்ந்து திமுக அரசுக்கு உண்டு என்று அறிவித்தார் பெரியார்.

எம்.ஜி.ஆரின் தனிக்கட்சி அறிவிப்பு வெளியானதும் அவருடைய ரசிகர்கள் மத்தியில் பலத்த எழுச்சி. ஆரவாரம். அதை ஊக்கப்படுத்தும் வகையின் 9 எம்.எல்.ஏக்களும் 2 எம்.பிக்களும் எம்.ஜி.ஆர் பக்கம் சென்றனர். புதிய கட்சி தொடங்குவதற்கான ஆரம்பகட்ட வேலைகளைச் செய்வதற்கு எம்.ஜி.ஆருக்கு நேசக்கரம் நீட்டியவர்கள் இருவர். ஒருவர், மோகன் குமாரமங்கலம். காங்கிரஸ் கட்சியின் முக்கியஸ்தர். டெல்லி தலைமைக்கு நெருக்கமானவர். மற்றொருவர், எம். கல்யாண சுந்தரம். இந்திய கம்யூனிஸ்ட் கட்சியின் தமிழ் மாநிலச் செயலாளர்.

17 அக்டோபர் 1972. எம்.ஜி.ஆர் தலைமையில் புதிய கட்சி தொடங்கப்பட்டது. நுணுக்கமாகச் சிந்தித்துத் தேர்ந்தெடுக்கப்பட்ட பெயர். அண்ணா திராவிட முன்னேற்றக் கழகம். மறுநாள் எம்.ஜி.ஆர் ரசிகர் மன்றத் தலைமையிடம் இருந்து அறிக்கை ஒன்று வெளியானது. எம்.ஜி.ஆர் ரசிகர் மன்றங்களை 'அண்ணா திமுக' என்று மாற்றிக் கொள்ளுங்கள். இருபதாயிரம் கிளைகளுடன் அதிமுக தொடங்கப்பட்டுள்ளதாக அறிவித்தார் எம்.ஜி.ஆர்.

புதிய கொடி உருவாக்கப்பட்டு, ஒவ்வொரு ஊரிலும் ஏற்றப்பட்டன. மேலே கறுப்பு. கீழே சிவப்பு. நடுவில் வெள்ளை. ஆள்காட்டி விரலைச் சுட்டுவதுபோன்ற அண்ணாவின் மார்பளவு உருவம் கொடியில் நடுவில் போடப்பட்டது. அதிமுகவின் தாற்காலிக அமைப்பாளராக கே.ஏ.கிருஷ்ணசாமி நியமிக்கப்பட்டார். அவருக்குச் சொந்தமான தென்னகம் ஏடு அதிமுகவின் அதிகாரபூர்வ ஏடாக அறிவிக்கப்பட்டது.

29 அக்டோபர் 1972. சென்னையில் அண்ணா திமுக சார்பில் பொதுக்கூட்டத்துக்கு ஏற்பாடு செய்யப்பட்டது. அந்தக் கூட்டத்தில் பேசிய கே.ஏ.கிருஷ்ணசாமி, 'புரட்சி நடிகர் என்பது துரோகி கொடுத்த பட்டம். இனி அது வேண்டாம். புரட்சித் தலைவர் என்று புதுப்பட்டம் கொடுப்போம்!' என்றார்.

திமுகவில் இருந்து ஈ.வெ.கி. சம்பத் விலகி தமிழ்த் தேசியக் கட்சியை ஆரம்பித்தபோது அதனை 'குட்டிக் காங்கிரஸ்' என்று வர்ணித்தனர் திமுகவினர். இப்போது எம்.ஜி.ஆர் தொடங்கிய அண்ணா திமுகவை ஒட்டு காங்கிரஸ் என்றனர். அண்ணாவின் பெயர், கட்சியின் பெயரில் இடம்பெறக் கூடாதென்றும், கட்சிக் கொடியில் அண்ணாவின் உருவம் இடம்பெறக் கூடாதென்றும், திருமதி ராணி அண்ணாதுரை வழக்குத் தொடர்ந்தார். பிறகு அந்த வழக்கை அவரே வாபஸ் பெற்றுக்கொண்டார்.

எம்.ஜி.ஆரின் நடவடிக்கைகள் தீவிரம் அடைந்தன. 31 அக்டோபர் 1972 அன்று செய்தியாளர்களிடம் பேசிய எம்.ஜி.ஆர், திமுக அமைச்சரவை மீது ஊழல் குற்றச்சாட்டுகள் அடங்கிய பட்டியல் ஒன்றை ஆளுநரிடம் தரப்போவதாகவும் அதற்கு 7 நவம்பர் 1972க்குள் கவர்னர் நடவடிக்கை எடுக்காவிட்டால் தமிழகம் முழுவது ஹர்த்தால் நடத்தப்படும் என்றார்.

மாநில சுயாட்சியை அடைந்தே தீருவோம் என்று சில மாதங்களுக்கு முன்பு பேசிய எம்.ஜி.ஆர், 'இந்தியாவில் எந்தவொரு மாநிலமாக இருந்தாலும் அந்த மாநில அமைச்சரவைமீது ஊழல் குற்றச்சாட்டு சுமத்தப்பட்டால் அதுபற்றி நீதி விசாரணை நடத்தும் அதிகாரம் மத்திய அரசுக்குத்தான் இருக்கிறது' என்று பேசினார்.

முதலமைச்சர் கருணாநிதியின் மீதும் குற்றச்சாட்டுகள் இருப்பதால் விசாரணை நடந்து முடிந்து தீர்ப்பு வெளியாகும்வரை முதலமைச்சர் பதவியில் இருந்து விலகியிருக்கவேண்டும் என்று கோரினார் இந்திய கம்யூனிஸ்ட் கட்சியின் மாநில செயலாளர் எம். கல்யாண சுந்தரம்.

அதேசமயம் கருணாநிதி ஆசிபெற்ற இன்னொருவரும் முதலமைச்சராக இருக்கக்கூடாது என்றும் கூறினார். கோரிக்கையில் குதர்க்கம் இருப்பதாலோ என்னவோ, முதலமைச்சர் கருணாநிதி, அவருடைய நிபந்தனை, உப நிபந்தனை எதையும் கண்டுகொள்ளவில்லை.

4 நவம்பர் 1972 அன்று தமிழக கவர்னர் கே.கே. ஷாவிடம் இரண்டு புகார் பட்டியல்கள் தரப்பட்டன. கொடுத்தவர்கள் எம்.ஜி.ஆர் மற்றும் எம். கல்யாண சுந்தரம். தயாரித்துக் கொடுத்ததில் முக்கியப் பங்கு ஆற்றியவர் முன்னாள் முதல்வர் பக்தவத்சலம். மூன்றே நாளில் நடவடிக்கை எடுக்கவேண்டும் என்பது அவர்கள் ஏற்கெனவே விதித்த நிபந்தனை. அரசியல் சட்டத்தின்படி புகார்ப்பட்டியலை மாநில முதலமைச்சருக்குத்தான் அனுப்பமுடியுமே தவிர நேரடியாகக் குடியரசுத் தலைவருக்கு அனுப்ப முடியாது என்று அவர்களிடம் கூறினார் கவர்னர் கே.கே. ஷா.

குற்றச்சாட்டுப் பட்டியல்களை உடனடியாகத் திரும்பவாங்கிக் கொண்ட எம்.ஜி.ஆரும் எம். கல்யாண சுந்தரமும் அதனை குடியரசுத் தலைவரிடம் நேரடியாகக் கொடுத்துவிட முடிவு செய்தனர். குடியரசுத் தலைவர் வி.வி. கிரியிடம் அந்தப் பட்டியல்கள் ஒப்படைக்கப்பட்டன. அதில் எம்.ஜி.ஆர் கொடுத்தது 32 பக்கங்கள் கொண்ட புகார்ப் பட்டியல். எம். கல்யாண சுந்தரம் கொடுத்தது 40 பக்கங்கள் கொண்ட புகார்ப் பட்டியல்.

'தமிழ்நாடு சட்டசபையைக் கலைக்கவேண்டும் என்றோ, திமுக மந்திரிசபை பதவியில் இருக்கக்கூடாது என்றோ நான் கூறவில்லை. கருணாநிதி, பதவியில் இருந்து நீக்கப்படவேண்டும்' என்றார் எம்.ஜி.ஆர்.

கோப்புகள் அனைத்தும் பிரதமர் இந்திரா காந்தியின் மேஜைக்குச் சென்று விட்டன.

இதற்கிடையே எம்.ஜி.ஆரும் சபாநாயகர் கே.ஏ.மதியழகனும் அடிக்கடி சந்தித்துக்கொண்டனர். உச்சக்கட்டமாக 10 நவம்பர் 1972 அன்று அதிமுகவும் இந்திய கம்யூனிஸ்ட் கட்சியும் இணைந்து சென்னையில் நடத்திய ஊர்வலம் ஒன்றை அண்ணா சாலையில் இருந்தபடி பார்வையிட்டார் சபாநாயகர் மதியழகன். இது பலத்த சலசலப்பை ஏற்படுத்தியது. எம்.ஜி.ஆர் பக்கம் சபாநாயகர் சாய்ந்து விட்டாரா என்ற சந்தேகம் பரவலாக எழுந்தது.

13 நவம்பர் 1972. தமிழ்நாடு சட்டமன்றம் கூடியது. எம்.ஜி.ஆர் எழுந்து, 'இன்றைய அமைச்சரவை தங்களுடைய கட்சியின் நம்பிக்கையையும் இழந்து, மக்கள் நம்பிக்கையையும் இழந்துவிட்டது. இந்த நிலையில் இந்த அமைச்சரவை நீடிப்பது சட்டவிதி ஒழுங்குமுறைகளுக்கு உட்பட்டதா?' என்று கேட்டார். சபையில் இருக்கும் அனைத்துக் கட்சிகளும் ஒப்புக் கொண்டால் கேள்வி நேரத்தை ஒத்தி வைத்துவிட்டு வேறு விவாதத்தை எடுத்துக்கொள்ள நாங்கள் தயார். அமைச்சரவை மீது கொண்டுவரப்பட இருக்கும் கண்டனத் தீர்மானத்தை விவாதிக்கவும் தயார் என்றார் முதலமைச்சர் கருணாநிதி.

அப்போது சபாநாயகர் கே.ஏ. மதியழகன், 'இன்று கிளப்பப்பட்டுள்ள பிரச்னை அசாதாரணமான பிரச்னை. இதற்கு ஓர் அசாதாரண தீர்வு கண்டுதான் சமாளிக்க முடியும்... இன்று மாநிலத்தில் தோன்றியுள்ள அசாதாரண சூழ்நிலைக்குத் தீர்வு காண சட்டசபையைக் கலைக்கும்படி கவர்னருக்கு முதலமைச்சர் சிபாரிசு செய்யவேண்டும் என்ற என்னுடைய யோசனையைத் தெரிவித்துக் கொள்கிறேன்... மக்களை இன்றைக்கே சந்திக்கிறீர்களா என்று எம்.ஜி.ஆர் கேட்கிறார். அதற்கு முதலமைச்சர் ஏதேனும் பதில் சொல்ல விரும்புகிறாரா?' என்று கேட்டார்.

சபாநாயகரைத் தன்பக்கம் திருப்பிக்கொண்டு எம்.ஜி.ஆர் ஆடும் அரசியல் ஆட்டத்தை முதலமைச்சர் கருணாநிதி ரசிக்கவில்லை. பதிலளிக்கவும் இல்லை. திடுதிப்பென 5 டிசம்பர் 1972க்கு அவையை ஒத்திவைப்பதாக அறிவித்தார் சபாநாயகர் மதியழகன். சபாநாயகர் மீது நம்பிக்கையில்லாத் தீர்மானம் கொண்டுவருவது என்று திமுகவும் அதன் கூட்டணிக் கட்சிகளும் முடிவு செய்தன.

நாங்கள் எல்லாம் தங்களிடம் முழு நம்பிக்கை வைத்து ஏகமனதாகப் பேரவைத் தலைவராகத் தேர்ந்தெடுத்தோம். எங்கள் நம்பிக்கை வீணாகும் வண்ணம் அண்மைக் காலத்தில் ஜனநாயகப் பாரம்பரியத்துக்கு விரோதமாகத் தாங்கள் நடந்துகொண்டது கண்டு வருந்துகிறோம். தங்கள் மீது நம்பிக்கை இழந்துவிட்டோம். ஆகவே தாங்கள் சட்டப்பேரவைத் தலைவர் பதவியில் இருந்து விலகிக்கொள்ள வேண்டும் என்று இதன்மூலம் கேட்டுக்கொள்கி றோம் என்று தீர்மானம் எழுதி அதில் 185 பேர் கையெழுத்திட்டனர்.

ஆனால் சபாநாயகர் கூட்டத்தொடரை ஒத்திவைத்துவிட்டதால் திரும்பவும் சட்டசபையைக் கூட்டுவதில் சிக்கல் எழுந்தது. பிறகு நிபுணர்களின் ஆலோசனையின்படி, சட்டமன்றப் பேரவை மற்றும் மேலவை இரண்டி னுடைய அப்போதைய கூட்டத்தொடர் முடிவுற்றதாக (புரோ ரோக்) கவர்னர் மூலமாக அறிவிக்கப்பட்டது. மீண்டும் சட்டமன்றம் 2 டிசம்பர் 1972 அன்று தொடங்கும் என்றும் அறிவிக்கப்பட்டது. அன்றைய தினம் சபாநாயகர் மீது நம்பிக்கையில்லாத் தீர்மானம் கொண்டு வருவது என்று முடிவு செய்யப் பட்டிருந்தது. அதேபோல, அண்ணா திமுக உள்ளிட்ட எதிர்க்கட்சிகள் சார்பில் அமைச்சரவையின் மீது நம்பிக்கையில்லாத் தீர்மானம் கொண்டுவரும் திட்டமும் இருந்தது.

2 டிசம்பர் 1972 அன்று சட்டமன்றம் கூடியது. கேள்வி நேரம் முடிந்ததும் எழுந்த திமுக உறுப்பினர் ஆற்காடு வீராசாமி, 'நானும் இந்த அவையின் 184 உறுப்பினர்களும் தற்போதைய சபாநாயகர் அவர்கள் பதவியிலிருந்து அகற்றப்படவேண்டும் என்று தீர்மானம் கொடுத்திருக்கிறோம். அரசியல மைப்புச்சட்டத்தின் 179 ஆவது விதியில் அந்தத் தீர்மானத்தைத்தான் முதலில் எடுத்துக்கொள்ளவேண்டும் என்று கூறப்பட்டிருக்கிறது. ஆகவே, அந்தத் தீர்மானத்தை முதலில் விவாதத்துக்கு எடுத்துக்கொள்ள வேண்டும்' என்றார்.

அவை முன்னவரான நெடுஞ்செழியன் எழுந்து, 'அவையின் முன்னால் தற்போதைய சபாநாயகர் பதவியில் இருந்து அகற்றப்படவேண்டும் என்றுகூறும் தீர்மானம் உள்ளது. அவையின் 185 உறுப்பினர்களின் நம்பிக்கையை இழந்துவிட்ட ஒரு சபாநாயகர் இந்த அவைக்குத் தலைமை தாங்க முடியாது. இந்த அவையின் நம்பிக்கையைப் பெற்ற ஒருவரே இதன் நடவடிக்கைகளைத் தலைமை தாங்கி நடத்திச் செல்லமுடியும். ஆகவே, சபாநாயகர் மீதான நம்பிக்கையில்லாத் தீர்மானத்தை முதலில் எடுத்துக் கொள்ளவேண்டும். அரசியல் சட்ட 181 ஆவது பிரிவின்படி சபாநாயகருக்கு எதிரான தீர்மானம் வருமானால் அப்போது சபாநாயகர் அவையில் இருந்தாலும் அவர் அவைக்குத் தலைமை தாங்கக்கூடாது என்று உள்ளது. அரசியல் சட்டத்தின் 175(2) பிரிவின்படி மாநில ஆளுநர் தெரியப்படுத்தி யுள்ள பொருள்களை இந்த அவை பரிசீலித்திட வேண்டும். இப்போது சபாநாயகராக உள்ளவர் அரசியல் சட்டத்தின் 179ம் பிரிவும் 175(2) பிரிவும் கூறுகிற கட்டளைகளின்படி நடக்க மறுக்கிறார். எனவே, துணை சபாநாயகர் இந்த அவைக்குத் தலைமை தாங்கிட வேண்டும் என்று இந்த அவை தீர்மானிக்க முன்மொழிகிறேன்' என்றார்.

சபாநாயகர் நாற்காலிக்குக் கீழே சட்டசபைச் செயலாளருக்கு அருகில் தனியாக நாற்காலி ஒன்று போடப்பட்டது. அதில் துணை சபாநாயகர் விருதுநகர் பெ. சீனிவாசன் வந்து உட்கார்ந்தார். அப்போது எம்.ஜி.ஆர் ஆதரவு எம்.எல்.ஏக்களோ, அமைச்சரவை மீது தாங்கள் கொடுத்துள்ள நம்பிக்கையில்லாத் தீர்மானத்தையே முதலில் விவாதத்துக்கு எடுத்துக் கொள்ளவேண்டும் என்று தொடர்ந்து குரல் எழுப்பிக் கொண்டிருந்தனர்.

உடனே சபாநாயகர் மதியழகன், எம்.ஜி.ஆர் ஆதரவு எம்.எல்.ஏக்கள் கொடுத்த தீர்மானத்தை விவாதத்துக்கு எடுத்துக்கொண்டு எம்.ஜி.ஆரைப் பேச அழைத்தார். எம்.ஜி.ஆரும் பேசத் தொடங்கினார். ஆனால் சபாநாயகர் மற்றும் எம்.ஜி.ஆரின் மைக்குகளுக்கு இணைப்பு தரப்படவில்லை. வெற்று மைக்கிலேயே இருவரும் பேசினர்.

இன்னொரு பக்கம் துணை சபாநாயகர் சீனிவாசன் சபாநாயகர் மீதான நம்பிக்கையில்லாத் தீர்மானத்தை அவையின் பரிசீலனைக்குக் கொண்டு வந்துள்ளதாக அறிவித்தார். அந்தத் தீர்மானத்தின் மீது விவாதம் நடந்துமுடிந்த பிறகு அந்தத் தீர்மானம் வாக்கெடுப்புக்கு விடப்பட்டு, நிறைவேற்றப் பட்டது. சபாநாயகர் பதவியில் இருந்து மதியழகன் நீக்கப்பட்டார்.

சபை ஒத்திவைக்கப்படுவதாக மதியம் இரண்டு மணிக்கு மதியழகன் அறிவித்துவிட்டு வெளியேறினார். அதன்பிறகே எம்.ஜி.ஆர் பேச்சை நிறுத்தினார். பிறகு சபையிலிருந்து வெளியேறிய எம்.ஜி.ஆர். 'சட்டமன்றம் செத்துவிட்டது' என்று ஆவேசமாகக் கூறினார். பிறகு மூன்று மணிவரை துணை சபாநாயகர் சீனிவாசன் சபையை நடத்தினார். ஆக, சபாநாயகர் உதவியுடன் நடக்க இருந்த ஆபத்தைச் சாதுரியமாகத் தவிர்த்திருந்தார் முதலமைச்சர் கருணாநிதி. ஆனாலும் அவருக்கு உள்ளுக்குள் ஏதோ ஒன்று

உறுத்திக்கொண்டே இருந்தது. அது, எம்.ஜி.ஆர் தரப்பில் இருந்து கொண்டு வரப்பட இருந்த நம்பிக்கையில்லாத் தீர்மானம்.

அது கொண்டுவரப்படாததால் ஆளுங்கட்சியின் சார்பாக அமைச்சரவை மீது நம்பிக்கை கோரும் தீர்மானம் ஒன்றைக் கொண்டுவரச் செய்தார் முதலமைச்சர் கருணாநிதி. அந்தத் தீர்மானத்தின் மீது நடைபெற்ற விவாதங்கள் எம்.ஜி.ஆரும் எம். கல்யாண சுந்தரமும் குடியரசுத் தலைவரிடம் கொடுத்த புகார்களுக்குப் பதிலளிக்கும் வகையில் அமைந்தன.

நம்பிக்கைத் தீர்மானம் வாக்கெடுப்புக்கு விடப்பட்டது. அதில் திமுக அரசுக்கு ஆதரவாக 176 வாக்குகள் விழுந்தன. எதிர்த்து விழுந்த வாக்குகள் பூஜ்ஜியம். திமுக அரசு தனது பலத்தைப் பரிபூரணமாக நிரூபித்திருந்தது. எம்.ஜி.ஆரின் விலகல் திமுகவை செங்குத்தாகப் பிளந்திருக்கிறது என்று சொல்லப்பட்டபோதும் திமுகவில் இருந்து பெரிய அளவில் எம்.எல்.ஏக்களோ, எம்.பிக்களோ பிரிந்து எம்.ஜி.ஆர் தலைமையிலான அதிமுகவில் சேரவில்லை என்பது சரித்திரம்.

9 எம்.ஜி.ஆர்: சில குறிப்புகள்

கேரளத்தில் இருக்கும் நல்லேபள்ளி கிராமத்தைச் சேர்ந்தவர் மேனக்கத் கோபால மேனன். ஆசிரியராக இருந்த அவருக்குப் பின்னாளில் மாஜிஸ்திரேட் வேலை கிடைத்தது. ஊரில் ஏற்பட்ட பிரச்னை காரணமாக மனைவி சத்யபாமா மற்றும் நான்கு குழந்தைகள் சகிதம் இலங்கையின் கண்டி நகருக்குக் குடிபெயர்ந்துவிட்டார். கண்டியில் இருந்தபோது 17 ஜனவரி 1917 அன்று ஐந்தாவதாக ஒரு குழந்தை பிறந்தது. பெயர், ராமச்சந்திரன். திடீரென கோபாலமேனன் மரணம் அடையவே ஆதரவை இழந்த குடும்பம் கும்பகோணத்துக்கு வந்துவிட்டது.

உறவினர்களின் உதவியுடன் ராமச்சந்திரனும் அண்ணன் சக்கரபாணியும் படித்தார்கள். பிறகு மதுரை ஒரிஜினல் பாய்ஸ் கம்பெனியில் நடிப்பதற்காகச் சேர்ந்தார். குழந்தைகளின் சம்பாத்தியத்தில் குடும்பம் நகர்ந்தது. நடிப்பில் தேர்ச்சிபெற்றுக்கொண்டே இருந்தான் ராமச்சந்திரன். பிறகு கந்தசாமி முதலியாரின் கம்பெனியில் சேர்ந்து நடிக்கத் தொடங்கினான்.

வளர்ந்தபிறகு சினிமாவில் நடிக்கவேண்டும் என்று ஆர்வம். சின்னதும் பெரியதுமாக வேடங்கள் கிடைத்தன. ஆனால் ஒன்றும் உருப்படியாக இல்லை. ராமச்சந்திரன் எதிர்பார்த்தது நாயகன் வேடம். ஆனால் அது அத்தனை சுலபத்தில் கிடைக்கவில்லை. திடீர் திருப்பமாக அமைந்தது ராஜகுமாரி என்ற திரைப்படம். படத்தின் நாயகன், எம்.ஜி. ராமச்சந்திரன். வசனம், மு. கருணாநிதி. அந்தப் படம் வெற்றி. ராஜகுமாரி தொடங்கி மந்திரி குமாரி, மருதநாட்டு இளவரசி எல்லாமே வெற்றி. மூன்று படங்களுக்குமே வசனகர்த்தா மு. கருணாநிதிதான்.

கருணாநிதிக்கும் ராமச்சந்திரனுக்கும் நல்ல நட்பு உருவானது. காங்கிரஸ்காரராக இருந்த ராமச்சந்திரனுக்கு திராவிட இயக்கத்தின் மீது காதல் வந்ததற்கு கருணாநிதியின் நட்பு முக்கியக் காரணம். கருணாநிதியுடன் பழகிய எம்.ஜி.ஆரை அண்ணாவுக்கு அறிமுகம் செய்துவைத்தவர் பிரபல நடிகரான டி.வி. நாராயணசாமி. அண்ணாவின் சிவாஜி கண்ட இந்து ராஜ்ஜியத்தில்

நடிப்பதற்காகவே ராமச்சந்திரனை அறிமுகம் செய்துவைத்தார். ஆனால் அந்த நாடகத்தில் அவர் நடிக்கவில்லை. பின்னாளில் அந்த நாடகத்தில் வி.சி. கணேசன் நடித்து, சிவாஜி கணேசனாக உருமாறினார்.

கருணாநிதி, அண்ணா, டி. வி. நாராயணசாமி என்று திமுக கலைஞர்களுடன் பழகிய ராமச்சந்திரன், 1953ல் திமுகவில் இணைந்தார். அதற்கு முந்தைய ஆண்டுதான் புரட்சி நடிகர் என்ற பட்டத்தை ராமச்சந்திரனுக்குக் கொடுத்திருந்தார் கருணாநிதி. அடிப்படையில் நாடக நடிகர் என்பதால் சினிமாவில் நடித்துக்கொண்டிருந்தபோதும் நாடகம் போடுவதை நிறுத்திக்கொள்ளவில்லை. குறிப்பாக, திமுக மாநாடுகளில் எம்.ஜி. ராமச்சந்திரன் நடித்த நாடகம் அடிக்கடி இடம்பெறத் தொடங்கியது.

குலேபகாவலி, அலிபாபாவும் நாற்பது திருடர்களும் என்று தொடர்ந்து வெற்றிமேல் வெற்றிபெற்றுக் கொண்டிருந்தார் எம்.ஜி.ஆர். ஆம். எம்.ஜி. ராமச்சந்திரன் இப்போது எம்.ஜி.ஆர். ஆகியிருந்தன. அவர் நடித்த மதுரை வீரன் 1956ல் வெளியானது. அந்தப் படத்துக்கான பாராட்டுவிழாவில் திமுகவின் முக்கியத்தலைவர்கள் பலரும் கலந்துகொண்டு எம்.ஜி.ஆரைப் பாராட்டினர். திமுக முதன்முதலாகத் தேர்தலைச் சந்தித்த 1957ல் எம்.ஜி.ஆர் சொற்ப தொகுதிகளில் தேர்தல் பிரசாரம் செய்தார். அப்போது எம்.ஜி.ஆரை விட செல்வாக்கு மிக்க என்.எஸ். கிருஷ்ணன் திமுகவின் பிரசார பீரங்கியாக செயல்பட்டார்.

எம்.ஜி.ஆர், திமுகவுடன் அதிகம் நெருங்கிய காலகட்டத்தில் என்.எஸ்.கே மரணம் அடைந்தார். சிவாஜி கணேசன் திமுகவில் இருந்து விலகி காங்கிரஸில் இணைந்துவிட்டார். திமுகவில் சக்தி வாய்ந்த நடிகராக எம்.ஜி.ஆர் வளர்ச்சியடைவதற்கு எந்தத் தடையும் இருக்கவில்லை. திரைத் துறையிலும் அவருடைய செல்வாக்கு உச்சத்தில் இருந்தது.

நாடோடி மன்னன். எம்.ஜி.ஆரின் சொந்தத் தயாரிப்பு. தனது சினிமா கம்பெனிக்கு ஆணும் பெண்ணும் திமுக கொடியைப் பிடிப்பது போன்ற சின்னத்தை உருவாக்கியிருந்தார். தவிரவும், அந்தப் படத்தில் இடம்பெற்ற பாடல் ஒன்றில், பார் புகழும் உதய சூரியனே, பசியின்றிப் புவிகாக்கும் பார்த்திபனே என்ற வரிகளும் இடம்பெற்றன. திமுக கொடி, உதயசூரியன் என்று தன்னை தீவிர திமுக அபிமானியாகக் காட்டிக்கொண்டார் எம்.ஜி.ஆர். அதன்மூலம் கட்சிக்காரர்களின் ஆதரவு எம்.ஜி.ஆருக்கு சுலபத்தில் கிடைத்தது.

அடிக்கடி போராட்டங்களை நடத்தும் கட்சி திமுக. அவற்றில் கட்சியின் தலைவர்கள் தொடங்கி தொண்டர்கள் வரை அனைவருமே கலந்துகொள்ள வேண்டும். ஆனால் நடிகர்கள் மட்டும் கலந்துகொள்ளவேண்டாம். சினிமா துறையின் நடைமுறைச் சிக்கல்களை நன்கு புரிந்து வைத்திருந்தவர் அண்ணா. அதன் காரணமாகவே போராட்டங்களில் இருந்து நடிகர்களுக்கு விலக்கு அளித்திருந்தார். அதற்குப் பதிலாக திமுக நடிகர்கள் திமுகவின் கொள்கை

களை, கருத்துகளை, பிரசாரத்தைத் தங்களுடைய படங்களில் செய்துவந்தனர். அப்படி பிரசாரம் செய்தவர்களில் எம்.ஜி.ஆர் முக்கியமானவர்.

முதல் தேர்தலில் அதிகம் பிரசாரம் செய்யாத எம்.ஜி.ஆர், 1962 தேர்தலில் தமிழ்நாடு முழுக்க மின்னல் வேகப் பிரசாரத்தில் ஈடுபட்டார். ஒரே நாளில் முப்பது நாற்பது பொதுக்கூட்டங்களில் பேசவேண்டியிருந்தது. எல்லா இடங்களிலும் கூட்டம் திமிறியது. எம்.ஜி.ஆரின் ரசிகர்பட்டாளம் திமுக கூட்டங்களை நிறைத்தது. சளைக்காமல் பிரசாரம் செய்த எம்.ஜி.ஆருக்கு தேர்தல் முடிந்ததும் சட்டமன்ற மேலவை உறுப்பினர் பதவியைக் கொடுத்து கௌரவப்படுத்தினார் அண்ணா.

எம்.ஜி.ஆருடைய ரசிகர் வட்டம் மிகப்பெரியது. ஆறு முதல் அறுபது வயது வரை அவருக்கு ரசிகர்கள் இருந்தனர். அத்தனை பேரையும் திருப்திப்படுத்த வேண்டிய நிர்ப்பந்தத்தில் இருந்தார் எம்.ஜி.ஆர். அதன் காரணமாக எம்.ஜி.ஆர் படங்களுக்கென்று தனியே ஃபார்முலா உருவாக்கப்பட்டது.

மது அருந்துவது போல ஒரு காட்சியும் வரக்கூடாது. சூதாட்டம் இடம் பெறலாம். ஆனால் எம்.ஜி.ஆர் அங்கே இருக்கமாட்டார். ஏழைகள் என்றால் துள்ளிக் குதித்து ஓடிவந்து உதவி செய்வார். வயதானவர்களிடம் வாஞ்சை யுடன் நடந்துகொள்வார். பெண்ணுடைய கற்புக்கு உலகின் எந்த மூலையில் பாதிப்பு ஏற்படப்போகிறது என்றாலும் அங்கே உடனடியாக வந்து நின்று, அந்தப் பெண்ணைக் காப்பாற்றுவார். வில்லனை அடித்துத் துவைப்பார். எந்த இடத்திலும் நீதிக்குப் புறம்பாகச் செயல்படமாட்டார். நாயகியைத் தேடி ஓடமாட்டார். பாடமாட்டார். ஆனால் நாயகி இவரைச் சுற்றிச்சுற்றி வந்து காதலிக்கவேண்டும். கவர்ச்சி என்பதுகூட கனவுக்காட்சியின்போது மட்டுமே அனுமதி. மற்றபடி, கண்ணியத்துக்குரிய கதாநாயகன்.

எம்.ஜி.ஆர் நடிக்கும் படங்களில், நாயகனுக்கான குணங்கள் மேலே இருக்கும் பட்டியலில் இருந்தே தேர்வுசெய்யப்படும். அவற்றை அப்படியே பயன்படுத்தலாம். கொஞ்சம் மேம்படுத்தியும் பயன்படுத்தலாம். வெற்றி உறுதி. சூத்திரத்தில் இருந்து கொஞ்சம் விலகினாலும் படம் விழுந்துவிடும். தாயைக் காத்த தனயன், குடும்பத் தலைவன், பாசம், பணத்தோட்டம், பெரிய இடத்துப் பெண் போன்ற படங்கள் எல்லாம் எம்.ஜி.ஆர் ஃபார்முலாவில் உருவாகி வெளிவந்து வெற்றிபெற்ற படங்கள். அந்தப் படங்களில் வரும் கதாநாயகனின் குணமே எம்.ஜி.ஆருக்கும் இருக்கும் என்று நினைத்தனர் மக்கள். அது அவருக்கு வெற்றிமேல் வெற்றியைக் குவித்துக் கொடுத்தது. அவர் பிரபலம் ஆகிறார், அவருக்கு ரசிகர்கள் உருவாகிறார்கள் என்றால் அது திமுகவுக்குத்தானே லாபம்.

காஞ்சித் தலைவன் என்ற பெயரில் படம் எடுத்து திமுகவினரின் மனங்களைக் கொள்ளை கொண்டார் எம்.ஜி.ஆர். ரசிகர் மன்றங்கள் மிகப்பெரிய அளவில் வளர்ந்ததெல்லாம் அதன் பிறகுதான். அந்தத் துணிச்சலில்தான் மேலவை உறுப்பினர் பதவியைத் திடீரென ராஜினாமா செய்து திமுக தொண்டர்களின்

வெறுப்பைச் சம்பாதித்துக்கொண்டார். அப்போது வெளியான என் கடமை தோல்வியடைந்ததைத் தொடர்ந்து சுதாரித்துக்கொண்டார்.

தெய்வத்தாய் படத்தில் இடம்பெற்ற பாடல் எம்.ஜி.ஆர் மீது திமுக தொண்டர்களுக்கு இருந்த ஆத்திரத்தை அகற்றியது. அந்தப் பாடல் மூன்றெழுத்தில் என் மூச்சிருக்கும் அது முடிந்த பின்னாலும் என் பேச்சிருக்கும். திமுக மூன்றெழுத்து. அண்ணா மூன்றெழுத்து. எம்.ஜி.ஆர் மூன்றெழுத்து. போதாது? ரசிகர்கள் கொண்டாடித் தீர்த்துவிட்டனர்.

தன்னுடைய எண்ணங்களை, கருத்துகளை, கனவுகளை எல்லாம் தன்னுடைய படங்கள் மூலம் சொல்லத் தொடங்கினார். 1965ல் வெளியான எங்கள் வீட்டுப்பிள்ளை அதற்குச் சரியான உதாரணம். நான் ஆணையிட்டால் அது நடந்துவிட்டால் இங்கு ஏழைகள் வேதனைப்படமாட்டார் என்ற பாடல் இந்தப் படத்தில்தான் இடம்பெற்றது. அதே ஆண்டில்தான் ஆயிரத்தில் ஒருவனும் வெளியாகி பரபரப்பான வெற்றியைப் பெற்றது.

அன்பே வா படத்தில் 'புதிய சூரியனின் பார்வையிலே, உலகம் விழித்துக் கொண்ட வேளையிலே!' என்ற பாடல் இடம்பெற்றது. கறுப்பு - சிவப்பு கோடு போட்ட சட்டை அணிந்துகொண்டு எம்.ஜி.ஆர் பாடியதும் தொண்டர்களுக்குத் தலைகால் புரியவில்லை. உண்மையின் புதிய சூரியனின் இடத்தில் உதய சூரியன்தான் இடம்பெற்றிருந்தது. சென்சார் கத்திரி போட்டுவிட்டது. ஆடியோவுக்கு சென்சார் இல்லாததால் டீக்கடைகளில் உதயசூரியன் என்றே ஒலித்துக் கொண்டிருந்தது.

1967 தேர்தலில் பரங்கிமலை சட்டமன்றத் தொகுதியில் திமுக வேட்பாளராகப் போட்டியிட்டார் எம்.ஜி.ஆர். அப்போதுதான் அந்தத் துப்பாக்கிச்சூடு சம்பவம் நடந்தது. குண்டடி பட்ட எம்.ஜி.ஆரின் படம் பொறிக்கப்பட்ட சுவரொட்டிகள் எம்.ஜி.ஆருக்குப் பதிலாகத் தேர்தல் பிரசாரம் செய்தன. அண்ணாவின் மரணத்துக்குப் பிறகு கருணாநிதிக்கு ஆதரவாக இருந்தார். அதன்பிறகு நடந்த அரசியல் விளையாட்டுகள் கருணாநிதியையும் எம்.ஜி.ஆரையும் எதிரெதிர் களத்தில் நிறுத்தியிருந்தன!

10 திண்டுக்கல் திருப்புமுனை

போராட்டங்கள் நடத்தியாகிவிட்டது. குற்றப்பட்டியல் வாசித்தாகி விட்டது. சபாநாயகர் தம்முடைய கைப்பிடியில் இருந்தும் சட்டமன்றத்தில் எதையும் சாதிக்கமுடியவில்லை. அதிருப்தியின் உச்சத்துக்கே சென்று விட்டார் எம்.ஜி.ஆர். இனி எதைச்செய்து தன்னுடைய சக்தியை நிரூபிப்பது என்று யோசிக்கத் தொடங்கினார். அந்தச் சமயத்தில்தான் வந்தது அந்த இடைத்தேர்தல் செய்தி.

திண்டுக்கல் தொகுதி நாடாளுமன்ற உறுப்பினராக இருந்த திமுகவைச் சேர்ந்த ராஜாங்கம் மரணமடைந்து, அந்தத் தொகுதிக்கு 1973 மே மாதத்தில் இடைத் தேர்தல் அறிவிக்கப்பட்டது. அண்ணா திமுகவை எம்.ஜி.ஆர் தொடங்கி யிருந்த சமயம் என்பதால் அந்த இடைத்தேர்தலில் போட்டியிட்டுத் தன்னு டைய பலத்தை எல்லோருக்கும் நிரூபிக்க விரும்பினார் எம்.ஜி.ஆர். திண்டுக் கல்லில் அதிமுக போட்டியிடும் என்றும் அறிவித்தார்.

அதிமுகவின் முதல் வேட்பாளர் யார் என்பதில் கட்சிக்குள் பலத்த எதிர்பார்ப்பும் போட்டியும் இருந்தது. சேடப்பட்டி முத்தையாவை வேட்பாள ராக்கவேண்டும் என்றார் அதிமுக கொள்கை பரப்புச் செயலாளர் எஸ்.டி. சோமசுந்தரம். ஆனால் மாயத்தேவரை வேட்பாளராக்கவேண்டும் என்றார் ஆர்.எம். வீரப்பன். இறுதியில் மாயத்தேவர் அதிமுக சார்பில் வேட்பாளராக நிறுத்தப்பட்டார்.

திமுக சார்பில் பொன். முத்துராமலிங்கமும் ஸ்தாபன காங்கிரஸ் சார்பில் என்.எஸ்.வி. சித்தனும் மார்க்சிஸ்ட் சார்பில் என். சங்கரய்யாவும் நிறுத்தப் பட்டனர். திடீரென மார்க்சிஸ்ட் கம்யூனிஸ்ட் கட்சியின் தலைவர் பி. ராம மூர்த்தியை எம்.ஜி.ஆர் சந்தித்துப் பேசினார். அதைத் தொடர்ந்து எம்.ஜி. ஆரிடம் இருந்து அறிக்கை ஒன்று வெளியானது.

'ஜீவாதாரமான கொள்கைக்கு எதிராகச் செயல்படுகிறவர்கள் யாராயினும், மாநில அரசானாலும், மத்திய அரசானாலும் அவர்கள் எவ்வளவு பெரிய

வர்கள் ஆயினும் அதிமுக தனது லட்சியத்தை நிறைவேற்ற எதிர்த்துப் போராடியே தீரும்'

மத்திய அரசே ஆனாலும் என்பது இந்திரா காந்தியைக் குறிக்கும் வகையில் இருந்தது. இது மார்க்சிஸ்ட் தலைவர்களை சமாதானம் செய்தது. உடனடியாக மார்க்சிஸ்ட் வேட்பாளர் என். சங்கரய்யா போட்டியில் இருந்து விலகிக் கொண்டார். அதிமுகவின் உருவாக்கத்துக்குப் பின்புலமாகச் செயல்பட்ட எம். கல்யாண சுந்தரம் தலைமையிலான இந்திய கம்யூனிஸ்ட் கட்சியும் அதிமுகவுக்கே ஆதரவளித்தது. அந்த உற்சாகத்தில் எம்.ஜி.ஆர் தன்னுடைய ஒட்டுமொத்த உழைப்பையும் ஒன்றுதிரட்டிப் பிரசாரம் செய்தார்.

திமுகவுக்கும் இந்த இடைத்தேர்தல் கௌரவப் பிரச்னை என்பதால் திமுகவினர் தீவிரமாகப் பிரசாரம் செய்தனர். தேர்தல் வேலைகள் ஒருபக்கம் நடந்து கொண்டிருக்க, உலகம் சுற்றும் வாலிபன் திரைப்படத்தை வெளியிடும் வேலைகளிலும் எம்.ஜி.ஆர் ஈடுபட்டிருந்தார்.

பலத்த நெருக்கடிகளுக்கு மத்தியில் உலகம் சுற்றும் வாலிபன் வெளியானது. படம் நல்ல வெற்றி. தியேட்டர்களில் எம்.ஜி.ஆரின் ரசிகர்களாகப் படத்தைக் கொண்டாடியவர்கள், வெளியே வந்து தொண்டர்களாக மாறிக் களப்பணி செய்தனர். உலகம் சுற்றும் வாலிபனின் வெற்றி திண்டுக்கல் வெற்றிக்கான முன்னறிவிப்பு என்றனர் அதிமுகவினர்.

இறுதியில் அதுதான் நடந்தது. தியேட்டரில் டிக்கெட் வாங்க முண்டியடித்த மக்கள் வாக்குச்சாவடியிலும் அதே நடைமுறையைப் பின்பற்றினர். கிட்டத்தட்ட ஐந்து லட்சம் வாக்குகள் பதிவாகின. அதிமுகவின் மாயத்தேவர் 2,60,930 வாக்குகளைப் பெற்று வெற்றி பெற்றிருந்தார்.

வெற்றி கொடுத்த சந்தோஷத்தைக் காட்டிலும் திமுக வேட்பாளர் பொன். முத்துராமலிங்கம் 93,496 வாக்குகளைப் பெற்று மூன்றாவது இடத்துக்குத் தள்ளப்பட்ட செய்தி எம்.ஜி.ஆரை குதூகலிக்கச் செய்தது. ஸ்தாபன காங்கிரஸின் என்.எஸ்.வி. சித்தன் 1,19,032 வாக்குகள் பெற்று இரண்டாவது இடத்துக்கு வந்திருந்தார். திமுகவில் இருந்து பிரிந்த அண்ணா திராவிட முன்னேற்றக் கழகம், தான் சந்தித்த முதல் இடைத்தேர்தலில் அபார வெற்றியைப் பெற்று பெரும் கவன ஈர்ப்பைப் பெற்றது.

'உங்கள் ஓட்டு தமிழனுக்கா அல்லது அந்நியனுக்கா என்ற கேள்வியை கருணாநிதி எழுப்பினார். அந்தக் கேள்விக்கு' தமிழ்ப் பண்பு, தமிழ்க் கலாசாரம், தமிழ் மரபு, அண்ணாவின் அறவழி, வள்ளுவர் நெறிமுறை இவைகளை இதய சுத்தியோடு பின்பற்றுபவன்தான் தமிழன் என்று ஒளிவு - மறைவு இல்லாமல் மக்கள் தீர்ப்பளித்திருக்கிறார்கள்' என்றார் எம்.ஜி.ஆர்.

'திமுகழகத்தின் வரலாற்றில் ஒரு மிகப்பெரிய தோல்வியைச் சந்தித்த இடம் திண்டுக்கல். இந்தத் திண்டுக்கல்தான் கழகத்தின் பல்வேறு வெற்றிகளுக் கெல்லாம் தடைக்கல்லாகவும் இருந்தது.' என்று பின்னாளில் கருணாநிதி எழுதும் அளவுக்கு திண்டுக்கல் வெற்றி அமைந்திருந்தது!

திண்டுக்கல் தேர்தல் முடிவு குறித்துக் கருத்து தெரிவித்த பெரியார், 'பொதுமக்களின் சிந்தனையைக் கெடுக்கும் சினிமா மோகம் அறவே ஒழியவேண்டும். இது எவ்வளவு தூரம் முற்றியிருக்கிறது என்றால் திண்டுக்கல் தொகுதியில் எம்.ஜி.ஆரின் எச்சில் பட்ட சோடா, கலர் பானங் களைக் குடிக்கும் முட்டாள்தனமான ஓட்டர்கள் நாட்டில் இருக்கின்றார்களே, இந்தப் பைத்தியக்காரத்தனம் வளர்ந்திருக்கிற நிலைக்கு நாடு கெட்டுப் போயிருக்கிறதே' என்று வருத்தத்துடன் கூறினார்.

திண்டுக்கல் இடைத்தேர்தல் தமிழக அரசியலில் அணி மாற்றங்களைத் தீர்மானித்தது. எம்.ஜி.ஆர் தொடங்கிய அதிமுகவுடன் கூட்டணியைத் தொடர கம்யூனிஸ்டுகளும் புதிதாகக் கூட்டணி அமைக்க இந்திரா காங்கிரஸும் ஆர்வம் செலுத்தின. ஆனால் இந்த இருவரில் யாரைத் தேர்ந்தெடுப்பது என்பதில் அவசரம் காட்டாமல் அமைதியாக இயங்கிக் கொண்டிருந்தார் எம்.ஜி.ஆர்.

முதலமைச்சர் கருணாநிதி கூட்டணி பற்றியெல்லாம் சிந்திக்கவில்லை. சட்டமன்றத்தில் முழு பலத்துடன் இருக்கிறோம். ஐந்தாண்டு கால ஆட்சியை சிறப்பான முறையில் நடத்த வேண்டும். இதுதான் அவருடைய இலக்கு. எனினும், திண்டுக்கல் இடைத்தேர்தல் தோல்வியை முன்னிட்டு திமுக தலைவர் கருணாநிதியும் பொதுச்செயலாளர் நெடுஞ்செழியனும் தத்தமது பதவிகளில் இருந்து விலகி, மன்னை நாராயணசாமியை திமுக பொது செயலாளராக ஆக்க இருப்பதாக செய்திகள் கசிந்தன. ஆனால் அந்த முடிவு கட்சிக்கே எதிராக முடிந்துவிடும் என்று எச்சரித்தார் பெரியார். அதனைத் தொடர்ந்து ராஜினாமா யோசனை திரும்பப்பெறப்பட்டது.

இடைத்தேர்தலில் வெற்றி பெற்ற உற்சாகத்தில் திமுக அரசுக்கு எதிராகப் போராட்டங்கள் நடத்துவதில் ஆர்வம் செலுத்திக் கொண்டிருந்தது அதிமுக. குறிப்பாக விலைவாசி எதிர்ப்புப் போராட்டம். திமுக ஆட்சியில் அத்தியா வசியப் பொருள்களின் விலை கடுமையாக உயர்ந்து விட்டது என்றுகூறி மாநிலம் தழுவிய அளவில் போராட்டங்களை நடத்தியது அதிமுக. அதற்கு கம்யூனிஸ்ட் கட்சிகள் ஆதரவு கொடுத்தன. முதலில் ஆதரவு தருவதாகச் சொன்ன இந்திரா காங்கிரஸ் பிறகு விலகிக் கொண்டது.

12 பிப்ரவரி 1973. தமிழ்நாடு சட்டமன்றத்தில் புதுமையான மசோதா ஒன்று அறிமுகம் செய்யப்பட்டது. பொதுவாழ்வில் ஈடுபட்டோர் லஞ்ச ஊழல் குற்றத்தடுப்பு மசோதா. இதன்படி பொதுவாழ்வில் ஈடுபட்டிருப்போர் மீது சாட்டப்படும் லஞ்ச ஊழல் குற்றச்சாட்டை விசாரிக்க உயர்நீதிமன்ற நீதிபதி அந்தஸ்தில் உள்ள ஒரு நீதிபதி தலைமையில் விசாரணை ஆணையம் அமைக்கப்படும். அவருக்கு உதவியாகத் தேவைப்பட்டால் மாவட்ட நீதிபதி அந்தஸ்தில் உள்ளவர்கள் கூடுதல் ஆணையர்கள் நியமிக்கப்படுவார்கள்.

இந்த மசோதாவின்படி பொதுவாழ்வில் ஈடுபட்டிருப்போர் பட்டியலில் முதலமைச்சர், முன்னாள் முதலமைச்சர், அமைச்சர்கள், முன்னாள் அமைச்சர்,

சட்டப்பேரவை மற்றும் மேலவையின் முன்னாள் - இந்நாள் உறுப்பினர்கள், மேயர், துணை மேயர், முன்னாள் மேயர், நகராட்சி, மாநகராட்சி, பஞ்சாயத்து யூனியனின் முன்னாள் - இந்நாள் தலைவர்கள், உறுப்பினர்கள் உள்ளிட்டோர் அடங்குவர்.

லஞ்ச ஊழல் குற்றச்சாட்டு நிரூபிக்கப்பட்டால் சம்பந்தப்பட்டவருக்கு ஏழு ஆண்டுகள் வரை சிறைத்தண்டனை வழங்கப்படும். குற்றச்சாட்டுகள் பொய்யானவை என்பது நிரூபிக்கப்பட்டால் குற்றம் சாட்டியவருக்கு மூன்று ஆண்டுகள் வரை சிறைத்தண்டனை வழங்கப்படும்.

மத்திய அரசின் லோக்பால், லோக் அயுக்த் மசோதாக்களில்கூட பிரதமர் போன்றவர்கள் வராதபோது மாநில அரசு கொண்டுவந்திருக்கும் மசோதாவில் முதலமைச்சரும் கொண்டுவந்தது நேர்மையான விஷயம் என்று பாராட்டப்பட்டது இந்த மசோதா. பொதுவாழ்வில் ஈடுபடுவோர் மீதான ஊழல் வழக்குகளை விசாரிக்க நீதிபதி வெங்கடாத்ரி நியமிக்கப்பட்டார். 5 ஏப்ரல் 1973 அன்று இந்த மசோதா சட்டமன்றம் மற்றும் சட்டமேலவையில் நிறைவேறியது.

முக்கியத்துவம் வாய்ந்த இந்த மசோதாவை அதிமுக கடுமையாக எதிர்த்தது. கறுப்பு மசோதா என்று விமரிசனம் செய்தார் எம்.ஜி.ஆர். திமுகவில் இருந்து வெளியேறுவதற்கு ஊழலைக் காரணமாகச் சொன்ன எம்.ஜி.ஆரும் அதிமுகவும் இந்த மசோதாவை எதிர்த்தது விநோதம்!

•

பூம்புகார். கரிகாற்சோழன் காலத்தில் எழிலோடு விளங்கிய நகரம். அங்கே சிலப்பதிகாரக் காட்சிகளைச் சிற்பங்களாக வடித்து, சிலப்பதிகாரக் கதையை அனைவரும் தெரிந்துகொள்வதற்கு வசதியாகக் கலைக்கூடம் ஒன்றை அமைக்க முடிவு செய்தது திமுக அரசு. நான்கரை லட்சம் ரூபாய் செலவில் உருவாக்கப்பட்ட சிலப்பதிகாரக் கலைக்கூடம் 17 ஏப்ரல் 1973 அன்று திறக்கப்பட்டது.

அதனைத் தொடர்ந்து மகாகவி பாரதியார், கப்பலோட்டிய தமிழர் வ.உ. சிதம்பரனார், வீரபாண்டிய கட்டபொம்மன் என்ற மூன்று சுதந்தரப் போராட்ட வீரர்களுக்கும் விழா எடுத்தது திமுக அரசு. எட்டயபுரத்தில் இருக்கும் பாரதியாரின் பூர்விக இல்லம் நினைவுச் சின்னமாக்கப்பட்டது. ஒட்டப்பிடாரத்தில் இருக்கும் வ.உ. சிதம்பரனாருக்கு சிலை அமைக்கப் பட்டது. பாஞ்சாலங் குறிச்சியில் கட்டபொம்மன் நினைவாகக் கோட்டை எழுப்புவதற்கு அடிக்கல் நாட்டப்பட்டது. பிறகு அந்தக்கோட்டை 18 ஆகஸ்டு 1974 அன்று திறக்கப்பட்டது.

•

திமுகவுக்கு திமுக அரசுக்கும் எதிராகப் போராட்டங்களை நடத்துவதோடு கட்சிக்கான கொள்கைகள், இலக்குகள், லட்சியங்களை வகுப்பதிலும்

அதிமுக ஆர்வம் செலுத்தியது. 30 செப்டெம்பர் 1973 அன்று 29 பக்கங்கள் கொண்ட கொள்கை அறிக்கை ஒன்றை வெளியிட்டது அதிமுக. அந்த அறிக்கையில் இருந்து சில பகுதிகள் இங்கே:

இந்தியத் துணைக்கண்டத்தில் இந்தி ஒன்றுதான் தகுதியான மொழி - நாட்டைக் கட்டியாளத் தகுந்த மொழி - இந்தியத் துணைக்கண்டத்தின் ஆட்சி மொழி - என்று சொல்லப்படும் எல்லா காரணங்களையும் எதிர்க்க அதிமுக முதன்மையாக நிற்கிறது.

ஒவ்வொரு மாநிலத்திலும் ஆட்சி மொழியாக அந்தந்த மாநில மொழியும் மத்திய - மாநில அரசுகளோடு தொடர்புகொள்ள ஆங்கில மொழியும்தான் அமையவேண்டும்.

இன்றைய அரசியல் சட்ட அமைப்புப்படி, அதிகாரங்கள், தலைமையிலே குவிக்கப்பட்டுக் கிடக்கின்றன. அவை பரவலாக்கப்பட்டு, மாநிலங் களும் மாநிலங்கள் வழியாக அவற்றின் கீழ் அமைப்புகளும் போதுமான அதிகாரங்களைப் பெறவேண்டும்.

We Want Neither Dependence Nor Independence But Inter Dependence.

(கட்டுண்டு வாழோம்! பிரிவினை நாடோம்! சமநிலையில் இணைவோம்!)

கறுப்புப்பணத்தை வெளியே கொண்டுவந்தாலன்றி, பொருளாதாரச் சீர்குலைவில் இருந்து நாட்டைக் காப்பாற்ற இயலாது. அதற்குரிய ஒரே வழி நூறு ரூபாய் மற்றும் அதற்கு மேற்பட்ட நோட்டுகளைச் செல்லாது என்று அரசு அறிவிக்கவேண்டும்.

மக்களால் தேர்ந்தெடுக்கப்பட்ட உறுப்பினர்கள், மக்களின் நம்பிக்கையை இழந்துவிடும்போது அவர்களைத் திருப்பி அழைக்கின்ற உரிமை, அவர்களைத் தேர்ந்தெடுத்த மக்களுக்கு அளிக்கப்படவேண்டும். அதற்காக அரசியல் சட்டத்தில் தகுந்த திருத்தம் தேவை.

பிற்பட்ட சமூகத்தினர் என்பவர்களோடு பொருளாதாரத்தில் பிற்பட்டிருக் கின்ற அனைத்து சமூகத்தவர்களுக்கும் சமுதாயத்தில் உயர்நிலை வாழ்வைப் பெறத்தகுந்த பாதுகாப்பு நடவடிக்கைகள் எடுக்கப்பட வேண்டும். (அழுத்தம் ஆசிரியருடையது)

வியாபார ரீதியில் ஒருசில பத்திரிகைத் திமிங்கலங்கள் பத்திரிகை தர்மத்தையே கொன்றுவிட்ட நிலையில், வேண்டுமென்றே செய்தி களைத் திரித்துப் போடும் போக்கு தடுக்கப்படவேண்டும். நாட்டைப் பற்றியோ, மக்களைப் பற்றியோ சிறிதும் கவலைப்படாது பணம் சேர்க்கும் வழியிலே மட்டும் கவனம் வைக்கும் நாட்டுப்பற்றற்ற, நாட்டின் ஒற்றுமையில் சிறிதும் அக்கறை அற்றவர்களிடம் பத்திரிகை களை ஒப்படைக்கக்கூடாது.

முழுமையான மதுவிலக்கு என்பதுதான் அதிமுகவின் கொள்கை. இந்தியத் துணைக்கண்டம் முழுமையிலும் இறுதியாக மதுவிலக்கு கொண்டுவரவேண்டும்.

லஞ்சம், ஊழல், ஒழுங்கீனம் இவற்றைச் செய்தவர்கள் எந்த உயர்பதவியில் இருப்பவர்களானாலும் ஆட்சியில் இருந்த அமைச்சர்களேயானாலும் வேறு அரசு பொறுப்பேற்கும்போது சிறிதும் தயவு தாட்சண்யமின்றி நடுநிலையாளரைக் கொண்டு விசாரித்து, குற்றம் செய்ததாக நிரூபிக்கப்பட்டால் மிகக் கடுமையான தண்டனைக்கு ஆளாக்கவேண்டும்.

தண்டனைக்கு ஆளாகிறவர்களின் உறவினர்களுடைய பெயரிலும் தங்களுடைய பெயரிலும் நண்பர்களுடைய பெயரிலும் தவறான வழியில் சேர்த்துக்கொண்ட சொத்துகள் அனைத்தையும் பறிமுதல் செய்து நாட்டுக்குச் சொந்தமாக்க வேண்டும்.

இதுதான் அதிமுக வெளியிட்ட கொள்கை அறிக்கை. அண்ணாயிசம் என்று பெயரிடப்பட்ட அந்த அறிக்கையை அதிமுகவின் தொண்டர்கள், தலைவர்கள், பேச்சாளர்கள் அத்தனைபேரும் வைத்திருந்தனர். அதைத்தான் மேடையிலும் பேசிவந்தனர். நீதிக்கட்சி, திராவிடர் கழகம், திராவிட முன்னேற்றக் கழகம் ஆகியன வெளியிட்ட கொள்கை அறிக்கையைப் போல அல்லாமல் பிரிவுக்கு முன்பு நடந்த சம்பவங்களை அடிப்படையாக வைத்து வகுக்கப்பட்டிருந்தது அதிமுகவின் கொள்கை அறிக்கை.

•

பாண்டிச்சேரி மாநிலத்துக்குச் சட்டமன்றத் தேர்தல் அறிவிக்கப்பட்டது. ஒரேயொரு இடைத் தேர்தலை மட்டுமே சந்தித்திருந்த அதிமுக, முதன் முறையாகப் பொதுத்தேர்தல் ஒன்றுக்குத் தயாராகியிருந்தது. அந்தத் தேர்தலில் அதிமுகவுக்கு அபார வெற்றி. மொத்தமுள்ள முப்பது இடங்களில் அதிமுகவுக்கு 12 இடங்கள். இந்திரா காங்கிரஸுக்கு 7, ஸ்தாபன காங்கிரஸுக்கு 5, திமுக மற்றும் இந்திய கம்யூனிஸ்ட் கட்சி தலா 2, மார்க்சிஸ்ட் கம்யூனிஸ்டுக்கு 1, திமுக ஆதரவு சுயேச்சை 1 என்ற அளவில் தேர்தல் முடிவுகள் வந்திருந்தன.

இந்திய கம்யூனிஸ்டு, மார்க்சிஸ்டு கம்யூனிஸ்ட் கட்சிகளின் ஆதரவுடன் புதுச்சேரியில் அதிமுக ஆட்சி அமைத்தது. அதிமுக சார்பில் எஸ்.ராமசாமி முதலமைச்சரானார். ஆனால் சட்டமன்றத்தில் பெரும்பான்மை நிரூபிக்கப் படவில்லை. அதற்கு 16 எம்.எல்.ஏக்களின் ஆதரவு தேவை.

இந்திரா காந்தியிடம் ஆதரவு கேட்டார் எம்.ஜி.ஆர். அதற்குப் பதிலாக அசோக் லேலண்ட் அதிபர் ரங்கநாதன் தமிழ்நாட்டில் இருந்து மாநிலங்களவைக்குத் தேர்வாக ஆதரவளிக்கவேண்டும் என்றார் இந்திரா. வேறு வழியில்லை. எம்.ஜி.ஆரும் சம்மதித்தார். புதுச்சேரி சட்டமன்றத்தில் வாக்கெடுப்பு நடத்தப்பட்டது. அதிமுக அரசுக்கு ஆதரவாக 14 வாக்குகள் விழுந்தன. எதிராக

15 வாக்குகள். எப்படி? திமுக, இந்திரா காங்கிரஸ், ஸ்தாபன காங்கிரஸ், சுயேச்சை என அனைவருமே ஆட்சிக்கு எதிராக வாக்களித்திருந்தனர். கடைசிநேரத்தில் எம்.ஜி.ஆரைக் கைகழுவியிருந்தார் இந்திரா காந்தி. அதேசமயம் ரங்கநாதன் மேலவைக்குச் சென்றிருந்தார். இந்திராவை எதிர்த்து எதுவும் செய்ய முடியாமல் அமைதியாக அமர்ந்துவிட்டார் எம்.ஜி.ஆர்.

11 மறைந்தார் பெரியார்

வைகரிக்ஷா ஒழிப்பு மசோதா. சுயமரியாதை இயக்கப் பாரம்பரியத்திலிருந்து வந்த திராவிட முன்னேற்றக் கழக அரசு கொண்டுவந்த முக்கியத்துவம் வாய்ந்த மசோதா. மனிதனை வைத்து மனிதனே இழுத்துச் செல்லும் கொடுமையைக் களையும் வகையில் புதிய மசோதா ஒன்று 28 நவம்பர் 1973 அன்று தமிழ்நாடு சட்டமன்றத்தில் கொண்டுவரப்பட்டது.

இந்தியாவில் பல மாநிலங்களிலும் இன்னமும் புழக்கத்தில் இருந்துவரும் கைரிக்ஷாக்கள் தமிழகத்தில் மட்டுமே நீக்கப்பட்டது என்பது குறிப்பிடத் தக்க விஷயம். தொழிலாளர்கள் ஆதரவு கம்யூனிஸ்டுகள் ஆட்சி செய்யும் மேற்கு வங்கத்தில் இன்னமும் கைரிக்ஷாக்கள் ஒழிக்கப்படவில்லை என்பது கவனிக்கத்தக்கது.

ஆளுங்கட்சி என்ற முறையில் திமுக திட்டங்களைச் செயல்படுத்திக் கொண்டிருந்தது. எதிர்க்கட்சி என்ற முறையில் அதிமுக அரசியல் நடவடிக்கைகளிலும் கட்சி வளர்ச்சிப் பணிகளிலும் தன்னை ஈடுபடுத்திக் கொண்டிருந்தது. ஆனால் திராவிடர் கழகமோ மிகவும் உணர்ச்சிமயமான பிரச்னையைக் கிளப்பியது.

'இந்திய அரசியல் சட்டத்தைத் திருத்தவோ, மாற்றவோ நம் மக்களுக்கு ஒருநாளும் சக்தியோ, உரிமையோ ஏற்படும் என்று கருதவே இடம் இல்லை. அதனால் இந்திய ஆட்சியில் இருந்து தமிழ்நாட்டை விலக்கிக்கொள்ள முயற்சி செய்தே ஆகவேண்டிய ஒரு கட்டாயமான, நிர்பந்தமான நிலையில் நாம் இருக்கிறோம்.. நாம் உடனடியாக இந்தியக் கூட்டாட்சியில் இருந்து விலகி, விடுதலை பெற்று, சுதந்தரத் தமிழ்நாட்டை உருவாக்கும் முயற்சியில் ஈடுபட்டாக வேண்டியவர்களாக இருக்கிறோம். இம்முயற்சிக்கு இன்றைய திமுக ஆட்சி இணங்கும் என்று கருத முடியாது. ஏனெனில், திமுக ஆட்சி விரும்புவதெல்லாம் இந்தியக் கூட்டாட்சி ஆதிக்கத்துக்கு உட்பட்ட மாகாண சுயாட்சிதான்... சுதந்தரத் தமிழ்நாடு என்ற சொற்களை ஒவ்வொருவரும் லட்சியச் சொல்லாகக் கொள்ளவேண்டும் என்று விரும்புகிறேன்.'

இதுதான் பெரியாரின் பிறந்தநாள் செய்தி. பிரிவினை கோருகிறது திராவிடர் கழகம், ஆகவே தடை செய்யவேண்டும் என்று கோரிக்கை எழுந்தது. 4 டிசம்பர் 1973 அன்று தமிழக சட்டமன்றத்தில் இதுவிஷயமாக ஒத்திவைப்புத் தீர்மானம் கொண்டுவரப்பட்டது. அதற்கு முதலமைச்சர் அளித்த பதில் இதுதான்.

'மதுரையில் பிரிவினை கோரும் மாநாடு ஒன்றைப் பெரியார் திறக்க இருந்தார்; அதைத் தடை செய்தோம். பெரியாருடன் அமைச்சர்களும் நிகழ்ச்சிகளில் கலந்துகொள்ளும்போது, அங்கு பிரிவினை பற்றிப் பேசப்பட்டால், இது எங்கள் கொள்கை அல்ல என்று அங்கேயே மறுத்து இருக்கிறோம். பெரியார் இப்போது மாத்திரமல்ல; காமராஜர், பக்தவத்சலம் காலத்திலும் பிரிவினை பற்றிப் பேசிவந்துதான் இருக்கிறார். இப்போது அவர் நிபந்தனையின்பேரில்தான் பிரிவினை கேட்கிறார்.'

22 டிசம்பர் 1973 இரவு பெரியாரின் உடல்நிலை வெகுவாகப் பாதிக்கப் பட்டது. மருத்துவர்கள் அருகிலேயே இருந்து தொடர்ச்சியாக சிகிச்சைகள் கொடுத்துவந்தனர். ஆயினும் அவருக்கு ஏற்பட்டிருந்த வலி குறையவில்லை. மரண வேதனையை அனுபவித்துக் கொண்டிருந்த பெரியார், 24 டிசம்பர் 1973 அன்று காலை 7.40 மணிக்கு மரணம் அடைந்தார்.

உடனடியாக முதல்வர் கருணாநிதி தலைமையில் திமுக சட்டமன்ற உறுப்பினர்களின் கூட்டம் கூட்டப்பட்டது. அதில் பேசிய கருணாநிதி, 'அய்யாவின் உடலைப் பொதுமக்கள் பார்வையிட ராஜாஜி மண்டபத்தில் வைக்கவேண்டும். அவருடைய உடலை அரசு மரியாதையுடன் அடக்கம் செய்யவேண்டும்' என்றார். மறுநொடி அவருடைய பேச்சுக்கு எதிர்கருத்து ஒன்று வந்தது.

'அய்யா எந்த அரசுப் பொறுப்பிலும் இருந்தவர் அல்ல; எனவே அரசு மரியாதை செய்வது சட்டப்படி முடியாது'

சொன்னவர் தமிழக அரசின் தலைமைச் செயலாளராக இருந்த சபாநாயகம் ஐ.ஏ.எஸ். அதற்குப் பதிலளித்த முதலமைச்சர் கருணாநிதி, 'மகாத்மா காந்தி எந்தப் பதவியில் இருந்தார்? அவருக்கு அரசு மரியாதை செய்தார்களே, அதைப் போல் செய்யவேண்டியதுதானே' என்று கேட்டார். அதற்கும் ஒரு பதிலைத் தயாராக வைத்திருந்தார் சபாநாயகம்.

'He is the Father of the Nation.'

உடனே முதலமைச்சர், சபாநாயகத்தைப் பார்த்து, 'Periyar is the Father of Tamilnadu.. Father of our DMK Government. இந்த மரியாதையைச் செய்வதன்மூலம் என் பதவி போனாலும் பரவாயில்லை. மேற்கொண்டு ஆகவேண்டியதைச் செய்யுங்கள்' என்று உத்தரவிட்டார்.

கறுப்பு கட்டமிட்ட தனி அரசிதழ் வெளியிடப்பட்டது. அதில் இந்திய நாட்டின் தலைசிறந்த சமுதாய சீர்திருத்தவாதியான பெரியார் - திரு. ஈ.வெ. ராமசாமி அவர்கள் வேலூரில் 24-12-1973ஆம் நாள் காலை 7.40 மணி அளவில்

இயற்கை எய்தினார் என்பதை தமிழ்நாடு அரசு மிகுந்த வருத்தத்துடன் தெரிவிக்கின்றது. சமுதாயத் தளைகளையும் சாதி வேறுபாடுகளையும் நீக்குவதில் அவர் ஆற்றிய அரும்பணியை அரசு பெரிதும் பாராட்டுகிறது. மறைந்த தலைவருக்கு மரியாதை செலுத்தும் முறையில் இன்று துக்கநாளாக அனுசரிக்கப்படும் என்றும் பொது விடுமுறை என்றும் அரசு அறிவிக்கின்றது என்று பதிவு செய்யப்பட்டது. 36 குண்டுகள் முழங்க முழு அரசு மரியாதையுடன் பெரியாரின் உடல் தேக்குமரப் பெட்டியில் வைத்து புதைக்கப்பட்டது.

பெரியாரின் மறைவை அடுத்து அவருடைய திராவிடர் கழகம் எடுக்க வேண்டிய நிலைப்பாடுகள் குறித்த விவாதங்கள் தொடங்கின. 6 ஜனவரி 1974 அன்று திராவிடர் கழக நிர்வாகிகளின் ஆலோசனைக் கூட்டம் தொடங்கியது. அந்தக் கூட்டத்தில் திராவிடர் கழகத்தின் தலைவராக ஈ.வெ.ரா. மணியம்மையார் தேர்ந்தெடுக்கப்பட்டார். பொதுச்செயலாளராக கி. வீரமணி தொடர்ந்து செயல்படவேண்டும் என்று கேட்டுக்கொள்ளப்பட்டார்.

12 மாநில சுயாட்சி

மாநில சுயாட்சி. திமுக எழுப்பிவரும் லட்சிய முழக்கங்களுள் முக்கிய மானது. அண்ணா காலத்தில் இருந்து தொடர்ந்து வலியுறுத்தப்பட்டுவரும் இந்தக் கோரிக்கை குறித்துத் தெரிந்துகொள்வதற்கு முன்னால் நாடாளுமன்ற உறுப்பினராக இருந்த முரசொலி மாறன் 1974ல் எழுதி வெளியான மாநில சுயாட்சி புத்தகத்தில் பதிவு செய்திருக்கும் தகவல் ஒன்றைப் பார்த்துவிடுவது அவசியம்.

'1971 பொதுத்தேர்தல் நேரத்திலே அப்போது இந்தியன் ஏர்லைன்ஸ் தலைவராக இருந்த திரு.மோகன் குமாரமங்கலத்துக்கு அரசியலில் நுழையவேண்டும் என்கிற ஆசை ஏற்பட்டது. இந்திரா காங்கிரஸின் சார்பாக நாடாளுமன்றத் தேர்தலில் போட்டியிட நினைத்தார். ஆனால் இந்திரா காங்கிரஸ் திமுகவோடு உடன்பாட்டுக்கு வராவிட்டால் தாம் போட்டியிடப் போவதில்லை என்று பகிரங்கமாக அறிவித்தார்; அப்படி ஒரு உடன்பாடு வேண்டுமென்றும் விரும்பினார்.

அந்த நேரம் சென்னை சேப்பாக்கத்தில் உள்ள விருந்தினர் மாளிகையில் கழகத் தலைவர் கலைஞரும் பொதுச்செயலாளர் நாவலரும் கழக வேட்பாளர்களைத் தேர்ந்தெடுப்பதில் ஈடுபட்டிருந்தனர். வேறு பணி குறித்து அவர்களோடு பேசுவதற்காக வந்திருந்த நானும் (முரசொலி மாறன்) அங்கு இருந்தேன். அப்போது மோகன் குமாரமங்கலம் என்று ஒரு சீட்டு வந்தது. இருவரையும் சந்திப்பதற்காக அவர் வந்து வெளியே காத்திருந்தார். பிறகு அனுமதி பெற்று உள்ளே வந்தார்.

வணக்கம் என்ற வாழ்த்துகள் பரிமாறிக்கொள்ளப்பட்டன. ஆனால் திரு. மோகன் குமாரமங்கலம் மட்டும் நின்றுகொண்டே இருந்தார். அங்கே உட்காருவதற்குப் போதுமான நாற்காலிகள் இருந்தன.

கலைஞரும் நாவலரும் வற்புறுத்தி உட்காரச் சொன்னபிறகுதான் அவர் உட்கார்ந்தார். இதை நேரில் இருந்து பார்த்தவர்களில் நானும் ஒருவன்.

அதற்குப் பிறகு திரு. மோகன் குமாரமங்கலம் திமுகவின் ஆதரவைப் பெற்றார் என்பதைச் சொல்ல வேண்டியதில்லை. பாண்டிச்சேரியிலிருந்து தேர்ந்தெடுக்கப்பட்டு, டில்லிக்குச் சென்று அமைச்சரானார்.

பிறகு நிலைமை என்ன?

எந்தக் கழகத் தலைவர் - பொதுச்செயலாளர் முன்னிலையில் உட்காருவதற்குத் தயக்கம் காட்டினாரோ அதே திரு. மோகன் குமாரமங்கலம் அந்தக் கழகத்தின் ஆட்சியைக் கவிழ்க்காமல் விடமாட்டேன் என்று கச்சைகட்டிப் புறப்பட்டார்... இதற்காக திரு. குமாரமங்கலத்தை மட்டும் குறைசொல்லிப் பயனில்லை. அவர் அரசியலில் அதிக அனுபவம் இல்லாதவர்; திடீரென்று அமைச்சராகிறார். சுற்றிலும் திரும்பிப் பார்க்கிறார்; மத்திய அரசின் தளவாடச் சாலையிலே மாநில அரசை எடுப்பதற்கும் கவிழ்ப்பதற்கும் பட்டினி போடுவதற்கும் மிரட்டுவதற்கும் அங்கே விதவிதமான ஆயுதங்கள், அரசியல் அமைப்புச் சட்டத்திலே அடுக்கி வைக்கப்பட்டிருக்கின்றன.

ஜமீன்தார் வீட்டுப் பிள்ளையில்லையா! அந்த ஆயுதங்களை வைத்து விளையாடிப் பார்த்தால் என்ன என்று ஆசை எழுகிறது. இந்தச் சாமான்யப் பயல்களைப் போய் ஆதரவு கேட்கும்படி நமது நிலைமை ஆகிவிட்டதே! முதலில் அவர்களைத் தொலைப்போம்!' என்ற மனப்பான்மை எழுகிறது. இதற்கெல்லாம் யார் காரணம்?

மத்திய அரசிலே அத்தகைய ஆயுதங்கள் குவிக்கப்பட்டிருக்கின்றன. அங்கே இருப்பவர்கள் ஏதோ 'மேலே' வானுலகில் இருப்பதாகக் கருதிக் கொள்கிறார்கள். பூலோகத்தில் 'கீழே' இருக்கிற மாநில அரசுகளை அற்பமாக நினைக்கிறார்கள். டில்லிக்குச் சென்றால் ஒரு குழந்தைக்குக்கூட இந்த உணர்வு வரும். அதிகாரக் குவிப்பும் திரண்ட நிதி ஆதாரங்களும் மத்தியிலே உள்ளவர்களுக்கு மமதையைக் கொடுத்திருக்கின்றன.'

திராவிட நாடு பிரிவினை கோரிக்கையைக் கைவிட்டபிறகு இந்தி ஆதிக்க ஒழிப்பு, தமிழ்மொழி - தமிழ் இன - தமிழ் மரபின் மேம்பாடு, தமிழ் நாட்டின் உரிமைகள், அதன் நியாயமான பங்கு, சுரண்டல் ஒழிப்பு ஆகிய இலட்சியங்களை அரசியல் சட்டத்துக்கு உட்பட்ட முறையில், இந்திய ஒற்றுமைக்குச் சிறிதும் குந்தகம் ஏற்படாத வகையில், அரசியல் சட்டத்தைத் திருத்தி, அடைவதற்கு திமுக ஏற்றுக்கொண்ட கொள்கைப் பாதைதான் மாநில சுயாட்சி. இதை அண்ணா முதலமைச்சரான பிறகு சென்ற முதல் டெல்லி பயணத்தின்போதே தெளிவுபடுத்தினார். 8 ஏப்ரல் 1967 அன்று டெல்லியில் செய்தியாளர்களைச் சந்தித்தார் அண்ணா.

'மாநிலங்களுக்குப் போதுமான அதிகாரங்களை வழங்கிவிட்டு, நாட்டின் ஒருமைப்பாட்டையும் ஒற்றுமையையும் பாதுகாப்பதற்கு எவ்வளவு அதிகாரங்கள் தேவையோ அவற்றை மட்டும் மத்திய அரசு வைத்துக் கொண்டால் போதும்.'

அண்ணாவின் மறைவுக்குப் பிறகு கருணாநிதி தலைமையிலான திமுக அரசும் திமுகவும் மாநில சுயாட்சிக் கொள்கையைத் தொடர்ந்து வலியுறுத்தின. மத்திய மாநில உறவுகள் குறித்து ஆய்வு செய்து அறிக்கை தரவேண்டும் என்று நீதிபதி ராஜமன்னார் தலைமையில் குழு ஒன்றும் அமைக்கப்பட்டது. இந்நிலையில் மாநில சுயாட்சி என்றால் என்ன? அதன் அவசியம் என்ன என்பது பற்றிப் பார்த்துவிடுவது நல்லது.

பொதுவாக மாநில அரசுகளுக்கு நிறைய நிர்வாக அதிகாரங்கள் இருக்கின்றன. அவற்றைக் கொண்டு எத்தனைத் திட்டங்களை வேண்டுமானாலும் தீட்டலாம். ஆனால் அவற்றுக்குத் தேவையான நிதியை மத்திய அரசிடம் இருந்துதான் வாங்கவேண்டும். கொடுக்கும் இடத்தில் மத்திய அரசும் வாங்கும் இடத்தில் மாநில அரசும் இருக்கிறது.

இந்த நிதி எங்கிருந்து வருகிறது?

இந்தியாவில் இருக்கும் அனைத்து மாநிலங்களிலும் வாழும் மக்கள் மத்திய அரசுக்குக் கொடுக்கும் வரி, மத்திய அரசு வெளிநாடுகளில் இருந்து கடனாகப் பெறுகின்ற நிதி என்ற இரண்டும் சேர்ந்துதான் மத்திய அரசின் கைகளுக்குச் செல்கின்றன. அந்த நிதியை திட்டக்குழு, நிதிக்குழு, மத்திய நிதி அமைச்சகம் ஆகியவற்றின் மூலம் மாநில அரசுகளுக்கு மத்திய அரசு கொடுக்கிறது.

நிதிகளைத் திரட்டித்தரும் மாநில அரசுகளுக்கு அவற்றை நிறைவேற்றிக் கொள்வதற்கான அதிகாரம் என்பது சொற்பமாக இருப்பதுதான் மாநில அரசுகளை அதிருப்தியடைச் செய்தது. இந்த இடத்தில் அதிகாரம் என்பது நிதி ஆதாரங்களைப் பெற்றுக்கொள்வதற்கான வரி விதிக்கும் அதிகாரங்கள். ஆனால் அதிக நிதி திரளக்கூடிய வரிகளை எல்லாம் மத்திய அரசே விதிக்கிறது. நிதி குறைவாகவோ அல்லது பூஜ்ஜியமாகவோ திரளக்கூடிய வரிகளை மட்டும்தான் மாநில அரசு விதிக்க முடியும்.

மத்திய அரசுப் பட்டியலில் வருமான வரி, ஏற்றுமதி - இறக்குமதி தீர்வை, கம்பெனிகளின் நிகர வருமானத்தின்மீது விதிக்கப்படும் கார்ப்பரேஷன் வரி, வாரிசு வரி, எஸ்டேட் வரி, சொத்து வரி என்று மொத்தம் 12 வரிகள் வருகின்றன. மாநில அரசுப் பட்டியலில் நில வரி, விவசாய வருமான வரி, விவசாய நிலத்துக்கான எஸ்டேட் வரி, மனையின் மீதும் கட்டடங்கள் மீதும் போடப்படுகிற வரி, மதுபானங்களின் மீது போடப்படும் எக்சைஸ் வரி, மின்சாரப் பயன்பாடு மற்றும் விற்பனையின் மீது போடப்படும் வரி, விற்பனை வரி, சரக்கு மற்றும் பயணிகள் மீதான வரி, வாகன வரி, கால்நடை மற்றும் படகுகள் மீதான வரி, சுங்கவரி, தொழில்வரி, தலைவரி, கேளிக்கை வரி, முத்திரைத் தாள் வரி என்று மொத்தம் 19 வரிகள் வருகின்றன.

எண்ணிக்கையைப் பொறுத்து மாநில அரசு அதிக வரிகளை விதிக்கலாம். ஆனால் நிதி அளவைக் கொண்டு பார்த்தால் மத்திய அரசு விதிக்கும் வரிகள் மூலமாகவே அதிக நிதி திரளும். விற்பனை வரி ஒன்றின் மூலமாகத்தான்

மாநில அரசு அதிக நிதியைத் திரட்ட முடியும். மற்ற அனைத்துமே பயன் படுத்த முடியாத அல்லது பயன்கள் குறைவான வரிகள்தான்.

நிதி விவகாரத்தில் மட்டும்தான் மாநில அரசுகள் 'பெற்றுக்கொள்ளும் கீழான நிலையில்' இருக்கிறது என்று சொல்ல முடியாது. மற்ற அதிகாரங்களிலும் மத்திய அரசுதான் மேலோங்கி நிற்கிறது. அதற்குக் கட்டுப்படும் நிலையில் தான் மாநில அரசுகள் இருக்கின்றன. ஒருகாலத்தில் மாநில அரசுகளின் வசம் இருந்த பல அதிகாரங்கள் மெல்ல மெல்ல மத்திய அரசின் வசம் சென்று விட்டன. உதாரணமாக, அறநிலையங்கள், அறக்கட்டளைகள், சமய கட்டளைகள் ஆகியவற்றை ஒழுங்குபடுத்தும் அதிகாரம் மாண்டேகு - செம்ஸ்போர்டு சீர்திருத்தங்களின்படி மாநில அரசின் வசமே இருந்தது. ஆனால் சுதந்தரத்துக்குப் பிறகு மத்திய அரசின் வசம் சென்றுவிட்டது.

தேசிய நெடுஞ்சாலை போல தேசிய நீர்வழி என்று நாடாளுமன்றத்தால் பிரகடனப்படுத்தப்படும் நீர் வழிகள் மீதும் அதில் செலுத்தப்படும் கலன்கள் மீதும் மாநிலங்களுக்கு எந்தவித அதிகாரமும் கிடையாது. இப்படிப் பல அதிகாரங்கள் மாநில அரசிடம் இருந்து பறிக்கப்பட்டு மத்திய அரசின் வசம் சென்றுவிட்டன. இதனால் மாநில அரசுகள் மிகவும் பலவீனமாகிவிட்டன.

இந்தச் சூழ்நிலையில்தான் 16 ஏப்ரல் 1974 அன்று தமிழ்நாடு சட்டமன்றத்தில் மாநில சுயாட்சித் தீர்மானம் முன்மொழியப்பட்டது. அதை முன்மொழிந்து பேசினார் முதலமைச்சர் கருணாநிதி.

> மாநில சுயாட்சி பற்றியும் ராஜமன்னார் குழுவின் பரிந்துரைகள் பற்றியும் தமிழ்நாடு அரசின் கருத்துரைகளையும் ராஜமன்னார் குழுவின் அறிக்கையையும் இப்பேரவை ஆய்வுக்கு எடுத்துக்கொண்டு, பல்வேறு மொழி, நாகரிகம், பண்பாடு ஆகியவற்றைக் கொண்ட இந்திய நாட்டின் ஒருமைப்பாட்டைப் பேணிக்காக்கவும் பொருளாதார வளர்ச்சியை மேம்படுத்தவும் மக்களுடன் நெருங்கிய தொடர்பு கொண்ட மாநில ஆட்சிகள் தடையின்றிச் செயல்படவும் மாநில சுயாட்சி பற்றியும் ராஜமன்னார் குழுவின் பரிந்துரைகள் மீதும் தமிழ்நாடு அரசு அளித்திருக்கும் கருத்துகளை மத்திய அரசு ஏற்று, மத்தியில் கூட்டாட்சி, மாநிலத்தில் சுயாட்சி கொண்ட உண்மையான கூட்டாட்சி முறையை உருவாக்கும் அடிப்படையில் இந்திய அரசியல் அமைப்புச் சட்டம் உடனடியாகத் திருத்தப்படவேண்டும் என்று இப்பேரவை முடிவு செய்கிறது.

சட்டமன்றத்தில் மாநில சுயாட்சித் தீர்மானம் கொண்டுவரப்பட்டபோது அதற்கு அதிமுக ஆதரவளிக்கவில்லை. மாறாக, ராஜமன்னார் குழுவின் அறிக்கையைக் கடுமையாக விமரிசனம் செய்தது அதிமுக.

'ராஜமன்னார் குழுவின் அறிக்கை சட்டமன்ற உறுப்பினர்கள் படிப்பதற்குத் தகுதியுடைய புத்தகம் அல்ல; உயர்நிலைப் பள்ளியில்

படிக்கின்ற மாணவன் கூடப் பயன்படுத்த இதில் எந்தவிதமான கருத்தும் இல்லை. குப்பைக்கூடையில் தூக்கி எறியப்படவேண்டிய அறிக்கை இது' என்பதுதான் அதிமுகவின் கருத்து. தவிரவும், மாநில சுயாட்சி என்ற பதத்தை அண்ணா பயன்படுத்தினாரா? என்ற கேள்வியையும் எழுப்பினர்.

மாநில சுயாட்சி கோரிக்கை என்பது திமுகவினர் கண்டுபிடித்த கொள்கையோ, கோரிக்கையோ அல்ல; மாறாக, காங்கிரஸ் கட்சி தொடக்க காலத்தில் வலியுறுத்திய கொள்கைதான் என்று ஒரு சிலரும் தமிழரசுக் கழகத் தலைவர் ம.பொ. சிவஞானம் பல ஆண்டுகளாக வலியுறுத்திவரும் கொள்கையை திமுகவும் கருணாநிதியும் கைப்பற்றிக்கொண்டனர் என்றும் விமரிசனங்கள் எழுந்தன. அவற்றுக்கு சட்டமேலவையிலேயே விளக்கம் கொடுத்தார் ம.பொ. சிவஞானம்.

'யாரோ சொன்னார்களாம். 'ம.பொ.சியின் கொள்கையைக் கருணாநிதி எடுத்துக்கொண்டார்' என்று. ஆணவம் இல்லாமல் மட்டுமல்ல; அடக்கத் தால் மட்டுமல்ல, சத்தியமாகவும் சொல்கிறேன். இந்தத் தத்துவம் எனக்குச் சொந்தமல்ல. இது, அகில உலகின் அரசியல் சாத்திரம் - சரித்திரம். அதற்காக ஒரு இயக்கத்தைத் தொடங்கியவன் என்ற சிறப்பு எனக்கு இருக்கலாமே ஒழிய, சுயாட்சித் தத்துவமே எனக்கு ஏகபோகமல்ல.'

பிறகு முதலமைச்சர் கருணாநிதி விவாதங்களுக்குப் பதிலளிக்கும்போது மாநில சுயாட்சியின் அவசியம் பற்றிப் பேசினார்.

> 1973 - 74 நிதி நிலை அறிக்கையில் மால்கோ தேசியமயமாக்கப் படவேண்டும் என்று அறிவித்தோம். அதற்கான சட்ட நகலை மத்திய அரசுக்கு அனுப்பினோம். ஆனால், இதுவரையில் அந்தப் பிரச்னை என்னவாயிற்று? முடியுமா? முடியாதா? என்கின்ற எந்தத் திட்டவட்ட மான பதிலும் இல்லை.
>
> தொழிலாளிகளுக்கு நிர்வாகத்திலே பொறுப்பு - முதலீட்டில் பங்கு என்ற திட்டத்தை அறிவித்து, விதிமுறைகள் வகுத்து, மசோதா கொண்டுவந்து - இன்றைக்கு அந்தச் சட்டம் மத்திய சர்க்காருடைய தயவை எதிர் பார்த்துக்கொண்டிருக்கிறது.
>
> சோளம், கம்பு, கேழ்வரகு போன்ற சிறுதானியங்கள் ஒரு மாநிலத்தில் இருந்து இன்னொரு மாநிலத்துக்குச் செல்லக்கூடாது என்று தடை இருந்தது. அந்தத் தடையை மத்திய சர்க்கார் நீக்கிவிட்டார்கள். யாரைக் கேட்டுக் கொண்டு நீக்கினார்கள்? நம் மாநிலத்தைக் கலந்துகொண்டு செய்யப்பட்டதா? இல்லை.
>
> எண்ணெய் விலையை ஓரளவுக்காவது கட்டுப்படுத்தலாம் என்றுதான் வேர்க்கடலைக்கு லெவி வேண்டும் என்றும் வியாபாரத்துக்கு லைசென்ஸ் தரப்படவேண்டும் என்றும் அதற்கான அதிகாரம் மாநில அரசுக்கு வேண்டும் என்றும் அனுமதி கேட்டோம். இதுவரை அந்த அனுமதி தரப்படவில்லை.

மத்திய அரசின் அனுமதி இல்லாமலேயே எண்ணெய் டிப்போக்களுக்கு மண்ணெண்ணெய் விநியோகம் செய்ய உத்தரவிடுகிற அதிகாரம் இதுவரை மாநிலத்துக்கு இருந்தது. ஆனால் திடீரென்று 1972ல் இந்த அதிகாரத்தை மத்திய அரசு எடுத்துக்கொண்டது.

எனவே, அதிகாரம் கேட்பது இங்கே அமர்ந்திருக்கிற அமைச்சர் பெருமக்கள் அந்த அதிகாரத்தை அனுபவிக்க வேண்டும் என்பதற் காகவா? அதிகாரம் எங்களுக்காக அல்ல; மாநிலத்துக்காகக் கேட்கிறோம். அது புரிய வேண்டும் என்பதற்காகத்தான் மாநில சுயாட்சி என்று சொல்கிறோம். மாநில சுயாட்சி என்பது தேவையின் அடிப் படையில் எழுந்த அரசியல் கோரிக்கையே தவிர, அரசியல் கட்சியின் கோரிக்கை அல்ல என்று 21 ஜூலை 1968ல் நடைபெற்ற மாநாட்டில் அண்ணா பேசினார்.

ஐந்து நாள்கள் நடந்த விவாதத்துக்குப் பிறகு மாநில சுயாட்சித் தீர்மானத்தின் மீது வாக்கெடுப்பு நடத்தப்பட்டது. தீர்மானத்துக்கு ஆதரவாக 161 பேரும் எதிராக 23 பேரும் வாக்களித்தனர். அதிமுக கால அவகாசம் போதவில்லை என்றுகூறி வாக்கெடுப்பு நடக்கும் சமயத்தில் வெளிநடப்பு செய்துவிட்டது. அண்ணாவின் உயில் என்று கருதப்பட்ட மாநில சுயாட்சித் தீர்மானத்துக்கு அண்ணா திமுக ஆதரவளிக்காதபோதும் பெரும்பான்மையான சட்டமன்ற உறுப்பினர்களின் ஆதரவுடன் மாநில சுயாட்சித் தீர்மானம் நிறைவேற்றப் பட்டது.

13 கச்சத்தீவு கைமாறியது

கச்சத்தீவு என்பது தமிழக மீனவர்களின் நம்பிக்கை நட்சத்திரம். அந்தப் பகுதியில் கிடைக்கும் மீன்களை நம்பியே வாழ்க்கையை நகர்த்திக் கொண்டிருப்பவர்கள். ஆனால் அந்தக் கச்சத்தீவின் மீது இலங்கைக்கு ஆர்வம் அதிகம். ஆர்வம் என்றால் தனது மீனவர்களைக் கச்சத்தீவுக்கு அனுப்பி மீன்பிடிக்க வைப்பது அல்ல; கச்சத்தீவையே வாங்கிக்கொள்ளவேண்டும் என்பது இலங்கையின் விருப்பம்.

1973 ஏப்ரல் மாதத்தில் இலங்கை பிரதமர் சிறிமாவோ பண்டாரநாயகவின் அழைப்பை ஏற்று இலங்கை சென்றார் இந்தியப் பிரதமர் இந்திரா காந்தி. அப்போது 1964ஆம் ஆண்டு சிறிமாவோ - சாஸ்திரி ஒப்பந்தத்தில் விட்டுப் போன நாடற்ற ஒன்றரை லட்சம் பேரின் குடியுரிமை விவகாரம், பாக் நீர்ச்சந் திப்பின் கடல் எல்லையை வகுப்பது, கச்சத்தீவு ஆகிய விவகாரங்கள் குறித்து இருவரும் விவாதித்தனர்.

1971 வங்கதேச யுத்தத்துக்குப் பிறகு அண்டை நாடுகளுடன் நெருக்கமான உறவைப் பேண விரும்பிய இந்திரா காந்தி, அதைச் சாத்தியப்படுத்த கச்சத் தீவை இலங்கைக்குத் தாரை வார்க்க முடிவுசெய்தார். அதனைத் தொடர்ந்து 1974 ஜனவரியில் சிறிமாவோ பண்டாரநாயக இந்தியா வந்து பிரதமர் இந்திரா காந்தியைச் சந்தித்துப் பேசினார்.

விஷயம் தமிழ்நாடு முதலமைச்சர் கருணாநிதியின் கவனத்துக்கு வந்தது. கடிதம் மூலமாகக் கருத்து கேட்டார் பிரதமர் இந்திரா காந்தி. உடனடியாக அமைச்சர் செ. மாதவன் சகிதம் டெல்லி புறப்பட்ட கருணாநிதி, கச்சத்தீவு இந்தியாவுக்குச் சொந்தமானது என்பதற்கான ஆவணங்களுடன் பிரதமர் இந்திரா காந்தியைச் சந்தித்தார்.

ராமநாதபுரம் அரசர் சேதுபதி, கச்சத்தீவில் மீன் பிடிக்கும் உரிமையைக் குத்தகைக்கு விட்டிருப்பது பற்றிய ஜமீன் நிர்வாகப் பதிவேடுகளைப் பிரத மரிடம் காட்டிய முதலமைச்சர் கருணாநிதி, தமிழக மீனவர்களின் ஆதார

சக்தியாக இருக்கும் கச்சத்தீவு இலங்கைக்குத் தாரை வார்க்கப்படக்கூடாது; அதன்மூலம் தமிழக மீனவர்களின் வாழ்க்கையில் மண் விழுந்துவிடக்கூடாது என்பதை விளக்கினார். சந்திப்போடு நிறுத்திக்கொள்ளாமல் தமிழகம் திரும்பியதும் கச்சத்தீவு தொடர்பான தமிழக அரசின் கருத்தை விளக்கி 6 ஜனவரி 1974 நீண்ட கடிதம் ஒன்றை எழுதினார்.

'கச்சத்தீவு பிரச்னை குறித்து வெளிநாட்டு இலாகா செயலாளர் கேவல்சிங் என்னுடன் பேச்சு நடத்தியதைத் தொடர்ந்து, எனது இலாகா அதிகாரிகள் கச்சத்தீவு பற்றிய ஆதாரங்களை சேகரித்தார்கள். கச்சத்தீவு, இலங்கை அரசுக்கு உட்பட்ட தீவாக ஒருபோதும் இருந்ததில்லை என்று நிரூபிப் பதற்கு தேவையான ஏராளமான ஆதாரங்கள் கிடைத்து உள்ளன.

நெதர்லாந்து நாட்டு மன்னருக்கும், கேன்டி அரசருக்கும் இடையே 14-2-1766-ல் ஏற்பட்ட ஒப்பந்தம், டச்சு நாட்டிடம் இருந்த கடற்கரை பகுதிகள் இங்கிலாந்து அரசுக்கு மாற்றம் செய்யப்பட்ட ஒப்பந்தம், 17-3-1762-ல் ஜான் சுரூடர் என்பவர் எழுதிய நினைவுக் குறிப்புகள், டச்சு, போர்த்துகீசிய மன்னர் காலத்து வரைபடங்கள் ஆகிய எல்லா குறிப்பு களும் கச்சத்தீவு இலங்கைக்கு சொந்தமானது என்பதை காட்டவில்லை. 1954-ம் ஆண்டு வெளியான இலங்கையின் வரைபடத்திலும் கச்சத்தீவு இலங்கையின் ஒரு பகுதியாக குறிக்கப்படவில்லை.

நீண்ட நெடுங்காலமாக தமிழ்நாட்டு கடற்கரை பகுதியில் முத்துக் குளித்தல், சங்கு எடுப்பு ஆகிய உரிமைகள் ராமநாதபுரம் ராஜா உள்பட தென்இந்திய மன்னர்களுக்கே உரித்தானது என்பதை வரலாற்று ஆதாரங்கள் காட்டுகின்றன.

கச்சத்தீவுக்கு செல்லும் பாதையிலும், கச்சத்தீவின் மேற்குபகுதி கரை ஓரத்திலும் சங்கு எடுக்கும் உரிமை ராமநாதபுரம் ராஜாவுக்கு இருந்தது என்பதைக் காட்ட ஏராளமான ஆதாரங்கள் இருக்கின்றன. அங்கு சங்கு எடுத்ததற்காக, அவர் எந்தக் காலத்திலும் இலங்கை அரசுக்கு கப்பம் கட்டியது இல்லை.

இப்போது கிடைத்து இருக்கும் இந்த ஆதாரங்களைக் கொண்டு கச்சத்தீவு இந்தியாவின் ஒரு பகுதிதான் என்பதை எந்த அகில உலக கோர்ட்டிலும் எடுத்துக்கூறி நிரூபிக்க முடியும் என்று சென்னை சட்டக்கல்லூரியின் ஆராய்ச்சிப்பிரிவு கருத்து தெரிவித்து இருக்கிறது. எனவே, இலங்கை பிரதமர் இந்தியாவுக்கு வரும்பொழுது இந்த ஆதாரங்களை எடுத்துக் காட்டி, 'கச்சத் தீவு இலங்கைக்கு சொந்தமல்ல' என்று நிரூபிக்க முடியும் என்று எண்ணுகின்றேன்.'

இதுதான் தமிழக அரசு அனுப்பிய கடிதத்தின் சாரம். கடிதத்தை இந்திரா காந்தி வாங்கிவைத்துக் கொண்டாரே ஒழிய அதில் இருக்கும் அம்சங்கள் பற்றிக் கொஞ்சமும் கவலைப்படவில்லை. அடுத்தடுத்த காரியங்களைக் கவனிக்கத் தொடங்கினார் இந்திரா. நிலைமை கைமீறிப்போய்க் கொண்டி

ருக்கிறது என்பதை உணர்ந்த முதலமைச்சர் கருணாநிதி, அந்த ஒப்பந்தத்தில் இரண்டு ஷரத்துகளைச் சேர்க்கவேண்டும் என்று வலியுறுத்தினார். தமிழக மக்களை கச்சத்தீவுக்குள் அனுமதிப்பது தொடர்பாக ஒன்றும், தமிழக மீனவர்களை அனுமதிப்பது தொடர்பாக இன்னொன்றும் சேக்கப்படவேண்டும் என்று வலியுறுத்தினார் கருணாநிதி.

அதனைத் தொடர்ந்து கச்சத்தீவை இலங்கைக்குத் தாரை வார்க்கும் ஒப்பந்தங்கள் தயார் செய்யப்பட்டன. ஒவ்வொரு ஷரத்தும் நுணுக்கமாகத் தயார் செய்யப்பட்டது. 28 ஜூன் 1974 அன்று இந்தியா - இலங்கை இடையே ஒப்பந்தம் கையெழுத்தானது. இந்தியா சார்பாக பிரதமர் இந்திராவும் இலங்கை சார்பாக இலங்கை பிரதமர் சிறிமாவோ பண்டார நாயகாவும் கையெழுத்து போட்டனர். அந்த ஒப்பந்தத்தில் இருந்த வாச கங்கள் முக்கியமானவை.

இந்தியாவுக்கும் இலங்கைக்கும் இடைப்பட்ட நீர்ப்பரப்பில் இரு நாடுகளுக்கு இடையேயான எல்லை மற்றும் அவை தொடர்பான சிக்கல்களை நியாயமாகவும் சமமாகவும் தீர்த்துக்கொள்ளவே இந்த ஒப்பந்தம் என்று தொடக்கத்தில் குறிப்பிடப்பட்டுள்ளது. மேலும், இரு நாடுகளுக் கிடையே சிக்கலைத் தீர்க்கும் எண்ணத்துடன் சிக்கல் முழுவதையும் அனைத்து கோணங்களில் இருந்தும் வரலாற்று ஆதாரங்களுடனும் சட்டமுறைகளையும் நோக்கிய பிறகு, இந்திய அரசும் இலங்கை அரசும் இந்த ஒப்பந்தத்துக்கு வந்துள்ளன என்றும் குறிப்பிடப்பட்டுள்ளது.

இலங்கைக்குத் தாரை வார்க்கப்படும் கச்சத்தீவின் அமைப்பு, அதன் எல்லைகள், அவற்றுக்கான உரிமைகள் அனைத்துக்குமான ஷரத்துக்கள் இலங்கைக்குச் சாதகமாகவே உருவாக்கப்பட்டன. அதேசமயம் இந்திய மீனவர்களை திருப்தி செய்யும் வகையில் சில ஷரத்துகள் சேர்க்கப்பட்டன. அவற்றில் முக்கிய ஷரத்துகளை மட்டும் இங்கே பார்க்கலாம்.

ஷரத்து 4

இந்தியா - இலங்கை இடையே உறுதிசெய்யப்பட்ட எல்லைக் கோட்டில், அந்தந்த நாடுகளின் பக்கம் உள்ள நீர்ப்பரப்பு, தீவுகளின் பரப்பு, கடலின் அடிப்பரப்பு ஆகியவற்றை அந்தந்த நாடுகள் தங்களுடைய கட்டுப்பாட்டுக்குள் வைத்திருப்பதற்கு உரிமை உடையவை. தவிரவும், அவற்றின் மீது தத்தமது இறையாண்மையைச் செலுத்தவும் அந்த நாடுகளுக்கு உரிமை உண்டு.

ஷரத்து 5

இந்திய மீனவர்களும் வழிபாட்டுக்குச் செல்லும் பயணிகளும் (அந்தோணியார் கோவில் திருவிழா) இதுநாள்வரை கச்சத்தீவுக்கு வந்து சென்றதைப் போலவே இனியும் வந்து செல்வதற்கு எந்தத் தடையும் இல்லை. கச்சத்தீவை அனுபவிக்க சம்பந்தப்பட்ட மீனவர்களுக்கு முழு உரிமை உண்டு. கச்சத்தீவுக்குள் நுழைவதற்கும் புழங்குவதற்கும் சிங்கள

அரசிடம் இருந்து எந்தவிதமான பயண ஆவணங்களோ (பாஸ்போர்ட்), நுழைவு அனுமதிகளோ (வீசா) பெற வேண்டிய அவசியம் எதுவும் இல்லை. இதற்காக இலங்கை அரசு எந்தவிதமான நிபந்தனையையும் தமிழக மீனவர்களுக்குக் கொடுக்க முடியாது.

ஷரத்து 6

இந்திய - இலங்கைப் படகுகளும் கப்பல்களும் கச்சத்தீவுக்குச் சென்றுவர என்றும் உள்ள மரபுவழி உரிமைகள் தொடர்ந்து நீடிக்கும்.

ஷரத்து 7

கச்சத்தீவுக் கடற்பகுதிக்குள் பெட்ரோலியம், இயற்கை எரிவாயு உள்ளிட்ட பல்வேறு வகையான உலோகங்களும் கண்டுபிடிக்கப்பட்டால், கடல் பூமிக்குள் மணல், கனிமம் போன்றவைகளும் கண்டுபிடிக்கப்பட்டால், அவற்றை எடுப்பதற்கும் பயன்படுத்துவதற்கும் அவற்றின் மூலம் கிடைக்கும் வருவாயைப் பகிர்ந்து கொள்வதற்கும் இந்திய அரசும் இலங்கை அரசும் தங்களுக்குள் கலந்துபேசி, ஆலோசனை செய்து, இருதரப்புக்கும் இடையே முறையான உடன்பாடுகளைச் செய்துகொள்ளவேண்டும். அதன்பிறகே அந்த வளங்களைப் பயன்படுத்திக்கொள்ளும் உரிமை இரு நாடுகளுக்கும் கிடைக்கும்.

ஒப்பந்தத்தில் இடம்பெற்ற ஷரத்துகளை மேலோட்டமாகப் பார்க்கும்போது இந்திய மீனவர்களுக்குச் சாதகமாக இருப்பது போலத் தோற்றமளித்தபோதும் அவை பெரும்பாலும் இலங்கை மீனவர்களுக்குச் சாதகமாக இருப்பதாகவே தமிழக மீனவர்களும் தமிழ்நாட்டின் முக்கிய அரசியல்வாதிகளும் கருத்து தெரிவித்தனர். இந்த ஒப்பந்தம் இந்தியாவில் குறிப்பாக, தமிழ்நாட்டில் பலத்த அதிர்வுகளை ஏற்படுத்தியது.

கச்சத்தீவு ஒப்பந்தம் புனிதமற்ற ஒப்பந்தம் என்று நாடாளுமன்றத்தில் கண்டனம் தெரிவித்தார் திமுகவின் இரா. செழியன். தாய்நாட்டுப் பற்றற்ற நாகரிமற்ற அரசின் செயல் என்றார் திமுகவில் இருந்து விலகி அதிமுகவில் இணைந்திருந்த நாஞ்சில் மனோகரன். அனைத்துக் கட்சிக் கூட்டத்துக்கு அழைப்பு விடுத்தார் முதலமைச்சர் கருணாநிதி.

ஸ்தாபன காங்கிரஸின் பொன்னப்ப நாடார், இந்திரா காங்கிரஸின் ஏ.ஆர். மாரிமுத்து, தமிழ்நாடு கம்யூனிஸ்ட் கட்சியின் மணலி கந்தசாமி, தமிழரசுக் கழகத்தின் ம.பொ. சிவஞானம், அதிமுகவின் செ. அரங்கநாயகம், முஸ்லிம் லீக்கின் திருப்பூர் மொய்தீன், தமிழரசு கழகத்தின் ஈ.எஸ்.தியாகராஜன், ஃபார்வர்ட் ப்ளாக் ஏ.ஆர்.பெருமாள். சுதந்தரா கட்சியின் வெங்கடசாமி, உள்ளிட்ட பலரும் கலந்துகொண்டனர்.

தீர்மானம் தயாரானது.

'இந்தியாவுக்குச் சொந்தமானது என்று நாம் கருதுவதும், தமிழ்நாட்டுக்கு நெருக்கமான உரிமை கொண்டதுமான கச்சத்தீவு பிரச்சினையில் மத்திய அரசு

எடுத்துள்ள முடிவை இந்தக் கூட்டம் விவாதித்து, தனது ஆழ்ந்த வருத்தத்தை தெரிவித்துக் கொள்வதோடு மத்திய அரசு இதனை மறு பரிசீலனை செய்து கச்சத்தீவின் மீது இந்தியாவுக்கு அரசு உரிமை இருக்கும் வகையில் ஒப்பந் தத்தைத் திருத்தி அமைத்து தமிழ்நாட்டு மக்களுடைய உணர்வுகளுக்கு மதிப்பு அளிக்க வேண்டும் என்று வற்புறுத்துகிறது.'

கூட்டத்தில் கலந்துகொண்ட அனைவரும் தீர்மானத்தில் கையெழுத் திட்டனர். ஒருவர் மட்டும் எதிர்ப்புக்குரல் எழுப்பினார். போதாக்குறைக்கு, கூட்டத்தில் இருந்து வெளிநடப்பும் செய்தார். அவர், அதிமுகவின் அரங்க நாயகம்.

ஏன் ?

அவர் விரும்பியது வேறொரு தீர்மானம். ஆம். கச்சத்தீவு விவகாரத்தில் தமிழக அரசு பதவி விலக வேண்டும் என்பதுதான் அதிமுக விரும்பிய தீர்மானம். அதிமுகவுக்கு இனிப்பான தீர்மானம் நிச்சயமாகத் திமுகவுக்கு வேப்பங்காயாகத்தான் இருக்கமுடியும். உடனடியாக கோரிக்கை நிராகரிக்கப் பட்டது. அரங்க நாயகம் வெளிநடப்பு செய்துவிட்டார்.

ஆனாலும் அதிமுக கச்சத்தீவு விவகாரத்தில் மத்திய அரசின் முடிவை எதிர்த்தே நின்றது. கச்சத்தீவுக்காகக் கச்சை வரிந்து கட்டுவோம் என்று தீர்மானம் நிறைவேற்றிய அதிமுக, அதற்காகப் போராட்டம் நடத்தவும் தயாரானது. அனைத்துக் கட்சிக் கூட்டத்தில் நிறைவேற்றப்பட்ட தீர்மானத் துடன் நிறுத்திக்கொள்ள கருணாநிதி விரும்பவில்லை. திமுக பொதுக் குழுவிலும் தீர்மானம் ஒன்றை நிறைவேற்றியது. பிறகு தமிழக சட்ட மன்றத்தில் தீர்மானம் ஒன்றைக் கொண்டுவந்து தனது அதிருப்தியை அழுத்தம் திருத்தமாக வெளிப்படுத்த விரும்பினார் கருணாநிதி. 1974 ஆகஸ்டு மாதத்தில் அந்தத் தீர்மானம் நிறைவேறியது.

'இந்தியாவுக்கு சொந்தமானதும், தமிழ் நாட்டுக்கு நெருங்கிய உரிமைகள் கொண்டதுமான கச்சத் தீவுப் பிரச்னையில் மத்திய அரசு எடுக்கும் முடிவு பற்றி, இந்தப் பேரவை தனது ஆழ்ந்த வருத்தத்தைத் தெரிவித்துக் கொள்ளுவதோடு - மத்திய அரசு இந்த முடிவை மறு பரிசீலனை செய்து கச்சத்தீவின் மீது இந்தியா வுக்கு அரசுரிமை இருக்கும் வகையில் இலங்கை அரசோடு செய்து கொண்டுள்ள ஒப்பந்தத்தைத் திருத்தி அமைக்க முயற்சி எடுத்து, தமிழ் நாட்டு மக்களின் உணர்வுகளுக்கு மதிப்பளிக்க வேண்டுமென்று வலியுறுத்துகிறது.'

எத்தனைக் கண்டனங்கள். எத்தனை எதிர்ப்புகள். எத்தனைத் தீர்மானங்கள். ஆனால் எல்லாமே விழலுக்கு இறைத்த நீராக வீணானது. இந்தியாவின் சொத்தான கச்சத்தீவு, தமிழக மக்களின் விருப்பத்துக்கு மாறாக இலங்கை அரசுக்குத் தாரைவார்க்கப்பட்டது.

14 எமர்ஜென்சி

தேசிய அளவில் மிகப்பெரிய அரசியல் மாற்றத்துக்கான அறிகுறிகள் தென்படத் தொடங்கின. பிகாரில் உள்ள ஊழல் அமைச்சரவை மாற்றப்பட வேண்டும் அல்லது தேர்தல் நடத்தப்பட வேண்டும் என்பதை வலியுறுத்தி மாணவர்கள் நடத்திய போராட்டத்துக்கு வழிகாட்டியாக ஜெயப்ராகாஷ் நாராயணன் செயல்பட்டுக் கொண்டிருந்தார்.

சென்னையில் உருவாக்கப்பட்டிருந்த ராஜாஜி நினைவாலயத்தைத் திறந்து வைக்கவேண்டும் என்று ஜெயப்ரகாஷ் நாராயணனுக்கு அழைப்பு விடுத்தார் முதலமைச்சர் கருணாநிதி.

ஊழல் ஒழிப்பு இயக்கம் நடத்தும் ஜெ.பியின் வருகையைத் தனக்குச் சாதகமாகப் பயன்படுத்த விரும்பிய எம்.ஜி.ஆர்., 'தமிழ்நாட்டுக்கு வந்து ஊழல் ஒழிப்பு இயக்கத்தைத் தொடரவேண்டும்' என்று தென்னகம் பத்திரிகையில் ஜெ.பி.க்கு பகிரங்கக் கடிதம் எழுதினார். ஆனால் தேசியச் சூழலையும் தமிழகச் சூழலையும் துல்லியமாகப் புரிந்து வைத்திருந்த ஜெ.பி, எம்.ஜி.ஆரின் கடிதத்துக்கு அதிக முக்கியத்துவம் கொடுக்கவில்லை. இந்திரா காந்திக்கு சிம்ம சொப்பனமாக மாறிக்கொண்டிருக்கும் ஜெ.பி.யின் வருகைக்கு எதிர்ப்பு தெரிவித்து கறுப்புக்கொடி ஆர்ப்பாட்டத்துக்கு அழைப்பு விடுத்திருந்தது காங்கிரஸ் கட்சி.

5 மே 1975 அன்று ராஜாஜி நினைவாலயத் திறப்புவிழா ஏற்பாடு செய்யப்பட்டிருந்தது. ராஜாஜி சிலையை நாவலர் நெடுஞ்செழியன் திறந்துவைத்தார். நினைவாலயத்தை ஜெ.பி திறந்துவைத்தார். அந்த விழாவில் பேசிய ஜெ.பி, மதுவிலக்கை மீண்டும் அமல்படுத்தி, குதிரைப் பந்தயத்தை ஒழித்த திமுக அரசு விரைவில் லாட்டரி சீட்டுக்கும் தடை விதிக்கவேண்டும் என்று கோரிக்கை விடுத்தார். உடனடியாக அதை ஏற்றுக்கொண்டார் கருணாநிதி. மறுநாள் நடந்த பொதுக்கூட்டத்தில் எம்.ஜி.ஆர் எழுதிய கடிதம் பற்றிப் பேசினார் ஜெ.பி.

> எம்.ஜி. ராமச்சந்திரனின் கடிதத்தில் உள்ள வாசகங்கள் மிகவும் தரம் குறைந்த கசப்பான வசைமாரிகள். நடைபெறுகின்ற அரசின் மீது ஊழல் குற்றச்சாட்டு சுமத்துவதாலேயே இது ஊழல் உள்ள அரசு என்றாகி விடாது. ஒருவர் மீது குற்றச்சாட்டு என்றதும் அவர்கள் கேட்டுக் கொண்டது போலவே பகிரங்க நீதிவிசாரணை வைக்க உடன்பட்டு நீதிவிசாரணை என்று பகிரங்கமாகவே அறிவித்திருக்கிறார். வேறு எந்த மாநில முதலமைச்சரும் செய்ய முன்வராதபோது, தமிழ்நாடு முதலமைச்சர் கருணாநிதிதான் தன் அமைச்சரவை மீது சாட்டப்பட்டுள்ள குற்றச்சாட்டுகளுக்கான பதில்களை அச்சடித்து சட்டமன்றத்தின் முன் வைத்தார். குற்றச்சாட்டுகளைக் கூறுவது சுலபம்; அவற்றை ஆதாரத் துடன் நிரூபிப்பது கடினம்.

ஜெ.பி தமிழகம் வந்து உரையாற்றி ஒரு மாதம் முடிவதற்குள் அலகாபாத் உயர்நீதிமன்றம் இந்தியாவையே உலுக்கும் வகையில் தீர்ப்பு ஒன்றை வழங்கியது. ரேபரேலி மக்களவைத் தொகுதியில் போட்டியிட்டு வெற்றி பெற்றிருந்த பிரதமர் இந்திரா காந்தி, தேர்தல் வெற்றிக்காக மக்கள் பிரதிநிதித்துவச் சட்டத்தை மீறியிருக்கிறார் என்ற குற்றச்சாட்டின் அடிப்படையில் தொடரப்பட்ட வழக்கில் அவருடைய தேர்தல் வெற்றி செல்லாது என்று அலகாபாத் உயர்நீதிமன்ற நீதிபதி ஜக்மோகன் லால் சின்ஹா தீர்ப்பளித்தார்.

அரசு ஊழியரைத் தேர்தல் பணிகளுக்குப் பயன்படுத்தியது, அரசுக்குச் சொந்தமான இடங்களைத் தேர்தல் பிரசாரத்துக்குப் பயன்படுத்தியது என்பன உள்ளிட்ட ஆறு குற்றச்சாட்டுகளை முன்வைத்து தேர்தல் வழக்கைத் தொடர்ந்திருந்தார் இந்திரா காந்தியை எதிர்த்துப் போட்டியிட்டிருந்த ராஜ் நாராயணன். பல மாதங்கள் தொடர்ந்த வழக்கு விசாரணைகளுக்குப்பின் அலகாபாத் உயர்நீதிமன்றம் தீர்ப்பளித்தது.

‘மக்கள் பிரதிநிதித்துவச் சட்டம் 1951, பிரிவு 123, விதி 7ன் படி இந்திரா காந்தி தேர்தல் விதிமுறைகளை மீறியுள்ளது நிரூபிக்கப்பட்டுள்ளது. ஆகவே, ரேபரேலி மக்களவைத் தொகுதியில் இருந்து அவர் எம்.பியாகத் தேர்வானது செல்லாது. அடுத்த ஆறு ஆண்டுகளுக்கு இந்திரா காந்தி தேர்தலில் போட்டியிட முடியாது.’

தீர்ப்பு வெளியாகிவிட்டதால் இனியும் இந்திரா காந்தி பிரதமர் பதவியில் நீடிக்கக்கூடாது என்று எதிர்க்கட்சிகள் வலியுறுத்தத் தொடங்கின. ஆனால் இந்திரா காங்கிரஸின் முக்கியத் தலைவர்களோ இந்திராவின் மீது தங்களுக்கு முழுமையான நம்பிக்கையும் விசுவாசமும் இருக்கிறது; அவரே பிரதமர் பதவியில் நீடிக்கிறார் என்று கருத்துக்கூறினர். முக்கியமாக, இந்திரா காங்கிரஸின் தலைவராக இருந்த தேவ காந்த் பரூவா, ‘இந்தியா என்றால் இந்திரா; இந்திரா என்றால் இந்தியா’ என்று முழங்கினார். இந்திரா பதவியில் நீடிப்பதற்குக் கடும் கண்டனம் தெரிவித்த எதிர்க்கட்சிகள், அவரைப் பிரதமர் பதவியில் இருந்து நீக்கவேண்டும் என்று குடியரசுத் தலைவரிடம் மனு கொடுத்தனர்.

அலகாபாத் உயர்நீதிமன்றத் தீர்ப்புக்குப் பிறகு கருத்து தெரிவித்த முதலமைச்சர் கருணாநிதி, 'ஆளும் காங்கிரஸ் இந்தியாவில் மிகப்பெரிய கட்சி. இந்தியா, உலகத்தில் மதிக்கத்தக்க மிகப்பெரிய ஜனநாயக நாடு. இவற்றையெல்லாம் எண்ணிப்பார்த்து இப்போது மத்திய அரசில் இருப்பவர்கள் என்ன முடிவை எடுக்கிறார்களோ, அந்த முடிவுதான் இந்தியாவின் எதிர்கால அரசியல் முன்மாதிரியாகத் திகழும். அவர்களாகவே ராஜினாமா செய்திருந்தால் நாங்கள் பாராட்டியிருப்போம்' என்றார்.

மேல்முறையீட்டுக்காக உச்சநீதிமன்றம் சென்றார் இந்திரா காந்தி. அங்கே அவருக்கு சலுகைகள் கிடைத்தன.

'மனுவில் குறிப்பிடப்பட்டுள்ள உயர்நீதி மன்றத்தின் தீர்ப்பு செயல்படுத்தப்படுவதற்குத் தடை விதிக்கப்படுகிறது. மனுதாரரின் நாடாளுமன்ற உறுப்பினர் பதவியிழப்பு குறித்த ஆணைக்கு இடைக்காலத் தடை விதிக்கப்படுகிறது. இதன்மூலம் சில நிபந்தனைகளுடன் மனுதாரர் மக்களவை உறுப்பினராக நீடிப்பார். மக்களவைக்குள் நுழையலாம். ஆனால் அவை நடவடிக்கைகள் எதிலும் கலந்துகொள்ள அனுமதி கிடையாது. திடீரென வாக்கெடுப்பு ஏதும் நடத்தப்பட்டால் மனுதாரருக்கு வாக்களிக்க உரிமை கிடையாது. மக்களவை உறுப்பினருக்கான ஊதியத்தையும் அவர் பெற முடியாது. மேற்கண்ட நிபந்தனைகளுடன் மனுதாரர் பிரதமராக, அமைச்சராக நீடிப்பதில் எந்தவிதத் தடையும் இல்லை.'

ஆனால் எதிர்க்கட்சிகளோ, இந்திரா காந்தி பிரதமர் பதவியில் இருந்து ராஜினாமா செய்தே தீர வேண்டும் என்று போராட்டத்தில் குதித்தன.

பல மாநிலங்களில் முளைத்திருந்த ஊழல் பிரச்னைகள், விலைவாசி ஏற்றம், வேலையில்லாத் திண்டாட்டம் ஆகியவற்றுடன் இந்திரா காந்தியின் தேர்தல் பிரச்னையையும் கையில் எடுத்துக் கொண்டார் ஜெ.பி. இந்திரா காந்தியின் ராஜினாமாவை வலியுறுத்தி 29 ஜூன் 1975 அன்று நாடு தழுவிய போராட்டம் நடத்த எதிர்க்கட்சிகள் திட்டமிட்டன. ஆலோசனைக் குழு ஒன்று மொரார்ஜி தேசாய் தலைமையில் உருவாக்கப்பட்டது. அதில் ஸ்தாபன காங்கிரஸ், ஜனசங்கம், பாரதிய லோக் தளம், மார்க்சிஸ்ட் கம்யூனிஸ்ட் கட்சி, திராவிட முன்னேற்றக் கழகம் ஆகிய கட்சிகள் கலந்துகொண்டன.

இந்திரா காந்தியின் நடவடிக்கைகளுக்குக் கண்டனம் தெரிவித்துப் பேசிய காமராஜருக்கு உடல்நிலை பலவீனம் அடைந்திருந்தது. 4 ஜூலை 1975 அன்று உடல்நிலை பாதிக்கப்பட்டிருந்த காமராஜரைச் சந்தித்துப் பேசினார் முதலைமைச்சர் கருணாநிதி. அப்போது, 'தேசம் போச்சு.. தேசம் போச்சு' என்று சொல்லி அழுதார் காமராஜர். பதவியை ராஜினாமா செய்துவிட்டு, உங்கள் பின்னால் அணிதிரண்டுப் போராடத் தயார் என்றார் கருணாநிதி. ஆனால் காமராஜரோ, 'இப்போது தமிழ்நாட்டில் மட்டும்தான் ஜனநாயகம் இருக்கிறது. நீங்கள் ராஜினாமா செய்தால் அதுவும் போய்விடும்' என்று சொல்லிவிட்டார். 25 ஜூன் 1975 அன்று குடியரசுத் தலைவர் ஃபக்ருதீன் அலி அகமது நெருக்கடி நிலைப் பிரகடனத்தை வெளியிட்டார்.

‘உள்நாட்டு சக்திகளால் நாட்டின் பாதுகாப்புக்கு அச்சுறுத்தல் ஏற்பட்டிருப்பதால், ஜனாதிபதியாகிய ஃபக்ருதீன் அலி அகமத் என்னும் நான், இந்திய அரசியலமைப்புச் சட்டம் 352 - வது பிரிவின்படி நாடு முழுவதும் நெருக்கடி நிலையை இன்று முதல் அமலுக்குக் கொண்டுவர உத்தரவிடுகிறேன்.

சட்டச்சிக்கல்களில் இருந்து தப்பிக்கவும் எதிர்க்கட்சிகளின் ஆவேசத்தை நசுக்கவும் இந்திரா காந்தி மிகப்பெரிய முடிவை எடுத்திருந்தார். உருவாகியிருப்பது அசாதாரண சூழ்நிலை.. ஆகவே, அசாதாரண முடிவைத்தான் எடுக்க வேண்டும் என்பது இந்திராவுக்கு அவருடைய இளைய மகன் சஞ்சய் காந்தி கொடுத்த அறிவுரை. குடியரசுத் தலைவர் ஃபக்ருதீன் அலி அகமது அடிப்படையில் காங்கிரஸ்காரர் என்பதால் இந்திராவின் விருப்பத்தை நிறைவேற்ற அவர் தயாராகவே இருந்தார். நெருக்கடி நிலை அமல்படுத்தப்பட்டது.

நாடு அபாயக் கட்டத்தை அடைந்திருப்பதாகக் கருதிய திமுக மறுநாளே (27 ஜூன் 1975) தலைமைச் செயற்குழுவைக் கூட்டியது. அதில் நெருக்கடி நிலை குறித்த திமுகவின் கருத்துகள் தீர்மானமாக நிறைவேற்றப்பட்டது.

> அண்மைக் காலமாக ஆளும் காங்கிரஸார் கடைப்பிடிக்கும் போக்கும் பிரதமர் இந்திரா காந்தியார் அவர்கள் நடைமுறைப்படுத்தும் காரியங்களும் ஜனநாயக ஒளியை அறவே அழித்து, நாட்டை சர்வாதிகாரப் பேருளில் ஆழ்த்தும் வண்ணம் அமைந்துவருவது கண்டு, திமுக செயற்குழு தனது வேதனையைத் தெரிவித்துக் கொள்கிறது…
>
> ஏழை எளிய மக்களுக்காகவும் தொழிலாளர்களுக்காகவும் தமிழக திமுக அரசு நிறைவேற்றத் துடிக்கிற திட்டங்களை அங்கீகரிக்காமல் முட்டுக்கட்டை போடுவதில் மத்திய அரசு முனைப்பாக இருந்துவருகிறது என்பதுதான் உண்மையாகும்..
>
> உண்மையின் உருவம் மறைக்கப்பட்டு, பொய்யின் நிழலில் நின்றுகொண்டு, எதிர்க்கட்சிகளை அடக்குவதற்குத் திட்டம் தயாரித்து, அந்தத் திட்டம் ஏன் தேவைப்படுகிறது என்பதற்கான போலிக் காரணங்களைத் தேடியலைந்து, வீண் அபவாதங்களை வாரியிறைத்து, எடுத்ததற்கெல்லாம் சதி, வெளிநாட்டுத் தொடர்பு, பிற்போக்குவாதிகள் என்ற சொற்கணைகளைப் பொழிந்து காலாகாலத்துக்கும் இந்திய நாட்டு மக்களுக்கு மாசு ஏற்படுத்தும் வகையில் திருமதி. இந்திரா காந்தி சர்வாதிகாரத்துக்கான தொடக்க விழாவை நடத்தியிருக்கிறார்…
>
> ஜனநாயகத்தைப் பாதுகாக்கிறோம் எனக்கூறி, சர்வாதிகாரக் கொற்றக் குடையின் கீழ் தர்பார் நடத்திட எடுக்கப்படும் முயற்சி நாட்டுக்கு ஏற்றதுதானா?

மத்திய அரசை நோக்கிக் கேள்வி எழுப்பும் வகையில் இருந்தது அந்தத் தீர்மானம். மத்திய அரசுக்கு எதிராக ஒரு மாநிலத்தின் ஆளுங்கட்சி நிறைவேற்றிய தீர்மானம் என்பதால் இதற்கு தேசிய முக்கியத்துவம் கொடுக்கப்

பட்டது. மாநில சுயாட்சி கோஷத்தை எழுப்பியது, ஜெ.பி.யை அழைத்து விழா நடத்தியது, திமுக அரசை ஜெ.பி புகழ்ந்தது, இந்திராவுக்கு எதிராகத் தீர்மானம் நிறைவேற்றியது என்று எல்லாவற்றையும் இந்திரா காங்கிரஸ் தலைவர்கள் உன்னிப்பாகக் கவனித்துக் குறித்துக் கொண்டார்கள்.

நெருக்கடி நிலை அமல்படுத்தப்பட்ட மறுநாள் பத்திரிகையில் வரும் செய்திகளைத் தணிக்கை செய்ய அரசுக்கு அதிகாரம் அளிக்கும் வகையில் அவசரச் சட்டம் ஒன்று நிறைவேற்றப்பட்டது. பத்திரிகைகளுக்கு சில வழிகாட்டும் நெறிமுறைகள் ஏற்படுத்தப்பட்டன. இந்தியாவில் சட்டரீதியாக உருவாக்கப்பட்ட அரசுக்கு எதிராக அதிருப்தி, வெறுப்பு, அவதூறு ஆகியவற்றை வெளிப்படுத்தும் அல்லது அதிருப்தியைத் தூண்டும் எதுவும் பிரசுரம் செய்யப்படக்கூடாது, வெளியிடப்படும் செய்திகள் அது தணிக்கை செய்யப்பட்டதற்கான எந்தவிதமான அடையாளமும் இருக்கக்கூடாது, கைது செய்யப்படும் தலைவர்களின் பெயர்கள் மற்றும் அவர்கள் வைக்கப் பட்டிருக்கும் இடங்கள் பற்றிய எந்தவொரு தகவலும் பிரசுரம் செய்யப்படக் கூடாது, ஏற்கெனவே பிரசுரம் செய்யப்பட்ட ஆட்சேபணைக்குரிய, சர்ச்சைக்குரிய செய்திகள் எதையும் மறுபிரசுரம் செய்யக்கூடாது, போராட்டங்கள் மற்றும் வன்முறைச் சம்பவங்கள் பற்றிய எந்தச் செய்தியும் வெளியிடப்படக்கூடாது, நாடாளுமன்றத்தில் மேற்கொள்ளப்பட வேண்டிய நடவடிக்கைகள் பற்றிய எந்தவித முன்னோட்டச் செய்திகளையும் வெளியிடக்கூடாது, உச்சநீதிமன்றத்தில் நிலுவையில் இருக்கும் பிரதமரின் தேர்தல் குறித்த வழக்கு பற்றி எந்தச் செய்தியும் பிரசுரம் ஆகக்கூடாது, தடை செய்யப்பட்ட கட்சிகள் மற்றும் இயக்கங்களின் பிரதிநிதிகளிடம் இருந்து அறிக்கைகள் பெற்று பிரசுரம் செய்யக்கூடாது என்று ஏராளமான கெடுபிடிகளும் நிபந்தனைகளும் விதிக்கப்பட்டன. நாடு முழுவதும் எதிர்கட்சிகளைச் சேர்ந்த தலைவர்களும் தொண்டர்களும் கைது செய்யப்பட்டனர்.

தமிழ்நாட்டில் திமுக ஆட்சியில் இருந்ததால் அப்படியான அரசியல் பழிவாங்கல் கைதுகள் எதுவும் மேற்கொள்ளப்படவில்லை. செய்தித் தணிக்கை அமலில் இருந்ததால் கைதானவர்கள் பற்றிய விவரம் வெளியே தெரியவில்லை. அந்தக் கைதுகளை எந்தச் சட்டத்தின்கீழ் நிறைவேற்றுவது என்ற யோசனை மத்திய அரசுக்கு வந்தபோது அவர்களுக்கு நினைவுக்கு வந்தது மிசா.

1971ல் இந்தியா - பாகிஸ்தான் போர் நடைபெற்ற சமயத்தில் அமலில் இருந்த தேசியப் பாதுகாப்புச் சட்டமான மிசா மீண்டும் தூசி தட்டி எடுக்கப்பட்டது. மிசாவின்படி விசாரணை இன்றி யாரையும் எப்போதும் கைது செய்யலாம்; அதற்கான அதிகாரம் மாவட்ட ஆட்சியர்களுக்குத் தரப்பட்டிருந்தது. சம்பந்தப்பட்டவர் சட்டம் ஒழுங்குக்குக் குந்தகம் விளைவித்தார் என்றோ அல்லது மாநிலத்தின் பாதுகாப்புக்கு அச்சுறுத்தலை உண்டாக்கும்படி நடந்துகொண்டார் என்றோ எவரேனும் எழுதிக்கொடுத்தாலே போதும்; அவர் மீது மிசா சட்டம் பாயும்!

மிசா சட்டத்தில் புதிய திருத்தம் ஒன்று செய்யப்பட்டது. மிசாவின் கீழ் ஒருவரைக் கைது செய்யும் போது அவரிடம் கைதுக்கான காரணத்தைச் சொல்லவேண்டிய அவசியம் இல்லை. ஆனால் இந்தத் திருத்தம் கொண்டு வரப்படுவதற்கு முன்பே ஜெயப்ரகாஷ் நாராயணன், மொரார்ஜி தேசாய் உள்ளிட்ட ஆயிரக்கணக்கான எதிர்க்கட்சியினர் மிசா சட்டத்தின்கீழ் கைதாகி யிருந்தனர். (மிசா சட்டத்தின்கீழ் கைது செய்யப்பட்ட திமுகவினர் பின்னாளில் தங்கள் பெயருக்கு முன்னால் மிசா என்ற அடைமொழியையும் சேர்த்துக்கொண்டனர். உதாரணம்: மிசா அ.செங்குட்டுவன். அண்ணா காலத்தில் திமுகவினர் தங்கள் பெயருக்கு முன்னால் தம்பி என்று சேர்த்துக் கொண்டனர். உதாரணம் தம்பி தேவேந்திரன்.)

அடுத்து, இருபது அம்சத் திட்டம் என்ற பெயரில் புதிய செயல்திட்டங்களை அறிவித்தது மத்திய அரசு. அவற்றில் முக்கியமான அம்சங்களை மட்டும் இங்கே பார்க்கலாம். அத்தியாவசியப் பண்டங்களின் விலைகளைக் குறைப்பது மற்றும் உற்பத்தியையும் வழங்குதலையும் முறைப்படுத்துவது, விவசாய நிலங்களுக்கு நில உச்சவரம்பை நடைமுறைப்படுத்துவது, கொத்தடிமை முறைகளை சட்டவிரோதம் என்று அறிவித்தல், வெளிப் படையான நுகர்வை மதிப்பிடுவதற்கும் வரி ஏய்ப்பைத் தடுப்பதற்கும் விரைவான விசாரணைக்கும் பொருளாதாரக் குற்றவாளிகளுக்குத் தண்டனை அளிப்பதற்கும் சிறப்புப் படைகளை உருவாக்குதல், கடத்தல்காரர்களின் சொத்துக்களைக் கையகப்படுத்துவதற்கான சிறப்புச் சட்டங்களைக் கொண்டு வருதல் ஆகியவற்றைச் சொல்லலாம்.

இந்த இருபது அம்சத் திட்டங்களை மற்ற மாநில காங்கிரஸ் அரசுகளும் இடதுசாரிக் கட்சி ஆளும் கேரள அரசு ஆகியன ஆதரித்தபோது திமுக அரசின் அறிவிப்பு இப்படி இருந்தது.

> பிரதமர் அறிவித்த திட்டங்களை எல்லாம் நாங்கள் முன்பே நிறைவேற்றி விட்டோம். அதற்கு மேலும் அவர்கள் சொல்லாத திட்டங்கள் - அரிசனங் களுக்கும் மீனவர்களுக்கும் இலவச வீடு வழங்கும் திட்டம், குடிசை களை மாற்றி வீடுகள் கட்டிக்கொடுக்கும் திட்டம் ஆகியவற்றையும் திமுக அரசு செயல்படுத்துகிறது.

இப்படியொரு பதிலை திமுக அரசு சொன்னபோது, அதிமுகவின் நிலை என்ன?

அதிமுகவின் செயற்குழு கூட்டப்பட்டது. நெருக்கடி நிலையைக் கொண்டு வந்தது மற்றும் இருபது அம்சத் திட்டங்கள் என்ற இரண்டுக்கும் பாராட்டு களை வழங்கித் தீர்மானங்கள் நிறைவேற்றப்பட்டன. அந்தத் தீர்மான நகல்களை நேரில் சென்று இந்திரா காந்தியிடம் ஒப்படைத்தார் எம்.ஜி.ஆர்.

பிறகு நடைபெற்ற பொதுக்கூட்டம் ஒன்றில் கலந்துகொண்டு பேசிய முதலமைச்சர் கருணாநிதி, எந்த நிலையிலும் எத்தகைய நெருக்கடி ஏற்பட்டாலும் இந்தியாவின் மக்களாட்சி முறைக்குக் கேடு ஏற்படாமல்,

பாதுகாப்பதற்குத் தயங்கமாட்டோம் என்று உறுதி எடுத்துக் கொள்கிறோம். தேசத் தலைவர்கள் விடுதலை, பத்திரிகைகளின் நியாயமான உரிமைகள், இந்தக் கோரிக்கைகளை நிறைவேற்ற வேண்டுமென்று இந்தியப் பிரதமர் அவர்களை தமிழ்நாட்டு மக்களின் இந்த மாபெரும் கூட்டம் கேட்டுக்கொள் கிறது. வாழ்க ஜனநாயகம் என்றார்.

21 ஜூலை 1975. நாடாளுமன்றத்தின் இரு அவைகளிலும் நெருக்கடி நிலைக்கு ஆதரவாகத் தீர்மானம் கொண்டுவரப்பட்டபோது அதை எதிர்த்து திமுக நாடாளுமன்ற உறுப்பினர்கள் இரா. செழியனும் எஸ்.எஸ்.மாரி சாமியும் பேசினர். பிறகு கூட்டத்தொடரில் பங்குகொள்ளமாட்டோம் என்று அறிவித்துவிட்டு வெளிநடப்பு செய்தனர்.

இந்த நிலையில் உடல்நலம் குன்றியிருந்த ஸ்தாபன காங்கிரஸ் தலைவர் காமராஜர் 2 அக்டோபர் 1975 அன்று மரணம் அடைந்தார். அதனைத் தொடர்ந்து ஸ்தாபன காங்கிரஸ் - இந்திரா காங்கிரஸ் இணைப்பு குறித்த பேச்சுகள் எழுந்தன. இரு காங்கிரஸ் கட்சிகளும் இணைந்து விட்டால் காமராஜர் ஆதரவாளர்களின் ஆதரவு திமுகவுக்குக் கிடைக்காமல் போய் விடும் என்பதால் இணைப்புக்கு முதலமைச்சர் கருணாநிதி முட்டுக்கட்டை போடுவதாக டெல்லிக்குப் புகார் தரப்பட்டது.

ஆனால் தமிழ்நாட்டில் எந்தப் பிரிவு சத்தியமூர்த்தி பவனை எடுத்துக் கொள்வது? காங்கிரஸ் மைதானம் யாருக்கு? என்பதில் பலத்த சர்ச்சைகள் வெடித்துக் கொண்டிருந்தன. இது விஷயமாக மத்திய உள்துறை அமைச்சர் பிரம்மானந்த ரெட்டி தமிழக முதலமைச்சர் கருணாநிதிக்குக் கடிதம் எழுதி, தமிழ்நாடு காங்கிரஸில் இருக்கும் பிரச்னைகள் தொடர்பாக அதிகாரிகளுக்குத் தேவையான உத்தரவுகளைப் பிறப்பிக்குமாறு வேண்டுகோள் விடுத்தார்.

உண்மையில் பிரம்மானந்த ரெட்டி அனுப்பியது வேண்டுகோள் அல்ல; மிரட்டல்! இரண்டு காங்கிரஸ் கட்சிகளும் இணைவதற்கு நீங்கள் குறுக்கே நிற்கவேண்டாம் என்பதுதான் அந்தக் கடிதத்தின் அடி நாதம்!

15 அரசியல் சட்டப் பிரிவு 356

நெருக்கடி நிலை அமல்படுத்தப்பட்ட சமயத்தில் பொதுக்கூட்டம் போடுவ தற்கே யோசித்துக் கொண்டிருந்தன எதிர்க்கட்சிகள். ஆனால் திமுகவோ மாவட்ட மாநாடு, மாநில மாநாடு என்று எப்போதும் போல் சுறுசுறுப்பாக இயங்கிக் கொண்டு இருந்தது.

9 ஆகஸ்டு 1975 அன்று தொடங்கி இரண்டு நாள்களுக்கு நெல்லை மாவட்ட ஐந்தாவது மாநாட்டை திருநெல்வேலியில் வைத்து நடத்தியது திமுக. அதற் கடுத்த வாரமே சேலம் மாவட்ட ஐந்தாவது மாநாட்டை நடத்தியது. அக்டோபர் மாதத்தில் புதுக்கோட்டை மாவட்ட மாநாடு, நவம்பர் மாதத்தில் திமுக மகளிர் மாநாடு, குமரி மாவட்ட மாநாடு என்று தொடர்ச்சியாக மாநாடு களை நடத்திக் கொண்டிருந்தது திமுக.

மாநாடுகளைத் தொடர்ச்சியாக நடத்தி, நெருக்கடி நிலைக்கு எதிரான நிலைப்பாட்டை எடுத்துவரும் திமுக அரசு விரைவில் கலைக்கப்படும் என்ற செய்தி காற்றில் மிதந்துகொண்டிருந்த சமயத்தில் 25 டிசம்பர் 1975 அன்று கோவையில் திமுகவின் ஐந்தாவது பொது மாநில மாநாடு தொடங்கியது. அந்த மாநாட்டில் நிறைவேற்றப்பட்ட தீர்மானங்களுள் நெருக்கடி நிலை தொடர்பான இரண்டு தீர்மானங்கள் முக்கியமானவை.

ஒழுங்குக் கட்டுப்பாட்டில் காட்டப்படுகிற ஆர்வத்தை இந்த மாநாடு வரவேற்கிறது. எனினும் அவற்றை நடைமுறைப்படுத்தும்போது ஜனநாயக முறைகள் பாதிக்கப்படாமல் நிலைத்து நீடிக்கவும் மீண்டும் இயல்பான சூழ்நிலை அமையவும் பேசித் தீர்த்து நாம் எதிர்பார்த்த நல்விளைவுகளைக் காண அனைத்துக்கட்சித் தலைவர்களையும் கொண்டு ஒரு வட்டமேஜை மாநாட்டை உடனடியாகப் பிரதமர் கூட்டவேண்டும் என்று இம்மாநாடு கேட்டுக்கொள்கிறது என்ற தீர்மானத்தை இரா. செழியன் முன்மொழிந்தார்.

பொதுத்தேர்தல், முறைப்படி குறித்த காலத்தில் நடைபெறுவதும் அரசியல் கட்சிகளின் நடைமுறைப் பணிகள், திட்டங்கள், கொள்கைகள் ஆகியவைகள்

பற்றி மதிப்பீடு செய்து, தீர்ப்பளிக்கும் வாய்ப்பை மக்கள் பெறுவதும் ஜனநாயக நெறியாகக் கடைப்பிடிக்கப்பட்டு வருகிறது. இன்றுள்ள நிலையில் ஜனநாயக ரீதியாக பொதுத்தேர்தலை உரிய காலத்தில் நடத்தவேண்டும் என்றும் அந்தத் தேர்தல் நேர்மையான முறையில் நடைபெறுவதற்கேற்ப சூழ்நிலைகளை உருவாக்கித் தரவேண்டும் என்றும் இம்மாநாடு வலியுறுத்து வதோடு, போதிய முன்னறிவிப்பு தந்து, வரும் மார்ச் திங்களில் நாடாளுமன்ற, சட்டப்பேரவைத் தேர்தல்களை ஒருங்கிணைத்து நடத்தவேண்டும் என்றும் கருத்தறிவிக்கிறது என்ற தீர்மானத்தை சாதிக் பாட்சா முன்மொழிந்தார்.

மாநாட்டில் பேசிய கருணாநிதி, விரைவில் வரவிருக்கும் நாடாளுமன்றத் தேர்தலோடு சேர்த்து தமிழ்நாடு சட்டமன்றத்துக்கும் தேர்தல் நடத்தவேண்டும் என்று பிரதமருக்கு திமுக சார்பாக தந்தி கொடுக்கவேண்டும் என்று கேட்டுக்கொண்டார்.

நெருக்கடி நிலை தொடர்பாக திமுக நிறைவேற்றிய தீர்மானங்கள் காங்கிரஸ் தலைமையையும் மத்திய அரசையும் எரிச்சலடைய வைத்தன. அதன் எதிரொலியாகவே இந்தியாவில் கட்டுப்பாடற்ற இரண்டு தீவுகள் (தமிழ்நாடு, குஜராத் - இரண்டிலுமே காங்கிரஸ் அல்லாத கட்சிகள் ஆட்சியில் இருந்தன) இருப்பதாகச் சொன்னார் இந்திரா காந்தி. இந்திரா காங்கிரஸ் கட்சியின் தலைவராக இருந்த பரூவா, 'திமுக ஒழுங்காக நடந்துகொள்ளாவிட்டால் ஆர்.எஸ்.எஸ் இயக்கத்தைப் போலவே தடை செய்யப்படும்' என்றார்.

இந்திரா காந்தி அறிவித்த இருபது அம்சத் திட்டங்களை திமுக அரசு நிறைவேற்றவில்லை என்று கூறி திமுக அரசு மீது கண்டனத் தீர்மானம் ஒன்றைக் கொண்டுவந்தது அதிமுக. அந்தத் தீர்மானம் குறித்த விவாதங்கள் நடந்துகொண்டிருந்தபோது, நெருக்கடி நிலையை மேடைகளில் எதிர்க்கும் திமுக ஏன் அதை சட்டமன்றத்தில் தீர்மானமாக நிறைவேற்றி மத்திய அரசுக்கு அனுப்பியிருக்கக் கூடாது என்ற கேள்வியை எழுப்பினார் திமுகவில் இருந்து விலகி அதிமுகவில் இணைந்திருந்த விருதுநகர் பெ. சீனிவாசன். அதற்குப் பதிலளித்த முதலமைச்சர் கருணாநிதி, 'போர் வீரனுக்குத் தெரியும், எந்தக் கையில் வாள் வைப்பது, எந்தக் கையில் கேடயம் வைப்பது என்று' என்றார்.

நெருக்கடி நிலையின்போது தமிழ்நாட்டில் மட்டுமே சுதந்தரக் காற்று வீசியதாக ஜெயப்ரகாஷ் நாராயணன் உள்ளிட்ட தேசியத் தலைவர்கள் பலரும் கருத்து தெரிவித்தனர். இந்தியாவின் பெரும்பாலான மாநிலங்களில் காங்கிரஸ் கட்சியே அதிகாரத்தில் இருப்பதால் எதிர்க்கட்சிகளைச் சேர்ந்த முக்கியத் தலைவர்கள் பலரும் தமிழ்நாட்டிலேயே தஞ்சம் புகுந்தனர். அப்படி தமிழ்நாடு முதலமைச்சர் கருணாநிதியிடம் அடைக்கலம் புகுந்தவர் களுள் முக்கியமானவர் ஜார்ஜ் ஃபெர்ணாண்டஸ்.

நெருக்கடி நிலையின்போது திமுக பற்றியும் தமிழ்நாடு பற்றியும் ஜெயப்ரகாஷ் நாராயணன் தனது டைரியில் பதிவு செய்துள்ளார்.

மாரடைப்பின் காரணமாக காமராஜ் சென்னையில் உயிர் இழந்தார், இந்திய அரசியலில் ஒரு முக்கியமான தலைவர் மறைந்துவிட்டார். ஆனால் அவரது பணி இன்னும் முடிந்துவிடவில்லை. கடைசியாக அவர் என்னை டெல்லியில் சந்தித்தபோது உங்களைத்தான் இந்த நாடு நம்பிக் கொண்டிருக்கிறது என்று என்னிடம் குறிப்பிட்டார். தமிழ்நாட்டுக்கு நான் சுற்றுப்பயணம் வந்தபோது என்னுடைய பேச்சை அவர் ரசிக்கவில்லை. திமுக அரசைக் கண்டித்து அதற்கு எதிராகப் போராடு மாறு மக்களை என்னால் கேட்டுக்கொள்ள முடியவில்லை. அதற்குக் காரணம், கருணாநிதி.

மற்ற காங்கிரஸ் முதல்வர்களைப் போல் அல்லாமல், எதிர்கட்சிகளின் குரலுக்கு மதிப்பு கொடுத்து, அவர்களது விமரிசனங்களை ஏற்றுக் கொண்டு, தவறு ஏதாவது இருந்தால் திருத்திக்கொள்வதாக கருணாநிதி குறிப்பிட்டிருந்தார். சட்ட முன்வடிவில் செய்யப்படவேண்டிய மாற்றங்கள் பற்றியும் புதிய சட்டத்தில் ஏதேனும் குறைபாடுகள் இருந்தால் அவற்றைச் சரிசெய்வது தொடர்பாகவும் யாரிடமும் பேசத் தயாராக இருப்பதாக அவர் குறிப்பிட்டிருந்தார். இந்நிலையில் பொறுப் பான எதிர்க்கட்சிகள் திமுக தலைவருக்கு ஒத்துழைப்பு கொடுப்பதன் மூலம் அதைச் சிறப்பான முறையில் நடைமுறைப்படுத்த முடியும்... காமராஜிடம் இருந்து எந்தவொரு பதிலும் வராத நிலையில் திமுக அரசை எதிர்க்கச் சொல்லி மக்கள் இயக்கத்துக்கு அறைகூவல் விடுப்பது சரியான விஷயமாக எனக்குத் தோன்றவில்லை. காமராஜைப் பொறுத் தவரை அதிமுகவைவிட திமுகவே மேல்.

திமுகவின் கோவை மாநாடு நடந்துகொண்டிருந்த சமயத்தில் இந்திரா காங்கிரஸ் கட்சியின் மாநாடு சண்டிகரில் நடந்தது. அந்த மாநாட்டில் நாடாளு மன்றத் தேர்தலை ஒருவருட காலத்துக்கு ஒத்திவைப்பது என்ற தீர்மானம் நிறைவேற்றப்பட்டது. இந்திரா காங்கிரஸ் தீர்மானம் போட்டால் இந்திய அரசே தீர்மானம் போட்டுவிட்டதாகத்தானே அர்த்தம். இறுதியில் அதுதான் நடந்தது.

இதற்கிடையே மத்திய அமைச்சர் ஓம் மேத்தா முதலமைச்சர் கருணாநிதியை நேரில் சந்தித்துப் பேசினார். அப்போது நெருக்கடி நிலை எதிர்ப்புத் தீர்மானத்தை வாபஸ் பெற்றுக் கொண்டு, நெருக்கடி நிலையை ஆதரித்தால் தமிழக அரசின் ஆட்சிக்காலம் மேலும் ஓராண்டு கூடுதலாக்கப்படும் என்றார். ஆனால் அந்த யோசனையை கருணாநிதி திட்டவட்டமாக நிராகரித்து விட்டார். இது இந்திரா காங்கிரஸ் தலைவர்களையும் மத்திய ஆட்சியாளர் களையும் ஆத்திரத்தில் ஆழ்த்தியது.

போதாக்குறைக்கு 20 ஜனவரி 1976 அன்று வடசென்னையில் காமராஜர் சிலை திறப்புவிழாவை நடத்தியது திமுக அரசு. இதில் கலந்துகொண்டவர் குஜராத் முதலமைச்சர் பாபுபாய் படேல். ஆம். ஸ்தாபன காங்கிரஸைச் சேர்ந்தவர். அதனைத் தொடர்ந்து ஸ்தாபன காங்கிரஸின் ஒரு பிரிவினரும் இந்திரா

காங்கிரஸ் தலைவர்களும் திமுகவையும் முதலமைச்சர் கருணாநிதியையும் கடுமையாக விமரிசனம் செய்தனர். அவர்களுடைய பேச்சுகள் விரைவில் திமுக அரசு கலைக்கப்படும் என்பதை உணர்த்தும் வகையில் இருந்தன. நாள்கள் நகர நகர ஆட்சிக் கலைப்பு தொடர்பான ஊகங்கள் தொடர்ந்து வந்தவண்ணம் இருந்தன.

31 ஜனவரி 1976. தமிழ்நாட்டில் இருக்கும் திமுக அரசு கலைக்கப்பட்டதாக முறைப்படியான அறிவிப்பு மாலையில் வெளியானது. அரசியல் சட்டத்தின் 356வது பிரிவின்கீழ், தமிழ்நாடு அமைச்சரவையை நீக்கிவிட்டு, தமிழ் நாட்டில் குடியரசுத் தலைவர் ஆட்சியைப் பிரகடனம் செய்யவேண்டும் என்று குடியரசுத் தலைவருக்குப் பரிந்துரை செய்தது மத்திய அமைச்சரவை.

இந்த அரசியல் சட்டப்பிரிவின்படி ஒரு மாநில அரசு தொடர்ந்து நடைபெற முடியாத அளவுக்கு பலவீனமடைந்துவிட்டதாக மத்திய அரசு கருதினால் அந்த அமைச்சரவையை நீக்கிவிட்டு, குடியரசுத் தலைவர் ஆட்சியைக் கொண்டுவர வேண்டும் என்று பரிந்துரை செய்ய மத்திய அரசுக்கு அதிகாரம் உண்டு. அதைப் பயன்படுத்தியே மத்திய அரசு பரிந்துரை செய்தது. அதை ஏற்றுக்கொண்ட குடியரசுத் தலைவர் ஃபக்ருதீன் அலி அகமது, அன்று இரவே கலைப்பு உத்தரவைப் பிறப்பித்தார். அமைச்சரவையோடு சட்டமன்றமும் கலைக்கப்பட்டதாக அந்த அறிவிப்பு சொன்னது.

ஆட்சியைக் கலைப்பதற்கு முன்னால் ஆளுநரிடம் இருந்து அறிக்கை தரப்படவேண்டும். ஆனால் அந்த அறிக்கையை ஆளுநர் கே.கே. ஷா தரவில்லை என்றபோதும், அப்படியொரு அறிக்கை உடனடியாகத் தயார் செய்யப்பட்டு, அவரிடம் வலுக்கட்டாயமாகக் கையெழுத்து வாங்கப்பட்டு விட்டதாக திமுக தரப்பில் இருந்து விமரிசனங்கள் எழுந்தன. ஆக மொத்தத்தில் நெருக்கடி நிலையை எதிர்த்த திமுக அரசு கலைக்கப்பட்டு விட்டது. ஆளுநருக்கு ஆலோசனை கூற பி.கே. தவே மற்றும் ஆர்.வி. சுப்ரமணியம் என்ற இரண்டு அதிகாரிகள் நியமிக்கப்பட்டனர்.

அதிமுக முகாமே கொண்டாட்டவெளியாக மாறியிருந்தது. அதை எம்.ஜி.ஆரின் வார்த்தைகள் நிரூபித்தன. 'திமுக அரசு விலக்கப்பட்டது தைரியமான நடவடிக்கை. இதை அதிமுக வரவேற்கிறது. ஜனநாயகத்தைப் பாதுகாக்க பிரதமர் இந்திரா காந்திக்கு அதிமுகவின் முழு ஆதரவு உண்டு.'

அன்றைய தினமே மு. கருணாநிதியின் மகன் மு.க.ஸ்டாலினைக் கைது செய்வதற்காகக் காவல்துறையினர் வந்தனர். ஆனால் அவர் அப்போது வீட்டில் இல்லை. மறுநாள் ஸ்டாலின் வந்ததும் கருணாநிதியே காவல்துறையினரைத் தொடர்பு கொண்டுத் தகவல் கொடுத்தார். உடனடியாகக் கைது செய்யப் பட்டார் மு.க.ஸ்டாலின். பிறகு முரசொலி மாறனும் கைது செய்யப்பட்டார். ஸ்டாலினைக் கைது செய்ததற்கு சிறப்புக்காரணம் எதுவுமில்லை, முதல்வரின் மகன் என்பதைத்தவிர. ஆனால் முரசொலி மாறனின் கைதுக்கு அழுத்தமான காரணம் இருந்தது. அது, முரசொலி இதழில் 'இட்லராகிறார் இந்திரா' என்ற தலைப்பில் அவர் வெளியிட்ட கார்ட்டூன். மிசா சட்டத்தின்கீழ்

மாறன், ஸ்டாலின் உள்ளிட்ட திமுகவினர் பலரும் மாநிலம் முழுக்கக் கைது செய்யப்பட்டனர்.

திமுக சார்பில் கைது செய்யப்பட்டவர்களில் ஆற்காடு வீராசாமி, ஏ.வி.பி. ஆசைத்தம்பி, முரசொலி மாறன், சிட்டிபாபு எம்.பி, மு.க. ஸ்டாலின், டி.ஆர். பாலு, சா. கணேசன், துரைமுருகன், கோ.சி. மணி, எல். கணேசன், என். கிட்டப்பா, வீரபாண்டி ஆறுமுகம், பொன். முத்துராமலிங்கம், வை. கோபால்சாமி, கா. வேழவேந்தன் என்று பட்டியல் வெகுநீளமானது. அந்தப் பட்டியலை வெளியிட அனுமதி கிடைக்காததால் பிப்ரவரி 3 அண்ணா நினைவு நாளுக்கு அஞ்சலி செலுத்த வரமுடியாதவர்கள் பட்டியல் என்ற பெயரில் மிசா கைதிகளின் பட்டியல் வெளியிடப்பட்டது. உபயம்: கருணாநிதியின் சமயோசிதம்.

வெறுமனே திமுகவினர் மாத்திரம் கைது செய்யப்படவில்லை. திராவிடர் கழகத்தினரும் கொத்துக் கொத்தாகக் கைது செய்யப்பட்டனர். திராவிடர் கழகம் சார்பில் கைது செய்யப்பட்டவர்களில் முக்கியமானவர்கள் கி. வீரமணி, விடுதலை சம்பந்தம் ஆகியோர். திராவிடர் கழக அபிமானியான நடிகர் எம்.ஆர். ராதாவும் கைது செய்யப்பட்டிருந்தார். நெருக்கடி நிலையை எதிர்த்த தி.க. தி.மு.க, மார்க்சிஸ்ட் கம்யூனிஸ் கட்சி, ஸ்தாபன காங்கிரஸ் தொண்டர்கள் மாநிலம் முழுக்கக் கைது செய்யப்பட்டு சிறையில் அடைக்கப்பட்டனர்.

3 பிப்ரவரி 1976. திமுக அமைச்சரவை மீது விசாரணை நடத்த உச்சநீதிமன்ற நீதிபதி சர்க்காரியா தலைமையில் விசாரணை ஆணையம் ஒன்றை அமைத்தது மத்திய அரசு. இதுவிஷயமாக நாடாளுமன்றத்தில் பேசிய மத்திய உள்துறை இணையமைச்சர் ஓம் மேத்தா, '1972 ஆம் ஆண்டு நவம்பர் மாதத்தில் அதிமுக தலைவர் எம்.ஜி. ராமச்சந்திரன், திமுக அமைச்சரவை மீதான புகார்கள் அடங்கிய பட்டியலை மத்திய அரசிடம் கொடுத்தார். மொத்தம் 54 புகார்கள் அடங்கியிருந்தன. அவற்றில் முதலமைச்சர் கருணாநிதிக்கு எதிரானவை 27. மற்ற அமைச்சர்கள் மீது கூறப்பட்டவை 13. மீதி 14 புகார்களும் அதிகாரத்தை திமுக தவறாகப் பயன்படுத்தியதாகப் பொதுப்படையான புகார்கள். இந்தப் புகார்கள் மீது நீதிபதி சர்க்காரியா விசாரணை நடத்துவார்' என்று அறிவித்தார்.

இத்தனைக்கும் தன்மீது கூறப்பட்ட புகார்கள் குறித்த தனது விளக்கத்தை ஒரு புத்தகமாகவே அச்சடித்து, சட்டமன்றத்தில் வைத்திருந்தார் கருணாநிதி. ஆனாலும் மத்திய அரசு திமுகவின் கரங்களை முறுக்கத் தயாராகிவிட்டது. விசாரணை ஆணையம் அமைக்கப்பட்டுவிட்டது. ஆணையத்திடம் சாட்சி செல்லத் தன்னைத் தயார்ப்படுத்திக்கொண்டார் எம்.ஜி.ஆர்.

15 பிப்ரவரி 1976. சென்னையில் நடைபெற்ற விழா ஒன்றில் ஸ்தாபன காங்கிரஸும் இந்திரா காங்கிரஸும் இணைந்தன. அந்த விழாவில் பேசிய பிரதமர் இந்திரா காந்தி, 'திமுகவைச் சேர்ந்தவர்கள் இலங்கைத் தமிழர் விவகாரம் பற்றித் தவறான பிரசாரம் செய்கிறார்கள். இதுபோன்ற

பிரசாரங்களுக்கு இடம்கொடுக்கக்கூடாது. இதனால் இந்திய அரசு - இலங்கை அரசுக்கிடையே நட்புறவு கெடுவதற்கு கருணாநிதி காரணமாக இருக்கிறார்' என்றார்.

திமுகவினர், திராவிடர் கழகத்தினர், ஸ்தாபன காங்கிரஸார் கைது செய்யப்படுவது தொடர்ந்தது. பத்திரிகைத் தணிக்கைகள் தீவிரமடைந்து கொண்டே இருந்தன. ஒரு கட்டுரையை எழுதி அதிகாரிகளிடம் அனுப்பினால், தணிக்கை முடிந்து வரும்போது நான்கைந்து வரிகள் மட்டுமே எஞ்சியிருக்கும். குறிப்பாக, விடுதலை இதழ்களும் நெருக்கடிகளைச் சந்தித்தது. 'பெரியார்' என்ற சொல்லே இடம்பெறக் கூடாது என்றனர். இலக்கியக் கட்டுரைகள் மூலம் கருணாநிதி எழுதிய கட்டுரைகளில் அரசியல் வாடை அடிக்கவே, கருணாநிதி இனி கட்டுரைகள் எதையும் எழுதக்கூடாது என்று உத்தரவு பிறப்பிக்கப்பட்டது. பேய், பிசாசு பற்றிய கேள்வி ஒன்றுக்கு முரசொலியில் பதில் வந்தபோது அதற்கும் தணிக்கை அதிகாரிகள் தடை போட்டனர். ஏன் என்று கேட்டபோது, இந்திரா காந்தியைத்தான் மறைமுகமாகப் பேய் என்கிறீர்கள் என்று விளக்கம் தரப்பட்டது.

முரசொலி ஏட்டில் பிரசுரமாக, பிரசுரமாகி இருக்கும் ஒவ்வொரு எழுத்தும் உன்னிப்பாகக் கண்காணிக்கப்பட்டது. கருணாநிதி என்ற பெயரிலோ கலைஞர் கடிதம் என்ற தலைப்பிலோ எதுவும் முரசொலியில் வெளியிடக் கூடாது என்று கெடுபிடிகள் விதித்தனர் தணிக்கை அதிகாரிகள். அதனைத் தொடர்ந்து கரிகாலன் பதில்கள் என்ற புதிய பகுதி இடம்பெற்றது.

அந்தக் கேள்விகளுக்குப் பதிலளித்தவர் கருணாநிதிதான். அதன்பிறகும் கெடுபிடிகள் தொடரவே தனது எதிர்ப்பைப் பதிவு செய்யும் வகையில் துணுக்குச் செய்தியைத் தலைப்புச் செய்தியாக வெளியிட்டது முரசொலி. ஆம். 2 மார்ச் 1976 அன்று வெளியான முரசொலியின் தலைப்புச் செய்தி இது:

வெண்டைக்காய் உடலுக்கு நல்லது!

- ரஷ்யாவிலிருந்து திரும்பிய ஆதிலட்சுமி ஆராய்ச்சி!

16 நெருக்கடித் தழும்புகள்

இரண்டு ஆண்டுகளுக்கு முன்பு கச்சத்தீவு இலங்கைக்குத் தாரை வார்த்துக் கொடுக்கும் ஒப்பந்தம் கையெழுத்தானது அல்லவா? அப்போது இந்திய மீனவர்களுக்கு சில உரிமைகள் தரப்பட்டிருந்தன. அந்த உரிமைகளைப் பறிக்கும் வகையில் 1976 மார்ச் மாதத்தில் இந்தியா - இலங்கை இடையே மீண்டும் ஒரு ஒப்பந்தம் கையெழுத்தானது.

பாரம்பரிய நீர்ப்பரப்பில் உள்ள மன்னார் வளைகுடா, பாக் நீர்ச்சந்திப்புக்கு அப்பால் உள்ள வங்காள விரிகுடா ஆகிய பகுதிகளுக்கான எல்லை வரையறை குறித்து இந்திய அரசின் வெளியுறவுத்துறை செயலாளர் கேவல் சிங் மற்றும் இலங்கை வெளியுறவுத்துறை செயலாளர் ஜெயசிங்கா இடையே கடிதப் பரிவர்த்தனைகள் நடந்தன. 23 மார்ச் 1976 தேதியிட்ட கடிதமே ஒரு ஒப்பந்தம்தான் என்பது இந்திய வெளியுறவுத் துறை அமைச்சரின் கருத்து.

அந்தக் கடிதத்தின் சாரம் இதுதான்.

'இந்தியாவின் அல்லது இலங்கையின் கண்டிப்பான அனுமதி எதுவும் இல்லாமல் இந்திய மீன்பிடிக் கலங்களோ, மீனவர்களோ இலங்கையில் பாரம்பரியமான கடலிலோ அல்லது கரையோரக் கடலிலோ அல்லது சிறப்புப் பொருளாதாரப் பகுதியிலோ மீன்பிடித்தலில் ஈடுபடக் கூடாது. அதேபோல், இலங்கை மீன்பிடிக் கலங்களோ, மீனவர்களோ இந்தியாவின் பாரம்பரியான கடலிலோ அல்லது கரையோரக் கடலிலோ அல்லது சிறப்புப் பொருளாதாரப் பகுதியிலோ மீன்பிடித்தலில் ஈடுபடக்கூடாது'

ஒப்பந்தம் குறித்து நாடாளுமன்றத்தில் மத்திய வெளியுறவுத்துறை அமைச்சர் ஒய்.பி. சவாண், 'இந்த ஒப்பந்தத்தில் கையெழுத்திடுவதன்மூலம் இந்தியா - இலங்கை இடையேயான கடல் எல்லை வரையறுக்கப்படுகிறது. இரு நாடுகளும் தங்கள் கடல் எல்லைக்குள் முழு இறையாண்மையைச் செலுத்தும். ஒரு நாட்டைச் சேர்ந்த மீன்வரும் மீன்பிடிக் கலங்களும் மற்றொரு நாட்டின் கடல் பகுதிக்குள் சென்று மீன்பிடிக்கக்கூடாது' என்றார்.

சலுகைகளைக் கொடுப்பது போல போக்கு காட்டிய முதல் ஒப்பந்தத்தை இரண்டாவது ஒப்பந்தம் அம்பலப்படுத்தியது. முந்தைய ஒப்பந்தத்தில் கூறப்பட்ட உரிமைகள் அனைத்தையும் பூஜ்ஜியமாக்கியது இரண்டாவது ஒப்பந்தம். தமிழக அரசு கலைக்கப்பட்டுவிட்டதால் அதிகாரப்பூர்வ எதிர்ப்புக்குரலை தமிழ்நாட்டில் யாரும் எழுப்ப முடியவில்லை. தமிழக மீனவர்கள் ஒப்பந்தத்துக்கு எதிராக வழக்கு தொடுத்திருக்க முடியும். ஆனால் அவர்களுக்கு முறையான வழிகாட்டுதல்கள் எதுவும் கிடைக்காததால் எந்தவித சட்ட நடவடிக்கைகளையும் தமிழக மீனவர்கள் எடுக்கவில்லை. விளைவு, கச்சத்தீவு முற்றிலுமாக இலங்கையுடன் ஐக்கியமாகிவிட்டது.

•

வள்ளுவர் கோட்டம். திமுக ஆட்சிக்காலத்தில் கால்கோள் விழா நடத்தப்பட்டு, முதலமைச்சராக இருந்த கருணாநிதியின் வழிகாட்டுதலுடன் கட்டப்பட்டது. தோரண வாயில், அரங்க மண்டபம், கருங்கல் தேர் ஆகியன வள்ளுவர் கோட்டத்தின் முக்கியப் பகுதிகள். அரங்க மண்டபத்துக்குள் கூடம், அரங்கம் தவிர குறள் மணி மாடம், மாடித் தோட்டம், ஆராய்ச்சி நிலையம் ஆகியன அமைந்துள்ளன. ஐம்பது லட்சம் ரூபாய் செலவில் வள்ளுவர் கோட்டம் கட்டிமுடிக்கப்பட்டதும் அதற்கான திறப்புவிழாவை எப்படி நடத்துவது என்பது குறித்து 8 ஜனவரி 1976 அன்று தமிழக அரசின் சார்பில் ஆலோசனைக் கூட்டம் நடந்தது. அதில் 2 பிப்ரவரி 1976 அன்று திறப்பு விழாவை நடத்துவது என்று முடிவுசெய்திருந்தது.

திறப்புவிழா நடப்பதற்கு முன்பே திமுக அரசு கலைக்கப்பட்டுவிட்டது. அதன்பிறகு 15 ஏப்ரல் 1976 அன்று குடியரசுத் தலைவர் ஃபக்ருதீன் அலி அகமதுவைக் கொண்டு திறந்துவைக்க ஏற்பாடு செய்தது மத்திய அரசு. அந்த விழாவுக்கு மு. கருணாநிதி அழைக்கப்படவில்லை. வள்ளுவர் கோட்டத்துக்கான கால்கோள் விழா நடந்தபோது பதிக்கப்பட்ட கல்வெட்டுகூட விழா நடப்பதற்கு முன்னால் அகற்றப்பட்டுவிட்டது.

திமுகவினர் மனரீதியாகக் காயப்பட்ட சம்பவம் வள்ளுவர் கோட்டத் திறப்புவிழா என்றால் மிசா காரணமாக உடல்ரீதியாகப் பாதிக்கப்பட்டது மிகப்பெரிய சோகக்கதை. அரசியல்வாதிகள், எதிர்க்கட்சியினர் பலரும் மிசா சட்டத்தின்கீழ் கைதாகினர் அல்லவா? அவர்கள் கைது செய்யப்பட்ட விதம், சிறைக்குள் நடத்தப்பட்ட விதம் எல்லாமே கண்களில் ரத்தத்தை வரவழைக்கக் கூடியவை. தனது மிசா அனுபவங்களைத் தன்னுடைய டைரியில் எழுத்துப் பூர்வமாகப் பதிவு செய்திருக்கிறார் திமுக நாடாளுமன்ற உறுப்பினராக இருந்த சிட்டிபாபு. குறிப்பாக, திமுக தலைவர் கருணாநிதியின் மகன் மு.க. ஸ்டாலின் கைது செய்யப்பட்டது குறித்தும் அவர் பதிவு செய்துள்ளார். தாக்குதல்களின் வீரியத்தையும் ரணங்களின் வடுக்களையும் வாசகர்களுக்குப் புரியவைக்கும் வகையில் அந்தத் தகவல்களை நன்றியுடன் இங்கே பதிவு செய்கிறோம்.

> சிறை வாயிற்படியில் அதிகாரிகள் எங்களை இறக்கிவிட்டு, எங்கள் கையில் உள்ள மிசா உத்தரவை சரிபார்த்தனர்.. அவரவர் பொருள்கள்,

அவரவர் காலடியில் வைக்கப்பட்டன. அனைவரும் சட்டைகளைக் கழற்றிவிட்டு நிற்கவேண்டும் என்பது காவல் அதிகாரியின் குரல்... யாரும் காசு கொண்டுவரக்கூடாது என்று சொல்லிக்கொண்டு இருந்த போது, ஆசைத்தம்பி வசம் 67 ரூபாய் இருப்பதாகக் காவலாளி கொடுத்தான். அவ்வளவுதான். அதிகாரியின் வார்த்தைகள் தடித்த வார்த்தைகளாயின.. ‘ஆசைத்தம்பியா? ஏய் உனக்கு அறிவில்லையா? நீ சிறைக்கு அடிக்கடி வந்தவன்தானே’ அடுக்கிக்கொண்டே போனார் அதிகமான வார்த்தைகளை... ‘இவன்களை ஏழாம் பிளாக்கில் அல்ல; ஒன்பதாம் பிளாக்கில் அடை, அனுப்புடா இவன்களை... அறைகள் சாத்தப்பட்டன. அறையில் விளக்கில்லை. அழுக்குப் படிந்த தரைதான் படுக்கை. தூசி நிறைந்த அறை, பூச்சிகள் வேறு. பொழுதுவிடியும் வரை எப்படி அங்கே இருக்கமுடியும்? குமட்டல் தரும் துர்நாற்றம். அங்கிருந் தோரை அழைத்துக்கேட்டால் அதட்டல்தான் கிடைத்தது. அன்பு அத்தனை சீக்கிரம் அதிகாரமாக மாறிவிட்டது.. அன்றிரவு ஒரு மணி இருக்கும். என் தம்பி ஸ்டாலின் சிறைக்கு அழைத்துவரப்பட்டான்.. இரவெல்லாம் கண்விழித்துக் கிடந்திருக்கிறான். பாவம், புதுத் திருமணப் பிள்ளை.. பத்து மணி - காலை உணவு. ஆமாம், இருபது தட்டுகள் மட்டுமே ஐம்பது பேருக்கு! ஒருவர் உண்டபிறகு பிறிதொருவர்!.. வழித்திடும் கூழ்! சுவைக்குப் புளிக்காரம்.. தம்பி சுவைத்தான். பசியோ என்றுகூட எண்ணினேன். இல்லை, பழக்கப் படுத்திக் கொள்ளவே என்றான்.. மூன்றாவது அறை. ஆமாம். அதுதான் நானும் (ஆற்காடு) வீராசாமியும் வி.எஸ்.ஜியும் நீல நாராயணனும் என் தம்பியும் எடுத்த அறை. ஐவர் உள்ளே. பெருக்கத் துடைப்பம். சிறுநீர் கழிக்கப் பானை, பழையது. தரையெல்லாம் தகர்ந்த சிமெண்ட் காரைகள். பகல் உணவு இரண்டு மணிக்குக் கீரைத் தண்டுச் சாம்பார். கட்டிச் சோறுடன் கொஞ்சம் களி.

பூட்டுத் திறப்பது மட்டும் கேட்டது. கதவைத் தள்ளினார்கள். வாங்கடா என்ற குரல். பெயர் சொல்லி அழைத்தனர். ஓர் அடி எடுத்து வைப்ப தற்குள் கன்னத்தில் வீழ்ந்த அறைகள். அடடா, நிலைக் கண்ணாடி கல் பட்டு உடைந்து விழுந்தது போல் எனக்குத் தோன்றியது. வயிற்றில் எட்டி உதைத்துவிட்டான். சுவரின் மீதே சாய்ந்து உட்கார நினைத்தேன். வீராசாமி நெடுமரமாகச் சாய்ந்து கிடந்தார். ஒரே குத்துதான் நீலத்துக்கு (நீல நாராயணனுக்கு) மேலே நிமிர்ந்து பார்த்திட, மார்பகத்தில் ஒரு குத்து.

அருகே என் தம்பி ஸ்டாலின். தன் கால் பூட்ஸால் அவன் அழகிய முகத்தைச் சுவைபார்க்க உதைத்தான். அடுத்து கொலைகாரன் ஒருவன் ஓங்கிய கோல் அவனது தோள்பட்டையில். காக்கி உடை அணிந்த வார்டர் ஒருவன் கன்னத்தில் கை நீட்டினான். கண்டேன் காட்சியை. இவர்கள் இவனை அடித்தே கொன்று விடுவார்கள் என்ற உணர்வு எனக்கு ஏற்பட்டது. அவைகள் அடிகள் அல்ல; உலைக்களத்தில் பழுக்கக்

காய்ச்சிய இரும்பைத் தட்டிப் பதப்படுத்தும் உளியாக மாற்றி விடும் சம்மட்டி அடிகளாக எனக்கு அமைந்தது. வீராசாமியைத் தூக்கி நிறுத்தி, ஒரு குத்து விட்டு உள்ளே தள்ளினர்.

வேப்பெண்ணை ஊற்றிய சோற்றை வழங்கினார்கள். கசக்கிறது என்றனர் கழகத் தோழர்கள். கழுவிச் சாப்பிட வேண்டிய முறையை அவர்களுக்குக் கற்றுக் கொடுத்தேன். அடுத்த நாள் டீயில் சீனியில்லை. இட்லி கொடுக்கப்பட்டது. நரநரவென்று மண்ணுடன் கூடிய மாவால் செய்யப்பட்டது. வேண்டாம் என்று சொல்லவும் முடியாது. வேண்டும் என்றால் உண்ணவும் முடியாது. பகல் உணவு வந்தது. தட்டுடன் சென்ற வர்கள் உப்பு அதிகம் உணவில் என்றனர். நீர் கலந்துகொள்ளுங்கள் என்பதைத்தவிர வேறு என்ன சொல்ல முடியும்?

ஏண்டா சிட்டி என்ற குரல். எழுந்தேன். என்ன என்றேன். அழைப்பு பெரிய அதிகாரியிடம் என்றனர். அழைத்துச் செல்லும் தோரணையே வேடிக்கையாக இருந்தது. அவன் கேட்ட கேள்விகள் அவ்விதம்! பெண்டு பிள்ளைகளில் இருந்து படுக்கை வரை கேட்டுக்கொண்டே வந்தான். படுப்பது எப்படி? இருப்பது எப்படி? கொடுப்பது எப்படி? அசிங்க மான வார்த்தைகள்தான். அதை அவன் சொல்லவில்லை. அதிகாரம் அப்படிச் சொல்ல வைத்தது.

அளவு குறைந்த உணவு. அறைக்குள் வெப்பம் தகித்தபோதும் மின்விசிறிக்கு அனுமதி இல்லை. வெறும் கைவிசிறி. தூங்கவேண்டும் என்றால் விசிற முடியாது. விசிற வேண்டும் என்றால் தூங்க முடியாது. அக்கம் பக்கத்தில் இருப் பவர்களுடன் பேசக்கூடாது. எப்போதேனும் உறவினர்களுடன் பேசலாம். ஆனால் கூடவே காவலர்கள் இருப்பார்கள். அதற்குப் பதிலாகப் பேசாமலேயே இருந்து விடலாம். தேவைப்படும் புத்தகங்களை சொந்த செலவில்கூட வாங்கிப் படிக்க அனுமதி இல்லை. கடிகாரம் வைத்துக் கொள்ளக் கூடாது. ரேடியோ கேட்கக்கூடாது. இப்படி இன்னும் இன்னும் நிறைய அனுபவங்கள். வாழ்க்கையின் மிகவும் மோசமான அத்தியாயம் அந்தச் சிறைவாழ்க்கை.

சிறைக்கொடுமை காரணமாக சிறையிலேயே மரணம் அடைந்துவிட்டார் சிட்டிபாபு. நெருக்கடி நிலை நீக்கப்பட்டு, ஜனதா கட்சி அரசு அமைந்தபிறகு நீதிபதி இஸ்மாயில் தலைமையில் சிறைக் கொடுமைகள் பற்றி விசாரணை ஆணையம் அமைக்கப்பட்டது. அந்த ஆணையத்திடம் ஒரு முக்கிய சாட்சியமாக இந்த டைரிக் குறிப்புகள் ஒப்படைக்கப்பட்டன. சிட்டிபாபு வைப்போலவே நெருக்கடி நேரத்தில் சிறையில் அடைப்பட்டுக் கொடுமை களை எதிர்கொண்டு மரணம் அடைந்தவர் சாத்தூர் பாலகிருஷ்ணன் .

•

மத்திய அரசும் இந்திரா காங்கிரஸ் கட்சியின் முக்கியத் தலைவர்களும் அதிகாரிகளின் துணையுடன் வகுத்த வியூகத்தில் ஏராளமான திமுகவினர் கட்சியை விட்டு வெளியேறத் தொடங்கியிருந்தார்கள். சிலர் கட்சிக்குள்

இருந்தபடியே உள்ளடி வேலைகளில் ஈடுபட்டிருந்தனர். சிறைக்குள்ளும் இந்த விலகல்கள் நடந்தன. காவல்துறையின் பலத்த தாக்குதலுக்குத் தாக்குப் பிடிக்க முடியாதவர்கள் கட்சியில் இருந்து விலகிக்கொள்வதாகக் கடிதம் கொடுத்து வெளியேறினர். கொள்கையையே காட்டிக் கொடுத்துவிட்டு விலகும் அளவுக்கு காவல்துறையின் தாக்குதல் கொடூரமாக இருந்தது.

திடீரென ஒருநாள் மாநிலக் கட்சிகளை இந்திரா அரசு தடைசெய்யப்போகிறது என்ற வதந்தி பரவத் தொடங்கியது. இந்தியாவில் உள்ள மாநிலக் கட்சிகள் மக்களிடையே நிலவும் ஒற்றுமையை சீர்குலைக்கவே வழிவகுக்கின்றன. இத்தகைய கட்சிகள் நாட்டின் தேசியப் பிரவாகத்தில் ஐக்கியமாவதே அவை செய்யக்கூடிய விவேகமான செயலாகும் என்று பேசிய எம்.ஜி.ஆர், உடனடியாக அதிமுகவின் பெயரை அனைத்திந்திய அண்ணா திமுக என்று மாற்றிக்கொண்டார். அதைப்போலவே திமுகவின் பெயரையும் மாற்றிக் கொள்ள வேண்டும் என்ற கருத்து கட்சிக்குள் எழுந்தது. திமுகவைக் கலாசாரக் கழகமாக மாற்றிவிடலாம் என்ற யோசனையும் தெரிவிக்கப்பட்டது. ஆனால் அப்படிப்பட்ட முடிவு எதுவும் எடுக்கப்படவில்லை. திமுக தனது கொள்கையில் எந்தவித சமரசத்தையும் செய்துகொள்ளவில்லை.

இத்தனை அடக்குமுறைகளும் குழப்பங்களும் அரங்கேறிக் கொண்டிருந்த போது அதிமுக விநோதமான காரியம் ஒன்றில் ஈடுபட்டுக் கொண்டிருந்தது?

17 உருவானது ஜனதா

அதிமுக உறுப்பினர்கள் அனைவரும் பச்சை குத்திக்கொள்ள வேண்டும்! இதுதான் எம்.ஜி.ஆர் வெளியிட்ட அறிவிப்பு. தொண்டர்கள் முகாம் மாறாமல் இருக்க அவர்களுடைய கைகளில் குத்தப்படும் பச்சை அடையாளம் உதவும் என்பது எம்.ஜி.ஆர் போட்ட கணக்கு. இதன்மூலம் நம்மை எம்.ஜி.ஆர் சந்தேகிக்கிறார் என்று தொண்டர்கள் கருதுவதுதான் இயற்கை. ஆனால் அதிமுக தொண்டர்கள் அப்படிச் செய்யவில்லை. காரணம், அவர்கள் ரசிகர்களாக இருந்து தொண்டர்களாக மாறியவர்கள்.

பச்சை குத்திக் கொள்வீர்! பொதுச்செயலாளர் புரட்சித் தலைவரின் ஆணை! என்ற அறிவிப்பு அதிமுக தலைவர்கள் மத்தியில் குழப்பங்களை விளை வித்தது. வெறுமனே பச்சை குத்துதல் தொடர்பாக மட்டுமல்ல; கூடவே கட்சிக்குப் பெயர் மாற்றிய விவகாரமும் சேர்ந்துகொண்டது. தொண்டர்கள் ஆர்வத்துடன் பச்சை குத்திக் கொண்டபோது தலைவர்கள் மத்தியில் சலசலப்பு. ஆர்.எம். வீரப்பனுக்குப் பிடிக்கவில்லை. நேரடியாகவே சொல்லிவிட்டார். டாக்டர் ஹண்டே, கோவை செழியன், விருதுநகர் பெ. சீனிவாசன் போன் றோருக்கும் பிடிக்கவில்லை. எதிர்த்தனர். விவகாரம் முற்றியது.

கட்சியின் பெயரை எதற்காக மாற்றினீர்கள்? எதற்காக நாங்கள் பச்சை குத்திக்கொள்ளவேண்டும்? இந்த இரண்டு கேள்விகளும் பகிரங்கமாக எழுப்பப்பட்டபோது எம்.ஜி.ஆர் ஆற்றிய எதிர்வினை சுவாரஸ்யமானது.

நான் தூக்கியெறியப்பட்டபோது புதுக்கட்சி தொடங்கினேன் அல்லவா.. அப்போது யாரைக் கேட்டேன்? புதுக்கட்சிக்கு அண்ணா திமுக என்று பெயர் வைத்தேனே.. அப்போது யாரைக் கேட்டேன்? கட்சிக்கொடியில் அண்ணாவின் உருவத்தைப் பொறித்தேனே.. அப்போது யாரைக் கேட்டேன்? இப்போது பச்சைக்குத்தச் சொல்கிறேன்.. அனைத்திந்தியா என்று பெயர் மாற்றம் செய்கிறேன்.. இதற்கு மாத்திரம் யாரைக் கேட்க வேண்டும்? கட்சிக்கு எவ்வளவு செலவாகிறது, அதை எப்படி நான் செலவழிக்கிறேன். கேள்வி கேட்டவர்கள் என்றாவது அதைக் கேட்

டார்களா? இங்கே கேள்வி கேட்டவர்கள் எல்லாம் கெட்டவர்கள் அல்ல; கெட்டவர்களின் பேச்சைக் கேட்டவர்கள்!

எதிர்ப்புக்குரல்கள் அடங்கவில்லை. கோவை செழியன், கோ. விசுவநாதன் எம்.பி, விருதுநகர் பெ. சீனிவாசன் ஆகிய மூவரும் சேர்ந்து எம்.ஜிஆருக்குக் கடிதம் ஒன்றை எழுதினர்.

பச்சை குத்திக் கொள்ளும் முறை நமது கட்சியின் பாரம்பரியப் பகுத்தறிவுக் கொள்கைக்கு முற்றிலும் முரணானது. பச்சை குத்திக்கொள்வதால் புற்றுநோய் உள்பட பல்வேறு வியாதிகள் உடலில் தோன்றக்கூடும் என்று கண்டறியப்பட்டு, பல நாடுகளில் பச்சை குத்துவதை சட்டப்படி தடை செய்திருக்கிறார்கள். இஸ்லாமிய சமுதாயத்தில் பச்சை குத்திக்கொள்வது மத விரோதம். கிறித்தவர்கள், சமணர்களுக்கும் அப்படியே. சுதந்தர உணர்வோடு ஜனநாயகப் பணியாற்றும் கழகத் தொண்டர்களை அரசியல் கொத்தடிமைகளாக மாற்றும் இந்தப் பச்சை குத்தும் உத்தரவைக் கைவிட வேண்டும் எனக் கேட்டுக்கொள்கிறோம்.

கடிதம் கிடைத்த உடனேயே மூவரும் கட்சியில் இருந்து நீக்கப்பட்டனர். ஆனாலும் பச்சை குத்துவது தொடர்பாகப் பிறகு எம்.ஜி.ஆரே விளக்கம் கொடுத்தார்.

பச்சை குத்திக்கொள்வது என்பது என்னுடைய ஆசை. விருப்பம் இருப்பவர்கள் செய்து கொள்ளலாம். பச்சை குத்திக் கொள்ளாதவர்கள் கழகக் கொள்கையில் இருந்து விலகிவிட்டவர்கள் என்றோ, அண்ணாவின் கொள்கையை விரும்பாதவர்கள் என்றோ, அஇஅதிமுகவில் எந்தப் பதவியிலும் இருக்கத் தகுதியில்லாதவர்கள் என்று நினைக்கவோ, கூறவோ இடமில்லை.

தன்னுடைய உத்தரவு கட்சிக்குள் அதிருப்தி அலைகளை ஏற்படுத்தியதையடுத்து, தன்னுடைய நிலையில் இருந்து எம்.ஜி.ஆர் இறங்கிவந்தது இதுதான் முதன்முறை. 1976 செப்டெம்பரில் 'ஆணை' என்ற பெயரில் வந்த அறிவிப்பை 1976 நவம்பரில் 'விருப்பம்' என்று மாற்றிக் கொண்டிருந்தார் எம்.ஜி.ஆர்.

•

1976 நவம்பர் மாதம் கௌஹாத்தி நகரில் நடைபெற்ற காங்கிரஸ் கட்சியின் கூட்டத்தில் பேசிய பிரதமர் இந்திரா காந்தி, எதிர்க்கட்சிகளுடன் பேச்சுவார்த்தை நடத்துவதற்குத் தயாராக இருப்பதாக அறிவித்தார். இதனையடுத்து எதிர்க்கட்சிகளை ஒருங்கிணைக்கும் பணியில் திமுக தலைவர் கருணாநிதி ஈடுபட்டார். 15 டிசம்பர் 1976 அன்று டெல்லியில் எதிர்க்கட்சித் தலைவர்களின் ஆலோசனைக் கூட்டம் நடைபெற்றது. ஸ்தாபன காங்கிரஸ், பாரதிய லோக்தளம், மார்க்சிஸ்ட் கம்யூனிஸ்ட் கட்சி, ஜனசங்கம்,

சோசலிஸ்ட் கட்சி, புரட்சிகர சோசலிஸ்ட் கட்சி, அகாலி தளம் உள்ளிட்ட பல கட்சிகளுக்கும் திமுக சார்பில் அழைப்புகள் விடுக்கப்பட்டன.

அந்தக் கூட்டத்துக்கு ஸ்தாபன காங்கிரஸின் அசோக் மேத்தா, ஜனசங்கத்தின் அடல் பிகாரி வாஜ்பாய், சோசலிஸ்ட் கட்சியின் பிஜூ பட்நாயக், பாரதிய லோக் தளத்தின் பிலு மோடி, கிருஷ்ணகாந்த் உள்ளிட்டோர் வந்திருந்தனர். இந்தச் சந்திப்புதான் ஜனதா கட்சியின் உருவாக்கத்துக்கான தொடக்கப்புள்ளி. அதன் தொடர்ச்சியாக நடைபெற்ற கூட்டங்களுக்குப் பிறகு அரசுடன் பேச்சுவார்த்தை நடத்த எதிர்க்கட்சிகள் தயாராக இருப்பதாக அறிவிக்கப்பட்டது. திமுகவின் முயற்சிகளுக்கு ஜெயப்ரகாஷ் நாராயணனும் ஆதரவளித்தார். ஆனால் அறிவித்தபடி எதிர்க்கட்சிகளுடன் எந்தப் பேச்சுவார்த்தையையும் பிரதமர் இந்திரா காந்தி நடத்தவில்லை.

18 ஜனவரி 1977. நெருக்கடி நிலை தளர்த்தப்பட்டு மார்ச் மாதத்தில் நாடாளுமன்றத் தேர்தல் நடத்தப்படும் என்ற அறிவிப்பை வெளியிட்டார் பிரதமர் இந்திரா காந்தி. அடுத்தடுத்து அரசியல் மாற்றங்கள் ஏற்படத் தொடங்கின. நெருக்கடி நிலையின்போது கைது செய்யப்பட்ட அரசியல் தலைவர்களும் தொண்டர்களும் மெல்ல மெல்ல விடுதலை செய்யப்பட்டு வந்தனர். திமுகவினர் யாரும் விடுதலை செய்யப்படவில்லை.

தேசிய அளவில் காங்கிரஸ் கட்சிக்கு எதிரான நிலைப்பாட்டைக் கொண்டிருந்த ஸ்தாபன காங்கிரஸ், ஜன சங்கம், பாரதிய லோக் தளம், சோசலிஸ்ட் கட்சி ஆகியன ஜனதா கட்சி என்ற பொதுவான பெயருடன் தேர்தலைச் சந்திக்கத் தயாராகின. தேர்தலுக்குப் பின்னர் அதிகாரப் பூர்வமாக ஒரே கட்சியாக இணைவதற்கு இந்தக் கட்சிகள் முடிவெடுத் திருந்தன.

தமிழ்நாட்டில் திமுக, அஇஅதிமுக என்ற இரண்டு கட்சிகளும் தேர்தலைச் சந்திக்கத் தயாராகின. திமுகவோ நெருக்கடி நிலையால் பலத்த கொடுமைக்கு ஆளாகி, விழுப்புண்களுடன் இருந்தது. ஆனால் அஇஅதிமுகவோ நெருக்கடி நிலைக்கு நெருக்கமாக இருந்து, இந்திரா காந்தியுடன் நட்பு பாராட்டி, திமுகவுக்கு எதிராகவும் தன்னுடைய எதிர்கால வளர்ச்சிக்காகவும் தீவிரமாகச் சிந்தித்துச் செயல்பட்டுக் கொண்டிருந்தது.

உண்மையில், நாடாளுமன்றத் தேர்தலோடு, கலைக்கப்பட்ட தமிழ்நாடு சட்டமன்றத்துக்கும் தேர்தல் நடத்தப்படும் என்றுதான் பெரும்பாலான அரசியல் கட்சிகள் நினைத்துக் கொண்டிருந்தன. அஇஅதிமுகவும் அப்படியே நினைத்திருந்தது. ஆனால் இந்திரா காந்தியோ நாடாளுமன்றத் துக்கு மட்டுமே தேர்தல் என்று அறிவித்திருந்தார். இதில் அஇஅதிமுகவுக்கு அதிருப்திதான் என்றாலும் நாடாளுமன்றத் தேர்தலைச் சந்திக்கத் தன்னைத் தயார்ப்படுத்திக் கொண்டது. அநேகமாக காங்கிரஸ் கட்சியும் அஇஅதிமுகவும் கூட்டணி அமைத்துத் தேர்தலைச் சந்திக்கும் என்பதுதான் பொதுவான கணிப்பாக இருந்தது.

புதிதாக உருவாகியிருக்கும் ஜனதா கட்சியுடன் இணைந்து திமுக தேர்தலை சந்திக்கும் என்றே பரவலாக எதிர்பார்க்கப்பட்டது. திமுக தலைவர் கருணாநிதியும் அதை உறுதி செய்தார். ஆனால் ஜனதா கட்சி சார்பில் அதற்கான அதிகாரபூர்வ முயற்சிகள் எடுக்கப்படவில்லை. யார் வந்தாலும், வரா விட்டாலும் தேர்தலைச் சந்திப்பதில் எந்த மாற்றமும் இல்லை என்று அறிவித் திருந்தது திமுக. அதன்பிறகு திமுக சார்பில் தேர்தல் அறிக்கை தயார் செய்யப் பட்டு வெளியிடப்பட்டது. அதில், திமுக ஆட்சியின் கடந்த கால சாதனை களைப் பட்டியலோடு வாக்காளர்களுக்குச் சில கேள்விகளையும் முன்வைத்தது திமுக.

> *நாட்டில் மற்ற கட்சிகளுக்கும் வாய்ப்பிருக்கக்கூடிய மக்களாட்சி முறையா? அல்லது ஒரே கட்சிதான் இருந்திடவேண்டுமென்ற காட்டாட்சி முறையா?*
>
> *சுதந்தரமான நீதித்துறையின் இயக்கமா? அல்லது கட்டுப்படுத்தப்பட்ட நீதி தேவர்களின் மயக்கமா?*
>
> *சட்டத்தின் முன் அனைவரும் சமம் என்ற தத்துவமா? அல்லது சட்டத்தின் ஆட்சிக்கு சமாதி எழுப்பிவிட்டு, ஆளுக்கொரு நீதி என்ற ஆதிக்கமா?*
>
> *கட்டுப்பாடும் ஜனநாயகமும் இணைந்த நிலையா? அல்லது கட்டுப்படுத்தப்பட்ட ஜனநாயகத்தின் தற்கொலையா?*
>
> *மக்களிடையே அமைதியும் உரிமையும் தவழும் சூழலா? அல்லது அச்சுறுத்தலும் அரசியல் வஞ்சம் தீர்ப்பதுமான சூதுச் சூழலா? சுருக்கமாகச் சொன்னால், ஜனநாயகமா? சர்வாதிகாரமா?*

ஜனதா கட்சியின் சார்பாக நீலம் சஞ்சீவ ரெட்டியே நேரில் வந்து திமுக தலைவர் கருணாநிதியுடன் கூட்டணி குறித்துப் பேசினார்.

திமுக, ஜனதா, மார்க்சிஸ்ட் கம்யூனிஸ்ட் கட்சி ஆகிய மூன்று கட்சிகளும் கூட்டணி அமைத்துத் தேர்தலைச் சந்திக்கத் தயாராகின. திமுகவும் ஜனதாவும் தலா 19 தொகுதிகளிலும் மார்கிஸ்ட் கம்யூனிஸ்ட் கட்சி இரண்டு தொகுதி களிலும் (மதுரை, திண்டுக்கல்) போட்டியிட்டன. இன்னொரு பக்கம் அஇஅதிமுக - காங்கிரஸ் - இந்திய கம்யூனிஸ்ட் மூவரும் கூட்டணி அமைத்துத் தேர்தலை எதிர்கொண்டனர். திமுகவைவிட ஒரு தொகுதி கூடுதலாக 20 தொகுதிகளில் அஇஅதிமுகவும் காங்கிரஸ் 16 தொகுதிகளிலும் போட்டியிட்டன. இந்திய கம்யூனிஸ்ட் கட்சிக்கு 3 தொகுதிகள் ஒதுக்கப்பட்டன. அஇஅதிமுகவின் சின்னம் இரட்டை இலை.

ஜனநாயகத்துக்கும் சர்வாதிகாரத்துக்கும் நடக்கும் யுத்தம் என்றது திமுக அணி. ஊழல் ஆட்சிக்கு முடிவு கட்டுங்கள் என்றது அஇஅதிமுக அணி. தேர்தல் பிரசாரம் இருதரப்பிலுமே பலமாக இருந்தது. ஆனால் தேர்தல் முடிவுகள் வித்தியாசமாக வந்தன. தேசிய அளவில் காங்கிரஸ் கட்சிக்கு

எதிராகவும் தமிழக அளவில் திமுகவுக்கு எதிராகவும் அமைந்தன. அஇஅதிமுகவுக்கு 18, காங்கிரஸுக்கு 14, இந்திய கம்யூனிஸ்டுக்கு 3 என்ற அளவில் வெற்றி கிடைத்திருந்தது. திமுக அணியைப் பொறுத்தவரை ஜனதா கட்சிக்கு 3 இடங்களில் வெற்றி கிடைத்திருந்தது. ஆனால் திமுகவுக்கு ஒரேயொரு இடம் (வடசென்னை - ஏ.வி.பி. ஆசைத்தம்பி) மட்டுமே கிடைத்தது. மார்க்சிஸ்ட் கம்யூனிஸ்ட் கட்சிக்குத் தோல்வியே மிஞ்சியது.

தேசிய அளவில் திமுக இடம்பெற்றிருந்த ஜனதா கட்சிக் கூட்டணிக்கு அபார வெற்றி கிடைத்திருந்தது. ஜனதா கட்சிக்கு 269 இடங்கள் கிடைத்திருந்தன. சுதந்தரம் அடைந்தது தொடங்கி தொடர்ந்து ஆளுங்கட்சியாக இருக்கும் காங்கிரஸ் கட்சிக்கு 152 இடங்களே கிடைத்திருந்தன. நெருக்கடி நிலையின் தாக்கம் வடமாநிலங்களைத் தாக்கிய அளவுக்குத் தென்மாநிலங்களைத் தாக்கவில்லை என்பதைத் தேர்தல் முடிவுகள் அப்பட்டமாக உணர்த்தின.

எனினும், இந்திரா காந்தி அரசு ஆட்சி அதிகாரத்தில் இருந்து அகற்றப்பட்டது. ஜனதா கட்சியின் சார்பாக மொரார்ஜி தேசாய் பிரதமர் பதவியை ஏற்றுக் கொண்டார். அவருடைய அமைச்சரவையில் சரண் சிங், ஜெகஜீவன் ராம், வாஜ்பாய், அத்வானி, ஜார்ஜ் ஃபெர்னாண்டஸ் உள்ளிட்டோரும் தமிழ கத்தைச் சேர்ந்த பா. ராமச்சந்திரனும் இடம்பெற்றனர். திமுகவில் இருந்து ஒற்றை உறுப்பினர் மட்டுமே வெற்றி பெற்றிருந்ததால் அந்தக் கட்சிக்கு அமைச்சரவையில் இடமளிக்கவில்லை. ஆனால் பத்தொன்பது இடங்களை வென்றும் எதிர்க்கட்சி வரிசையில் அமரவேண்டிய நிலை அஇஅதிமுகவுக்கு உருவாகியிருந்தது. எனினும், கட்சி தொடங்கி ஐந்து வருடங்கள் முழுமையாக முடிவதற்குள் தாய்க் கட்சியைத் தோற்கடித்த உற்சாகம் அஇஅதிமுக முகாமில் நிறைந்திருந்தது.

18 முதல்வரானார் எம்.ஜி.ஆர்.

மத்தியில் திமுக ஆதரவு ஜனதா அரசு அமைந்துவிட்டதால் நெருக்கடி நிலையின்போது திமுக அமைச்சர்கள் மீது போடப்பட்ட வழக்குகள் வாபஸ் பெறக்கூடும் என்ற எதிர்பார்ப்பு நிலவியது. திமுகவுக்கும் அப்படியொரு எண்ணம் இருந்தது. காரணம், மொரார்ஜி தேசாய், ஜெயப்ரகாஷ் நாராயணன் உள்ளிட்ட ஜனதா கட்சியின் முக்கியத் தலைவர்கள் அனைவருமே திமுக அமைச்சர்கள் மீது போடப்பட்ட வழக்குகள், சர்க்காரியா விசாரணை ஆணையம் எல்லாமே அரசியல் காழ்ப்புணர்வுடன் போடப்பட்டவை என்று பேசியிருந்தனர்.

அதை உறுதி செய்வதுபோல ஜார்ஜ் ஃபெர்னாண்டஸ் மீது போடப்பட்டிருந்த பரோடா வெடிகுண்டு வழக்கு, சுப்ரமணியன் சுவாமி மீது போடப்பட்டிருந்த அந்நியச் செலாவணி வழக்கு, பிரகாஷ் சிங் பாதல் மீது போடப்பட்டிருந்த கிரிமினல் வழக்கு ஆகியவற்றை மத்திய அரசு வாபஸ் பெற்றிருந்தது. ஆனால் திமுக மீது போடப்பட்டிருந்த வழக்கு விஷயத்தில் மொரார்ஜி அரசு எந்தவித முடிவையும் எடுக்கவில்லை. உள்நோக்கத்துடன் போடப்பட்ட வழக்குகள் என்பதால் அதற்கேற்ப நடவடிக்கை எடுக்கவேண்டும் என்று ஜெயப்ரகாஷ் நாராயணன் வலியுறுத்தியும் மொரார்ஜி கண்டுகொள்ளவில்லை.

அதற்குக் காரணம் இருந்தது. அப்போது திமுக வசம் ஒரேயொரு எம்.பி மட்டுமே. ஆனால் அதிமுகவின் வசம் பத்தொன்பது எம்.பிக்கள். எம்.ஜி.ஆரும் தன்னை மொரார்ஜிக்கு ஆதரவானவராகவே காட்டிக் கொண்டதோடு, மத்திய அரசுக்கு நிபந்தனையற்ற ஆதரவைத் தரத் தயாராக இருப்பதாகக் கூறியிருந்தார். ஜனதா அரசு பல கட்சிகளின் கூட்டணி. எப்போது வேண்டுமானாலும் பிரச்னைகள் வரக்கூடும். ஆட்சிக்கே ஆபத்து என்ற நிலை வருமானால் அதைச் சமாளிக்க அஇஅதிமுகவின் பத்தொன்பது எம்.பிக்கள் உதவக்கூடும். ஒருவேளை கருணாநிதியின் மீதான வழக்குகளை வாபஸ் பெற்றால், அது எம்.ஜி.ஆருக்கு அதிருப்தியை ஏற்படுத்தும்.

எல்லாவற்றையும் யோசித்தே திமுக மீதான வழக்குகளை வாபஸ் பெறும் விஷயத்தில் ஆர்வம் செலுத்தாமல் இருந்தார் பிரதமர் மொரார்ஜி தேசாய்.

டெல்லியின் பாராமுகம் திமுகவில் இருந்த சில முக்கியத் தலைவர்கள் மத்தியில் சந்தேகத்தை ஏற்படுத்தியது. போதாக்குறைக்கு எம்.ஜி.ஆரின் அஇஅதிமுக தமிழக அரசியலில் முக்கிய சக்தியாக வளர்ந்திருப்பது நாடாளுமன்றத் தேர்தல் மூலமாகத் தெரியவந்தது. எதிர்காலம் குறித்த பயம் வந்தவர்கள் எல்லோரும் திமுகவில் இருந்து தங்களை விடுவித்துக்கொள்ள முடிவு செய்தனர். அவர்களில் முக்கியமானவர், திமுகவின் பொதுச் செயலாளராக இருந்த நெடுஞ்செழியன்.

திமுக தலைவர் கருணாநிதி தலைவர் பதவியிலிருந்து விலகவேண்டும் என்று கட்சிக்குள் அதிருப்தியாளர்கள் குரலெழுப்பத் தொடங்கினர். கடந்த காலங்களில் கழகம் பெற்ற வெற்றிகளுக்கு எப்படி கட்சித் தலைமை பொறுப் பேற்றுக்கொண்டதோ அதைப்போலவே சமீபத்திய தோல்விக்கும் கழகத் தலைமையே பொறுப்பேற்கவேண்டும் என்பது கருணாநிதி அதிருப்தியாளர் களின் வாதம். கருணாநிதிக்கு எதிராகக் கையெழுத்து வேட்டையும் தொடங்கியது.

உடனடியாகத் தலைவர் பதவியில் இருந்து விலகுவதாக 10 ஏப்ரல் 1977 அன்று பொதுச் செயலாளர் நெடுஞ்செழியனுக்குக் கடிதம் எழுதினார் கருணாநிதி. இதனையடுத்து பொதுச் செயலாளர் நெடுஞ்செழியனும் தன்னுடைய பதவியில் இருந்து விலகிக்கொள்வதாக அறிவித்தார். திமுகவுக்குள் பலத்த குழப்பம் நிலவியது. நிலைமையைச் சமாளிக்க திமுக செயற்குழு கூடியது. அதில் கலந்துகொண்ட உறுப்பினர்களின் கடுமையான வற்புறுத்தல் களுக்குப் பிறகு திராவிடர் கழகப் பொதுச்செயலாளர் கி. வீரமணியின் ஏற்பாட்டில் கருணாநிதியும் நெடுஞ்செழியனும் பெரியார் திடலில் சந்தித்துப் பேசினர். இதனையடுத்து இருவரும் தத்தமது ராஜினாமா கடிதங்களைத் திரும்பப் பெற்றனர். விவகாரம் தாற்காலிகமாகத் தீர்க்கப் பட்டது போல இருந்தது. மூன்றே நாளில் மீண்டும் பிரச்னை வெடித்தது.

15 ஏப்ரல் 1977 அன்று நெடுஞ்செழியனிடம் இருந்து திமுக தலைமைக்குக் கடிதம் வந்தது. 'கருத்து வேறுபாடுகளின் காரணமாகத் தி.மு.கழகத்தின் அடிப்படை உறுப்பினர் பொறுப்பு உள்பட நான் வகித்துவரும் எல்லாப் பொறுப்புகளில் இருந்தும் விலகிவிடுவதாகத் தீர்மானித்துவிட்டேன்.'

அவரைத் தொடர்ந்து மேலும் சில முக்கியத்தலைவர்கள் திமுகவில் இருந்து விலகினர். க. ராசாராம், செ. மாதவன், இராம. அரங்கண்ணல் ஆகியோர் குறிப்பிடத்தக்கவர்கள். விரைவில் புதிய கட்சி தொடங்கப்போவதாகவும் செய்திகள்கசிந்தன.

விலகலின் பின்னணியில் எம்.ஜி.ஆர் இருக்கிறார் என்றொரு செய்தி. இல்லையில்லை, தினத்தந்தி அதிபர் சி.பா.ஆதித்தனார் இருக்கிறார் என்றொரு செய்தி. உடனடியாக முரசொலியில் கடிதம் எழுதி நெடுஞ்செழியனுக்கு

அழைப்புவிடுத்தார் கருணாநிதி. ஆனாலும் தனிக்கட்சி தொடங்குவது என்பதில் நெடுஞ்செழியன் உறுதியாக இருந்தார். திமுகவைச் சேர்ந்த சிலர் தன்னுடைய மனத்தை நோகடிக்கும் வகையில் கடிதங்கள் எழுதிவருவதாகக் காரணம் சொன்னார் நெடுஞ்செழியன்.

திமுக மூன்றாவது முறையாகப் பிளவைச் சந்திப்பதை திராவிடர் கழகம் விரும்பவில்லை. ஆகவே, சமாதான முயற்சிகளில் திராவிடர் கழகத் தலைவர் மணியம்மை ஈடுபட்டார். பகிரங்க அறிக்கை ஒன்றையும் வெளியிட்டார். அதில் திமுகவை அழிக்க இந்திரா காந்தி கட்டவிழ்த்துவிட்ட கொடுமை களையும் அடக்குமுறைகளையும் எதிர்கொண்டபோதும் துவளாமல் இருந்த திமுக, தற்போது பிளவு என்ற ஆபத்தில் சிக்கியிருப்பது கவலையளிப்பதாக உள்ளது என்று கூறிய மணியம்மை, திமுக ஒற்றுமையாக இருக்கவேண்டும் என்ற திராவிடர் கழகத்தின் விருப்பத்தையும் பதிவு செய்தார்.

இதனையடுத்து கருணாநிதியும் அன்பழகனும் நெடுஞ்செழியனுக்கு பகிரங்க அழைப்புவிடுத்தனர். செயற்குழு மூலமும் தீர்மானம் நிறைவேற்றப்பட்டது. முரசொலி மூலமாக நெடுஞ்செழியனுக்குக் கடிதம் எழுதி அழைப்பு விடுத்தார் கருணாநிதி. ஆனாலும் நெடுஞ்செழியன் தனது முடிவை மாற்றிக் கொள்ளத் தயாராக இல்லை. 27 ஏப்ரல் 1977 அன்று தியாகராய நகரில் நெடுஞ்செழியன் ஆதரவாளர்கள் ஒன்றுகூடி ஆலோசனைக் கூட்டம் ஒன்றை நடத்தினார்.

அதன் முடிவில் மக்கள் திராவிட முன்னேற்றக் கழகம் என்ற புதிய அரசியல் அமைப்பைத் தொடங்குவது என்று தீர்மானம் செய்யப்பட்டது. அதன் பொதுச்செயலாளராக நெடுஞ்செழியன் தேர்ந்தெடுக்கப்பட்டார். பொருளாளராக, க. ராசாராம், கொள்கை பரப்புச் செயலாளராக, செ. மாதவன், அமைப்புச் செயலாளராக இராம. அரங்கண்ணல் ஆகியோர் தேர்ந்தெடுக்கப்பட்டனர்.

மக்கள் திமுகவின் தொடக்க விழாப் பொதுக்கூட்டம் 8 மே 1977 அன்று சென்னை திருவல்லிக்கேணி தேரடித் தெருவில் நடைபெற்றது. அதில் நெடுஞ்செழியன் பேசினார்.

> அறிஞர் அண்ணா காலத்தில் வெற்றிக்கு மேல் வெற்றி பெற்றுவந்த கழகம், கலைஞர் கருணாநிதி தலைமைப் பொறுப்பை ஏற்ற பிறகு, தோல்விக்கு மேல் தோல்வியைப் பெறுவானேன்? 1971 பொதுத் தேர்தலில் திமுகழகம் பெருவெற்றி பெற்றதற்கு அடிப்படைக்காரணம் புரட்சித்தலைவர் எம்.ஜி.ஆர் அவர்களின் செல்வாக்கும் புகழும் உழைப்புமே ஆகும். கலைஞரின் தலைமையில் பொதுமக்களுக்கு வெறுப்பும் அருவருப்பும் ஏற்படத் தொடங்கின. அதன் விளைவாக, திண்டுக்கல் இடைத்தேர்தல், கோவை சட்டமன்ற - நாடாளுமன்ற இடைத்தேர்தல்கள், புதுவை மாநிலப் பொதுத்தேர்தல் ஆகியவற்றில் திமுகழகத்துக்குப் படுதோல்விகள் ஏற்பட்டன. கலைஞர் கருணாநிதி அவர்களின் தலைமையில் இயங்கிவந்த தமிழக ஆட்சி, எட்டுக்

குற்றச்சாட்டுகளுக்கு ஆட்பட்டு, குடியரசுத் தலைவரால் கலைக்கப்படுவதற்குக் காரணம், முழுக்க முழுக்க அவரே ஆவார்.

கழகத் தலைமையின் போக்கிலே மாற்றம் ஏற்படாவிட்டால் கழகம் விரைவில் அழிந்துபோக இடம் ஏற்பட்டுவிடும் என்ற எண்ணம் கழக முன்னணித் தலைவர்களிடையே ஏற்பட்டது. கழகத்தலைவர், கழகப் பொதுச்செயலாளர், கழகப் பொருளாளர் ஆகியோர் பதவிகளை விட்டு இறங்கிவந்து, தொண்டர்களாக இருந்து, கழகத்தைத் தூக்கி நிறுத்தப் பாடுபடுவது நல்லது என்ற கருத்து வைக்கப்பட்டது. ஆனால் இந்தக் கருத்தை ஏற்றுக்கொள்ள கலைஞர் கருணாநிதி மறுத்துவிட்டார். அதன்பிறகே கழகத்தைவிட்டு வெளியேறிவிடுவது என்ற முடிவுக்கு நான் வந்தேன். அதன் தொடர்ச்சியாக ஏற்பட்ட விளைவுதான், ம.தி.மு.கழகத்தின் தோற்றமாகும். இந்தக் கழகத்தில் தனிநபர் வழிபாடு இருக்காது. நான் என்ற சொல் ஆதிக்கம் செலுத்தாது. நாம் என்ற சொல்தான்ஆட்சி புரியும்.

ஆக, திராவிட முன்னேற்றக் கழகம் மூன்றாவது முறையாகப் பிளவு பட்டிருந்தது. திமுகவின் பொதுச்செயலாளராக இருந்த இரா. நெடுஞ்செழியன் கட்சியில் இருந்தே விலகிவிட்டதால் திமுகவுக்குப் புதிய பொதுச் செயலாளரைத் தேர்ந்தெடுக்க வேண்டிய சூழல் உருவாகியிருந்தது. அதன்படி திமுகவின் பொருளாளராக இருந்த பேராசிரியர் க. அன்பழகன் கட்சியின் புதிய பொதுச்செயலாளராகத் தேர்ந்தெடுக்கப்பட்டார்.

•

1977 ஜுன் மாதத்தில் தமிழ்நாடு சட்டமன்றத்துக்கான தேர்தல் நடத்தப்படும் என்று அறிவிக்கப்பட்டது. அதற்கான வேலைகளில் அனைத்து கட்சியினரும் ஈடுபடத் தொடங்கினர். நடந்து முடிந்த நாடாளுமன்றத் தேர்தலில் அபார வெற்றி பெற்றிருந்த அஇஅதிமுக, பலத்த உற்சாகத்துடன் தேர்தலை எதிர் கொள்ளத் தயாரானது. கடந்த தேர்தலில் அடைந்த அதிர்ச்சித் தோல்விக்கும் சட்டமன்றத் தேர்தலில் மருந்து போட்டுக்கொள்ளத் தயாரானது திமுக.

நாடாளுமன்றத் தேர்தலுக்குப் பிறகு திமுகவுக்கும் ஜனதா கட்சிக்கும் இடையே சுமுகமான உறவு இல்லை. வழக்குகள் வாபஸ் பெறும் விவகாரத்தில் முறுக்கைக் காட்டிய மொரார்ஜி, திமுகவுடன் கைகுலுக்குவதில் துளியும் விருப்பமில்லாமல் இருந்தார். சரண் சிங், சந்திரசேகர் போன்ற தலைவர்கள் திமுகவுடனான கூட்டணியையே விரும்பினாலும், நடந்து முடிந்த நாடாளுமன்றத் தேர்தலில் திமுகவை விட இரண்டு இடங்கள் கூடுதலாகப் பெற்றிருந்ததால் திமுகவைக் கொஞ்சம் அலட்சியமாகவே பார்த்தது ஜனதா.

அதேபோல மத்தியில் ஜனதா அரசு அமைந்தபிறகு காங்கிரஸ் கட்சியிடம் இருந்து மெல்ல மெல்ல விலகிய அஇஅதிமுக, மொரார்ஜியுடன் நட்பு பாராட்டத் தொடங்கியது. காங்கிரஸுடன் உறவு பாராட்டுவது மொரார்ஜியை ஆத்திரமூட்டும் செயல் என்று கருதிய எம்.ஜி.ஆர்., காங்கிரஸிடம்

இருந்து விலகியே இருந்தார். ஆனால் காங்கிரஸ் கட்சியோ அஇஅதிமுக வுடன் அணி அமைக்கும் முயற்சியில் தொடர்ந்து ஈடுபட்டது. இந்திய கம்யூனிஸ்ட் கட்சியும் அதே மனநிலையில் இருந்தது.

பலத்த குழப்பங்களுக்கு மத்தியில் அரசியல் கட்சிகள் ஆளுக்கொரு அணியில் சேர்ந்துகொண்டன அல்லது அணியை உருவாக்கிக்கொண்டன. ஒவ்வொரு அணியும் உருவான விதம் விநோதமாகவே இருந்தது. நெருக்கடி நிலையைக் கடுமையாக எதிர்த்த மார்க்சிஸ்ட் கம்யூனிஸ்ட் கட்சியும் அதைத் தீர்மானம் போட்டு ஆதரித்த அஇஅதிமுகவும் கூட்டணி அமைத்துக் கொண்டன.

திமுகவுடன் நல்ல உறவில் இருந்த மார்க்சிஸ்ட் கம்யூனிஸ்ட் கட்சி திடீரென அணி மாறியதற்குச் சொன்ன காரணம் வித்தியாசமானது. 'திமுகவின் முக்கியத் தலைவர்கள் மீது சுமத்தப்பட்டுள்ள ஊழல் குற்றச்சாட்டுகள் மீது சர்க்காரியா கமிஷன் விசாரணை செய்து கொண்டிருக்கும்போது திமுகவை மீண்டும் ஆட்சியில் அமர்த்திட நாம் உடந்தையாக இருக்கக்கூடாது'. இதே சர்க்காரியா கமிஷன் விசாரணை நடந்துகொண்டிருக்கும் சமயத்தில்தான் திமுகவுடன் இணைந்து நாடாளுமன்றத் தேர்தலை எதிர்கொண்டது மார்க்சிஸ்ட் கம்யூனிஸ்ட் கட்சி.

திமுகவுடன் அணி அமைக்க ஜனதா கட்சி முன்வராததால் தனித்து தேர்தலைச் சந்திக்கத் தயாரானது திமுக. அதற்கு திராவிடர் கழகம் தனது தார்மிக ஆதரவை அளித்தது. பெரியார், அண்ணா ஆகியோரின் உயிர்நாடிக் கொள்கையான வகுப்புவாரி இட ஒதுக்கீடே தேவையில்லை என்று வலியுறுத்தும் அஇஅதிமுக பதவிக்கு வருமானால் தாழ்த்தப்பட்ட பிற்படுத்தப்பட்ட மக்களின் எதிர்கால வாழ்க்கை கேள்விக்குறியாகிவிடும். ஆகவே, திமுக வுக்கே வாக்களிக்கவேண்டும் என்று திராவிடர் கழகப் பொதுச் செயலாளர் கி. வீரமணி அறிவித்தார்.

தமிழ்நாடு கம்யூனிஸ்ட் கட்சி (மணலி கந்தசாமி) திமுகவுக்கு ஆதரவாக இருந்தது. ஜனதா கட்சியும் தனித்துப் போட்டியிடத் தயாரானது. இந்திய கம்யூனிஸ்ட் கட்சி காங்கிரஸுடன் கூட்டணி அமைத்தது. இதற்கிடையே புதிதாக உருவாகியிருந்த மக்கள் திமுகவின் பொதுக்குழு 27 மே 1977 அன்று கூடியது.

1977 ஜூன் மாதத்தில் நடைபெற இருக்கும் பொதுத்தேர்தலில் மக்கள் தி.மு.க போட்டியிடுவதில்லை என்றும் அறிஞர் அண்ணாவின் கொள்கைகளை ஏற்று, கலைஞரின் தி.மு.கழகத்தை எதிர்க்கும் அ.இ.அ.தி.மு.கழகக் கூட்டணியின் வேட்பாளர்களுக்கு ஆதரவளிப்பதாகத் தீர்மானம் நிறை வேற்றப்பட்டது. இத்தனைக்கும் மக்கள் திராவிட முன்னேற்றக் கழகத்துக்குப் பத்து தொகுதிகளை ஒதுக்கினார் எம்.ஜி.ஆர். ஆனாலும் கட்சி போதுமான அளவுக்கு வளர்ச்சியடையாத காரணத்தால் தேர்தலில் போட்டியிட விரும்ப வில்லை என்று அறிவித்தார் நெடுஞ்செழியன்.

நேற்றுவரை இன்னொருவர் முதலமைச்சராக வேண்டும் என்று பிரசாரம் செய்த எம்.ஜி.ஆர், இந்தத் தேர்தலில் தான் முதலமைச்சராக வேண்டும் என்று

பிரசாரம் செய்தார். கட்சி தொடங்கிய புதிதில் அவருக்கு மிகவும் உதவியாக இருந்தது இந்திய கம்யூனிஸ்ட் கட்சியின் எம். கல்யாண சுந்தரம். தற்போது அவர் எம்.ஜி.ஆரிடம் இருந்து விலகி, காங்கிரஸ் அணியில் இணைந்து விட்டதால் அவருடைய இடத்தை மார்க்சிஸ்ட் கம்யூனிஸ்ட் கட்சியின் பி.ராமமூர்த்தி பிடித்துக்கொண்டார்.

தேர்தல் பிரசாரம் இருதரப்பிலுமே பலமாக இருந்தது. 'கழக மாமணிகள் வெற்றி பெற்றிட ஓயாது உழைத்திட வாராய் என் உடன்பிறப்பே! உன் உழைப்பில்தான் இருக்கிறது கழகத்தின் வெற்றி. உன்னைத்தான் நம்பியிருக் கிறது இந்தக் கழகம்!' என்றார் கருணாநிதி.

•

12 ஜுன் 1977 மற்றும் 14 ஜுன் 1977 ஆகிய தேதிகள் தமிழ்நாடு சட்டமன்றத்துக்கான தேர்தல் நடந்தது. பதினைந்தாம் தேதி முடிவுகள் அறிவிக்கப்பட்டன. தமிழகம் இதுவரை சந்திக்காத வித்தியாசமான தேர்தல் முடிவு அன்றைய தினம் வெளியானது.

அஇஅதிமுக 130 இடங்களைக் கைப்பற்றி ஆட்சியைப் பிடித்தது. திமுகவுக்கு 48 இடங்களே கிடைத்திருந்தன. காங்கிரஸ் கட்சிக்கு 27, ஜனதாவுக்கு 10, மார்க்சிஸ்டு கம்யூனிஸ்ட் கட்சிக்கு 5, இந்திய கம்யூனிஸ்ட் கட்சிக்கு 12, ஃபார்வர்டு ப்ளாக் 1, முஸ்லிம் லீக் 1 என்ற அளவில் தேர்தல் முடிவுகள் வெளியாகியிருந்தது.

வாக்கு சதவீதம் என்று பார்த்தால் அஇஅதிமுகவுக்கு 30.37 சதவீதமும் திமுகவுக்கு 24.89 சதவீதமும் ஜனதா கட்சிக்கு 16.66 சதவீதமும் வாக்குகள் கிடைத்திருந்தன. எனினும், தமிழக ஆட்சியை அஇஅதிமுகவிடம் கோட்டை விட்டிருந்தது திமுக. 1967-ல் திமுக, சுதந்தரா கட்சி, மார்க்சிஸ்ட் கம்யூனிஸ்ட் கட்சி, தமிழரசு கழகம், நாம் தமிழர் இயக்கம் போன்ற பல கட்சி களைக் கொண்ட அணியை உருவாக்கி, மாணவ சமுதாயத்தின் ஏகோபித்த ஆதரவுடன், தேர்தலைச் சந்தித்த திமுகவுக்குக் கிடைத்த தொகுதிகள் 138. ஆனால் திமுகவில் இருந்து தனியே பிரித்துவந்து, மார்க்சிஸ்ட் என்ற ஒற்றைக் கட்சியோடு மட்டும் கூட்டணி அமைத்த எம்.ஜி.ஆருக்கு 130 தொகுதிகள்.

எம்.ஜி.ஆர்., அருப்புக்கோட்டை தொகுதியிலிருந்தும், மு. கருணாநிதி, அண்ணா நகர் தொகுதியிலிருந்தும் வெற்றிப் பெற்றிருந்தனர். இதில் எம்.ஜி.ஆரை எதிர்த்துப் போட்டியிட்ட காங்கிரஸ், திமுக உள்ளிட்ட சுயேச்சை வேட்பாளர்கள் அனைவரும் டெபாஸிட் இழந்தனர்.

இன்னொரு விநோதம் என்னவென்றால் சில மாதங்களுக்கு முன்பு நடந்துமுடிந்த நாடாளுமன்றத் தேர்தலில் ஒரேயொரு தொகுதியில் மட்டுமே வெற்றி பெற்றிருந்த திமுக, தற்போது 48 இடங்களை வென்றது. ஊழல் புகார்கள், விசாரணைக் கமிஷன், பத்திரிகை விமரிசனங்கள், எம்.ஜி.ஆரின் எதிர்ப்பு என எல்லாவற்றையும் மீறி திமுக 48 இடங்களைப் பிடித்திருப்பது அந்தக்கட்சியின் கடுமையான உழைப்புக்குக் கிடைத்த வெற்றி என்று எழுதியது துக்ளக் பத்திரிகை.

கட்சி தொடங்கிய ஐந்தாவது ஆண்டில் ஆட்சியைப் பிடித்தது அஇஅதிமுக. 30 ஜூன் 1977 அன்று ஆளுநர் மாளிகையில் முதலமைச்சராகப் பதவியேற்றுக் கொண்டார் எம்.ஜி.ஆர். இதற்காக அவர் எடுத்துக்கொண்ட நாள்கள் பதினைந்து. காரணம், மிச்சமிருந்த படப்பிடிப்புகள். அவருக்கு ஆளுநர் பிரபுதாஸ் பட்வாரி பதவிப் பிரமாணம் செய்துவைத்தார். பிறகு மற்ற அமைச்சர்கள் பதவியேற்றுக்கொண்டனர். எம்.ஜி. ஆரின் முதல் அமைச்சரவை இதுதான்:

1.	எம்.ஜி.ஆர்	-	காவல்துறை, தொழில் துறை, சுகாதாரம்
2.	நாஞ்சில் மனோகரன்	-	நிதி
3.	கே. நாராயணசாமி முதலியார்	-	சட்டம்
4.	ஜி. ஆர். எட்மண்ட்	-	உணவு
5.	பண்ருட்டி எஸ். ராமச்சந்திரன்	-	பொதுப்பணி
6.	எஸ். அரங்கநாயகம்	-	கல்வி
7.	ஆர்.எம். வீரப்பன்	-	செய்தி
8.	பி. சௌந்திர பாண்டியன்	-	அரிஜன நலம்
9.	கே. காளிமுத்து	-	உள்ளாட்சி
10.	எஸ். ராகவானந்தம்	-	தொழிலாளர் நலம்
11.	சி. பொன்னையன்	-	போக்குவரத்து
12.	பி.டி. சரஸ்வதி	-	சமூக நலம்
13.	ஜி. குழந்தைவேலு	-	விவசாயம்
14.	ராஜா முகம்மது	-	கூட்டுறவு

1971ல் உருவான திமுக அமைச்சரவையில் தன்னை சுகாதாரத்துறை அமைச்சராக்கவேண்டும் என்று கோரினார் எம்.ஜி.ஆர். ஆனால் தரப்பட வில்லை. தற்போது முதலமைச்சரானதும் எம்.ஜி.ஆர் தன்வசம் வைத்துக் கொண்டதுறைகளுள் ஒன்று, சுகாதாரத்துறை.

திமுக எதிர்க்கட்சி வரிசையில் அமர்ந்தது.

19. இந்திராவுக்குக் கறுப்புக்கொடி

தேர்தல் சமயத்தில் அளித்த வாக்குறுதிகளை நிறைவேற்ற அஇஅதிமுக அரசுக்கு ஆறுமாதகாலம் அவகாசம் தேவை. அதுவரை பொறுமையுடன் இருந்து இந்த அரசைக் கண்காணிப்போம்; காவிரி விவகாரம் உள்ளிட்ட மாநிலப் பிரச்னைகளில் புதிய அரசு எடுக்கும் நல்ல முயற்சிகளுக்கு திமுக ஆதர வளிக்கும் என்றார் கருணாநிதி. அஇஅதிமுகவும் அதற்குத் தயாராக இருப்பது போலவே, மொழிக் கொள்கையில் அஇஅதிமுகவும் திமுகவும் இரட்டைக் குழல் துப்பாக்கியாக இருப்போம் என்றார் முதலமைச்சர் எம்.ஜி.ஆர்.

ஒருபக்கம் அஇஅதிமுக ஆட்சியை நடத்தத் தொடங்கியபோது திமுக கொஞ்சமும் சளைக்காமல் இயங்கத் தொடங்கியது. ஒவ்வொரு மாவட்டத்துக்கும் நேரில் சென்று திமுக சார்பில் நடத்தப்படும் பொதுக்கூட்டங்களில் கலந்துகொண்டார் திமுக தலைவர் கருணாநிதி. கடந்த காலங்களில் திமுக அரசு செய்த பல விஷயங்களில் ஏதேனும் மாற்றம் செய்யவேண்டும் என்பதில் ஆர்வம் செலுத்தியது அஇஅதிமுக அரசு. அதில் முக்கியமானது, 1973ல் கருணாநிதி தலைமையிலான திமுக அரசு கொண்டுவந்த ஒரு சட்டத்தை அடியோடு ரத்து செய்தது.

பொதுவாழ்வில் ஈடுபட்டிருப்போர் மீது லஞ்ச, ஊழல் குற்றச்சாட்டுகள் சுமத்தப்பட்டால் அவற்றை விசாரிக்க கமிஷன் அமைத்து, ஓய்வு பெற்ற நீதிபதியைக் கொண்டு விசாரிக்கவேண்டும் என்பது திமுக அரசு கொண்டு வந்த சட்டம். அந்தச் சட்டத்தை அகற்றும் மசோதா ஒன்றை 19 ஆகஸ்டு 1977 அன்று சட்டமன்றத்தில் கொண்டுவந்தார் மாநில சட்ட அமைச்சர் நாராயணசாமி. திமுகவின் பலத்த எதிர்ப்புக்கு இடையிலும் அந்தச் சட்டம் அகற்றப்பட்டது. ஆக, கவர்னரின் அனுமதி கிடைத்தால் ஒழிய முன்னாள், இந்நாள் முதலமைச்சர் கள் மீது ஊழல் வழக்கு தொடுக்கமுடியாது என்ற நிலை உருவானது.

•

ஆகஸ்ட் 23, 1977. திமுக தலைமைக் கழகத்தில் இருந்து சென்னை மாவட்டச் செயலாளர் ஆர்.டி. சீத்தாபதி பெயரில் அறிக்கை ஒன்று வெளியானது.

'இலங்கையில் தமிழர்களுக்கு எதிராகத் தாங்க முடியாத கொடுமைகள் நடக்கின்றன. தமிழர்கள் வேட்டையாடப்படுகிறார்கள். வன்முறை, கற்பழிப்பு போன்ற கொடுமைகளைத் தாங்க முடியாமல் தவிக்கின்றனர். ஆகவே, இலங்கைத் தமிழர்களுக்கு ஆதரவு தெரிவிக்கும் நோக்கத்துடன் ஆகஸ்டு 24 அன்று சென்னை அண்ணா சாலையில் இருக்கும் அண்ணா சிலையில் இருந்து பேரணி நடத்தப்படும் என்றும் இலங்கை துணை ஹை கமிஷனர் அலுவலகம் சென்று முறையீடு செய்வது என்றும் அன்றைய தினம் சென்னையில் கடையடைப்பு நடத்துவது என்றும் முடிவாகியுள்ளது.'

திமுகவைப் போலவே திராவிடர் கழகமும் ஊர்வலம் மற்றும் கடையடைப்புக்கு அழைப்பு விடுத்தது. இரண்டு கழகத்தினரும் பேரணியில் கலந்து கொண்டனர். பேரணியில் ஐந்து லட்சத்துக்கும் மேற்பட்டோர் கலந்துகொண்டதாக ஊடகங்களில் செய்திகள் வந்தன. அஇஅதிமுக தன் பங்குக்கு இலங்கைத் தமிழர்களுக்கு ஆதரவாக 24 ஆகஸ்டு 1977 அன்று தமிழ்நாடு சட்டமன்றத்தில் தீர்மானம் கொண்டுவந்தது.

இலங்கைத் தமிழர்களுக்கு உதவவேண்டும் என்று பிரதமர் மொரார்ஜி தேசாய்க்குக் கடிதம் எழுதினார் கருணாநிதி. அகதி முகாம்களை நடத்து வதற்குத் தேவையான நிதியுதவிகளை இலங்கை அரசுக்கு இந்திய அரசு செய்யவேண்டும் என்ற கோரிக்கையை மத்திய வெளியுறவுத்துறை அமைச்சர் வாஜ்பாயிடம் முன்வைத்தார் திமுக எம்.பி முரசொலி மாறன்.

நாடாளுமன்றத் தேர்தலில் திமுகவுக்குத் தோல்வி ஏற்பட்ட பிறகு தனிக்கட்சி தொடங்கிய நெடுஞ்செழியனுக்குத் தற்போது தன்னுடைய மக்கள் திமுகவை அஇஅதிமுகவுடன் இணைத்து விடும் எண்ணம் வந்திருந்தது. இருதரப் பிலும் பேச்சுவார்த்தைகள் தொடங்கின. பிறகு எம்.ஜி.ஆரே மக்கள் திமுகவுக்குப் பகிரங்க அழைப்பு விடுத்தார். இதனையடுத்து 7 செப்டெம்பர் 1977 அன்று மக்கள் திமுகவின் பொதுக்குழு கூடியது.

'அண்ணாவின் கொள்கை வழி நின்று பாடுபட்டுவந்த திராவிட இயக்கங் களின் வழிவந்தவர்கள் பல அணிகளில் பிரிந்து நின்று செயல்படும் சூழ் நிலையை மாற்றிட அண்ணாவின் தம்பிகள் அனைவரையும் ஓரணியில் கொண்டு வந்திடத் தேவையான முயற்சிகளை எடுத்திட, பொதுச் செயலாளர் நாவலருக்குப் பொதுக்குழு அதிகாரம் வழங்குகிறது' என்று தீர்மானம் நிறை வேற்றப்பட்டது.

18 செப்டெம்பர் 1977 அன்று அதிமுக பொதுக்குழு சென்னை சத்யா ஸ்டுடியோவில் கூடியது. அந்தக் கூட்டத்துக்கு வந்து அஇஅதிமுகவுடன் மக்கள் திமுக இணைந்தது. அன்றைய தினமே அதிமுகவின் அவைத் தலைவ ராக நியமிக்கப்பட்டார் நெடுஞ்செழியன்.

'இன்னும் மூன்று அல்லது நான்கு மாதங்களில் அதிமுக கரைந்து போய் விடும். அதற்கு இப்போது இருக்கும் சக்தி ஒரு மாயத்தோற்றம்தான். ஒரு தனி மனிதரின் கவர்ச்சியே, அதிமுகவின் அரசியல் பலம். திமுக அரசின் மீது

எம்.ஜி.ஆர். கூறிய குற்றச்சாட்டுகள் ஆதாரமற்றவை' என்று 1972ல் பேசிய நாவலர் நெடுஞ்செழியன், தற்போது எல்லாவற்றையும் மறந்துவிட்டு, எம்.ஜி.ஆரிடம் ஐக்கியமானார்.

•

நெருக்கடி நிலைக்குப் பிறகு ஆட்சி, அதிகாரங்களை இழந்து, சிக்கலில் ஆழ்ந்து கிடந்த இந்திரா காந்திக்கு இப்போது லேசாக உற்சாகம் பிறந்திருந்தது. அதிரடியாக மக்கள் சந்திப்புகளை நடத்தி, தனக்கு ஆதரவு அலையை உருவாக்கிக் கொள்ளும் முயற்சியில் இறங்கினார். அதன் ஒருபகுதியாக தமிழ்நாட்டுக்குச் சுற்றுப்பயணம் செய்ய விரும்பினார். அக்டோபர் கடைசி வாரத்தில் அவருக்கான பயணத் திட்டங்கள் வகுக்கப் பட்டன.

அறிவிப்பு வெளியானதும் திமுக போராட்டத்துக்குத் தயாரானது. நெருக்கடி நிலையின்போது இந்திரா நடந்துகொண்டதற்குத் தகுந்த எதிர்ப்பைப் பதிவு செய்ய முடிவெடுத்தது திமுக.

தமிழகம் வரும் இந்திரா காந்தி, எந்தெந்த மாவட்டங்களுக்குச் சென்றாலும் அங்கெல்லாம் அவருக்கு எதிராகக் கறுப்புக்கொடி காட்டும் போராட்டத்தை நடத்தப்போவதாக அறிவித்தது திமுக.

ஒவ்வொரு மாவட்டத்திலும் போராட்டத்துக்குத் தலைமை ஏற்பவர்கள் பட்டியலையும் அறிவித்தது. ஆற்காடு வீராசாமி, கோ.சி. மணி, எல். கணேசன், பொன். முத்துராமலிங்கம், வை. கோபால்சாமி உள்ளிட்டோர் அந்தப் பட்டியலில் இடம்பெற்றனர்.

> இந்திரா அரசு புரிந்த கொடுமைகளால் ஏற்பட்ட ரத்த வடுக்களை ஒரு கையால் தடவிக்கொண்டே, இன்னொரு கையால் ஏந்துவர் லட்சக்கணக் கானோர்கறுப்புக்கொடிகளை! சிறையில் பிணமான சிங்கம் சிட்டிபாபுவை நினைத்துக் கண்ணீர் விட்டவாறு, கழகத் தூண் சாத்தூர் பாலகிருஷ்ணனை எண்ணிப் பெருமூச்சு விட்டவாறு, தமிழினத்து மக்கள் தங்கள் கரங்களில் கறுப்புக் கொடி பிடித்து, இந்திராவின் செயல்களுக்கு எதிர்ப்பினைத் தெரிவிப்பர்.'

கருணாநிதியின் அறிக்கை அஇஅதிமுக எம்.ஜி.ஆர் அரசுக்குப் புதிய நெருக்கடியை உருவாக்கியது. போதாக்குறைக்கு திமுகவோடு திராவிடர் கழகமும் சேர்ந்துகொள்ளும் என்று அறிவித்தார் திராவிடர் கழகத் தலைவர் மணியம்மை. நெருக்கடி நிலையின்போது இந்திராவுக்கு எதிராக இருந்த மார்க்சிஸ்டு கம்யூனிஸ்டுகளும் இந்திராவுக்கு எதிராகக் கறுப்புக்கொடி காட்ட முடிவெடுத்தனர். ஆட்சியில் இருப்பவர்களுக்கு எதிராகக் கறுப்புக் கொடி காட்டுவதிலேனும் அர்த்தம் இருக்கிறது; இந்திரா ஆட்சியை இழந்து நிற்கும் சூழலில் எதற்காக அவருக்கு எதிராகப் போராட்டம் என்று கேள்வி எழுந்தபோது கருணாநிதி அளித்த பதில் இதுதான்.

ஆட்சிப்பொறுப்பில் இல்லாதவருக்குக் கறுப்புக்கொடி காட்டலாம் என்ற முன் மாதிரியை 1976ல் காங்கிரஸார் ஏற்படுத்தி, நான் சென்ற இடமெல்லாம் கறுப்புக்கொடி காட்டினர் என்பதை நினைவூட்டக் கடமைப்பட்டிருக்கிறேன்.

தமிழகம் வரும் இந்திராவைப் பத்திரமாகத் திருப்பி அனுப்பவேண்டும். தகாத காரியம் ஏதும் நடந்துவிட்டால் பல பிரச்னைகளை எதிர்கொள்ள வேண்டியிருக்கும். இதனால் உச்சபட்ச பாதுகாப்பு ஏற்பாடுகளைச் செய்வதற்கு உத்தரவிட்டிருந்தார் முதலமைச்சர் எம்.ஜி.ஆர்.

29 அக்டோபர் 1977 அன்று சென்னை விமான நிலையத்தில் இந்திரா வந்து இறங்கிய நொடியில் இருந்தே கறுப்புக்கொடி போராட்டத்தைத் தொடங்கி விட்டார்கள். இந்திராவின் முகத்துக்கு எதிரே சென்று கறுப்புக்கொடியை நீட்டினார் திமுக பிரமுகர் ஆர்.எஸ்.ஸ்ரீதரன். எங்கு பார்த்தாலும் கறுப்புக் கொடிகள். நிலைமையை சமாளிக்க போராட்டத்தில் ஈடுபட்டவர்களைக் கைது செய்தது அஇஅதிமுக அரசு.

மதுரையிலும் கறுப்புக்கொடியுடன் தயாராக இருந்தனர் திமுகவினர். போராட்டத்துக்குத் தடை விதிக்கப்பட்டுள்ளதாகக் காவல்துறையினர் கூறினர். தடையை மீறுவோம் என்று சொல்லிப் புறப்பட்டனர் திமுகவினர். பகல் ஒருமணி அளவில் மதுரை விமான நிலையத்தில் இருந்து திறந்த காரில் புறப்பட்டார் இந்திரா காந்தி. திடீரென அந்த இடத்தில் வன்முறை வெடித்தது. காங்கிரஸ் தொண்டர்களுக்கும் திமுகவினருக்கும் இடையே மோதல் ஏற்பட்டது. உடனடியாகக் களமிறங்கியது காவல்துறை தடியடி, கண்ணீர்ப்புகை என்று அடுத்தடுத்து அதிரடி நடவடிக்கைகளை எடுத்தது.

இந்திரா காந்தியின் கார்மீது கற்கள் வீசப்பட்டன. கையில் கட்டைகளுடன் வந்த சிலர் இந்திரா காந்தியின் வாகனத்தை அடித்து நொறுக்கினர். அப்போது அந்தக் காரில் இந்திரா காந்தியுடன் பழ. நெடுமாறன், கருப்பையா மூப்பனார் உள்ளிட்டோர் இருந்தனர். சுதாரித்துக்கொண்ட நெடுமாறன், பின்னிருக் கையில் அமர்ந்திருந்த இந்திராவை அப்படியே சீட்டுக்கு அடியில் தள்ளி, மேலே தலையணையைப் போட்டுப் போர்த்தி மறைத்துக்கொண்டார். இந்திராவின் வாகன ஓட்டுநர் ஜான் கொஞ்சம் சமயோசிதமாகக் காரை ஓட்டியதால் தாக்குதலில் இருந்து தப்பினார் இந்திரா காந்தி.

சென்னையில் கறுப்புக்கொடி காட்டத் தடை விதிக்கப்பட்டது. போராட் டத்தை நடத்துவதற்காக அறிவிக்கப்பட்டிருந்த ஆற்காடு வீராசாமி, நீல நாராயணன் உள்ளிட்டோர் கைது செய்யப்பட்டனர். உடனடியாக திமுக தலைவர் கருணாநிதி, க. அன்பழகன், சாதிக் பாட்சா உள்ளிட்டோர் போராட்டத்துக்குத் தயாராகினர். உடனடியாக அவர்களும் கைது செய்யப் பட்டனர். ஒருவழியாக டெல்லிக்கு விமானம் ஏறினார் இந்திரா காந்தி.

கறுப்புக்கொடி போராட்டம் பற்றி கருணாநிதி எழுதியது கவனிக்கத்தக்கது.

20.10.1977! திமுகழகத்தை இந்திரா காந்தியும், ஏன்; இந்தியத் திருநாடு முழுவதும் புரிந்து கொண்ட நாள் அது! சுயமரியாதை இயக்கத்தின் வாரிசுகள்தான் திமுகழகத்தின் தொண்டர்கள் என்பதை உலகத்திற்கு அன்றைய தினம் உணர்த்திக்காட்டினார்கள்.

இது தொடர்பாக திராவிடர் கழகத் தலைவர் மணியம்மை, பொதுச் செயலாளர் கி. வீரமணி ஆகியோரும் கைது செய்யப்பட்டு 14 நாள்களுக்கு சிறைவைக்கப்பட்டனர். மதுரையில் கைது செய்யப்பட்ட தென்னரசு, பொன். முத்துராமலிங்கம், காவேரி மணியம், வை. கோபால்சாமி உள்ளிட்ட 124 பேர் மீது இந்திரா காந்தியைக் கொலை செய்ய முயன்றதாக வழக்கு தொடுக்கப்பட்டது.

கைது செய்யப்பட்ட திமுக தலைவர்களையும் முன்னணியினரையும் தொண்டர்களையும் உடனடியாக விடுதலை செய்யவேண்டும் என்று திமுகவினர் தொடர்ந்து போராட்டத்தில் ஈடுபட்டனர். நாற்பது நாள்கள் சிறையில் அடைபட்டிருந்த திமுக தலைவர்கள், பிறகு ஒருவழியாக நிபந்தனையற்ற பிணையில் விடுவிக்கப்பட்டனர்.

20 மணியம்மை மறைந்தார்

கட்சி தொடங்கி ஐந்தே ஆண்டுகளில் ஆட்சியைப் பிடித்துவிட்டபோதும் அதை வெற்றிகரமாக நடத்துவதில் எம்.ஜி.ஆர் பலத்த நெருக்கடிகளை எதிர்கொள்ள வேண்டியிருந்தது. முக்கியமாக, எதிர்க்கட்சியாக இருந்த திமுக நடத்திய தொடர்ச்சியான எதிர்ப்புகள். போதாக்குறைக்கு கட்சியில் இருப்பவர்களிடமும் அதிருப்தி உணர்வுகள். சில ஊடகங்கள்கூட இந்தக் கருத்துகளைக் கட்டுரைகளாக எழுதி வெளியிட்டன.

1978 ஜனவரி மாத இந்தியா டுடே ஆங்கில ஏடு வெளியிட்ட கட்டுரையில், 'நூற்றுக்கணக்கான திரைப்படங்களில் கதாநாயகனாக நடித்து வெற்றிபெற்ற எம்.ஜி.ராமச்சந்திரன், தமிழ்நாட்டு அரசியல் பந்தயத்தின் ஒவ்வொரு கட்டத்திலும் முன்னாள் முதலமைச்சரும் தற்போதைய எதிர்க்கட்சித் தலைவருமான கருணாநிதியிடம் தோற்றுவருகிறார். கருணாநிதி தற்போது ஆட்சிப் பொறுப்பில் இல்லை என்றாலும் இந்திரா காந்திக்கு எம்.ஜி.ஆர் தருகிற ஆதரவையும் தமிழ்நாட்டில் புயலால் ஏற்பட்ட பேரழிவையும் பயன்படுத்திக் கொண்டு அரசியலில் எம்.ஜிஆரின் சாதுரியமற்ற தன்மையை கருணாநிதி அம்பலத்திவிட்டார்' என்று எழுதியது.

கல்கத்தாவில் இருந்து வெளிவரும் சண்டே ஆங்கில ஏட்டிலும் எம்.ஜி.ஆர் பற்றிய கட்டுரை வெளியானது. அதில், 'இந்திரா காந்திக்கு எதிராக திமுக நடத்திய ஆர்ப்பாட்டத்தைச் சமாளிப்பதிலும்கூட எம்.ஜி.ஆர் பெரும் தவறு செய்துவிட்டார். அரசியல் முதிர்ச்சி பெற்ற திமுக தலைவரான கருணாநிதியோ சட்டமன்றத்தினுள் தனது மதிநுட்பமான தாக்குதல்களாலும் வெளியே பொதுமக்களிடம் உள்ள நேர்த்தியான உறவாலும் பிரசாரத்தாலும் வெற்றி மேல் வெற்றி குவித்துவருகிறார். அரசைத் தாக்குவதற்குக் கிடைக்கும் எந்த வாய்ப்பையும் அவர் தவற விடுவதில்லை.' என்று எழுதியது.

இந்தச் சூழ்நிலையில்தான் எம்.ஜி.ஆருக்கு விநோதமான ஓர் எண்ணம் வந்தது. 11 பிப்ரவரி 1978 அன்று பாளையங்கோட்டையில் நடைபெற்ற அரசு விழா ஒன்றில் பேசிய முதலமைச்சர் எம்.ஜி.ஆர், விரைவில் மீண்டும் சினிமாவில்

நடிக்க இருப்பதாக அறிவித்தார். மேற்கு வங்க முதலமைச்சராக இருந்த டாக்டர். பி.சி. ராயை அதற்கு முன்னுதாரணமாக எடுத்துக்கொண்டார் எம்.ஜி.ஆர். அவர் தொழில்முறை மருத்துவர் என்பதால் ஒரே சமயத்தில் முதலமைச்சராகவும் மருத்துவராகவும் செயல்பட்டார். அதைப்போலவே தன்னாலும் நடிப்பு, பதவி இரண்டையும் சமாளிக்கமுடியும் என்றார் எம்.ஜி.ஆர்.

உண்மையில் எம்.ஜி.ஆரின் அறிவிப்புக்குப் பின்னால் இருந்தது ஒரு திரைப்படம். அதன் பெயர், நெஞ்சுக்கு நீதி. திரைப்பட இயக்குனர் பஞ்சுவும் அவருடைய நண்பரும் இணைந்து தயாரிக்கும் அந்தப் படத்துக்குக் கதை, வசனத்தை கருணாநிதி எழுதுகிறார் என்று அறிவிப்பு வெளியானது. அதைத் தொடர்ந்தே தானும் நடிக்கப் போவதாக அறிவித்தார் எம்.ஜி.ஆர்.

நடித்துக் கொண்டிருந்த எம்.ஜி.ஆர் அரசியலுக்கு வந்தபோது அவருக்கு அறிவிக்கப்படாத ஆலோசகராக விளங்கிய இந்திய கம்யூனிஸ்ட் கட்சியின் கல்யாண சுந்தரம், எம்.ஜி.ஆரின் இந்த அறிவிப்பைக் கடுமையாக எதிர்த்தார். பதவியில் இருந்துகொண்டே நடித்தால் அதிகாரத்தைத் தவறாகப் பயன் படுத்தும் நிலை ஏற்படும் என்று எச்சரித்தார் கல்யாண சுந்தரம். பிறகு எம்.ஜி.ஆர் திரைப்படத்தில் நடிக்க இருப்பது குறித்த செய்திகள் எதுவும் வெளியாகவில்லை.

•

16 மார்ச் 1978. பெரியாருக்குப் பிறகு திராவிடர் கழகத்தின் தலைமைப் பொறுப்பில் இருந்த மணியம்மை நெஞ்சுவலி காரணமாக மரணம் அடைந்தார். திராவிடர் கழகத்தில் பிளவு ஏற்படுவதற்கும் திமுகவின் உருவாக்கத்துக்கும் காரணமான மணியம்மையின் மறைவு குறித்து திமுக தலைவர் கருணாநிதி எழுதிய வாசகங்கள் முக்கியமானவை.

> பெரியாருக்குத் துணையாக இருந்து தன்மான இயக்கத்தையும் திராவிடர் கழகத்தையும் வளர்த்தார்கள் என்பது மட்டுமல்ல; பெரியாருக்குப் பிறகும் அவரது கொள்கைகளைக் காக்க ஓயாது உழைத்தார்கள். நமது திமுகழகத்தின்பாலும் கழகத்தினர் மீதும் அளவற்ற அன்புகொண்ட ஒரு தாய் உள்ளத்தைப் பறிகொடுத்துவிட்டோம்.

மணியம்மையின் மறைவுக்கு இரங்கல் தெரிவிக்கும் வகையில் ஒரு வாரத்துக்கு திமுக கொடிகள் அரைக்கம்பத்தில் பறக்கவிடப்பட்டன. *19 மார்ச் 1978* தேதியிட்ட முரசொலியில் யார் எங்கே இருந்தாலும்... என்ற தலைப்பில் மணியம்மையின் மறைவு குறித்து கட்டுரை ஒன்றை எழுதினார் திமுக தலைவர் கருணாநிதி. அதில் பழைய நினைவுகளை அசைபோட்டிருந்த அவர், திராவிடர் கழகத்தை வழிநடத்த இருக்கும் கி. வீரமணிக்கு வாழ்த்துகளையும் தெரிவித்தார்.

•

மாநிலங்களவையில் தமிழகத்துக்கான ஆறு இடங்கள் காலியாக இருந்தன. தமிழக சட்டமன்ற மேலவையிலும் சில இடங்கள் காலியாக இருந்தன.

அவற்றுக்கான தேர்தல்கள் அறிவிக்கப்பட்டன. சட்டமன்றத்தில் திமுகவுக்கு இருக்கும் பலத்தைக் கொண்டு ஒருவரை மாநிலங்களவை மற்றும் சட்டமன்ற மேலவைக்குத் தலா ஒரு உறுப்பினரை அனுப்பமுடியும் என்ற நிலை இருந்தது. திமுக சார்பில் மாநிலங்களவைக்கு வை. கோபால்சாமி. போட்டியின்றித் தேர்வு செய்யப்பட்டார். சட்டமன்ற மேலவைத் தேர்தலில் வீரபாண்டி ஆறுமுகம் வெற்றிபெற்றார்.

அஇஅதிமுக பெரும்பான்மை பெற்று ஆட்சி அதிகாரத்தில் அமர்ந்திருந்த போதும் அந்தக் கட்சியின் தலைமைப் பதவியில் இருக்கும் எம்.ஜி.ஆர் எடுக்கும் முடிவுகள், நடவடிக்கைகள் பல குழப்பங்களை விதைத்துக் கொண்டே இருந்தன. அவற்றில் முக்கியமானது அந்தக் கட்சியின் தஞ்சாவூர் நாடாளுமன்ற உறுப்பினராக எஸ்.டி. சோமசுந்தரம் திடீரென சட்டமன்ற மேலவைத் தேர்தலில் போட்டியிட்டு வெற்றி பெற்று, உடனடியாக அதை ராஜினாமா செய்த விவகாரம். நான்கு ஆண்டுகளுக்கு நாடாளுமன்ற உறுப்பினராகத் தொடரமுடியும் என்ற சூழலில் எதற்காக சட்டமன்ற மேலவைக்கு அவர் போட்டியிட்டார் அல்லது நிறுத்தப்பட்டார் என்பது புரியாத புதிராகவே இருந்தது.

இப்போது முதலமைச்சர் எம்.ஜி.ஆர் மீண்டும் சினிமாவில் நடிப்பது குறித்த செய்திகள் மீண்டும் பத்திரிகைகளில் வெளிவரத் தொடங்கின. அதை உறுதிசெய்வது போல பிரதமர் மொரார்ஜி தேசாய்க்குக் கடிதம் எழுதினார் முதலமைச்சர் எம்.ஜி.ஆர். அதில் தனக்கு வருமானவரி பாக்கி அதிகம் இருப்பதாகவும் முதலமைச்சர் வேலையில் கிடைக்கும் சம்பளத்தைக் கொண்டு அதை செலுத்துவது சாத்தியமல்ல என்பதால் சினிமாவில் நடிக்க இருப்பதாகவும் அதற்கு அனுமதி தரவேண்டும் என்றும் கூறியிருந்தார் எம்.ஜி.ஆர். ஆனால் சினிமாவில் நடிக்கத் தனது அனுமதி தேவையில்லை என்றும் மாநில முதலமைச்சராக இருந்துகொண்டு தன்னுடைய கடமைகளுக்குக் குந்தகம் வராமல் திரு. எம்.ஜி.ஆர் சினிமாவில் நடிப்பதில் தனக்கு எந்தவித ஆட்சேபணையும் இல்லை என்றும் பதில் கடிதம் எழுதினார் பிரதமர் மொரார்ஜி தேசாய்.

படவேலைகள் தொடங்கின. எம்.ஜி.ஆர். படங்களின் ஆஸ்தான பாடலாசிரியர் வாலியே படத்துக்கான கதை, வசனத்தை எழுத ஒப்பந்தம் செய்யப்பட்டிருந்தார். படத்துக்கான தலைப்பு: உன்னை விடமாட்டேன்! இசையமைக்க இளையராஜாவையும் கதாநாயகியாக லதாவையும் ஒப்பந்தம் செய்திருந்தனர். அவை முன்னவரும் நிதி அமைச்சருமான நாஞ்சில் மனோகரன் படத் தொடக்கவிழாவுக்குத் தலைமை தாங்கினார்.

இப்படி முதலமைச்சர் எம்.ஜி.ஆரின் படவேலைகளில் ஈடுபட்டிருக்கும் போது தமிழ்நாட்டில் விவசாயிகள் போராட்டம் வலுத்துக்கொண்டிருந்தது. மின் கட்டணத்தைக் குறைக்கவேண்டும், விவசாயக் கடன் வசூலை ஒத்திவைக்க வேண்டும், வரி பாக்கிக்காக சொத்துகளை ஜப்தி செய்யக்கூடாது என்பன உள்ளிட்ட ஒன்பது கோரிக்கைகளை வலியுறுத்தி தமிழக விவசாயச்

சங்கத்தினர் போராட்டத்தில் ஈடுபட்டனர். அதை ஒடுக்கும் வகையில் தமிழக விவசாய சங்கத் தலைவர் நாராயணசாமி நாயுடு கைது செய்யப்பட்டார். ஆனாலும் போராட்டம் தொடர்ந்தது. சாலை மறியலில் ஈடுபட்டனர் விவசாயிகள். காவல்துறை கண்ணீர்ப் புகைக்குண்டுகளை வீசியது. தடியடிப் பிரயோகமும் நடத்தப்பட்டது.

வேடச்சந்தூரில் போராட்டம் பெரிதாக உருவெடுக்கும் என்று அரசுக்குத் தகவல் சென்றது. ஆயுதம் தாங்கிய காவலர்கள் வரவழைக்கப்பட்டனர். கூடியிருந்த விவசாயிகள்மீது முதலில் கண்ணீர்ப் புகைக்குண்டுகள் வீசப்பட்டன. பதிலுக்குக் கற்களை வீசினர் விவசாயிகள். போதாது? துப்பாக்கியைத் தூக்கிவிட்டது காவல்துறை. காசிப்பாளையம் சுப்ரமணியம், அய்யா கவுண்டன்பட்டி சின்னச்சாமி, விடுதலைப்பட்டி சின்னசாமி, நாவலூர் நாச்சிமுத்து உள்ளிட்ட விவசாயிகள் தோட்டாக்களுக்கு இரையாகினர்.

நிலைமை கட்டுக்கடங்காமல் போகவே ராணுவம் வரவழைக்கப்பட்டது. ஆனாலும் போராட்டம் ஓயவில்லை. கோரிக்கைகளோடு துப்பாக்கிச் சூட்டுக்கான கண்டனமும் சேர்ந்துகொண்டது. சாலை மறியல். கல்வீச்சு. மீண்டும் துப்பாக்கிச்சூடு. திண்டுக்கல் சாணார்பட்டியில் ஆரோக்கியசாமி என்பவர் துப்பாக்கிக் குண்டுக்கு இரையானார். மரங்களை வெட்டி சாலைக்குக் குறுக்கே போட்டதால் போக்குவரத்து ஸ்தம்பித்தது. அதன்பிறகு விவசாயிகள் சங்கத்துடன் பேச்சுவார்த்தை நடத்தி ஒருவழியாகப் போராட்டத்தை முடிவுக்குக் கொண்டுவந்தார் முதலமைச்சர் எம்.ஜி.ஆர். அந்தச் சமயத்தில் தொடங்கப்பட்ட உன்னை விடமாட்டேன் திரைப்படம் பாதியிலேயே நின்றுபோனது.

•

1978 ஜூலை மாதத்தில் விழுப்புரத்தில் தாழ்த்தப்பட்ட வகுப்பினருக்கும் மேல்சாதி மக்களுக்கும் இடையே ஏற்பட்ட ஒரு மோதல் சம்பவம், மெல்ல மெல்ல வளர்ந்து கலவரமாக மாறியது. இறுதியில், தாழ்த்தப்பட்ட இனத்தைச் சேர்ந்த பன்னிரண்டு பேர் கழுத்து நெரிக்கப்பட்டு, கத்தியால் குத்தப்பட்டு படுகொலை செய்யப்பட்டனர். ஒட்டுமொத்தத் தமிழகத்தையும் உலுக்கிப்போட்டுவிட்டது இந்தக் கொடூர சம்பவம். விஷயம் திமுகவின் நாடாளுமன்ற உறுப்பினர் ஏ.வி.பி. ஆசைத்தம்பி மூலம் டெல்லிக்குச் சென்றது.

அதற்குப் பதிலளித்த பிரதமர் மொரார்ஜி, விழுப்புரத்தில் காவல்துறையினர் முன்கூட்டியே போதுமான நடவடிக்கைகளை மேற்கொள்ளவில்லை. இதில் நிர்வாகம் தோல்வி அடைந்து இருக்கிறது. காவல்துறையினர் தடுப்பு நடவடிக்கைகளை மேற்கொண்டிருக்க வேண்டும். தமிழ்நாட்டில் முதலமைச்சரின் கவனத்துக்கு இதைக் கொண்டுவந்து இதற்குப் பொறுப்பான நபர்களைத் தண்டிக்குமாறு கூறியிருக்கிறேன் என்று கூறிய மொரார்ஜி தேசாய், 'விழுப்புரம் கலவரப் பகுதிகளைப் பார்வையிட எம்.பிக்கள் குழு ஒன்று டெல்லியில் இருந்து அனுப்பப்படும்' என்றும் கூறினார்.

அந்தநொடியில்தான் எம்.ஜி.ஆருக்கு 'மாநில சுயாட்சி' நினைவுக்கு வந்தது. தன்னுடைய ஆளுகையின்கீழ் இருக்கும் மாநிலத்தில் நடைபெற்ற சம்பவம் குறித்து எதற்காக மத்திய அரசு குழு அனுப்ப வேண்டும் என்று யோசித்தார். உடனடியாக பிரதமர் மொரார்ஜிக்குத் தந்தி அனுப்பினார். விழுப்புரம் சம்பவம் தொடர்பாக நீதி விசாரணைக்கு உத்தரவிடப்பட்டுள்ளது; இந்த நேரத்தில் எம்.பிக்கள் குழு வந்தால் விசாரணை பாதிக்கப்படும். உடனடியாக எம்.பிக்கள் குழுவை அனுப்பும் திட்டத்தைக் கைவிட்டார் பிரதமர் மொரார்ஜி தேசாய்.

●

சிக்மகளூர் இடைத்தேர்தல். நெருக்கடி நிலைக்கு ஏற்பட்ட தோல்விக்குப் பிறகு இந்திரா காந்தி தீவிர அரசியலுக்கு வர எத்தனித்த சமயத்தில் அறிவிக்கப்பட்ட தேர்தல் இது. அதில் போட்டியிட இந்திரா காந்தி முடிவு செய்திருந்தார். அவரை எதிர்த்து ஜனதா கட்சியின் சார்பில் வீரேந்திர பாட்டீல் நிறுத்தப்பட்டார்.

இந்தத் தேர்தலில் தமிழகத்தைச் சேர்ந்த திமுகவும் அதிமுகவும் முக்கியக் கட்சிகளாகக் கருதப்பட்டன. காரணம், அந்தத் தொகுதியில் 85000 தமிழர்கள் வாக்காளர்களாக இருந்தனர். ஜனதா கட்சி வேட்பாளருக்கு திமுக ஆதரவளிக்க வேண்டும் என்று கோரிக்கை விடுத்தார் ஜார்ஜ் ஃபெர்ணாண்டஸ். பழைய அவமதிப்புகளை எல்லாம் ஓரங்கட்டிவிட்டு வீரேந்திர பாட்டீலுக்கு ஆதரவு அளித்தது திமுக.

அஇஅதிமுக என்ன செய்யப்போகிறது? எம்.ஜி.ஆர் பேசினார். 'நெருக்கடி நிலையை இந்திரா காந்தி செயல்படுத்தியபோது நாட்டில் கட்டுப்பாடும் ஒழுங்கும் சீராக இருந்தன. தமிழ்நாட்டில் திமுக ஆட்சிக்கு முற்றுப்புள்ளி வைக்கப்பட்டது. இந்திரா காந்தி ஜனநாயகப் பண்பைக் கைவிட்டவர் அல்ல; இன்னும் ஓராண்டுக் காலம் அவர் ஆட்சியில் இருந்திருக்கலாம் என்ற உரிமை அவருக்கு இருந்தது. ஆனாலும் பொதுத்தேர்தலை அறிவித்தார் இல்லையா? மேலும், ஒழுங்காக, ஜனநாயகப் பண்பு தவறாமல் நடந்த தேர்தல் அது. இந்திரா காந்தியே தோற்றுப் போனது இதற்கு சாட்சி அல்லவா?' இதற்கு மேல் சொல்வதற்கு என்ன இருக்கிறது? இந்திரா காங்கிரஸுக்கு ஆதரவு தெரிவித்தது அஇஅதிமுக. இறுதியில், இந்திரா காந்தியே வெற்றி பெற்றார்.

23 டிசம்பர் 1978 அன்று திருச்சியில் இந்தி எதிர்ப்பு மாநாட்டுக்கு அழைப்பு விடுத்தது திமுக. மாநாட்டைத் திறந்து வைத்தவர் மாநிலங்களவை உறுப்பினர் வை. கோபால்சாமி. இந்த இடத்தில் முக்கியச் செய்தியொன்றைப் பதிவுசெய்து விடலாம்.

10 ஆகஸ்டு 1978 அன்று மாநிலங்களவையில் இந்தித் திணிப்பு குறித்த தீர்மானம் ஒன்றை திமுகவின் முரசொலி மாறன் கொண்டுவந்தார். அது தொடர்பான விவாதங்கள் தொடங்கின. தீர்மானத்தின் மீது பேசுவதற்கு வை.கோபால்சாமிக்கு வாய்ப்பு கிடைத்தது. பேசினார். இடையில் குறுக்

கிட்டார் மாநிலங்களவைத் தலைவர் பி.டி. ஜாட்டி. உங்களுக்கு பிரதமர் மொரார்ஜி தேசாய் பதிலளிக்க இருக்கிறார் என்றார் ஜாட்டி. உடனே வை.கோபால்சாமி பிரதமரை நோக்கித் திரும்பினார்.

'இந்த மன்றத்தில் எனது கைகளில் உள்ள இக்கடிதங்களை நான் கிழித்தெறிவதைப் போல இந்தியைத் திணிக்கும் இந்தி வெறியர்களின் ஒவ்வொரு முயற்சியும் கிழித்தெறியப்படும்' என்று ஆவேசமாகப் பேசினார். அடுத்த நொடி தன் கையில் இருந்த கடிதங்களை எல்லாம் சுக்குநூறாகக் கிழித்தெறிந்தார். இந்தித் திணிப்பை அத்தனை ஆவேசத்துடனும் துணிச்சலுடனும் கண்டித்தவர்களுள் வை.கோபால்சாமி முக்கியமானவர்.

அவர் திறந்து வைத்த அந்த மாநாட்டில் பல முக்கியத் தீர்மானங்கள் நிறைவேற்றப்பட்டன. அவற்றில் ஒன்று, 26 ஜனவரி 1979 அன்று மாபெரும் இந்தித் திணிப்பு எதிர்ப்புக் கண்டனப் பேரணிகள் திமுக சார்பாக மாநிலம் முழுக்க நடத்தப்படும் என்பது. திமுகவினர் தத்தமது வீடுகளில் கறுப்புக்கொடி ஏற்றுங்கள். வீதிகளில் கறுப்புக்கொடிகளால் ஆன தோரணங்களைத் தொங்க விடுங்கள். எல்லோரும் கறுப்புச்சட்டை அணிந்துகொள்ளுங்கள் என்று அறிவிக்கப்பட்டது.

எதற்காக திடீரென இந்தி எதிர்ப்பு மாநாடு?

1978 ஆம் ஆண்டு மத்தியில் இந்தி மொழி தொடர்பாக தமிழ்நாட்டைச் சேர்ந்த மத்திய அரசு அதிகாரிகள் மற்றும் அலுவலர்கள் கட்டாயத்துக்கு ஆளாக்கப்படுவதாக ஒரு தகவல் வெளியானது. அதாவது, மத்திய அரசு இலாக்காக்களில் துணைச் செயலாளர் மற்றும் அவரைவிட உயர்ந்த அந்தஸ்திலே உள்ள அதிகாரிகள் இந்தி பேசாத மாநிலங்களைச் சேர்ந்தவர்களாக இருந்தால் அவர்கள் இந்தி படிக்கவேண்டும் என்று கட்டாயப்படுத்தப்பட்டனர்.

இதுகுறித்து மத்திய அரசுக்குக் கடிதம் எழுதிய முதலமைச்சர் எம்.ஜி.ஆர், 'தமிழ்நாட்டில் சில அரசியல் சக்திகள், அவர்கள் யார் என்பது உங்களுக்கே தெரியும். அவர்கள் இங்கே மொழிப்பிரச்னையைப் பயன்படுத்தி லாபமடைய நினைக்கிறார்கள்' என்று கூறியிருந்தார்.

உடனடியாகப் பதிலளித்த பிரதமர் மொரார்ஜி தேசாய், '1963 ஆம் ஆண்டு ஆட்சி மொழிச் சட்டம் திருத்தப்பட்டது. அந்தச் சட்ட விதிகளை அமல்படுத்துவது ஒன்றே இப்போதுள்ள பிரச்னை. காலப்போக்கில் பழைய நிலைகளே நீடித்து இருக்கமுடியாது. போகப்போக மத்திய அரசின் அலுவல்களில் இந்தியைப் பயன்படுத்துவது அதிகரித்துக்கொண்டே போவது இயல்பு' என்று சொன்னதோடு, அதிகாரிகள் இந்திப் படிக்கவேண்டும் என்பது கட்டாயம் அல்ல; 'அவசியம்' என்று தனது எண்ணத்தை நாசூக்காகப் பதிவு செய்தார். அதற்காகவே இந்தி எதிர்ப்பு மாநாட்டைக் கூட்டியது திமுக. போராட்ட அறிவிப்புகளையும் வெளியிட்டது.

திமுகவின் துரித நடவடிக்கைகள் அஇஅதிமுகவை யோசிக்க வைத்தன. அதற்குச் சில மாதங்களுக்கு முன்னால் இந்தி எதிர்ப்புப் போராட்டத்துக்கு

அழைப்பு விடுத்திருந்தார் முதலமைச்சர் எம்.ஜி.ஆர். இதுபற்றிய கேள்வி ஒன்று கருணாநிதி ஆதரவுப் பத்திரிகையான குங்குமம் 8 அக்டோபர் 1978 இதழில் வெளியானது.

கேள்வி: இந்தி எதிர்ப்புப் போராட்டத்துக்கு என் பின்னால் வரத்தயாரா என்று தமிழக முதலமைச்சர், கலைஞரைப் பார்த்துக் கேட்கிறாரே?

பதில்: எங்கே கோவாவுக்கா வரச்சொல்கிறார்?

1965 இந்தி எதிர்ப்புப் போராட்டத்தில் திமுகவினர் ஈடுபட்டிருந்தபோது திமுக உறுப்பினரான எம்.ஜி.ஆர், கோவா கடற்கரையில் படப்பிடிப்பில் கலந்துகொண்டிருந்தார் என்பதை நினைவுபடுத்தியது அந்தப் பதில்.

விரைவில் அஇஅதிமுக சார்பில் இந்தி எதிர்ப்பு மாநாடு நடத்தப்படும் என்று அறிவித்தது. ஆனாலும் அந்த முடிவில் உறுதியாக இருக்கவில்லை. திடீரென இந்தித் திணிப்பு எதிர்ப்பு மாநாட்டை 25 டிசம்பர் 1978 அன்று நடத்தப்போவ தாக அறிவித்தார் எம்.ஜி.ஆர். பிறகு வீரவணக்க மாநாடு என்று அந்த மாநாட்டின் பெயரை மாற்றினார். இதனால் அஇஅதிமுகவின் நிலைப்பாடு குழப்பத்தை ஏற்படுத்தியது.

இந்தச்சமயத்தில் சென்னை வந்த பிரதமர் மொரார்ஜி தேசாய், 'இந்தி எதிர்ப்புப் போராட்டம் என்பது எதுவானாலும் அது செத்துவிட்ட குதிரையை எழுப்பு வதற்குச் சமமாகும். ஒவ்வொரு தேசபக்தனும் இந்தியைக் கற்றுக்கொள்ள வேண்டும். இந்தி கற்றுக்கொள்வதைக் கட்டாயமாக்கும் சட்டம் எதுவுமில்லை என்றாலும் தேச பக்திக்கு இந்தி படிப்பது கட்டாயமானது' என்றார்.

பிரதமரின் பேச்சைக் கண்டிக்கும் வகையில் திராவிடர் கழகப் பொதுச் செயலாளர் கி. வீரமணி தலைமையில் அனைத்துக்கட்சி இந்தி எதிர்ப்பு மாநாடு கூட்டப்பட்டது. அதில் மொரார்ஜி தேசாயின் இந்தி வெறிக்குக் கண்டனம் தெரிவிக்கப்பட்டது. பிரதமர் மொரார்ஜி தேசாயின் பேச்சுக்கு திமுகவும் அஇஅதிமுகவும் எதிரெதிர் நிலையில் கருத்து தெரிவித்தன. இந்தி எதிர்ப்பு செத்தக் குதிரை அல்ல; களைப்புற்றுத் தூங்குகிற குதிரை. அந்தக் குதிரை எழுந்து கம்பீரமாக நிற்கிறது. பாய்வதற்குத் தயாராக இருக்கிறது. இந்தியைப் படிக்க மாட்டேன் என்று சொல்பவர்கள் எல்லாம் தேசத் துரோகிகளா? நாட்டுத் துரோகிகளா? என்று கேட்டார் திமுக தலைவர் கருணாநிதி.

ஆனால் எம்.ஜி.ஆரோ, 'சட்டப்படி இந்தியைத் திணிக்கமாட்டோம் என்று தேசாய் கூறியிருக்கிறார். திணிப்பு இல்லாதபோது அந்தப் பிரச்னைக்கு இடம் இல்லை என்பதால் செத்த குதிரை என்று கூறியிருக்கிறார். 1971ல் இந்திரா கொடுத்த வாக்குறுதியை எப்படி நம்பினோமோ, அதைப் போலவே இப்போது தேசாய் கொடுத்த வாக்குறுதியை நாங்கள் நம்புகிறோம்' என்றார் திட்டமிட்டபடி திமுக அறிவித்திருந்த கறுப்புக்கொடி ஊர்வலத்தைத் தொண்டர்கள் நடத்தினர்.

21 9000 ரூபாய் உச்சவரம்பு

தமிழகத்தில் மீண்டும் ஒரு இடைத்தேர்தல் வந்தது. அஇஅதிமுக நாடாளுமன்ற உறுப்பினர் எஸ்.டி. சோமசுந்தரத்தின் ராஜினாமா காரணம். திடீரென அவர் மாநில அமைச்சரவையில் இணைத்துக்கொள்ளப்பட்டார். இதனையடுத்து அவர் எம்.பி பதவியை ராஜினாமா செய்ததால் இடைத் தேர்தல் அறிவிக்கப்பட்டது. அதேபோல நாகப்பட்டிணம் தொகுதி நாடாளு மன்ற உறுப்பினர் முருகையன் கொலை செய்யப்பட்டதால் அந்தத் தொகு திக்கும் இடைத்தேர்தல் அறிவிக்கப்பட்டது.

இந்த இடைத்தேர்தல்கள் தமிழகத்தில்தான் என்றாலும் அவற்றுக்கு தேசிய முக்கியத்துவம் கொடுக்கப்பட்டது. காரணம், இந்திரா காந்தி தஞ்சாவூரில் போட்டியிடக்கூடும் என்ற எதிர்பார்ப்பு எழுந்திருந்தது. ஆம். சிக்மகளூர் தொகுதியில் வெற்றி பெற்று, அதன்மூலம் இந்திரா காந்தி அரசியல் மறுபிர வேசம் செய்வதை மொரார்ஜி உள்ளிட்டோரால் ஜீரணிக்கவே முடியவில்லை. முடக்கியே தீரவேண்டும் என்று முடிவுசெய்தனர்.

சஞ்சய் காந்தியின் மாருதி கார் திட்டம் தொடர்பாக விவரங்கள் கேட்ட நான்கு அதிகாரிகளை இந்திரா வாட்டி வதைத்தார் என்ற குற்றச்சாட்டை ஷா கமிஷன் முன்வைத்திருந்தது. இதுவிஷயமாக வழக்கு ஒன்றும் இந்திரா மீது பதிவாகி யிருந்தது. விசாரிக்கப் போனவர்கள் நாடாளுமன்றத்தின் சார்பாக அனுப்பப் பட்டவர்கள். இதனால் இந்திராமீது சபை உரிமை மீறல் பிரச்னை கொண்டு வரப்பட்டது. மன்னிப்பு கேட்டால் விட்டுவிடலாம் என்று நாடாளு மன்றத்தில் முடிவானது. ஆனால் மன்னிப்பு சாத்தியமில்லை என்று இந்திரா சொல்லிவிட்டதால் அவருடைய பதவி பறிக்கப்பட்டது.

ஆக, தற்போது நாடாளுமன்றத்தில் உறுப்பினராக இல்லாத இந்திரா, தஞ்சாவூர் தொகுதியில் போட்டியிடக்கூடும் என்று எதிர்பார்க்கப்பட்டது. அப்படி அவர் போட்டியிட்டால் அஇஅதிமுக இந்திரா காந்திக்கு ஆதர வளிக்கும் என்று செயற்குழுவில் அறிவிக்கப்பட்டது. பிறகு எம்.ஜி.ஆருக்கு

பிரதமர் மொரார்ஜியிடம் இருந்து அழைப்பு வந்தது. சட்டென்று எம்.ஜி.ஆரின் பேச்சில் மாற்றம் தென்பட்டது.

தஞ்சாவூர் தொகுதியில் இந்திரா காந்தி நிற்பது பாதுகாப்பானதாக இருக்காது. காரணம், அது கருணாநிதிக்கு நெருக்கமான மாவட்டம். திமுக ரௌடிகள் அதிகம் உள்ள இடம். மதுரையில் நடந்த கொலைகாரச் செயலை மறந்துவிட முடியுமா? என்று கேள்வி எழுப்பினார் எம்.ஜி.ஆர். திடுதிப்பென பின்வாங்கியதால் தஞ்சாவூரில் போட்டியிடும் முடிவைக் கைவிட்டார் இந்திரா காந்தி. இதனால் இந்திரா காங்கிரஸ் சார்பில் சிங்காரவேலு என்பவர் நிறுத்தப்பட்டார். திமுக சார்பில் அன்பில் தர்மலிங்கம் நின்றார். ஆனால் அஇஅதிமுக தஞ்சையில் போட்டியிடவில்லை.

நாகப்பட்டிணம் தொகுதியில் திமுக போட்டியிடவில்லை. இந்திய கம்யூனிஸ்ட் கட்சி வேட்பாளருக்கு ஆதரவளிப்பதாக அறிவித்தது. அஇஅதிமுக வேட்பாளராக மகாலிங்கம் நிறுத்தப்பட்டார். தஞ்சாவூரில் இந்திரா காங்கிரஸ் கட்சிக்கு எம்.ஜி.ஆர் மறைமுக ஆதரவளித்தார். அஇஅதிமுகவினர் இந்திரா காங்கிரஸ் வேட்பாளர்களுக்காகத் தேர்தல் வேலைகளில் ஈடுபட்டனர். ஆனாலும் இந்திரா காங்கிரஸ் தலைவர்களுக்கு எம்.ஜி.ஆர் மீதான ஆத்திரம் தீரவில்லை. இந்திரா காந்திக்கு ஆதரவளிப்பதாகச் சொல்லிவிட்டு கடைசி நேரத்தில் கைகழுவிவிட்டார் அல்லவா.

'தஞ்சைத் தேர்தலிலே அஇஅதிமுக எங்களுக்கு இப்போது ஆதரவளிக்கலாம். ஆனால் இந்திரா காந்தியைத் தஞ்சைத் தேர்தலில் போட்டியிட அழைத்துவிட்டு, கடைசி நிமிடத்தில் எம்.ஜி.ஆர் செய்த துரோகத்தை நாங்கள் என்றும் மறக்கமுடியாது. தமிழ்நாடு இந்திரா காங்கிரஸ் கட்சி, எம்.ஜி.ஆரை மன்னிக்கவே மன்னிக்காது. தன்மானம் உள்ள எந்த காங்கிரஸ் தொண்டனும் எம்.ஜி.ஆர் செய்த துரோகத்தை, இந்திரா காந்திக்கு ஏற்பட்ட இழுக்கை மறக்கவே மாட்டான். மறக்கவும் முடியாது' என்றார் தமிழக இந்திரா காங்கிரஸ் தலைவர் ஆர்.வி.சாமிநாதன்.

தேர்தல்கள் முடிந்தன. கூட்டிக்கழித்துப் பார்த்ததில் திமுகவுக்கும் அஇதிமுகவுக்கும்தான் நட்டம். இந்திரா காங்கிரஸ் தஞ்சாவூரிலும் இந்திய கம்யூனிஸ்டு கட்சி நாகப்பட்டிணத்திலும் வெற்றி பெற்றன.

•

2 ஜூலை 1979. அஇஅதிமுக அரசு புதிய உத்தரவு ஒன்றைப் பிறப்பித்தது. பிற்படுத்தப்பட்ட மக்கள் அவர்களுக்குரிய சலுகைகளைப் பெறவேண்டும் என்றால் அவர்களுடைய பெற்றோரின் வருமானம் ஒன்பதாயிரம் ரூபாய்க்குக் குறைவானதாக இருக்கவேண்டும். இந்த உத்தரவு உடனடியாக அமலுக்கு வருவதாக அறிவித்தது அரசு. பிற்படுத்தப்பட்ட மக்களின் எதிர்காலத்தைக் குலைக்கும் வகையில் இந்த உத்தரவு இருப்பதாக திமுக உள்ளிட்ட எதிர்க்கட்சிகள் கண்டனம் தெரிவித்தன.

திராவிடர் கழகம் இந்த ஆணையை எதிர்த்து பிற்படுத்தப்பட்டோர் உரிமைப் பாதுகாப்பு மாநாட்டை நடத்த இருப்பதாக அறிவித்தது. திமுகவின் பொதுக்குழு உடனடியாகக் கூட்டப்பட்டு அடுத்த நடவடிக்கைகள் குறித்து ஆலோசிக்கப்பட்டது. அரசு அறிவித்த அபாயகரமான உத்தரவு உடனடியாகத் திரும்பப்பெறவேண்டும் என்று தீர்மானம் நிறைவேற்றியது. அதேபோல, பொருளாதார அடிப்படையில் தாழ்ந்து கிடக்கின்ற ஏழைக்குடும்பத்துப் பிள்ளைகளுக்கு அவர்கள் பிற்படுத்தப்பட்டவர்களானாலும் தாழ்த்தப் பட்டவர்களானாலும் முன்னேறிய வகுப்பினரானாலும் பொது இட ஒதுக்கீட்டில் இருந்து குறிப்பிட்ட விகிதாச்சாரத்தை ஒதுக்குவதற்கான வேறு ஏற்பாடுகளைச் செய்யவேண்டும் என்று இன்னொரு தீர்மானமும் நிறை வேற்றப்பட்டது.

பிற்படுத்தப்பட்டோருக்கு எதிரான உத்தரவு திரும்பப்பெறும் வரைத் தொடர்ந்து போராட்டம் நடத்த முடிவு செய்தது திமுக. வகுப்புரிமை பாது காப்பு தினத்தைத் தமிழகம் முழுக்க அனுசரித்து, அனைத்து இடங்களிலும் கூட்டங்களை நடத்தியது திமுக. இன்னும் ஒரு மாத காலத்துக்குள் அரசு உத்தரவைத் திரும்பப்பெறவில்லை என்றால் அந்த உத்தரவின் நகல் எரிக்கப் பட்டு, அந்த சாம்பல் முதலமைச்சருக்கு அனுப்பப்படும் என்று திராவிடர் கழகம் சார்பாக நடத்தப்பட்ட மாநாட்டில் பேசினார் திமுக பொதுச் செயலாளர் க. அன்பழகன்.

அனைத்து மாவட்டங்களிலும் மாநாடுகளைக் கூட்டிப் பிரச்னையைப் பற்றிய புரிதலை ஏற்படுத்திய திராவிடர் கழகம், சொன்னதைப் போலவே சாம்பலை கோட்டைக்கு அனுப்பி வைத்தது. இதுகுறித்து அதிமுகவின் பொதுச் செயலாளராக இருந்த நெடுஞ்செழியன் செய்த விமரிசனம் முக்கியமானது.

'திராவிடர் கழகத்தினர் அனுப்பும் சாம்பல், கோட்டைக்குள் வைக்கப் பட்டிருக்கும் பூந்தொட்டிகளுக்கு உரமாக அமையுமே தவிர, தமிழக அரசை ஒன்றும் செய்யாது'

வகுப்புரிமையை உயிர்நாடிக் கொள்கையாகக் கொண்ட திராவிட இயக்கத் தலைவரை காலம் கண்மண் தெரியாமல் மாற்றியிருந்தது.

அடுத்த கட்டமாக, அரசின் உத்தரவுக்கு எதிராக உயர்நீதிமன்றத்தில் விக்ரமன் மற்றும் ரகுபதி என்ற இரண்டு பிற்படுத்தப்பட்ட சமுதாயத்தைச் சேர்ந்த மாணவர்கள் இருவரால் வழக்கு தொடுக்கப்பட்டது. அந்த வழக்கை விசாரித்துத் தீர்ப்பளித்த மூன்று நீதிபதிகளில் இருவர், உத்தரவு செல்லும் என்றும் ஒருவர் செல்லாது என்றும் தீர்ப்பெழுதினர். இதனையடுத்து அரசு உத்தரவு செல்லும் என்றே இறுதித் தீர்ப்பாக அறிவிக்கப்பட்டது.

•

ஒரு பக்கம் பெரியாரின் சமூகநீதிக் கொள்கைக்கு ஊனத்தை ஏற்படுத்திவிட்டு, இன்னொரு பக்கம் பெரியாருக்கு நூற்றாண்டுவிழா கொண்டாட முடிவு செய்தது அஇஅதிமுக அரசு. அந்தச் சமயத்தில் திமுக தலைவர் கருணாநிதி

சட்டமன்றத்தில் முக்கியப் பிரச்னை ஒன்றை எழுப்பினார். திமுக ஆட்சிக் காலத்தில் காஞ்சிபுரத்தில் பெரியாருக்கு சிலை வைக்க அனுமதி கோரியிருந்தது திராவிடர் கழகம். அதற்கான அனுமதியும் முறைப்படி வழங்கப்பட்டுவிட்டது. ஆனால் ஆட்சி மாற்றத்துக்குப் பிறகு சிலை வைக்க அனுமதி மறுக்கப்பட்டுவிட்டது. இதைத்தான் சட்டமன்றத்தில் கொண்டு வந்தார் கருணாநிதி.

அப்போது எதிர்க்கட்சித் தலைவராக இருந்த கருணாநிதிக்கும் முதலமைச்சர் எம்.ஜி.ஆருக்கும் நடந்த உரையாடலில் இருந்து சில பகுதிகள் இங்கே:

எதிர்க்கட்சித் தலைவர் கருணாநிதி: பெரியார் நூற்றாண்டு விழாவை இந்த அரசு கொண்டாடுகிறது. ஆனால் காஞ்சிபுரத்தில் பெரியார் சிலை வைக்க வேண்டும் என்று திராவிடர் கழகத்தார் திமுக ஆட்சிக்காலத்திலேயே அதற்கான இடத்தையும் பணத்தைக் கட்டி வாங்கி, பராமரிப்பு செலவுக்கான பணத்தையும் கட்டி, கழக ஆட்சியில் அந்த இடம் தரப்பட்டுவிட்டது. ஆனால் அந்தச் சிலையை வைக்க இந்த ஆட்சியில் அனுமதி அளிக்கப் படவில்லை.

முதலமைச்சர் எம்.ஜி.ஆர்: அவர்கள் கேட்டிருந்த இடம் மத நம்பிக்கைக்குரியவர்களுடைய, மடம் போன்ற - கோயில் போன்ற இடத்துக்கு எதிராக, இடைஞ்சலாக இருக்கின்ற இடத்தைக் கேட்டதாக குடியரசுத் தலைவர் ஆட்சிக்காலத்தில் அதுபற்றி பரிசீலிக்கப்பட்டு, கூடாது - முடியாது என்று மறுக்கப்பட்டுவிட்டது. நான் காஞ்சிபுரத்துக்குச் சென்ற போது அந்த இடத்தைப் பார்க்க நேரிட்டது. அங்கிருந்து வந்தபிறகு உத்தரவே போட்டுவிட்டேன். வேறு ஒரு இடத்தை அவர்கள் கேட்பார்களானால் அந்த இடத்தைக் கொடுக்கவேண்டும் என்று உத்தரவிட்டு சில மாதங்களாகின்றன.

எதிர்க்கட்சித் தலைவர் கருணாநிதி: சங்கராச்சாரியார் மடம் இருக்கிறதென்றால் அந்த இடத்துக்கு எதிரிலே பெரியாருடைய சிலை இருக்கக்கூடாது என்பது என்ன நியாயம் என்று எனக்குப் புரியவில்லை. ஒருவேளை, போக்குவரத்துக்கு இடைஞ்சலான இடம் என்பதால் அதை அனுமதிக்கவில்லை என்ற கருத்தை முதலமைச்சர் சொல்வார் என்று நினைத்திருந்தேன். சங்கராச்சாரியாருக்காகத்தான் அது அனுமதிக்கப் படவில்லை என்று திட்டவட்டமாக முதலமைச்சர் அறிவித்திருக்கிறார்.

முதலமைச்சர் எம்.ஜி.ஆர்: நான் சங்கராச்சாரியாருக்காகத்தான் சொல்வதாக இருந்தால் அதைத் துணிவோடு சொல்கின்றவன். ஏனென்றால், அவரைச் சந்தித்து அவர் என்ன சொல்கிறார் என்று கேட்டு, கருத்துகள் பரிமாறிக் கொண்டுவந்தவன் நான். அந்த வகையில் ஒரு துறவிக்கு அடையாளமாக வாழ்ந்து கொண்டிருக்கிறார் என்பதை இந்த மாமன்றத்தில் மகிழ்ச்சியோடு தெரிவித்துக் கொள்கிறேன். அதிலே எனக்குக் கொஞ்சமும் சந்தேகமில்லை. இட நெருக்கடியும் இருக்கிறது. எதிர்காலத்தில் அரசியல் நெருக்கடிகள், மத நெருக்கடிகள் போன்ற குழப்பங்கள் வரலாம். அதெல்லாம் தோன்றக்கூடாது என்பதற்காகத்தான் இந்த நிலைமையை ஏற்படுத்திக் கொண்டிருக்கிறேன்.

முதலமைச்சர் என்ற நிலைமையில் இங்கேயே பதில் சொல்லிவிடுகிறேன். எந்தக் காரணத்தைக் கொண்டும் அந்த இடத்தில் சிலை வைக்க இந்த அரசு அனுமதிக்காது.

எதிர்க்கட்சித் தலைவர் கருணாநிதி: எப்படியும் அந்த இடத்தில் திமுகழகம் பெரியார் சிலையை வைத்தே தீரும்.

அறிவித்தபடியே பெரியார் நூற்றாண்டு விழாவை எம்.ஜி.ஆர். தலைமையிலான அஇஅதிமுக அரசு கொண்டாடியது. அதன் ஒரு பகுதியாக கோவை மாவட்டம் இரண்டாகப் பிரிக்கப்பட்டு, பெரியார் மாவட்டம் உருவாக்கப்பட்டது. அதன் தலைநகர் பெரியார் பிறந்த ஈரோடு. பெரியார் கொண்டுவந்த தமிழ் எழுத்துச் சீர்த்திருத்தத்தை தமிழக அரசு ஏற்றுக் கொண்டது.

•

தேசிய அரசியலில் பல மாற்றங்கள் அடுத்தடுத்து நிகழ்ந்தன. மத்தியில் ஆட்சியில் இருந்த ஜனதா கட்சிக்குள் பலத்த மோதல்கள். நிலைமையைச் சமாளிக்க சரண் சிங் மற்றும் ஜெகஜீவன் ராம் இருவரும் துணைப் பிரதமர்களாக நியமிக்கப்பட்டனர். ஆனாலும் பிரச்னைகள் ஓயவில்லை. ராஜ் நாராயணன் தலைமையில் தனிக்கட்சி ஒன்று உருவானது. அடுத்தடுத்து பிளவுகள் ஏற்பட்டன.

இறுதியாக ஜனதா கட்சி அரசு மீது நம்பிக்கையில்லாத் தீர்மானம் ஒன்றை எதிர்க்கட்சிகள் கொண்டுவந்தன. அதை இந்திரா காங்கிரஸ் ஆதரிக்கும் என்று அறிவித்தார் இந்திரா காந்தி. அஇஅதிமுக, ஜனதா அரசுக்கு ஆதரவளிக்கும் என்று அறிவித்தார் எம்.ஜி.ஆர். நாளுக்கு நாள் ஜனதா கட்சியின் பலம் குறைந்து கொண்டே போனது. ஏராளமான ஜனதா எம்.பிக்கள் ராஜ் நாராயணன் தலைமையில் அணிவகுத்துக் கொண்டிருந்தனர். எல்லாவற்றையும் உன்னிப்பாகக் கவனித்துக் கொண்டிருந்த இந்திரா காந்தி, பிரதமர் பதவிக் கனவில் திளைத்துக் கொண்டிருந்த சரண் சிங்குடன் பேச்சுவார்த்தை நடத்தினார். அதன்பிறகு சரண் சிங் ஆட்சி அமைத்தால் அவருக்கு தங்கள் எம்.பிக்கள் ஆதரவளிப்பார்கள் என்று அறிவித்தார் இந்திரா காந்தி.

நிலைமை மோசமடைந்ததை அடுத்து மொரார்ஜி தேசாய் பிரதமர் பதவியில் இருந்து விலகிக் கொள்வதாக அறிவித்தார். இதனையடுத்து ஜனதா கட்சியிலிருந்து விலகிய சரண் சிங், ராஜ் நாராயணன் தலைமையில் இயங்கிய ஜனதா(எஸ்) கட்சியில் இணைந்து அதன் தலைமைப் பொறுப்பை ஏற்றுக் கொண்டார். இந்திரா காங்கிரஸின் நிபந்தனையற்ற ஆதரவுடன் சரண் சிங் பிரதமராகப் பதவியேற்றார். துணைப் பிரதமராக தேவிலால் பதவியேற்றார்.

1 ஆகஸ்டு 1979 அன்று அஇஅதிமுக, மத்திய அமைச்சரவையில் பங்கேற்கும் என்று அறிவிப்பு வெளியானது. ஆகஸ்டு 19 அன்று பாலா பழனூர், சத்தியவாணி முத்து இருவரும் அஇஅதிமுக சார்பில் அமைச்சர்களாகப் பதவியேற்றனர். ஆம். மொரார்ஜி அரசுக்கு எதிராக நம்பிக்கையில்லாத் தீர்மானம் கொண்டுவரப்பட்டபோது மொரார்ஜிக்கு ஆதரவான நிலைப்

பாட்டை எடுத்த எம்.ஜி.ஆர், தற்போது சரண் சிங் பிரதமர் ஆகிறார் என்றதும் அவர் பக்கம் தன்னுடைய ஆதரவைத் திருப்பிவிட்டார். 19 ஆகஸ்டு 1979 அன்று அஇஅதிமுக சார்பில் இரண்டு பேரும் அமைச்சர்களாகப் பதவி யேற்றுக்கொண்டனர்.

மறுநாள் பிரதமர் சரண் சிங் தன்னுடைய அரசின் மீது நம்பிக்கைகோரும் தீர்மானத்தைக் கொண்டு வருவதாக அறிவித்திருந்தார். ஆனால் இந்திரா காந்தியுடன் ஏற்பட்ட கருத்து வேறுபாடு காரணமாக அந்தக் கட்சியின் ஆதரவு கிடைக்காது என்ற சூழல் உருவானது. நம்பிக்கை வாக்கெடுப்பில் சரண் சிங் ஆட்சிக்கு ஆதரவாகத் தனது எம்.பிக்கள் வாக்களிக்க மாட்டார்கள் என்று அறிவித்தார் இந்திரா காந்தி.

விளைவு, குடியரசுத் தலைவரைச் சந்தித்த பிரதமர் சரண் சிங் தனது ராஜினாமா கடிதத்தைக் கொடுத்தார். அதிமுகவின் மத்திய அமைச்சர்கள் கவலையுடன் சென்னை திரும்பினர். ஆனாலும் குடியரசுத் தலைவரின் வேண்டுகோளுக்கு இணங்க, சரண் சிங் அரசு காபந்து அரசாக நீடித்தது. நாடாளுமன்றம் கலைக்கப்பட்டபோதும் அமைச்சரவை நீடித்ததால் அஇஅதிமுக அமைச்சர்களும் காபந்து அரசில் அமைச்சர்களாக நீடித்தனர்.

நாடாளுமன்றத்துக்குத் தேர்தல் அறிவிக்கப்பட்டதால் அரசியல் கட்சிகள் அணி அமைப்பதில் ஆர்வம் செலுத்தினர். எம்.ஜி.ஆருக்கு யாருடன் அணி அமைப்பது என்பதில் பலத்த குழப்பங்கள் நிலவின. கூட்டணி பற்றி செய்தியாளர்கள் கேட்டபோது அதைவிடக் குழப்பமான பதில் ஒன்றைச் சொன்னார்.

'கருணாநிதிமீதும் மற்ற திமுக நண்பர்கள் மீதும் வழக்கு இருந்தாலும், அதிமுக - திமுக தேர்தல் கூட்டு வரக்கூடாது என்பதல்ல. வாதத்துக்காக நான் இதைச் சொல்கிறேன்? மக்களின் உணர்வுகளைக் காலம் எப்படி மாற்று கிறதோ அதற்கேற்ப கூட்டு அமையும். கட்சித் தொண்டர்களுக்கு ஒரு எண்ணம் ஏற்பட்டால் தலைவர்களால் என்ன செய்யமுடியும்?'

ஏதோ அவருடைய மனத்துக்குள் தோன்றியிருக்கிறது. அதை நேரடியாகச் சொல்லாமல் பாதியை மென்று விழுங்கி மீதியைச் சொல்லிவிட்டார். இன்னொரு பக்கம், திமுக - இந்திரா காங்கிரஸ் கூட்டணி ஏற்பட வாய்ப்பிருக் கிறதா என்று திமுக தலைவர் கருணாநிதியிடம் செய்தியாளர்கள் கேட்டனர். அதற்கு, இந்தியாவின் நிலைத்த தன்மைக்காகவும் ஜனநாயகம் கேலிக்கூத்தாக ஆகிவிடாமல் காக்கப்படுவதற்காகவும் தமிழ்நாட்டில் மக்கள் விரோத சக்தியாக விளங்குகிற அஇஅதிமுகவை எதிர்த்து முறியடிப்பதற்காகவும் திமுகவுக்கும் இந்திரா காங்கிரஸுக்கும் இடையே தேர்தல் உடன்பாடு ஏற்படக்கூடிய சாத்தியக்கூறுகள் இல்லாமல் போய்விடவில்லை' என்றார் கருணாநிதி.

கருணாநிதியின் இந்தப் பேச்சு எம்.ஜி.ஆரின் கவனத்துக்குச் சென்றது. 28 ஆகஸ்டு 1979 அன்று காரைக்காலில் நடந்த கூட்டத்தில் அதற்குப் பதிலடி கொடுக்கும் வகையில் பேசினார்.

கருணாநிதி அவர்களே, உங்கள் கட்சித் தொண்டர்களை ஊக்கப்படுத்த எதையும் பேசாதீர். இந்திராவுடன் கூட்டு சேர்ந்தால் ஒரு சவால் விடுகிறேன். 1977 தேர்தலில் நாங்கள் இந்திரா காங்கிரஸுடன் சேர்ந்து பெற்ற இடத்தை நீங்கள் பெற முடியுமா? முடியாவிட்டால் உங்கள் பெயரை மாற்றிக்கொள்கிறீர்களா? 35 இடங்களை நாங்கள் பெற்றோம். நீங்கள் உண்மையான தமிழன் என்றால், உண்மையான திராவிடத் தொண்டன் என்றால் அத்தனை இடங்களையும் பிடியுங்கள். மேட்டில் நிறுத்தி மாலை போடுகிறேன். இதை அகங்காரமாகச் சொல்லவில்லை. கருணாநிதியால் முடியாது இது. 1971-ல் திமுகவில் 25 எம்.பிக்கள் இருந்தார்கள். ஒருவராவது டெல்லியிலே மந்திரியாக முடிந்ததா?

இந்த நிலையில் தமிழ்நாட்டில் மிகப்பெரிய அரசியல் மாற்றம் நிகழப் போவதாக ஊடகங்கள் எழுதின. ஆம். திமுக - அஇஅதிமுக என்ற இரு பெரும் கட்சிகளையும் இணைக்கும் நடவடிக்கையில் ஜனதா கட்சியின் முக்கியத் தலைவரும் மத்திய அமைச்சருமான பிஜு பட்நாயக் ஈடுபட்டுவருவதாகப் பேசப்பட்டது. அதை நிரூபிக்கும் வகையில் பிஜு பட்நாயக் சென்னை வந்தார்.

கோபாலபுரத்தில் பிஜு பட்நாயக் - கருணாநிதி சந்திப்பு நடந்தது. இருவரும் பேசியதற்குப் பிறகு மற்ற முக்கியத் தலைவர்களிடம் கருணாநிதி பேசினார். இறுதியாக இரண்டு கழகங்களும் இணைவதற்குச் சில நிபந்தனைகளை விதித்தார் கருணாநிதி.

- இரு கட்சிகளும் இணைந்து திமுக என்ற பெயரில் இயங்கவேண்டும்.
- அந்தக்கட்சிக்கு அண்ணா படம் பொறித்த கொடியே இருப்பதில் எங்களுக்கு எந்த மறுப்பும் இல்லை.
- முதலமைச்சராக இப்போதுள்ள எம்.ஜி.ஆர் அவர்களே அப்பதவியில் நீடிக்கட்டும்.
- இரு கட்சிகளும் இணைவது என்பதற்காக திமுகவில் இப்போதுள்ள சட்டமன்ற உறுப்பினர்கள் யாருக்கும் அமைச்சர் பதவி எதுவும் தேவையில்லை.
- இரு கட்சிகளும் இணைந்தபிறகு உரிய நேரத்தில் தலைமைக் கழகத்தின் தலைவர், பொதுச் செயலாளர், பொருளாளர் மற்றும் நிர்வாகப் பொறுப்புகள் குறித்து முடிவு செய்துகொள்ளலாம்.
- முக்கியமான விஷயம், எம்.ஜி.ஆர் அவர்கள் இடஒதுக்கீட்டில் கொண்டு வந்துள்ள சமூகநீதிக்குப் புறம்பான ஒன்பதாயிரம் ரூபாய் உச்சவரம்பு ஆணை; பொருளாதார அடிப்படையில் இட ஒதுக்கீடு என்பது உடனடியாகத் திரும்பப்பெறப்படவேண்டும்.

பிறகு பிஜு பட்நாயக் எம்.ஜி.ஆரையும் சந்தித்துப் பேசினார். மின்னல் வேகத்தில் காட்சிகள் மாறிக்கொண்டிருந்தன. 13 செப்டெம்பர் 1979. தமிழக அரசியல் வரலாற்றில் முக்கியமான தினம். சீரியும் பாம்புமாக செயல்பட்டுக்

கொண்டிருந்த எம்.ஜி.ஆரும் கருணாநிதியும் ஒரே அறையில் சந்தித்தனர். அது சேப்பாக்கம் விருந்தினர் மாளிகை. எம்.ஜி.ஆருடன் நெடுஞ்செழியனும் பண்ருட்டி ராமச்சந்திரனும் வந்திருந்தனர். திமுக தலைவர் கருணாநிதி, க. அன்பழகனுடன் வந்திருந்தார். சில நிமிடங்கள் எம்.ஜி.ஆரும் கருணாநிதியும் பேசிக்கொண்டனர். பிறகு இருவரும் தனியறைக்குச் சென்றனர். நிபந்தனைகள் குறித்து இருவரும் பேசினர். ஒரு குறிப்பிட்ட தினத்தில் இரண்டு கழகங்களின் செயற்குழு, பொதுக்குழுக்கள் வெவ்வேறு இடங் களில் கூடி, இணைப்புத் தீர்மானத்தை நிறைவேற்றி விடலாம் என முடிவானது.

அறையில் இருந்து வெளியே வந்ததும் செய்தியாளர்கள், புகைப்படக் காரர்கள் அறைக்குள் அழைக்கப்பட்டனர். வெற்றி முகத்துடன் பிஜூ பட்நாயக் விடைபெற்றார். பத்திரிகைகளுக்கு நல்ல தீனி. விரைவில் இணைப்பு விழா நடக்கும் என்று ஆரூடங்கள் வந்துகொண்டிருந்தன. அடுத்தது என்ன என்று எல்லோரும் எதிர்பார்த்துக் காத்திருந்தனர்.

மறுநாள் நடக்க இருந்த வேலூர் கூட்டத்தில் எம்.ஜி.ஆர் பதிலளிப்பார் என்று எதிர்பார்க்கப்பட்டது. ஆனால் எம்.ஜி.ஆர் இணைப்பு பற்றி மூச்சே விடவில்லை. மாறாக, எம்.ஜி.ஆர் முன்னிலையில் திமுகவினரும் கருணாநிதியும் விமரிசிக்கப்பட்டனர். அத்தோடு இணைப்பு முயற்சிகள் முடிந்துபோயின. இடைப்பட்ட காலத்தில் என்ன நடந்தது என்பது புரியாத புதிராகவே இருந்தது.

எம்.ஜி.ஆர் - கருணாநிதி சந்திப்புக்குப் பிறகு திடீரென தமிழ்நாடு காங்கிரஸ் தலைவர் கருப்பையா மூப்பனார் எம்.ஜி.ஆரைச் சந்தித்துப் பேசியதாக செய்திகள் வெளியாகின. இதுதான் இணைப்புக்கு முற்றுப்புள்ளி வைத்தது என்ற கருத்து பரவலாக இருந்தது.

இதுபற்றி எம்.ஜி.ஆரிடம் நெருக்கமாகப் பழகிய உளவுத்துறை அதிகாரி கே. மோகன்தாஸ் தனது புத்தகத்தில் பதிவு செய்திருக்கும் தகவல் சுவாரஸ்ய மானது.

> *பிஜூ பட்நாயக் வரும் நாள் காலையில் நான் எம்ஜியாரைச் சந்தித்தேன். இணைப்புக்குச் சாதகமான காரணங்களை அவர் அடுக்கிக்கொண்டிருந் தார். நான் எதுவும் சொல்லவில்லை. பேச்சுவார்த்தை தொடங்க இரண்டு மணி நேரத்துக்கு முன்னதாக நான் எம்ஜியாரிடம் இருந்து விடை பெற்றேன். அப்போது அவர் உற்சாகமாகத்தான் இருந்தார். இருப்பினும் எம்ஜியார் மனத்தை மாற்றிக் கொண்டார். உத்தேச இணைப்பு கைகூடவில்லை. எனக்கு ஒரே திகைப்பு. அன்று மாலை நான் அவரைச் சந்தித்தேன். காலஞ்சென்ற அவரது அன்னையார் இந்த இணைப்பு முயற்சி வேண்டாம் என்று அவருக்கு உணர்த்தியதாகச் சொன்னார்!*

22. நேருவின் மகளே வருக

திமுக - அஇஅதிமுக இணைப்பு முயற்சிகள் தோல்வியடைந்ததற்குப் பிறகு கூட்டணி அமைக்கும் வேலைகள் மீண்டும் சூடுபிடித்தன. திமுக - இந்திரா காங்கிரஸ் கூட்டணி உருவாகும் சூழ்நிலைகள் தென்பட்டன. முக்கியமாக, 'நான் நெருக்கடி நிலையை எதிர்த்தேன் என்றாலும்கூட அம்மையார் அறிவித்த இருபது அம்சத் திட்டத்தை வரவேற்றிருக்கிறேன். இன்னும்கூடச் சொல்லப்போனால் சஞ்சய் காந்தி இங்கே சொன்னாரே, ஐந்து அம்சத் திட்டம். அதை இந்தியாவிலேயே, நெருக்கடி நிலையை எதிர்த்த அந்தக் காலத்திலேயே வரவேற்றது கருணாநிதிதான்' என்று கருணாநிதி பேசியிருந்தது 26 நவம்பர் 1979 முரசொலியில் வெளியாகியிருந்தது.

டெல்லியில் இந்திரா - கருணாநிதி சந்திப்பு நடந்தது. உடனடியாக தேர்தல் உடன்பாடு நடந்து முடிந்தது. நாடாளுமன்றத் தேர்தலில் திமுக 17 இடங்களில் போட்டியிடும் என்றும் இந்திரா காங்கிரஸ் புதுச்சேரி சேர்த்து 23 தொகுதிகளிலும் போட்டியிடும் என்று அறிவிக்கப்பட்டது. முஸ்லிம் லீக் ஒரு தொகுதியில் நின்றது.

அஇஅதிமுகவுக்கு பலத்த அதிர்ச்சியாக இருந்தது. உண்மையில் இந்திரா காந்தியைச் சந்திப்பதற்கு முன்னால் டெல்லியில் கருணாநிதி - சஞ்சய் காந்தி சந்திப்பு நடந்தது. கூட்டணி குறித்த பூர்வாங்கப் பேச்சுவார்த்தைகள் நடந்தன. அப்போது முரசொலி மாறனும் உடன் இருந்தார்.

நேற்றுவரை கடுமையாக மோதிக் கொண்டவர்கள்; சர்வாதிகாரி என்று இந்திராவை திமுக விமரிசித்தது; ஊழல் ஆட்சி என்று விசாரணை கமிஷன் போட்டார் இந்திரா; இப்போது திடீரென்று கைகுலுக்கி விட்டனரே என்பது எம்.ஜி.ஆருக்கு ஆச்சரியமாக இருந்தது. சரண் சிங் அமைச்சரவையில் இணைந்ததுதான் சிக்கலுக்குக் காரணம் என்று நினைத்தார் எம்.ஜி.ஆர். ஏதாவது பேசி இந்திரா காங்கிரஸுடன் இணையலாம் என்று பார்த்தால் அதற்கான வாய்ப்பையும் காங்கிரஸ் தலைவர்களுள் ஒருவரான சி.எம். ஸ்டீபன் அடைத்துவிட்டார்.

'அதிமுகவைவிட திமுக நம்பிக்கைக்குரிய கட்சி. அஇஅதிமுகவும் அதன் தலைவர் எம்.ஜி. ராமச்சந்திரனும் நம்புவதற்கே முடியாதவர்கள். அண்மையில் டெல்லியில் ஏற்பட்ட அரசியல் நெருக்கடியின்போது அதிமுகவும் அதன் தலைவர் எம்.ஜி.ராமச்சந்திரனும் மிகவும் சந்தர்ப்பவாதத்தோடு நடந்துகொண்டார்கள். எம்.ஜி. ராமச்சந்திரன் கட்சிக்குக் கட்சி தாவினார். பிரதமருக்கும் நிதி அமைச்சருக்கும் முன்னால் நடுக்கம் கொள்கிற ஒரு முதலமைச்சர் எம்.ஜி. ராமச்சந்திரன். அவரிடம் சில விவகாரங்கள் இருந்தாகவேண்டும். இல்லாவிட்டால் மத்திய அரசின் முன் இப்படி பலவீனப்பட்டவராக இருக்கமாட்டார். தஞ்சை இடைத்தேர்தலின்போது இந்திரா காந்திக்குத் தந்த ஆதரவை கடைசி நேரத்தில் திரும்பப் பெற்றுக்கொண்டார் எம்.ஜி.ராமச்சந்திரன். அதிமுகவுடன் உறவுகொள்ளக் கூடாது என்று எங்கள் கட்சி தீர்மானித்ததற்கு இதுவும் ஒரு காரணம். திமுகவுக்கும் எங்களுக்கும் ஏற்பட்டுள்ள கூட்டு முடிவானது. இனிமேல் அஇஅதிமுகவுக்கு கதவைத் திறக்கமாட்டோம்.'

சென்னை கடற்கரையில் திமுக சார்பாகப் பொதுக்கூட்டத்தில் கலந்துகொண்ட இந்திரா காந்தி, 'நாங்கள் தவறு செய்திருக்கிறோம்; அதை உணர்ந்து, நாங்கள் செய்த தவறுகளை ஏற்றுக்கொண்டு, அந்தத் தவறுகளால் பாதிக்கப்பட்ட மக்களிடம் நாங்கள் மன்னிப்பு கேட்டுக்கொள்கிறோம். தவறுகளைச் செய்த நான், நாட்டு மக்களுக்கு ஒரு உறுதிமொழியைத் தந்திருக்கிறேன். அன்று நடைபெற்ற தவறுகள் மீண்டும் நடைபெறாது. நான் செய்த குற்றங்கள் மீண்டும் நடைபெறாது. ஒன்று, உடன்படுவோம் அல்லது மாறுபடுவோம். உடன்பாடும் இல்லாமல், வேறுபாடும் இல்லாமல் வெளிப்பூச்சுக்கு உடன்படுவதைப் போலக் காட்சியளித்துவிட்டு, திரைக்குப் பின்னால் ரகசியமான நடவடிக்கைகளைத் திமுக எடுத்ததே கிடையாது. திமுக தலைவர் கருணாநிதி அவர்கள் நண்பராக இருந்தாலும் விரோதியாக இருந்தாலும் இரண்டிலும் உறுதியாக இருப்பவர். ஒரு நோக்கத்தை வைத்து, ஒரு லட்சியத்தை வைத்து, தேசிய அடிப்படையிலே மக்களுக்கு நல்வாழ்வு கொடுக்கவேண்டும் என்ற அடிப்படையிலே இரண்டு கட்சிகளும் இணைந்து உடன்பாடு கொண்டிருக்கின்றன' என்றார்.

அதே மேடையில் பேசிய திமுக தலைவர் கருணாநிதி, 'டெல்லியிலே ஒரு கேலிக்கூத்து நடப்பதை நாங்கள் விரும்பவில்லை. நாங்கள் ஒரு அரசினை - நல்ல அரசினை - ஒரு நிலையான அரசினைத்தான் விரும்புகிறோம். திருமதி இந்திரா காந்தியால் மட்டுமே ஒரு நிலையான அரசினைத் தந்திட முடியுமென்று நம்புகிறோம்' என்று பேசினார். 'நேருவின் மகளே வருக! நிலையான ஆட்சி தருக! என்று இந்திராவுக்கு வரவேற்பு கொடுத்தார்.

இந்திராகாங்கிரஸுடனான கதவு அடைக்கப்பட்டுவிட்டதால் ஒன்று தனித்து போட்டியிட வேண்டும் அல்லது ஜனதா மற்றும் இடதுசாரிகளுடன் அணி அமைக்கவேண்டும் என்ற நிலைக்கு அஇஅதிமுக வந்திருந்தது. 24 இடங்களைத் தனக்கு எடுத்துக்கொண்ட அஇஅதிமுக எஞ்சியுள்ள இடங்களில் பத்தை ஜனதா கட்சிக்கும் இந்திய கம்யூனிஸ்ட் கட்சிக்கும்

மார்க்சிஸ்ட் கம்யூனிஸ்ட் கட்சிக்கும் தலா மூன்று இடங்களையும் கொடுத்தது. ஆம். நேற்றுவரை அமைச்சரவையைப் பகிர்ந்துகொண்ட சரண் சிங் கட்சி பற்றி எம்.ஜி.ஆர் வாய்திறக்கவே இல்லை.

உடனடியாக அஇஅதிமுகவைச் சேர்ந்த மத்திய அமைச்சர்கள் இருவருக்கும் கடிதம் எழுதிய பிரதமர் சரண் சிங், 'ஜனதா கட்சியுடன் தேர்தல் உடன்பாடு ஏற்பட்டுவிட்டதால் என்னுடைய அமைச்சரவையில் நீங்கள் நீடிப்பது சரியல்ல; இருவரும் ராஜினாமா செய்துவிடுங்கள்' என்று கூறிவிடவே, உடனடியாக மத்திய அமைச்சர்கள் இருவரும் ராஜினாமா செய்தனர்.

தேர்தல் வேலைகள் நடந்துகொண்டிருக்கும்போதே தனது அரசியல் பணிகளையும் விடாமல் செய்தது திமுக. 27 செப்டெம்பர் 1979 அன்று தமிழ்நாடு சட்டமன்றத்தில் அஇஅதிமுக அரசின் மீது கண்டனத் தீர்மானம் ஒன்று கொண்டுவரப்பட்டது. அதன்மீது நவம்பர் 3, 1979 அன்று பேசிய கருணாநிதி, பல்கேரியா கப்பல் பேர விவகாரத்தில் நான்கு கோடி ரூபாய் லஞ்சம் பேசியதாகவும் முன்பணமாக ஒரு கோடி ரூபாயை எம்.ஜி.ஆர் வாங்கியுள்ளதாகவும் குற்றம் சாட்டினார். மேலும், இதுவிஷயமாக இருபதுக்கும் மேற்பட்ட எழுத்துப்பூர்வமான ஆதாரங்களையும் கடிதங் களையும் சபையில் எடுத்துவைத்தார். அவற்றின் நகல்கள் அவையில் இருந்தவர்களுக்கும் செய்தியாளர்களுக்கும் தரப்பட்டன.

சட்டமன்றத்திலும் வெளியிலும் பரபரப்பு தொற்றிக்கொண்டது. மறுநாள் சட்டமன்றத்தில் பதிலளித்த எம்.ஜி.ஆர், 'எவ்வளவு பலவீனமான இயந்தி ரத்தை வைத்துக்கொண்டு ஆட்சி நடத்துகிறோம் என்பதற்கு எதிர்க்கட்சித் தலைவர்சாட்டிய குற்றச்சாட்டுகளே சான்று' என்றார்.

உடனே கருணாநிதி எழுந்தார்.

'கப்பல் பேர ஊழல் பற்றி விசாரிக்க உச்சநீதிமன்ற நீதிபதியை வைத்து விசாரிக்க அரசு தயாரா?'

சம்மதித்தார் எம்.ஜி.ஆர். ஆனால் அப்படியொரு விசாரணை எதுவும் நடைபெறவில்லை. இதனால் கருணாநிதி அடிக்கடி நீதிவிசாரணை பற்றிக் கேள்வி எழுப்பிக்கொண்டே இருந்தார். அதிமுக தரப்பில் மௌனம் மட்டுமே பதிலாக வந்தது. நிலைமை எல்லை மீறியதை அடுத்து அஇஅதிமுக சார்பாக இரா. நெடுஞ்செழியன் விளக்கம் கொடுக்க முன்வந்தார்.

டிசம்பர் 29, 1979 தேதியிட்ட தன்னுடைய மன்றம் இதழில் ஊழல் கண்ணன் கண்டுபிடித்த ஊழல் என்ற தலைப்பில் பதில் எழுதினார்.

> பல்கேரிய நாட்டுடன் கப்பல் வாங்குவதற்கான உடன்படிக்கையே நிறைவேறவில்லை. கப்பலே இன்னமும் வாங்கப்படவில்லை. உடன்படிக்கையே ஏற்படாத நிலையில் வாங்கப்படாத ஒரு கப்பலுக்கு யார் ஒருகோடி லஞ்ச முன்பணம் தருவார்கள்?

கப்பல் வாங்குவதற்கான பேச்சுவார்த்தை பல்கேரிய அரசு, இந்திய அரசு, தமிழ்நாடு அரசு ஆகியவற்றுக்கிடையேதான் நடைபெறுகின்ற தேயல்லாமல் எந்தத் தனிப்பட்ட இடைத்தரகரும் இதில் ஈடுபடவே இல்லை.

மேலும், ஒப்புக்காக பல்கேரிய நாட்டுக் கப்பல் பேரத்தில் புரட்சித் தலைவர் அவர்கள் ரூபாய் ஒருகோடி லஞ்சம் வாங்கியதாகவே வைத்துக் கொள்வோம். அந்தப் பணம் பல்கேரிய நாட்டு டாலராகத்தான் இருக்க வேண்டும். இருக்கமுடியும். அந்த டாலர்களை ரூபாயாக மாற்றாமல் இந்தியாவில் செலாவணி ஆக்கமுடியாது. ரூபாயை மாற்றவேண்டும் என்றால் அன்னிய செலாவணி வங்கி ஒன்றில்தான் மாற்றியாகவேண்டும். அப்படி மாற்றும்போது டாலர் வந்தவிதம், மாற்றியவரின் முகவரி முதலியவற்றைக் குறித்துக்கொண்டுதான் வங்கி ரூபாயாகத் தரும். வங்கியின் ஏட்டில் முழு விவரமும் பதிவாகும்போது அந்த லஞ்சப் பணத்தை புரட்சித்தலைவர் எப்படி, எவருக்கும் தெரியாமல் மறைக்க முடியும்?

அதே கட்டுரையில் கப்பல் பேர ஊழல் தொடர்பாகப் பத்திரிகைகளில் எழுதிய கருணாநிதி மற்றும் அதனை வெளியிட்ட முரசொலி மாறன் ஆகியோர் மீது எம்.ஜி.ஆர் மான நஷ்ட வழக்கு தொடர்ந்துள்ளதாகவும் பதிவு செய்துள்ளார் நெடுஞ்செழியன். அதன்பிறகு பல்கேரியா பால்டிகா கப்பல் வாங்கும் முயற்சியே நிறுத்தப்பட்டுவிட்டது.

•

மதுரையில் இந்திரா காந்தியைக் கொலை செய்ய முயற்சி செய்தனர் திமுகவினர் என்று குற்றம் சாட்டிய காலம்போய் கருணாநிதியும் இந்திரா காந்தியும் ஒரே வாகனத்தில் கூட்டாகப் பிரசாரம் செய்தனர். எம்.ஜி.ஆரும் தீவிரப் பிரசாரத்தில் ஈடுபட்டார். குறிப்பாக, பிற்படுத்தப்பட்டோருக்கான இட ஒதுக்கீடு விவகாரத்தை திமுகவும் திராவிடர் கழகமும் தேர்தல் பிரச்னையாக முன்வைத்துப் பிரசாரம் செய்தன. ஆரியத்தை வீரியத்துடன் அணைக்கும் எம்.ஜி.ஆர். என்று நாடெங்கும் சுவரொட்டிகளை ஒட்டியது திராவிடர் கழகம். விளைவு, தேர்தல் முடிவுகள் திமுக - இந்திரா காங்கிரஸ் கூட்டணிக்குச் சாதகமாகவே வந்து சேர்ந்தன.

தமிழ்நாட்டில் திமுக போட்டியிட்ட பதினாறு இடங்களில் அனைத்தையும் கைப்பற்றியது. தமிழ்நாடு மற்றும் புதுவையில் இந்திரா காங்கிரஸ் போட்டியிட்ட 23 தொகுதிகளில் 21ஐக் கைப்பற்றியது. சிவகாசி, கோபி செட்டிப்பாளையம் என்ற இரண்டே தொகுதிகளில் மட்டுமே அஇஅதிமுக வால் வெற்றிபெற முடிந்தது.

தேசிய அளவில் ஜனதா கட்சி வீழ்த்தப்பட்டு, மீண்டும் இந்திரா காந்தி ஆட்சியைக் கைப்பற்றினார். இந்திரா காங்கிரஸுக்கு தேசிய அளவில் 351 இடங்களும் சரண் சிங் தலைமையிலான கட்சிக்கு 41 இடங்களும் மார்க்

சிஸ்ட் கம்யூனிஸ்ட் கட்சிக்கு 35 இடங்களும் ஜனதா கட்சிக்கு 32 இடங்களும் கிடைத்தன. உபரி வெற்றியாக புதுச்சேரி சட்டமன்றத்துக்கு நடந்த தேர்தலில் திமுகவுக்கு பதினான்கு இடங்களும் இந்திரா காங்கிரஸுக்குப் பத்து இடங்களும் கிடைத்தன. ஜனதா கட்சிக்கு மூன்று இடம் கிடைத்தபோதும் அதன் கூட்டணிக் கட்சியான அஇஅதிமுகவுக்கு ஒரு இடம்கூட கிடைக்கவில்லை. புதுச்சேரியில் திமுக - இந்திரா காங்கிரஸ் கூட்டணி அரசு ஏற்பட்டது.

தமிழகத்தில் அஇஅதிமுகவிடம் ஆட்சியைப் பறிகொடுத்தபிறகு திமுகவுக்குக் கிடைத்த மிகப்பெரிய வெற்றியாக 1980 மக்களவைத் தேர்தல் வெற்றி பார்க்கப்பட்டது. தோழமைக் கட்சிகளின் தூய்மையான நல்லெண்ணத்துக்கும் ஒருவரையொருவர் காலை வாரிவிடாத தன்மைக்கும் கிடைத்த வெற்றி என்றார் கருணாநிதி.

தேர்தல் தோல்வி எம்.ஜி.ஆரை உரத்த சிந்தனைக்கு ஆளாக்கியது. தோல்விக்கான காரணங்களை ஆராயத் தொடங்கினார். அதிருப்தியில் இருக்கும் மக்களை அரவணைத்துச் செல்வதைத் தவிர வேறு வழியில்லை என்ற நிலை.

23. மீண்டும் ஜெயித்தார் எம்.ஜி.ஆர்

சரிவைச் சமாளிக்க எம்.ஜி.ஆர் முதலில் கையில் எடுத்தது பிற்படுத்தப் பட்டோருக்கு எதிராகப் பிறப்பிக்கப்பட்ட உத்தரவு விவகாரத்தைத்தான். உடனடி யாக அனைத்துக் கட்சிக் கூட்டத்துக்கு அழைப்பு விடுத்தார் எம்.ஜி.ஆர். ஆனால் இது வெறும் நாடகம் என்று விமரிசித்த திமுக, அந்த அந்தக் கூட்டத்தில் திமுக கலந்துகொள்ளாது என்று அறிவித்தது. ஆனால் திராவிடர் கழகம் முதலமைச்சர் கூட்டியுள்ள அனைத்துக்கட்சிக் கூட்டத்தில் கலந்துகொள்ளும் என்று அறிவித்தது.

24 ஜனவரி 1980 அன்று தமிழக அரசு புதிய அறிவிப்பு ஒன்றை வெளியிட்டது. அதில், பிற்படுத்தப்பட்டோர் தங்களுடைய சலுகைகளைப் பெற ஒன்ப தாயிரம் ரூபாய்க்குக் குறைவாக ஆண்டு வருமானம் இருக்கவேண்டும் என்ற உத்தரவு திரும்பப்பெறப்படுகிறது என்று கூறப்பட்டிருந்தது. மேலும், இதுவரை 31 சதவீதமாக இருந்த பிற்படுத்தப்பட்டோருக்கான இட ஒதுக்கீடு இனி ஐம்பது சதவிகிதமாக உயர்த்தப்படுவதாக அறிவித்தது தமிழக அரசு.

முதலமைச்சர் எம்.ஜி.ஆரின் அறிவிப்புக்கு திராவிடர் கழகம் பாராட்டு தெரிவித்தது. அரசின் தவறான செயல்களை நாம் எப்படி வன்மையாகக் கண்டிக்கிறோமோ, அதுபோன்றே, மனம் திறந்து பாராட்டவேண்டிய செயல்களை 'ரிசர்வேஷன்' இல்லாது பாராட்டவும் திராவிடர் கழகம் ஒருபோதும் தயங்காது என்று விடுதலையில் 25 ஜனவரி 1980 அன்று தலையங்கம் எழுதினார் திராவிடர் கழகப் பொதுச்செயலாளர் கி. வீரமணி. இட ஒதுக்கீடு விவகாரத்தில் இந்த அறிவிப்பு குறிப்பிடத்தக்க வெற்றியாக அமைந்தது.

மது அருந்த நாற்பது வயது ஆகியிருக்கவேண்டும் என்ற விதி தளர்த்தப்பட்டு, முப்பது வயது என்று ஆனது. அதற்கான மருத்துவச் சான்றிதழ் தேவையில்லை என்றும் அறிவிக்கப்பட்டது. தனியார் விடுதிகள் அல்லது ஹோட்டல் அறைகளில் மது அருந்தினால் காவல்துறை இனிமேல் நடவடிக்கை எடுக்காது என்ற தொடர்ச்சியான அறிவிப்புகள் மக்களவைத் தேர்தல் தோல்வி

எந்த அளவுக்கு எம்.ஜி.ஆரைத் தாக்கியிருக்கிறது என்பதற்குச் சாட்சியமாக அமைந்தது.

போதாக்குறைக்கு, அஇஅதிமுகவில் இருந்து சில முக்கியத் தலைவர்கள் வெளியேற முடிவு செய்தனர். தோல்வியின் அதிர்ச்சியைத் தாங்கிக்கொள்ளும் பக்குவம் இல்லாதவர்கள் வெளியேறுவது கட்சிக்குத்தான் நல்லது என்று சொல்லிவிட்டார் எம்.ஜி.ஆர்.

திடீரென தேசிய அரசியலில் ஒரு பரபரப்பு. சில மாநில அரசுகளை இந்திரா தலைமையிலான மத்திய அரசு கலைக்க முடிவு செய்துள்ளது என்ற செய்தி மெல்லக் கசிந்தது. 1977 தேர்தல் முடிந்தபிறகு ஜனதா கட்சி ஆட்சிக்கு வந்ததும் காங்கிரஸ் ஆளும் மாநில அரசுகளைக் கலைத்து விட்டுத் தேர்தலை நடத்தியது. அதைப்போலவே இந்திரா காந்தியும் செய்யக்கூடும் என்ற ஊகங்கள் பலமாக வலம்வந்துகொண்டிருந்தன.

திமுக சுறுசுறுப்பானது. காயம் பட்ட இடத்தில் ஓங்கி அடிக்க முடிவு செய்தது. அஇஅதிமுக அரசின் ஊழல்கள், அதிகாரதுஷ்பிரயோகங்கள் என்று எம்.ஜி.ஆர் பாணியிலேயே குற்றப் பட்டியல் ஒன்றைத் தயார் செய்து கூட்டணிக் கட்சிகள் புடைசூழ ஆளுநரிடம் சென்று ஒப்படைத்தது. அதன் தொடர்ச்சியாக 17 பிப்ரவரி 1980 அன்று உத்திரபிரதேசம், பீகார், ராஜஸ்தான், மத்தியபிரதேசம், பஞ்சாப், ஒரிசா, குஜராத், மகாராஷ்டிரா, தமிழ்நாடு ஒன்பது மாநில அரசுகள் கலைக்கப்பட்டன என்று தமிழ்நாட்டில் அறுதிப் பெரும்பான்மையுடன் ஆட்சியில் இருந்த எம்.ஜி.ஆர் அரசும் தகர்க்கப் பட்டது. நாடாளுமன்றத் தோல்வியில் இருந்து மீள்வதற்குள் அடுத்த நெருக்கடி எம்.ஜி.ஆர் மீது திணிக்கப்பட்டது.

தேர்தல் வேலைகள் தொடங்கின. யாருடன் யார் அணி அமைப்பது என்பது குறித்து அனைத்து கட்சிகளும் ஆலோசனையில் ஈடுபட்டுக் கொண்டிருந்தன. அஇஅதிமுக சுறுசுறுப்பாகக் களத்தில் இறங்கியது. தேர்தல் வேலைகளுக் காக உயர்மட்டக்குழு ஒன்று உருவாக்கப்பட்டது. கட்சியின் முக்கியஸ்தர்கள் பெரும்பாலானோர் அந்தக் குழுவில் இடம்பெற்றனர். ஆனால் நாஞ்சில் மனோகரன் பெயர் மட்டும் அந்தப் பட்டியலில் இடம்பெறவில்லை.

புகைச்சல் தொடங்கியது. பிறகு, தவறு நடந்துவிட்டது என்று சொல்லி, மீண்டும் அவருடைய பெயர் சேர்க்கப்பட்டது. இது அவரை ஆத்திரப் படுத்தியது. அஇஅதிமுகவிலிருந்து விலகி திமுகவில் மீண்டும் ஐக்கிய மானார். அவருக்குப் பிறகு கோவை செழியன், சுப்புலட்சுமி ஜெகதீசன், ஜி.ஆர். எட்மண்ட், முல்லை வேந்தன் போன்ற பலரும் அஇஅதிமுகவில் இருந்து விலகி திமுகவில் இணைந்தனர்.

நாஞ்சில் மனோகரனின் விலகல் எம்.ஜி.ஆருக்கு மிகப்பெரிய பின்னடை வாகக் கருதப்பட்டது. டெல்லியில் நல்ல செல்வாக்கு உடையவர். இந்திரா போன்ற தலைவர்களுடன் நேரடியாகத் தொடர்புகொண்டு பேசும் அளவுக்கு நல்ல தொடர்பு வட்டம் அவருக்கு இருந்தது. டெல்லியில் நடந்த பல

முக்கியப் பேச்சுவார்த்தைகளுக்கு நாஞ்சில் மனோகரன் இல்லாமல் எம்.ஜி.ஆர் புறப்படவே மாட்டார்.

எனினும், எம்.ஜி.ஆர் கூட்டணி அமைக்கும் வேலையை ஆரம்பித்தார். இந்திய கம்யூனிஸ்ட் கட்சி, காந்தி காமராஜ் தேசிய காங்கிரஸ் (குமரி அனந்தன்), பழ. நெடுமாறனின் தமிழ்நாடு காமராஜ் காங்கிரஸ் ஆகிய கட்சிகள் அஇஅதிமுக அணியில் இணைந்தன. தொகுதிகள் பிரிக்கப்பட்டன. அஇஅதிமுகவுக்கு 168. இந்திய கம்யூனிஸ்ட் கட்சிக்கு 16, மார்க்சிஸ்ட் கம்யூனிஸ்டுக்கு 16, கா.கா.தே. காவுக்கு 12, காமராஜ் காங்கிரஸுக்கு 7. மேலும் சில உதிரிகளுக்கும் தொகுதிகள் ஒதுக்கப்பட்டிருந்தன. ஜனதா கட்சி 95 தொகுதிகளில் தனித்து நின்றது.

மக்களவைத் தேர்தலில் உருவான திமுக - இந்திரா காங்கிரஸ் கூட்டணியே சட்டமன்றத் தேர்தலுக்கும் தொடர்ந்தது. தொகுதி உடன்பாடுகள் குறித்து விவாதிக்கப்பட்டு, திமுகவும் இந்திரா காங்கிரஸும் சம அளவிலான தொகுதிகளில் போட்டியிடுவது என்றும் எஞ்சிய தொகுதிகளைக் கூட்டணிக் கட்சிகளுக்குக் கொடுத்து விடுவது என்றும் முடிவானது. முஸ்லிம் லீக், பசும்பொன் தேவர் கட்சி, உழைப்பாளர் கட்சி, தேசிய ஃபார்வர்டு ப்ளாக் என்று சில உதிரிகள்.

திமுகவும் இந்திரா காங்கிரஸும் தலா 109 தொகுதிகளில் போட்டியிட்டன. தொகுதி உடன்பாடுகள் சுமுகமாக முடிந்தபோதும் திமுக - இந்திரா காங்கிரஸ் உறவு கடந்த தேர்தலைப் போல சீராக இல்லை. காரணம், தமிழ்நாடு இந்திரா காங்கிரஸுக்குப் புதிய தலைவராக எம்.பி. சுப்பிர மணியம் நியமிக்கப்பட்டிருந்தார்.

எப்போதுமே திமுக தலைவர் கருணாநிதிக்கும் எம்.பி. சுப்பிர மணியத்துக்கும் ஏழாம் பொருத்தம்தான். திமுகவில் இருந்தபோது ஈ.வெ.கி. சம்பத்தின் ஆதரவாளராக சுப்பிரமணியம் இருந்தார். பல மேடைகளில் சம்பத், கண்ணதாசன், சுப்ரமணியம் மூவரும் கருணாநிதியைக் கடுமையாக விமரிசிப்பது வழக்கம். ஈ.வெ.கி. சம்பத் தமிழ் தேசியக் கட்சியைத் தொடங்கிய சமயத்தில் அவருடன் சேர்ந்து கொண்டார் சுப்பிரமணியம். பிறகு சம்பத் காங்கிரஸில் இணைந்தபோது சுப்ரமணியமும் இணைந்துவிட்டார். ஆக, கருணாநிதி எதிர்ப்பு என்பது சுப்பிரமணியத்துக்கு மனத்தோடு ஒட்டிய ஒன்று. இதுதான் திமுக - இந்திரா காங்கிரஸ் உறவில் ஏற்பட்ட சிக்கலுக்குக் காரணம்.

திமுக - இந்திரா காங்கிரஸ் கூட்டணியில் முதல் சிக்கல் எம்.பி. சுப்பிரமணியத்தின் நியமனத்தால் வந்தது என்றால் அடுத்த சிக்கல் யார் முதலமைச்சர் என்ற கேள்வி வடிவத்தில் வந்தது. சம எண்ணிக்கையில் போட்டியிடுவதால் அதிக இடங்களில் வெற்றிபெறும் கட்சியே ஆட்சி அமைக்கும் என்றொரு கருத்து இந்திரா காங்கிரஸ் தலைவர்கள் சிலரால் எழுப்பப்பட்டது.

இந்திரா காங்கிரஸ் சார்பாகத் தேர்தல் பார்வையாளராக வந்திருந்த ராம் கோபால் ரெட்டி, ஆர்.வெங்கடராமன் போன்றோர், தேர்தலுக்குப் பிறகு முதலமைச்சர் யார் என்பது முடிவு செய்யப்படும் என்றும் அதிக இடங்களில் வெற்றிபெறும் கட்சிக்கே ஆட்சி அமைக்கும் உரிமை உண்டு என்றும் பேசினர். இதனால் திமுக - இந்திரா காங்கிரஸ் உறவில் கடும் உரசல்கள் ஏற்பட்டன. இத்தனைக்கும் திமுக தலைவர் கருணாநிதியே முதலமைச்சராக வேண்டும் என்றுதான் இந்திரா காந்தி பேசினார்.

பிறகு யார் யாருக்கு எத்தனைத் தொகுதிகள் என்று முடிவு செய்யப்பட்டது. அதன்படி திமுக 109, இந்திரா காங்கிரஸ் 109, அப்துல் சமது தலைமையிலான முஸ்லிம் லீக்குக்கு 8, தேசிய ஃபார்வர்ட் ப்ளாக்குக்கு 2, பசும்பொன் ஃபார்வர்ட் ப்ளாக்குக்கு 2, உழைப்பாளர் முன்னேற்றக் கட்சிக்கு 2, இந்தியக் குடியரசுக் கட்சி மற்றும் கிறித்தவ ஜனநாயக முன்னணிக் கட்சி இரண்டுக்கும் தலா 1 என்று தொகுதிப்பங்கீடு செய்யப்பட்டது. ஆனாலும் உரசல்கள் நீடித்துக்கொண்டே இருந்தன.

திமுக கூட்டணியில் உருவான சலசலப்புகள் அஇஅதிமுகவுக்கு நம்பிக்கை அளிக்கும் வகையில் அமைந்தன. சர்க்காரியா கமிஷன் விசாரணையில் இருந்து தப்பிக்கவே இந்திரா காங்கிரஸுடன் திமுக சந்தர்ப்பவாதக் கூட்டணி அமைத்திருப்பதாக விமரிசித்த எம்.ஜி.ஆர், விவசாயிகளுக்கான கடன்களை ரத்து செய்வது, வறுமைக்கோட்டுக்குக் கீழே இருப்பவர்களுக்கு ஒரு கிலோ அரிசி இலவசம் என்பன போன்ற வாக்குறுதிகளையும் வாக்காளர்களுக்கு அளித்தார்.

ஆட்சிக் கலைப்பை வைத்து அனுதாப அலையைத் திரட்ட முடிவுசெய்த அஇஅதிமுக, அகில இந்திய வானொலியில் பிரசாரம் செய்யும்போது, 'நாங்கள் என்ன தவறு செய்தோம்?' என்பதுதான் அதன் தலைப்பு. முதலில் எம்.ஜி.ஆரே வானொலியில் பேசுவதாக இருந்தது. பிறகு உரையைத் தயார் செய்த ஆர். எம். வீரப்பனே பேசினார்.

எம்.ஜி.ஆர் ஆட்சியில் நடந்த சாதனைகளைப் பட்டியலிட்டு, 'இது தவறா? இது தவறா?' என்று கேட்டது மக்கள் மத்தியில் நல்ல அதிர்வுகளை ஏற்படுத்தியது. 'நாங்கள் என்ன தவறு செய்தோம்? தமிழ் மக்களே, நாடாளு மன்றத் தேர்தலில் நீங்கள் அளித்த தீர்ப்பு தவறு என்றால், அதை இப்போது திருத்தி எழுதுங்கள். அஇஅதிமுகவுக்கு வாக்களியுங்கள்.'

பதிலுக்குத் திமுகவும் வாக்குறுதிகளை வாரி வழங்கியது. ஏழைப்பெண் களின் திருமணத்துக்காகத் தாலிக்குத் தங்கம் வழங்கப்படும், தாழ்த்தப்பட்ட - பிற்படுத்தப்பட்ட மாணவர்களை அரசே தத்தெடுக்கும், விவசாயிகள் பிரச்னைகளைத் தீர்க்க முயற்சிகள் மேற்கொள்ளப்படும், விவசாயிகள் மேம்பாட்டு வாரியம் அமைக்கப்படும் என்பன போன்ற வாக்குறுதிகள் வழங்கப்பட்டன. மாநில சுயாட்சி குறித்து எந்தவொரு கருத்தும் இடம்பெற வில்லை. மாறாக, ஒவ்வொரு ஐந்தாண்டுத் திட்டத்திலும் தமிழ்நாட்டில் மத்திய அரசு செய்யும் முதலீடு குறைந்து கொண்டே வருகிறது. இதை உரிய

முறையில் மத்திய அரசிடம் வற்புறுத்தித் திட்டத் தொகையில் தமிழ் நாட்டுக்கு உரிய பங்கைப் பெறுவதற்குத் தொடர்ந்து பாடுபடுவோம் என்றே குறிப்பிடப்பட்டிருந்தது.

28 மே 1980 தொடங்கி 31 மே 1980 வரை தேர்தல்கள் நடந்தன. தேர்தல் முடிவுகள் அஇஅதிமுகவுக்குச் சாதகமாகவே அமைந்தன. அந்தக் கட்சிக்கு 128 இடங்கள் கிடைத்திருந்தன. திமுகவுக்கு 38, இந்திரா காங்கிரஸுக்கு 30, மார்க்சிஸ்ட் கம்யூனிஸ்ட் கட்சிக்கு 11, இந்திய கம்யூனிஸ்ட் கட்சிக்கு 10, கா.கா.தே.காவுக்கு 6, முஸ்லிம் லீக்குக்கு 1 என்ற அளவில் தேர்தல் முடிவுகள் வெளிவந்திருந்தன. தேர்தல் முடிவுகளை ஆராய்ந்து பார்த்தபோது பல சங்கதிகள் புலப்பட்டன.

கடந்த சட்டமன்றத் தேர்தலில் 200 இடங்களில் போட்டியிட்டு 130 இடங்களில் வென்ற அஇஅதிமுக இந்த முறை 177 இடங்களில் மட்டுமே போட்டியிட்டு 128 இடங்களில் வென்றது. மாறாக, கடந்த தேர்தலில் 230 இடங்களில் போட்டியிட்டு 48 இடங்களில் வென்ற திமுக, இந்த முறை 109 இடங்களில் போட்டியிட்டு 38 இடங்களை வென்றது. இதன்மூலம் திமுகவுக்கு மிகப்பெரிய தோல்வி என்று சொல்வதற்கு இடமில்லை. ஆனால் ஆட்சியைப் பிடிக்கமுடியாமல் போனது திமுகவினருக்கு அதிருப்தியை அளித்தது. கருணாநிதிக்கும் பலத்த அதிருப்தி. அப்போது அவர் பேசிய வாசகம் முக்கியமானது:

> தமிழர்களே! தமிழர்களே! நீங்கள் என்னைக் கடலில் தூக்கி வீசினாலும் அதில் கட்டுமரமாகத்தான் மிதப்பேன். அதில் ஏறி நீங்கள் சவாரி செய்யலாம்.
>
> தமிழர்களே! தமிழர்களே! என்னை நீங்கள் நெருப்பில் தூக்கிப் போட்டாலும் அதில் நான் விறகாகத்தான் விழுவேன். அடுப்பெரித்து நீங்கள் சமைத்துச் சாப்பிடலாம்.
>
> தமிழர்களே! தமிழர்களே! நீங்கள் என்னைப் பாறையில் மோதினாலும் சிதறு தேங்காயாகத்தான் உடைவேன். நீங்கள் என்னைப் பொறுக்கி யெடுத்து தின்று மகிழலாம்.

மீண்டும் ஒரு தோல்வியை அஇஅதிமுக சந்திக்கக்கூடும் என்று எதிர்பார்க் கப்பட்ட சூழலில் இந்திரா, கருணாநிதி என்ற இரண்டு வலிமை பொருந்திய சக்திகளை எதிர்த்துக் களம் கண்டு பெற்ற வெற்றி, எம்.ஜி.ஆர் என்ற ஆளுமை எந்த அளவுக்குத் தமிழ்நாட்டில் அழுத்தந்திருத்தமாக வேரூன்றியிருக்கிறது என்பதற்கு சத்திய சாட்சியாக அமைந்தது. எம்.ஜி.ஆர் மீண்டும் முதலமைச் சரானார். நாவலர் நெடுஞ்செழியன், பண்ருட்டி எஸ். ராமச்சந்திரன், கே.ஏ. கிருஷ்ணசாமி, எஸ்.டி. சோமசுந்தரம், ஆர்.எம். வீரப்பன், அரங்கநாயகம், காளிமுத்து, பொன்னையன், முத்துசாமி, திருநாவுக்கரசு உள்ளிட்ட 17 அமைச்சர்கள். மீண்டும் உற்சாகம் பொங்க ஆட்சியை நடத்தத் தொடங்கினார். அஇஅதிமுக தொண்டர்கள் பலத்த மகிழ்ச்சியுடன் இயங்கத் தொடங்கினர்.

எம்.ஜி.ஆரின் வெற்றிகுறித்து ஆனந்த விகடன் எழுதிய தலையங்கம் இதுதான்:

அதிமுகவுக்குக் கிடைத்திருக்கும் இந்த மகத்தான வெற்றி எம்.ஜி.ஆரின்மீது மக்கள் கொண்டுள்ள அன்புக்கும் மதிப்புக்கும் அடையாளமாகும். அவரது நாணயமான, நேர்மையான, லஞ்ச ஊழலற்ற ஆட்சிக்கு மக்கள் வழங்கிய நற்சான்றிதழாகும். எதிர்க்கட்சிகள் எம்.ஜி.ஆர் ஆட்சியின்மீது அபாண்டமான லஞ்ச ஊழல் குற்றச்சாட்டுகளை அடுக்கியதைக் கேட்டு, 'அதையெல்லாம் நம்ப நாங்கள் தயாராயில்லை. அவரைப் பற்றி எங்களுக்குத் தெரியும்' என்று தமிழ்மக்கள் கூறுவது போல் அமைந்திருக்கிறது தேர்தல் முடிவு.

இன்னொரு பக்கம் தோல்வியைச் சந்தித்த திமுக அதைப் பற்றி அலட்டிக் கொள்ளாமல் அடுத்தடுத்த காரியங்களில் கவனம் செலுத்தியது. 20 ஜூலை 1980 அன்று மதுரை மாவட்டம் மூதூர் என்ற ஊரில் திமுக இளைஞர் அணி உருவாக்கப்பட்டது.

24 எரிசாராயம்

தனித் தெலுங்கானா என்ற கோரிக்கையை முன்வைத்து ஆந்திராவில் பெரிய அளவில் போராட்டங்களை நடத்தி மத்திய, மாநில அரசுகளுக்குக் கடும் நெருக்கடியைக் கொடுத்துக் கொண்டிருந்தனர் நக்சலைட்டுகள். மார்க்சிய - லெனினிய சிந்தனையில் செயல்படும் அந்த இயக்கத்தைப்போல நாட்டின் பல பகுதிகளிலும் நக்சல்பாரி இயக்கங்கள் உருவாகி, வீரியத்துடன் இயங்கிக்கொண்டிருந்தன. முக்கியமாக, மேற்கு வங்கம், பிகார் உள்ளிட்ட மாநிலங்களில் அவர்களுடைய செல்வாக்கு மிக அதிகம்.

கிட்டத்தட்ட அதே சித்தாந்தத்தை அடிப்படையாகக் கொண்டு தமிழ்நாட்டின் வட ஆற்காடு, தர்மபுரி மாவட்டங்களில் சில குழுக்கள் செயல்படத் தொடங்கின. காவல் நிலையங்களுக்குத் தீவைப்பது, வெடிகுண்டு வீசுவது போன்ற காரியங்களில் ஈடுபட்டுக்கொண்டிருந்தனர். முளையிலேயே கிள்ளி எறியவேண்டும் என்று நினைத்தார் எம்.ஜி.ஆர். அந்த வேகத்தைத் தீவிரப் படுத்தும் வகையில் அமைந்தது திருப்பத்தூர் சம்பவம்.

விசாரணைக்காக ஒருவரை திருப்பத்தூர் காவலர்கள் ஜீப்பில் அழைத்து வந்தனர். திடீரென இடுப்பில் மறைத்து வைத்திருந்த வெடிகுண்டை எடுத்து வெடிக்கச் செய்தார் அந்த நபர். மறுநொடி ஜீப்பில் இருந்த அத்தனை பேருமே கொல்லப்பட்டனர். ஜீப் உருத்தெரியாமல் போனது.

உடனடியாக ஆலோசனையில் இறங்கினார் எம்.ஜி.ஆர். கடந்த காலத்தில் நக்சல்பாரிகள் நடத்திவந்த தாக்குதல்கள் எல்லாம் அவருடைய கவனத்துக்குக் கொண்டுவரப்பட்டன. ஒடுக்கவேண்டும். அத்தனை பேரையும். அதுவும் உடனடியாக. உத்தரவிட்டார் எம்.ஜி.ஆர். 'ஆபரேஷன் நக்சலைட்' என்று அந்த நடவடிக்கைக்குப் பெயர் வைக்கப்பட்டது. அந்தப் பொறுப்பை இரண்டு முக்கிய அதிகாரிகளிடம் ஒப்படைத்தார் எம்.ஜி.ஆர்.என். மோகன்தாஸ் மற்றும் தேவாரம்.

காரியத்தில் இறங்கினர் இருவரும். தேடுதல் வேட்டை தொடங்கியது. இரவு பகலாக தமிழ்நாடு காவல்துறை நடத்திய தாக்குதலில் நக்சலைட்டுகளுக்குப்

பலத்த சேதம். பத்து நாள்களுக்கு அந்தப் பகுதியில் என்ன நடக்கிறது என்றே தெரியவில்லை. துப்பாக்கித் தோட்டாக்கள் பறந்து கொண்டிருந்தன. கைதுகள் நிற்கவே இல்லை. நக்சலைட்டுகள் துவளும்வரை தாக்குதல் தொடர்ந்தது. அதன்பிறகுதான் ஓரளவுக்கு செய்திகள் வெளியே வரத் தொடங்கின.

மனித உரிமை இயக்கங்கள் குரல் எழுப்பத் தொடங்கின. தமிழ்நாடு காவல்துறை எல்லை மீறி நடந்துகொள்கிறது, வன்முறையைப் பிரயோகிக்கிறது, மனித உரிமைகள் நசுக்கப்படுகின்றன என்று ஆளாளுக்கு விமரிசனம் செய்தனர். ஆனாலும் காவல்துறையின் நடவடிக்கைகள் நிறுத்தப்படவில்லை. தொடர்ந்தன. இருபது நாள்களில் நக்சலைட்டுகள் வேரோடும் வேரடி மண்ணோடும் பிடுங்கப்பட்டுவிட்டதாக அறிவித்தது தமிழக அரசு.

காவல்துறையினருக்கு அளவுக்கு மீறிய சுதந்தரம் வழங்கப்பட்டது; முதலமைச்சர் எம்.ஜி.ஆர் அவர்களுடைய அத்துமீறல்களை துளியும் கண்டுகொள்ளவில்லை என்ற விமரிசனங்கள் எழுந்தாலும் அதைப் பற்றி அவர் துளியும் அலட்டிக்கொள்ளவில்லை.

'எந்த நக்சலைட்டையும் கொல்லவேண்டும் என்பது அரசின் நோக்கம் அல்ல; தன்னைக் கொல்லவரும் பசுவையும் கொல்லலாம் என்பதை ஏற்றுக்கொள்ளும்போது, கைது செய்ய வரும் போலீஸாரை சுடுவதையும் வெளிநாட்டுத் துப்பாக்கி வைத்திருப்பதையும் ஏற்றுக்கொள்ள முடியுமா? எனக்குச் சட்டம் ஒழுங்குதான் முக்கியம்' என்று சொல்லிவிட்டார்.

நக்சலைட்டுகள் இன்று பல மாநிலங்களில் வளர்ந்துவிட்டபோதும் தமிழ்நாட்டில் பெரிய அளவில் வேரூன்ற முடியவில்லை என்றால் அதற்கு எம்.ஜி.ஆர் ஊற்றிய வெந்நீர்தான் காரணம் என்கிறார்கள் எம்.ஜி.ஆர் காலத்து காவல்துறை அதிகாரிகள்.

•

உலகத் தமிழ் மாநாடு. அஇஅதிமுக ஆட்சிக்கு வந்ததும் நடத்த விரும்பிய மாநாடுகளில் முக்கியமானது இது. 4 ஜனவரி 1981 தொடங்கி 10 ஜனவரி 1981 வரை நடத்தப்படுவதாக அறிவிக்கப்பட்டது. அதை நடத்திக் கொடுக்கும் பொறுப்பை செய்தித்துறை அமைச்சராக இருந்த ஆர்.எம். வீரப்பனிடம் ஒப்படைத்தார் எம்.ஜி.ஆர். அவருக்கு உதவியாக ஔவை நடராசன், சிலம்பொலி செல்லப்பன் ஆகியோரும் சேர்ந்துகொண்டனர். தடபுடலாக ஏற்பாடுகள் நடந்து கொண்டிருந்தன. அழைப்புகள் யார் யாருக்கெல்லாம் அனுப்பப்படவேண்டும் என்பது குறித்து விவாதம் நடந்தது.

எதிர்க்கட்சித் தலைவரான கருணாநிதிக்குக் கடிதம் மூலமாக வந்தது அழைப்பு. அதில் கருணாநிதியையும் அன்பழகனையும் மாநாட்டுக்கு நியமிக்கப்பட்டுள்ள துணைத்தலைவர்கள் பட்டியலில் இணைத்திருந்தனர். உடனடியாக கருணாநிதியிடம் இருந்து எதிர்வினை வந்துசேர்ந்தது.

'உலகத் தமிழ் மாநாட்டில் திமுக கலந்துகொள்ளாது.'

பிரதமர் இந்திரா காந்தி அந்த மாநாட்டில் கலந்துகொள்ளவேண்டும் என்று டெல்லிக்கு நேரில் சென்று அழைப்புவிடுத்தார் முதலமைச்சர் எம்.ஜி.ஆர். இந்திராவும் கலந்துகொள்ள சம்மதித்தார். மாநாட்டில் முக்கியமானவை கலை நிகழ்ச்சிகள். நாட்டியம், பாடல், பட்டிமன்றம் என்று பல அரங்கேற இருந்தன.

அப்போது புதிய அறிவிப்பு ஒன்று வெளியானது. 'காவிரி தந்த கலைச் செல்வி' என்ற நாட்டிய நாடகம் உலகத் தமிழ் மாநாட்டில் இடம்பெறும். அதை நடத்த இருந்தவர், ஜெயலலிதா.

திரைப்படங்களில் நடிப்பது குறைந்துபோன சமயத்தில் நாட்டிய நாடகத்தில் மும்முரமாக இருந்தார் ஜெயலலிதா. தொடர்பு எல்லையில் இருந்து வெகுதூரத்துக்குச் சென்றுவிட்ட அவரை மீண்டும் வெளிச்சத்துக்கு அழைத்து வந்திருந்தார் ஆர்.எம். வீரப்பன்.

மாநாட்டுக்குப் பிரதமர் இந்திரா வந்தார். மக்கள் கூட்டம் ஆர்ப்பரித்தது. மைக்கைப் பிடித்த இந்திரா, உலகத் தமிழ் மாநாட்டில் கலந்துகொள்ள வந்ததன் பின்னணியில் எந்த அரசியலும் கிடையாது என்று சொல்லிவிட்டு இலக்கியம் பற்றிப் பேசினார். புறப்பட்டுவிட்டார். மாநாடு பிரம்மாண்ட மாக நடந்து முடிந்தது. எம்.ஜி.ஆருக்கு மகிழ்ச்சி. அதைக்காட்டிலும் ஆர்.எம். வீரப்பனுக்கு அதிக சந்தோஷம். இருவரைக் காட்டிலும் இன்னொருவர் கூடுதல் மகிழ்ச்சியில் திளைத்தார். அவர், ஜெயலலிதா. மறுபிரவேசம் தந்த மகிழ்ச்சி அது.

●

ஊழலுக்கு எதிரான ஆட்சி என்றுதான் எம்.ஜி.ஆர் ஆட்சியை எல்லோருமே புகழ்ந்து கொண்டிருந்தார்கள். ஆனால் அவருடைய ஆட்சியிலும் ஊழல் ஊடுருவிவிடும் என்பதற்குச் சாட்சியமாக அமைந்தது எரிசாராய ஊழல். அதை அம்பலத்துக்குக் கொண்டுவந்தது கேரள மாநிலப் பத்திரிகைகள்தான். அடையாளம் தெரியாத சில முக்கிய நபர்கள் அந்தரங்கமாகச் செய்த சில உத்திகள் மூலம் சுத்திகரிக்கப்பட்ட சாராயம் (ஸ்பிரிட்) வெளிமாநிலங் களுக்கு இடம்பெயர்ந்து கொண்டிருக்கிறது. இதில் கோடிக்கணக்கான ரூபாய் புழங்கிக்கொண்டிருக்கிறது. இதுதான் அந்தப் பத்திரிகைகள் எழுதிய கட்டுரைகளின் சாரம். எம்.ஜி.ஆர் ஆட்சியில் ஊழல்? சிக்கெனப் பிடித்துக் கொண்டார் கருணாநிதி.

மக்கள் மன்றம், சட்டமன்றம் எல்லாவற்றிலும் சாராய வாடை அடித்தது. மேடைக்கு மேடை எரிசாராய ஊழல் பற்றியே பேசினார்கள். இந்த ஊழல் குறித்து மத்திய புலனாய்வுத்துறை விசாரிக்க வேண்டும் என்றும் உச்சநீதி மன்ற நீதிபதி ஒருவர் தலைமையில் விசாரணை நடத்தப்படவேண்டும் என்றும் கோரிக்கைகள் எழுந்தவண்ணம் இருந்தன. இதனையடுத்து மத்திய அரசு விசாரணை கமிஷன் ஒன்றை விரைவில் அமைக்கும் என்ற அறிவிப்பு நாடாளுமன்றத்தில் வெளியிடப்பட்டது.

சுதாரித்துக்கொண்ட முதலமைச்சர் எம்.ஜி.ஆர், ஓய்வுபெற்ற நீதிபதி கைலாசம் தலைமையிலான கமிஷன் சாராயப் பரிவர்த்தனை குறித்து விசாரிக்கும் என்று அறிவித்தார்.

திருப்தி ஏற்படவில்லை கருணாநிதிக்கு. மற்ற எதிர்க்கட்சிகளுக்கு. எல்லோருக்கும்தான். கைலாசத்துக்கு எதிராகப் போர்க்கொடி தூக்கினர். வெறுத்துப்போன கைலாசம், கமிஷனில் இருந்தே விலகிக்கொண்டார். கைலாசம் இருந்த இடத்துக்கு சதாசிவம் வந்தார். ஆனாலும் விவகாரம் எல்லை மீறவே மத்திய அரசு இந்த விவகாரத்தில் தலையிட்டது.

ஒரிசா மாநில உயர் நீதிமன்ற நீதிபதியாக இருந்த எஸ்.கே. ரே என்பவர் தலைமையில் விசாரணை கமிஷன் ஒன்றை மத்திய அரசே நியமித்தது. ஆனால் இந்திய கம்யூனிஸ்ட் மற்றும் மார்க்சிஸ்ட் கம்யூனிஸ்ட் உள்ளிட்ட சில கட்சிகள் மத்திய அரசு ரே கமிஷனை அமைத்ததற்குக் கண்டனம் தெரிவித்தன. அதேபோல தமிழ்நாடு மற்றும் கேரள மாநில அரசுகள் தாங்கள் நியமித்த கமிஷன்களே விசாரணைக்குப் போதுமானவை என்று கூறிவிட்டன.

இந்த இடத்தில் இன்னொரு அரசியல் விளையாட்டும் நடந்தேறியது. கட்சி தொடங்கிய புதிதில் கருணாநிதிக்கு எதிராக எம்.ஜி.ஆர் தயாரித்துக்கொடுத்த புகார் பட்டியலின் அடிப்படையில் கருணாநிதி மற்றும் அவருடைய அமைச்சரவை சகாக்கள் மீது விசாரணை நடத்த சர்க்காரியா கமிஷன் நியமிக்கப்பட்டது அல்லவா? அதையொட்டி சில அமைச்சர்கள் மீது குற்றப் புலனாய்வுத் துறை வழக்குகளையும் தொடர்ந்திருந்தது.

14 மே 1981 அன்று நீதிமன்றத்தில் மத்திய புலனாய்வுத்துறை சார்பில் ஆஜரான வழக்கறிஞர் நம்பீசன், சாட்சியங்கள் திடீரென தடம்புரண்டுவிட்டதால் கருணாநிதி மீது தொடுக்கப்பட்ட இரண்டு வழக்குகளையும் தொடர்ந்து நடத்த முடியாது என்று மனு கொடுத்தார். உடனே தமிழக அரசு, தாமாகவே முன்வந்து வழக்குகளை வாபஸ் பெறக்கூடாது என்றொரு எதிர்ப்பு மனு ஒன்றைத் தாக்கல் செய்தது. இருதரப்பு வாதங்களையும் கேட்ட நீதிபதி, 16 மே 1981 அன்று மத்தியப் புலனாய்வுத்துறை வழக்கறிஞரின் வாதத்தை ஏற்றுக்கொண்டு, கருணாநிதி உள்ளிட்டோர் மீதான வழக்குகளைத் தள்ளுபடி செய்தார்.

'எந்த இந்திரா காந்தி 1977ல் இந்த வழக்குகளால் திமுகவைப் பூண்டோடு அழித்துவிடலாம் என்று திட்டமிட்டுச் செயல்பட்டாரோ, அதே இந்திரா காந்தி 1980ல் திமுகவின் ஆதரவைப் பெற்று பிரதமராகப் பொறுப்பேற்ற பின்னர் அவர் செலுத்திய விஷத்தை அவரே திரும்ப எடுத்துக் கொண்டார்' என்று பின்னாளில் எழுதினார் கருணாநிதி.

எரிசாராய ஊழல் எம்.ஜி.ஆர் ஆட்சியைக் காவு வாங்கிவிடுமோ என்றுகூட அஇஅதிமுகவினர் அச்சப்பட்டனர். ஆனால் அப்படியொரு விஷப் பரீட்சைக்கு இந்திரா காந்தி தயாராக இல்லை. பின்னர் சாராய வாடை மெல்ல மெல்லக் குறைந்து மறைந்தே போய்விட்டது. இதன்மூலம் எப்போ

தெல்லாம் சர்க்காரியா கமிஷன் என்று அதிமுகவினர் கருணாநிதியை விமரிசிக்கிறார்களோ அப்போதெல்லாம் ரே கமிஷன் என்று பதிலடி கொடுக்க திமுகவினருக்கு வாய்ப்பு கிடைத்தது.

●

6 ஜூன் 1981. இலங்கையில் உள்ளாட்சித் தேர்தல் அறிவிப்பு வெளியாகியிருந்தது. ஆனால் அங்கே இருக்கும் தமிழர்கள் தொடர்ந்து அடக்குமுறைக்கு ஆளாகிக் கொண்டிருப்பதாலும் சிங்களப் பேரினவாதத் தாக்குதல்களுக்கு இலக்காகிக் கொண்டிருப்பதாலும் தமிழ் ஈழம் கேட்டுப் போராடிக் கொண்டிருக்கும் போராளி இளைஞர்கள் உள்ளாட்சித் தேர்தலுக்கு எதிர்ப்பு தெரிவித்தனர்.

தமிழர்கள் வசிக்கும் பகுதிகளில் கலவரம் மூண்டது. பிறகு மெல்ல அடங்கியது போல இருந்தது. இரண்டே மாதங்களில் மீண்டும் கலவரம் வெடித்தது. தமிழர்கள் குறிவைத்துத் தாக்கப்பட்டனர். பள்ளிக்கூடத்தில் படித்துக்கொண்டிருந்த தமிழ் மாணவ, மாணவிகளும் தாக்கப்பட்டனர்.

இலங்கையில் தமிழர்களுக்கு எதிராக நடத்தப்படும் இனவெறித் தாக்குதல்களைக் கண்டிக்கும் வகையில் ஒருநாள் அடையாள மறியலுக்கு அழைப்பு விடுத்தது திமுக. அதேபோல இந்திரா காங்கிரஸும் அடையாள உண்ணாவிரதம் இருந்தது. காந்தி காமராஜ் தேசிய காங்கிரஸ் சார்பில் இலங்கைத் தூதரகத்துக்கு முன்னால் ஆர்ப்பாட்டம் நடத்தப்பட்டது. ஆனால் திமுக அறிவித்த அடையாள மறியலுக்கு அஇஅதிமுக அரசு தடை விதித்ததால் அதை மீறுவது என்று முடிவு செய்தது திமுக. இதனால் போராட்டத்தில் ஈடுபட்ட திமுகவினர் கைது செய்யப்பட்டனர்.

அந்தக் கைதுகளைக் கண்டித்து தொடர் மறியல் போராட்டத்தை அறிவித்தது திமுக. அதில் கலந்துகொண்ட திமுகவினர் அனைவரும் கைது செய்யப்பட்டனர். இதனையடுத்து 10 செப்டெம்பர் 1981 அன்று திமுக நிர்வாகக்குழு கூடியது. அதில், செப்டெம்பர் 15க்குள் கைது செய்யப்பட்ட திமுகவினரை விடுதலை செய்யவில்லை என்றால் சென்னையில் கருணாநிதி தலைமையில் மறியல் நடத்தப்படும் என்றும் மாநிலம் முழுக்க மறியல்கள் நடத்தப்படும் என்றும் அறிவிக்கப்பட்டது. தமிழகம் முழுக்க திமுக நிர்வாகிகள் கைது செய்யப்பட்டனர்.

செப்டெம்பர் 15. அண்ணா பிறந்தநாள். மறியலுக்கு ஆயத்தமான கருணாநிதி, வீட்டு வாசலிலேயே கைது செய்யப்பட்டார். செய்தி தமிழகம் முழுக்கப் பரவியது. கொந்தளித்த திமுக தொண்டர்கள் ஆங்காங்கே கலவரத்தில் ஈடுபட்டனர். பேருந்துகள் மறிக்கப்பட்டன. கடைகள் அடைக்கப்பட்டன. தஞ்சாவூர் மாவட்டத்தில் பிருந்தாவன் என்ற இளைஞர் கலைஞரை விடுதலை செய் என்ற கோஷத்தை எழுப்பியபடியே தன்னுடைய உடலுக்குத் தீவைத்துக்கொண்டார்.

நிலைமை மோசமாவதைத் தடுக்கும் வகையில் கருணாநிதியை உடனடியாக விடுதலை செய்யவேண்டும் என்று எதிர்க்கட்சித் தலைவர்கள் கோரிக்கை

விடுத்தனர். ஆனாலும் அஇஅதிமுக அரசு கருணாநிதியை விடுதலை செய்யத் தயாராக இல்லை. இதனால் பேருந்து தீவைப்புகள் நடக்கத் தொடங்கின. தீக்குளித்த இளைஞர் பிருந்தாவன் மரணம் அடைந்தார். திருச்சி பீமநகரைச் சேர்ந்த மனோகரன் என்ற இளைஞரும் கருணாநிதி விடுதலையை வலியுறுத்தித் தீக்குளித்து இறந்தார். திருவாரூரைச் சேர்ந்த கிட்டு என்ற திமுக தொண்டரும் கருணாநிதியின் விடுதலையை வலியுறுத்தித் தீக்குளித்து இறந்தார்.

தீக்குளிப்பு தொடரவேண்டாம் என்று திமுக பொதுச்செயலாளர் அறிக்கை வெளியிட்ட பிறகும் பெருந்துறையைச் சேர்ந்த முத்துப்பாண்டியன் என்ற திமுக தொண்டர் தீக்குளித்து இறந்தார்.

இப்படி திமுக தலைவர் கருணாநிதியின் விடுதலையை வலியுறுத்தி ஏராளமான தொண்டர்கள் தங்கள் உயிரை இழந்தனர். அதன்பிறகு கருணாநிதி விடுதலை செய்யப்பட்டார். அதற்குப் பல நாள்களுக்கு முன்னரே ஒருநாள் அடையாள மறியலில் ஈடுபட்டுக் கைதான திமுகவினர் விடுதலை செய்யப்பட்டுவிட்டனர். ஆனால் அந்த விடுதலையை வலியுறுத்திய கருணாநிதியை விடுதலை செய்வதற்குத்தான் இத்தனை உயிர்ப்பலிகளையும் அனுமதித்திருந்தது அஇஅதிமுக அரசு. அதன்பிறகு தீக்குளித்து இறந்த குடும்பங்களுக்கு நேரில் சென்று ஆறுதல் கூறினார் கருணாநிதி.

●

திருப்பத்தூர் சட்டமன்றத் தொகுதிக்கு இடைத்தேர்தல் வந்தது. இந்திரா காங்கிரஸ் எம்.எல்.ஏ வால்மிகி மரணம் அடைந்துவிட்டதால் வந்த தேர்தலில் திமுக, இந்திரா காங்கிரஸ் வேட்பாளருக்கு ஆதரவளிக்கும் என்று அறிவித்தது. இந்திரா காங்கிரஸுடன் நெருங்குவதற்கு எப்போதுமே சந்தர்ப்பம் பார்த்துக்கொண்டிருக்கும் எம்.ஜி.ஆர்., திருப்பத்தூர் தேர்தலில் இந்திரா காங்கிரஸ் வேட்பாளரை அஇஅதிமுக ஆதரிக்கும் என்று அறிவித்தார்.

மாநிலத்தின் இரண்டு பெரிய கட்சிகள் தாமாக முன்வந்து ஆதரவளிக்கிறேன் என்று சொன்னதும் இந்திரா காங்கிரஸ் தலைவர்களுக்குத் தலைகால் புரியவில்லை. திருப்பத்தூரில் இந்திரா காங்கிரஸ் தனித்துப் போட்டியிடும்; மற்ற கட்சிகள் அவர்களாக விரும்பி இந்திரா காங்கிரஸை ஆதரிக்க முன்வந்தால் ஏற்றுக்கொள்வோம் என்று கம்பீரமாகப் பேசினார் மத்திய அமைச்சர் ஆர். வெங்கட்ராமன்.

காங்கிரஸ் தலைவர் எம்.பி. சுப்ரமணியமோ இன்னும் பல படிகள் மேலே சென்று பேசினார். 'எங்களுக்கு ஆதரவு கொடுக்க எந்த அரசியல் கட்சி வந்தாலும் வரவேற்போம். ஆனால் எங்கள் கட்சி மேடைகளில் அவர்களை ஏற்றமாட்டோம். அவர்களுடைய கட்சிக் கொடிகூட எங்கள் பிரசார வாகனங்களில் கட்டப்படாது' என்றார்.

திமுக, அஇஅதிமுக இரண்டுமே காங்கிரஸ் தலைவர்களின் பேச்சை சிரமப்பட்டு ஜீரணித்துக் கொண்டன. இறுதியில் திருப்பத்தூர் தொகுதி வேட்பாளராக ஆர்.எம். அருணகிரி நிறுத்தப்பட்டுள்ளார் என்று அறிவித்த இந்திரா காந்தி, அவருக்கு அனைத்து கட்சிகளும் ஆதரவளிக்கவேண்டும் என்று கேட்டுக்கொண்டார். இந்திரா காங்கிரஸ் நேரடியாக அழைத்தால் மட்டுமே திமுக பிரசாரத்தில் கலந்துகொள்ளும்; அந்த அழைப்பும் அதிகாரப்பூர்வமாக இருக்கவேண்டும் என்று அறிவித்தது திமுக. ஆனால் அப்படிப்பட்ட அழைப்பு எதுவும் திமுகவுக்கு வராததால் திருப்பதூர் தேர்தல் பிரசாரத்தில் திமுக கலந்துகொள்ளவில்லை.

அதேசமயம், 'நாடாளுமன்றத் தொகுதியோ, சட்டமன்றத் தொகுதியோ நீதிமன்றத் தீர்ப்பின் மூலமாகக் காலியாவைதைத் தவிர வேறு காரணங்களால் வெற்றிடம் ஏற்படுமானால் அந்தத் தொகுதியில் இருந்து தேர்ந்தெடுக்கப் பட்ட உறுப்பினர் எந்தக் கட்சி சார்பில் இருந்தாரோ, அந்தக் கட்சிக்கே அந்த இடத்தை விட்டுக்கொடுக்கவேண்டும் என்ற கொள்கையை அஇஅதிமுக வற்புறுத்துவதோடு, அந்தக் கொள்கையின் அடிப்படையில் இந்திரா காந்தி விடுத்த கோரிக்கையை ஏற்றுத் திருப்பத்தூர் சட்டமன்றத் தொகுதியில் அஇஅதிமுக போட்டியிடுவதில்லை என்று முடிவுசெய்கிறது' என்று அறிவித்த எம்.ஜி.ஆர், திருப்பத்தூருக்கு நேரில் சென்று தனது வாகனத்தில் இருந்தபடியே காங்கிரஸ் வேட்பாளருக்கு ஆதரவு திரட்டினார். காங்கிரஸ் மேடைகளில் ஏறவில்லை. இறுதியில் இந்திரா காங்கிரஸ் வேட்பாளரே வெற்றி பெற்றார்.

25 சத்துணவு

24 நவம்பர் 1981. தமிழக சட்டமன்றத்தில் புயல் அடித்த தினங்களுள் ஒன்று. தமிழ்நாடு அரசு நியமித்த விசாரணை கமிஷன் அறிக்கை ஒன்று சட்ட மன்றத்தில் வெளியாவதற்குமுன், எதிர்க்கட்சித் தலைவர் மூலம் பத்திரிகை களில் வெளியானது. திமுக தலைவர் கருணாநிதியின் ஆளுமை எந்த அளவுக்கு ஆட்சி நிர்வாகத்தில் விரவியுள்ளது என்பதற்கு உதாரணமாக இந்தச் சம்பவம் அமைந்தது. தன்னுடைய ஆட்சிக்கும் நிர்வாகத்துக்கும் விடப் பட்ட சவாலாகவே அந்த சம்பவத்தைக் கருதினார் எம்.ஜி.ஆர்.

விஷயம் இதுதான். திருச்செந்தூர் ஆலயத்தில் அறநிலையத் துறை உதவி ஆணையாளராகப் பணியாற்றியவர் சுப்ரமணிய பிள்ளை. அவருக்கும் ஆளுங்கட்சிப் பிரமுகர்களுக்கும் ஏற்பட்ட விரோதம் காரணமாக நவம்பர் 1980-ல் திருச்செந்தூர் ஆலய வளாகத்தில் இருக்கும் விடுதியில் வைத்துக் கொலை செய்யப்பட்டிருந்தார். ஆனால் தற்கொலை என்று செய்திகள் வெளியாகின.

களத்தில் இறங்கினார் கருணாநிதி. விசாரணை கமிஷன் அமைத்தே தீரவேண்டும் என்று அரசுக்கு நெருக்கடி கொடுத்தார். பதற்றத்தைத் தணிக்கும் வகையில் நீதிபதி சி.ஜெ.ஆர். பால் தலைமையில் விசாரணை கமிஷன் நடத்தப்படும் என்று அறிவித்தார் எம்.ஜி.ஆர். விசாரணைகள் நடந்தன. நடந்தன. நடந்துகொண்டே இருந்தன. ஆனால் அறிக்கை மட்டும் வெளியான பாடில்லை.

திடீரென ஒருநாள் அறிக்கையின் நகல் பத்திரிகைகளில் வெளியானது. உபயம்: கருணாநிதி.

ரத்தம் கொதித்துவிட்டது எம்.ஜி.ஆருக்கு. முரசொலி அலுவலகம், கருணாநிதியின் கோபாலபுரம் இல்லம், கருணாநிதியின் உதவியாளர் சண்முகநாதனின் இல்லம் ஆகியவற்றில் காவல்துறையினர் சோதனை செய்யத் தொடங்கினர். முரசொலி செல்வமும் கருணாநிதியின் உதவியாளர்

*சண்முக நாதனும், மற்றொரு அரசு அதிகாரி சதாசிவமும் கைது செய்யப்
பட்டனர்.*

முதல் குற்றவாளியாக சதாசிவம், இரண்டாவது குற்றவாளியாக முரசொலி செல்வம், மூன்றாவது குற்றவாளியாக சண்முகநாதன், நான்காவது குற்றவாளியாக கருணாநிதி ஆகியோர் சேர்க்கப்பட்டு, நால்வர் மீதும் வழக்கு தொடுக்கப்பட்டது. அரசு அதிகாரிகளான சதாசிவம் மற்றும் சண்முகநாதன் இருவரும் பணியிடை நீக்கம் செய்யப்பட்டனர்.

13 பிப்ரவரி 1982 அன்று தமிழ்நாடு சட்டமன்றம் கூடியது. பால் கமிஷன் அறிக்கை மீது விவாதம் தொடங்கியது. சுப்ரமணிய பிள்ளையைக் கொலை செய்த குற்றவாளிகள்மீது அரசு விரைந்து நடவடிக்கை எடுக்கவேண்டும் என்று வலியுறுத்தினார் கருணாநிதி. ஆனால் அறநிலையத் துறை அமைச்சர் ஆர்.எம்.வீரப்பனோ, 'குற்றப்புலனாய்வுத்துறை வழக்கை மீண்டும் விசாரித்தபிறகுதான் குற்றவாளிகள் மீது நடவடிக்கை எடுப்பது பற்றி பரிசீலிக்கப்படும்' என்று சொல்லிவிட்டார். பதிலில் திருப்தியில்லை என்றுகூறி வெளிநடப்பு செய்துவிட்டார் கருணாநிதி.

அத்துடன் நிறுத்திக்கொள்ளவில்லை. குற்றவாளிகள்மீது நடவடிக்கை எடுக்கத் தவறிய அரசைக் கண்டிக்கும் வகையில் மதுரையில் இருந்து திருச்செந்தூருக்கு நீதி கேட்டு நெடும்பயணம் செய்ய இருப்பதாக அறிவித்தார் கருணாநிதி. 15 பிப்ரவரி 1982 அன்று பயணம் தொடங்கியது. நடக்க நடக்க கால்களில் கொப்புளங்கள் ஏற்பட்டன. கால்களுக்குக் கட்டுப்போட்டபடி நடந்தார் கருணாநிதி. தொடர்ச்சியாக நடந்த அந்தப் பயணம் 22 பிப்ரவரி 1982 அன்று முடிந்தது. மொத்தம் இருநூறு கிலோமீட்டர்.

பயணம் நெடுக மக்கள் திரண்டு கருணாநிதிக்கு ஆதரவு கொடுத்தனர். இடையிடையே பல பொதுக்கூட்டங்களில் கலந்துகொண்டு பேசினார். இந்த நீதி கேட்டு நெடும்பயணப் போராட்டம் தேர்தல் தோல்வியால் துவண்டு கிடந்த திமுக தொண்டர்களை உத்வேகம் கொள்ளச் செய்தது. மாறாக, முதலமைச்சர் எம்.ஜி.ஆரை எரிச்சலடைய வைத்தது. சட்டமன்றம் கூடியது. ஆளுங்கட்சி உறுப்பினர் ஒருவர் எழுந்தார்.

'கருணாநிதி திருச்செந்தூர் முருகனின் வேலைக் காணவில்லை என்று நடைப்பயணமாக திருச்செந்தூர் கோயிலுக்குச் சென்றார். அவரைப் பார்க்க விரும்பாத முருகன், எங்கள் தலைவர் எம்.ஜி.ஆரின் ராமாவரம் தோட்டத் துக்கே வந்துவிட்டார். அதனால் கருணாநிதி போனபோது திருச்செந்தூர் கோயிலில் முருகன் இல்லை.'

கருணாநிதி எழுந்தார்.

'இதுவரையில் நான் திருச்செந்தூர் கோயிலில் வேல் மட்டுமே காணாமல் போயிற்று என்று எண்ணியிருந்தேன். மாண்புமிகு உறுப்பினர் பேசுவதைப் பார்க்கும்போது முருகன் சிலையும் காணாமல் போயுள்ளது என்று தெரிகிறது.'

எம்.ஜி.ஆருக்கு சிரிப்பை அடக்கமுடியவில்லை.

ஆட்சிக்கு வந்ததில் இருந்து நிறைய எதிர்ப்புகளையும் சிக்கல்களையும் எதிர்கொள்ள வேண்டியிருந்ததால் ஏதேனும் ஒரு புதிய திட்டத்தை அறிவித்து அதன்மூலம் தன்னுடைய செல்வாக்கைத் தக்கவைத்துக்கொள்ள விரும்பினார் முதலமைச்சர் எம்.ஜி.ஆர். அப்போது உதித்த திட்டம், சத்துணவுத் திட்டம்.

காமராஜர் காலத்தில் மதிய உணவுத் திட்டம் என்ற பெயரில் செயல் பட்டுக்கொண்டிருந்த திட்டத்தின் சற்றே மேம்படுத்தப்பட்ட வடிவம்தான் சத்துணவுத் திட்டம். நல்ல சத்தான காய்கறிகளைக் கொண்டு நல்ல முறையில், சுகாதாரமான இடத்தில் வைத்து, சமைத்து ஏழை, எளிய குழந்தைகளுக்குக் கொடுக்கவேண்டும் என்பதுதான் திட்டத்தின் நோக்கம்.

எம்.ஜி.ஆருக்கு நெருக்கமான சில அதிகாரிகளுக்கு அதில் விருப்பமில்லை. அரசின் வருவாயில் மிகப்பெரிய இழப்பை இது ஏற்படுத்திவிடும். மக்களைச் சோம்பேறிகளாக மாற்றிவிடும். யாரும் வேலைக்குப் போக மாட்டார்கள். எதற்கெடுத்தாலும் அரசையே அவர்கள் எதிர்பார்ப்பார்கள். இப்போது பிடியை விட்டுவிட்டால் பிறகு பிடிக்கவே முடியாது. இதுதான் அவர்கள் முன்வைத்த வாதம். சாப்பாட்டு நேரத்தில் மட்டுமே பள்ளியில் இருந்துவிட்டு மற்ற நேரத்தில் வேலைக்குப் போய்விடும் ஆபத்தும் இருக்கிறது என்றும் அவர்கள் சொன்னார்கள்.

திட்டத்தைக் கொண்டுவருவதில் உறுதியாக இருந்தார் முதலமைச்சர் எம்.ஜி.ஆர். 1982-83-ம் ஆண்டுக்கான நிதிநிலை அறிக்கையில் நூறுகோடி ரூபாய் செலவு கொண்ட சத்துணவுத் திட்டம் செயல்படுத்தப்படும் என்று அறிவித்தார்.

1 ஜூலை 1982 முதல் சத்துணவுத் திட்டம் அமலுக்கு வந்தது. திட்டத்தை நிர்வகிக்க எம்.ஜி.ஆர். தலைமையில் உயர்மட்டக் குழு அமைக்கப்பட்டது. அதில் நெடுஞ்செழியன், அரங்கநாயகம் உள்ளிட்டோர் இடம் பெற்றனர்.

மக்கள் மத்தியில் மிகப்பெரிய வரவேற்பைப் பெற்றது இந்தத் திட்டம். ஏழை, எளிய மக்களைத்தான் குறிவைத்தார் எம்.ஜி.ஆர். மிகச் சரியாக இருந்தது அவருடைய இலக்கு. நேற்றுவரை அதிசயப் பிறவியாக நினைத்து வந்த எம்.ஜி.ஆரை கடவுளாக்கி மக்கள் பூஜிக்கத் தொடங்கியது சத்துணவுத் திட்டத்துக்குப் பிறகுதான்.

கிட்டத்தட்ட எழுபது லட்சம் பள்ளிக்குழந்தைகள் சத்துணவுத் திட்டத்தில் சேர்ந்து சாப்பிட்டனர். பதினேழாயிரத்துக்கும் மேற்பட்ட சத்துணவு மையங்கள் திறக்கப்பட்டன. வயதுக்கு ஏற்ற வகையில் சத்துணவில் மாற்றங்கள் இருந்தன. இரண்டு முதல் ஐந்து வயதுள்ள குழந்தைகளுக்கு எண்பது கிராம் அரிசி, பத்து கிராம் பருப்பு, ஏழு கிராம் எண்ணெய் மற்றும் கொஞ்சம் காய்கறிகள். ஐந்து வயதுக்கு மேற்பட்ட குழந்தைகள் என்றால் நூறு கிராம் அரிசி. அதற்கு ஏற்ற பருப்பு, எண்ணெய், காய்கறிகள் என்று ரகவாரியாக சத்துணவு தரப்பட்டது.

குழந்தைகளுக்கு சாப்பாடு போனதுபோக, சத்துணவு சமைப்பதற்கான பணியாளர்கள், பொறுப்பாளர்கள், அமைப்பாளர்கள் என்று பலருக்கும் வேலை கிடைத்தது. நூறு கோடியில் தொடங்கிய திட்டம் விரைவிலேயே இருநூறு கோடிக்கு விரிவுபடுத்தப்பட்டது. கூடுதல் நிதி தேவைப்பட்ட போது பொதுமக்களையே அணுகினார். நன்கொடை தரவேண்டும் என்று கேட்டுக்கொண்டார். பணம் படைத்த பலரும் நன்கொடை கொடுத்தனர். எம்.ஜி.ஆர் கேட்டுவிட்டார் என்ற ஒரே காரணத்துக்காக அள்ளிக்கொடுத்தவர்கள் அதிகம். குறிப்பாக கலைத்துறையைச் சேர்ந்தவர்கள் கணிசமான அளவில் தங்கள் பங்களிப்பைச் செய்தனர். திட்டம் வெற்றிப் பாதையில் பயணம் செய்தது.

சத்துணவுத் திட்டத்துக்குக் கிடைத்த வரவேற்பை மேலும் விரிவுபடுத்த விரும்பினார் எம்.ஜி.ஆர். விரிவுபடுத்த என்பதைக்காட்டிலும் பிரபலப் படுத்தவே அதிகம் விரும்பினார். வானொலியில் பேசினார். தொலைக் காட்சியில் பேசினார். பொதுக்கூட்ட மேடைகளையும் சத்துணவுத் திட்டத்துக்காகப் பயன்படுத்திக் கொண்டார். எல்லாவற்றுக்கும் தானே போய்க்கொண்டிருக்க முடியாது. ஆனால் தன்னை பிரதிநிதித்துவப்படுத்தும் அளவுக்கு நல்ல அறிமுகமான, பிரபலமான முகத்தைத் தேடினார் எம்.ஜி.ஆர். அப்போது அவருக்கு நினைவுக்கு வந்தவர் ஜெயலலிதா.

சில மாதங்களுக்கு முன்புதான் 4 ஜூன் 1982 அன்று அஇஅதிமுகவில் உறுப்பினராகச் சேர்ந்திருந்தார் ஜெயலலிதா. அவரை வைத்தே சத்துணவை மேடைக்குக் கொண்டுவந்தார் எம்.ஜி.ஆர். மேடைக்கு மேடை சத்துணவுத் திட்டம் பற்றிப் பேசினார் ஜெயலலிதா. 'கலை உலகில் இருந்த எனக்கு அரசியலில் ஆர்வம் வந்ததற்குக் காரணமே எம்.ஜி.ஆர் கொண்டு வந்த சத்துணவுத் திட்டம்தான்' என்று மேடையில் பேசினார் ஜெயலலிதா.

தன்னுடைய பெயரை, புகழை மக்கள் மனத்தில் என்றென்றும் நிலைத் திருக்கச் செய்வதற்காக அரசுப் பணத்தை விரயம் செய்கிறார் என்று எதிர்க் கட்சிகள் குற்றம் சாட்டாமல் இல்லை. ஆனால் தமிழகத்தின் கடைக்கோடி மனிதர் வரை எம்.ஜி.ஆரின் செல்வாக்கு உறுதிப்பட்டதற்கு இதுதான் மிக முக்கியமான காரணம் என்பதை மறுக்க முடியாது.

●

இந்தியக் குடியரசுத் தலைவர் நீலம் சஞ்சீவ ரெட்டியின் பதவிக்காலம் நிறைவடைய இருப்பதால் புதிய தலைவரைத் தேர்ந்தெடுக்க வேண்டிய சூழல் உருவானது. பிரதமர் இந்திரா காந்திக்கு ஆர். வெங்கடராமன் அல்லது பி.வி. நரசிம்மராவ் இருவரில் ஒருவரைக் குடியரசுத் தலைவர் பதவிக்கு வேட்பாளராக்க வேண்டும் என்று விருப்பம் இருந்தது. இதுவிஷயமாகப் பேசுவ0தற்காக இந்திரா காந்தியின் அழைப்பின் பேரில் டெல்லி சென்றார் கருணாநிதி.

இந்திரா காந்தியும் ஆர். வெங்கடராமனும் உயர் வகுப்பைச் சேர்ந்தவர்கள். ஆகவே, இந்தியாவில் மிக உயர்ந்த இரண்டு பதவிகளிலும் உயர் வகுப்

பினரே இருப்பது நல்ல சமிக்ஞையைக் கொடுக்காது. அதேபோல ஓய்வு பெறும் நீலம் சஞ்சீவி ரெட்டியும் பி.வி. நரசிம்மராவும் ஆந்திராவைச் சேர்ந்தவர்கள். ஆகவே, பிற்படுத்தப்பட்ட வகுப்பைச் சேர்ந்த ஒருவரை வேட்பாளராக நிறுத்தலாம் என்று இந்திராவுக்கு ஆலோசனை கூறினார் கருணாநிதி.

பொற்கொல்லர் வகுப்பைச் சேர்ந்த கியானி ஜெயில் சிங்கை வேட்பாளராக நிறுத்தலாம் என்ற கருணாநிதியின் யோசனையை இந்திரா காந்தி ஏற்றுக் கொண்டார். அதன்படி ஜெயில் சிங் வேட்பாளராக அறிவிக்கப்பட்டார். அவருக்கு திமுக, அஇஅதிமுக என்ற இரண்டு கட்சிகளும் ஆதரவு அளித்தன. திராவிடர் கழகம் தார்மிக அடிப்படையில் ஜெயில் சிங்குக்கு ஆதரவு கொடுத்தது. எதிர்க்கட்சிகள் ஹெச்.ஆர். கன்னாவை வேட்பாளராக நிறுத்தின. 12 ஜூலை 1982 அன்று நடந்த குடியரசுத் தலைவர் தேர்தலில் கியானி ஜெயில் சிங் வெற்றி பெற்று இந்தியாவின் ஏழாவது குடியரசுத் தலைவரானார்.

கிட்டத்தட்ட இந்தச் சமயத்தில்தான் திமுக இளைஞரணியை மேலும் வலுப்படுத்தும் வகையில் மு.க. ஸ்டாலின், திருச்சி சிவா, பரிதி இளம்வழுதி, வாலாஜா அசேன், தாரை மணியன் ஆகியோரைக் கொண்ட அமைப்புக் குழு உருவாக்கப்பட்டது. நன்கு பேசக் கூடியவர்கள், சிறப்பாக களப்பணி செய்யக் கூடியவர்கள், சிந்திக்கக்கூடியவர்கள் என்று தேடித்தேடி அந்தக்குழு உருவாக்கப்பட்டிருந்தது. அந்த அணிக்கு திமுகவின் மூத்த தலைவர்கள் ஆலோசனைகள் கொடுத்தனர். இளைஞரணியின் சார்பாகப் பொதுக்கூட்டங்களும் சின்னதும் பெரியதுமாக விழாக்களும் நடத்தப்படும் என்றும் அறிவிக்கப்பட்டது.

திமுக இளைஞர் அணி மெல்ல மெல்ல வளர்ந்து கொண்டிருந்தது.

26 கருணாநிதி - எம்.ஜி.ஆர் ஈழம்

இலங்கையில் தமிழர்களுக்கு எதிரான இனவெறித் தாக்குதல் மீண்டும் தொடங்கியது. குறிப்பாக, 25 ஜூலை 1983 அன்று இலங்கையில் உள்ள வெலிக்கடை சிறையில் அடைக்கப்பட்டிருந்த ஈழப் போராளிகள் மீது சிங்களக் காடையர்கள் வன்முறைத் தாக்குதலில் ஈடுபட்டனர். அதில் தங்க துரை, குட்டிமணி, ஜெகன் உள்ளிட்ட 37 போராளிகள் கொடூரமான முறையில் கொல்லப்பட்டனர். அதற்கடுத்த இரண்டாவது நாள் 18 தமிழ் இளைஞர்கள் படுகொலை செய்யப்பட்டனர். தொடர்ந்து ஏராளமான தமிழர்கள் படுகொலை செய்யப்பட்டுவந்தனர்.

படுகொலைத் தாக்குதலைக் கண்டிக்கும் நடவடிக்கையில் திக, திமுக, அஇஅதிமுக உள்ளிட்ட கட்சிகள் இறங்கின. திமுக சார்பில் இலங்கைத் தமிழர் பாதுகாப்பு மாநாடு ஒன்று நடத்தப்பட்டது. 2 ஆகஸ்டு 1983 அன்று முழு அடைப்புக்கு அழைப்பு விடுத்தது தமிழக அரசு. இலங்கைப் படுகொலைகளைத் தடுத்து நிறுத்தவேண்டும் என்பதை வலியுறுத்தி, மத்திய அரசு அலுவலகங்களுக்கு முன்னால் போராட்டம் நடத்துவது என்றும் ரயில் மறியல் போராட்டத்தில் ஈடுபடுவது என்றும் முடிவு செய்தது திமுக. மூன்று நாள்களுக்கு முன்பு ரயில் மறியல் போராட்டம் நடத்திய தமிழக அரசு, தற்போது திமுகவுக்கு அனுமதி மறுத்தது. பிறகு பிரதமரிடம் பேசி, அன்றைய தினம் தமிழகத்தில் அனைத்து ரயில்களையும் ரத்து செய்யச் சொல்லிவிட்டார் எம்.ஜி.ஆர்.

7 ஆகஸ்டு 1983 அன்று திமுக செயற்குழு கூடியது. அதில் இலங்கைத் தமிழர்களைப் பாதுகாக்க வேண்டும் என்று வேண்டுகோள் விடுக்கும் விண்ணப்பத்தில் ஒரு கோடி கையெழுத்துகளைப் பெற்று ஐக்கிய நாடுகள் சபைக்கு அனுப்பி வைப்பது என முடிவுசெய்யப்பட்டது. அந்த மனுவின் விவரம் இதுதான்.

இலங்கை அரசு இனப்படுகொலை நடத்தியிருக்கிறது. இனப்படுகொலை நடத்த சதித்திட்டம் தீட்டி உதவியிருக்கிறது. இனப்படுகொலையை

நேரடியாகவே தூண்டிவிட்டிருக்கிறது. இனப் படுகொலைக்கான முயற்சிகளில் ஈடுபட்டிருக்கிறது. இனப்படுகொலையில் ஒத்துழைத் திருக்கிறது. இவை அனைத்தும் இனப்படுகொலைத் தடுப்புச் சட்டம் மூன்றாவது பிரிவின்கீழ் தண்டனைக்குரிய குற்றமாகும்.

ஐ.நா அவை தனது மத்திய அசெம்பிளி 1946 டிசம்பர் 11 அன்று நிறைவேற்றிய 98(1)ம் எண் தீர்மானத்தின் மூலம் விடுத்த பிரகடனத்தின்படி, இனப்படு கொலை சர்வதேச சட்டங்களின்படி குற்றமாகும்; ஐ.நா அவையின் உணர்வு களுக்கும் குறிக்கோள்களுக்கும் எதிரான குற்றமாகும். நாகரிக உலகினால் கண்டிக்கப்படுவதாகும். அதற்கு அரசு உடனடி பொறுப்பாகும். இலங்கையில் இனப்படுகொலை செய்யப்படுகிறது; அது இன்னும் தொடரப்படுகிறது; இலங்கை அரசு அதில் நேரடியாக ஈடுபட்டிருக்கிறது. அல்லது இத்தகு இனப்படுகொலையில் சம்பந்தப்பட்டிருக்கிறது என்ற அம்சத்தின்மீது சட்டப்படி நடவடிக்கை எடுக்கப்படவேண்டும் என்று நாங்கள் ஐ. நா பொதுச்செயலாளர் அவர்களைக் கேட்டுக்கொள்கிறோம்.

1. ஐ. நாசாசன 99வது விதியின்படி ஐ. நா பொதுச்செயலாளர் நடவடிக்கை எடுக்கவேண்டும் என்று கோருகிறோம்.

2. இந்தப் புகார்கள் - மனித உரிமைகள் கமிஷனுக்கு ECOSOC தீர்மானம் 1503ல் கூறப்பட்டுள்ள விதிகளின்படி அனுப்பப்படவேண்டும். அத்தோடு இலங்கைக்குச் சென்று - சம்பவங்கள் நடந்த இடத்தில் விசாரணை நடத்தி - அறிக்கை தருமாறு கோரி உண்மை அறியும் அமைப்பு ஒன்று அமைக்கப்படவேண்டுமென்று கோருகிறோம்.

3. அந்த அமைப்பு, கொலை நடந்தது உண்மைதான் என்று அறிக்கை தரும் பட்சத்தில் இந்த அறிக்கை ஐ.நா பொதுச்சபையிலும் பாதுகாப்பு கவுன்சிலிலும் தாக்கல் செய்யப்பட வேண்டும் என்றும் ஐ.நா சாசன ஏழாம் அத்தியாயத்தின்படி குற்றவாளியான நாட்டின் மீது பொருளா தாரத் தடைகளை விதிக்கவேண்டும் என்று கோருகிறோம்.

4. தமிழர்கள் தமது சுயநிர்ணய உரிமையைத் தீர்மானிக்கத்தக்க வண்ணம் - பாரம்பரியத் தமிழ்ப் பகுதிகளில் சர்வஜன வாக்கெடுப்பு நடத்த அனுமதிக்கவேண்டும் என்று இலங்கை அரசுக்கு ஐ.நா கூறவேண்டும். அத்தகு வாக்கெடுப்பு ஐ.நாவின் ஆதரவில் நடத்தப்பட வேண்டும் என்று கோருகிறோம்.

இலங்கையில் நடந்த இனப்படுகொலைகளுக்குப் பொறுப்பானவர்கள் பற்றி உடனே விசாரணை நடத்தி, அவர்களைத் தண்டிக்கவேண்டு மென்று கோருகிறோம்.

இலங்கையில் தமிழர்கள் மீது நடத்தப்படும் இனவெறித் தாக்குதலுக்கு எதிராக இந்திய நாடாளுமன்றத்தில் கண்டனத் தீர்மானம் ஒன்றைக் கொண்டுவர வலியுறுத்தி, டெல்லியில் திமுக நாடாளுமன்ற உறுப்பினர்களான வை. கோபால்சாமியும் எல். கணேசனும் 11 ஆகஸ்டு 1983 அன்று சாகும்வரை

உண்ணாவிரதம் இருக்கத் தொடங்கினர். பிறகு திமுக தலைமையின் அறிவுறுத்தலுக்குப் பிறகு அடையாள உண்ணாவிரதமாக அனுசரிக்கப் பட்டது.

இலங்கைத் தமிழர் விவகாரத்தில் மத்திய, மாநில அரசுகள் போதிய கவனம் செலுத்தாததைக் கண்டிக்கும் வகையில் திமுக தலைவர் கருணாநிதியும் பொதுச்செயலாளர் க. அன்பழகனும் தங்களது எம்.எல்.ஏ பதவிகளை ராஜினாமா செய்தனர்.

28 ஆகஸ்டு 1983 அன்று சென்னை கடற்கரைக் கூட்டத்தில் பேசிய கருணாநிதி, 'இலங்கையில் இந்தியப்படை நுழைந்து ஈழத் தமிழகத்தை உருவாக்கித் தருமானால் தமிழகத்திலே காங்கிரஸ் கட்சியே ஆளட்டும்; பத்தாண்டு காலத்துக்கு ஆட்சிக்கு வர திமுக முயற்சி எடுக்காது' என்றார்.

ஜூலை கலவரத்துக்கு முன்பிருந்தே இலங்கை வாழ் தமிழர்கள் உயிருக்குப் பாதுகாப்பு தேடி தமிழ்நாட்டுக்குள் வரத் தொடங்கியிருந்தார்கள். அதிலும் சிங்களர்களின் கொடூரத் தாக்குதல் அதிகரித்ததை அடுத்து தமிழர்கள் கொத்துக்கொத்தாக வெளியேறி, தமிழ்நாட்டுக்கும் வேறு சில நாடுகளுக்கும் இடம்பெயரத் தொடங்கினர். அவர்களோடு சேர்ந்து ஏராளமான போராளி இளைஞர்களும் தமிழ்நாட்டுக்குள் நுழைந்தனர்.

போராளிகள்?

ஆம். இலங்கை வாழ் தமிழர்களுக்கான உரிமைகள் பறிக்கப்படக் கூடாது என்பதை வலியுறுத்தி ஈழத்தமிழர்கள் ஒன்றிணைந்து அரசியல் இயக்கங் களை நடத்திவந்தனர். தொடர்ச்சியாகப் போராட்டங்கள் நடத்தியும் எந்தவிதப் பலன்களும் கிடைக்கவில்லை என்ற சூழலில் தமிழ் இளைஞர்கள் சிலர் ஆயுதப்போராட்டம் ஒன்றே தீர்வுக்கு வழிவகுக்கும் என்ற முடிவுக்கு வந்தனர்.

ஆத்திரம் கொண்ட நான்கைந்து இளைஞர்கள் ஒன்றுகூடி தனி இயக்கம் ஒன்றை உருவாக்கினர். அவர்களுக்கு உதவியாக இளைஞர்கள் பலர் சேர்ந்து கொண்டனர். பிறகு மேலும் சில இயக்கங்கள் உருவாகத் தொடங்கின.

இலங்கை அரசும் ராணுவமும் தமிழர்கள் மீது அத்துமீறலில் ஈடுபடும்போ தெல்லாம் அவர்கள் வழியிலேயே பதிலடி கொடுத்தனர் போராளி இயக்கத் தினர். காலப்போக்கில் இயக்கங்களின் எண்ணிக்கை இரட்டை இலக்கத்தைத் தொட்டுவிட்டது. விடுதலைப் புலிகள், டெலோ, ஈரோஸ், ப்ளொட், ஈ.பி.ஆர்.எல்.எப் ஆகியன முக்கியமான இயக்கங்கள். ஒவ்வொரு இயக்கத் திலும் கணிசமான அளவுக்கு இளைஞர்கள் இருந்தனர். சிந்தனையும் செயல் திறனும் ஆவேசமும் நிறைந்த அந்த இளைஞர்கள்தான் போராளிகளாகத் தமிழ்நாட்டுக்குள் நுழைந்திருந்தனர்.

இலங்கையில் தாக்குதலுக்கு உள்ளாகும் தமிழர்கள் மீது பிரதமர் இந்திரா காந்திக்கு அனுதாபம் ஏற்பட்டது. தாக்குதலை நிறுத்தக்கோரியும் ஜூலை

கலவரம் குறித்தும் பேசுவதற்காக தனது பிரதிநிதிகளை இலங்கைக்கு அனுப்பிவைத்தார். பலமுறை பேசியும் இலங்கை மசிவதாக இல்லை. என்ன செய்வது என்று யோசித்தபோதுதான் பிரதமர் இந்திராவிடம் செல்வாக்கு மிக்க நபர்கள் சிலர், இலங்கை விஷயத்தின் இன்னொரு கோணத்தை அறிமுகம் செய்துவைத்தார்கள்.

இலங்கை அரசுக்கு எதிராக லட்சியத்துடன் போராடிக் கொண்டிருக்கும் பல இளைஞர்கள் இலங்கையில் இருக்கிறார்கள். கணிசமான அளவில் தமிழ்நாட்டிலும் அமைப்பு ரீதியாக இயங்கிக் கொண்டிருக்கிறார்கள். ஒற்றை அமைப்பு அல்ல; ஏழெட்டு இயக்கங்கள். அவர்களை அழைத்துப் பேசி, அவர்களுக்குத் தேவையான உதவிகளை இந்திய அரசு செய்தால் அதன்மூலம் இந்தியாவுக்கு இரண்டு லாபங்கள் கிடைக்கும்.

ஒன்று, தமிழ்நாட்டு மக்களின் பேராதரவு. இன்னொன்று, அண்டை நாடான இலங்கையைத் தட்டி வைக்கவும் குட்டி வைக்கவும் கைக்குள் வைத்திருக் கவும் முடியும். குறிப்பாக, திருகோணமலை துறைமுகத்தில் இப்போது அமெரிக்கக் கப்பல்கள் தென்படுகின்றன. ஆசியப் பிராந்தியத்தில் அமெரிக்கா நுழைவது எப்படிப் பார்த்தாலும் இந்தியாவுக்கு எதிரான விஷயம்தான். அதைத் தடுக்க வேண்டியது இந்தியாவின் கடமை. எல்லா வற்றுக்குமாகச் சேர்த்து தமிழ்ப் போராளிகளுக்கு உதவுவதில் தவறில்லை.

உதவிகள் என்றால் எந்தமாதிரி?

ஆயுதங்கள். துப்பாக்கிகள் கொடுப்போம். நம் ராணுவத்தையும் உளவுத் துறை அதிகாரிகளையும் வைத்துப் பயிற்சிகள் கொடுப்போம். மற்றதை அவர்கள் பார்த்துக்கொள்வார்கள். பிரதமர் இந்திரா காந்திக்கு அந்த யோசனைகள் பிடித்துப்போயின. ஆயுதம் தருவதற்கும் பயிற்சி கொடுப் பதற்கும் இந்திய உளவுத்துறை முதலில் தேர்வு செய்தது டெலோ இயக்கத் தைத்தான். தமிழ்நாடு. டெல்லி. கர்நாடகம். இன்னும் சில இடங்களில் பயிற்சிப் பாசறைகள் அமைக்கப்பட்டன. முக்கியமாக, உத்தரப் பிரதேச மாநிலம் டேராடூனில்.

தமிழக அரசுக்குக்கூடத் தெரியாமல் மிகவும் ரகசியமான முறையில் பயிற்சிகள் கொடுக்கப்பட்டன. முதலில் தமிழீழ விடுதலை இயக்கம் என்கிற டெலோ. பிறகு ஈழமக்கள் புரட்சிகர விடுதலை முன்னணி (ஈபிஆர்எல்எஃப்), தமிழீழ மக்கள் விடுதலை அமைப்பு (ப்ளொட்), ஈராஸ். விடுதலைப் புலிகளைத் தவிர கிட்டத்தட்ட எல்லோருக்குமே பயிற்சிகள் தரப்பட்டன. கடுமையாகப் போராடித்தான் அந்தப் பயிற்சி முகாம்களில் விடுதலைப் புலிகள் பின்னர் சேர்ந்துகொண்டனர்.

விஷயம் மெல்ல முதலமைச்சர் எம்.ஜி.ஆரின் கவனத்துக்கு வந்தது. உடனடியாகப் போராளிக் குழுக்களின் தலைவர்களைச் சந்திக்க விரும்பினார். பத்திரிகைகள் மூலம் பகிரங்க அழைப்பு விடுத்தார். மறுநாள் காலை தினசரிகளை எம்.ஜி.ஆரின் அழைப்பு ஆக்கிரமித்திருந்தது. திடீரென

போராளிகளுக்கு இன்னொரு அழைப்பு வந்துசேர்ந்தது. அழைத்தவர் திமுக தலைவர் கருணாநிதி. அதுவும், எம்.ஜி.ஆர் சந்திக்க அழைத்திருந்த நாளுக்கு முந்தைய நாள்.

போராளி இயக்கத் தலைவர்களுக்கு தர்மசங்கடமாக இருந்தது. எனினும், ஈ.பி.ஆர்.எல்.எஃப் தலைவர் பத்மநாபா, டெலோவின் சிறீசபாரத்னம், ஈரோஸின் பாலகுமார் ஆகியோர் மட்டும் கருணாநிதியைச் சந்தித்துப் பேசினர். அப்போது ஈழத்தமிழர்கள் பிரச்னைகளுக்குத் தீர்வு காண தனது தார்மிக ஆதரவைத் தெரிவித்தார் கருணாநிதி.

கருணாநிதியின் அழைப்பை ஏற்காத விடுதலைப் புலிகள் மட்டும் பிறகு எம்.ஜி.ஆரைச் சந்தித்துப் பேசினர். அந்த இயக்கத்தின் சார்பாக ஆண்டன் பாலசிங்கம், பேபி சுப்ரமணியம், சங்கர், நித்தியானந்தன் ஆகியோர் சென்றனர். அவர்களிடம் ஈழப் பிரச்னை, போராளிகள் பற்றியெல்லாம் சில நிமிடங்கள் பேசினார். அப்போதுதான் இந்திய அரசு ஈழப் போராளிகளுக்கு ஆயுதப் பயிற்சி அளிப்பது, அந்த ஆயுதங்கள் பயன்பாட்டுக்கு உகந்தவை அல்ல; பழைய ஆயுதங்கள் என்பது, பயிற்சித் திட்டத்தில்கூட போராடித்தான் விடுதலைப் புலிகள் சேர்ந்துகொண்டது என அனைத்தையும் எம்.ஜி.ஆரிடம் எடுத்துக் கூறினார் ஆண்டன் பாலசிங்கம்.

பிறகு விடுதலைப் புலிகளின் வளர்ச்சிக்காக அவர்களுடைய வேண்டுகோளின்படி இரண்டு கோடி ரூபாய் தருவதாகச் சொன்னார் எம்.ஜி.ஆர். சொன்னபடியே அந்தப் பணத்தைக் கொடுத்ததோடு, பணத்தை எடுத்துச் சென்ற ஆண்டன் பாலசிங்கம் உள்ளிட்டோரை போலீஸ் பாதுகாப்புடன் அவர்களுடைய இடத்துக்கு அனுப்பிவைத்தார். இலங்கை அரசால் கடும் அச்சுறுத்தலுக்கு ஆளாகி, இன்னல்களை அனுபவித்து, தமிழகம் கைகொடுக்கும் என்று நம்பிவந்தபோது இந்திய அரசால் புறக்கணிக்கப்பட்டு, அவமானத்தால் தலைகுனிந்த சமயத்தில் இரண்டு கோடி ரூபாயை அள்ளிக்கொடுத்து அவர்களுடைய தலையையும் முதுகையும் நிமிர்த்துவிட்டிருந்தார் எம்.ஜி.ஆர்.

27 நானும் பிரார்த்தனை செய்கிறேன்

திமுக - இந்திரா காங்கிரஸ் கூட்டணியில் திடீர் உரசல் ஏற்பட்டது. காரணம், தென்மாநில முதலமைச்சர்கள் கூட்டத்தில் புதுச்சேரி மாநில முதலமைச்சரான திமுகவைச் சேர்ந்த டி. ராமச்சந்திரன் கலந்து கொண்டதுதான். மத்தியில் குவிந்துகிடக்கும் அதிகாரங்களை மாநிலங்களுக்குப் பகிர்ந்து கொடுக்க வேண்டும் என்பதை வலியுறுத்தும் கூட்டத்துக்கு கர்நாடக முதல்வர் ராம கிருஷ்ண ஹெக்டே அழைப்பு விடுத்திருந்தார். அதில் திமுகவும் கலந்து கொண்டதால் புதுச்சேரி அரசுக்கு அளித்துவந்த ஆதரவை திடீரென இந்திரா காங்கிரஸ் விலக்கிக்கொண்டது.

ஆனாலும் திமுக தனது பெரும்பான்மையை இழந்துவிடவில்லை. பிறகு, புதுவை மாநில திமுக அரசு கலைக்கப்பட்டது. மாநில சுயாட்சியை வலி யுறுத்தியதற்காக ஆட்சியை இழந்ததில் திமுகவுக்குப் பெருமைதான் என்று சொல்லிவிட்டார் கருணாநிதி.

29 மார்ச் 1984 அன்று நாடாளுமன்ற மாநிலங்களவைக்குத் தேர்தல் நடந்தது. அதில் திமுக சார்பாக வை. கோபாலசாமியும் அஇஅதிமுக சார்பாக ஜெயலலிதா, வலம்புரி ஜான் உள்ளிட்ட நான்கு பேரும் இந்திரா காங்கிரஸ் சார்பில் தங்கபாலுவும் வெற்றிபெற்றனர்.

மறுநாள் சட்டமன்ற மேலவைக்குத் தேர்தல் நடந்தது. அதில் திமுக சார்பாக மு. கருணாநிதி வெற்றி பெற்றார். அஇஅதிமுக சார்பாக ஜேப்பியார், மசூதனன் உள்ளிட்ட 5 பேர் வெற்றி பெற்றனர்.

இந்நிலையில் அஇஅதிமுகவில் திடீர் குழப்பம் ஏற்பட்டது. அதற்குக் காரணகர்த்தாக்கள் இருவர். ஒருவர் ஜெயலலிதா. இன்னொருவர் எஸ்.டி.சோமசுந்தரம். கட்சிக்குள் மூத்தவர்கள், முக்கியமானவர்கள் என்று பலர் இருந்தபோதும் ஜெயலலிதாவுக்குக் கூடுதல் முக்கியத்துவம் தருவதாக எம்.ஜி.ஆர் மீது குற்றம்சாட்டினார் அவருடைய அமைச்சர்களுள் ஒருவரான எஸ்.டி.எஸ். அதன் பின்னணி முக்கியமானது.

சத்துணவுத் திட்டத்தை பிரபலப்படுத்தும் நோக்கத்துடன் ஜெயலலிதாவைக் கட்சிக்குள் அழைத்துவந்த எம்.ஜி.ஆருக்கு அவரைப் பற்றிய நல்ல செய்திகள் தொடர்ந்து கவனத்துக்கு வந்துகொண்டிருந்தன. கட்சியின் முக்கியப் பிரசாரகராக இருக்கிறார். அவருடைய கூட்டங்களுக்கு மக்கள் அதிக அளவில் திரளுகிறார்கள். இப்படி நிறைய. அந்த மகிழ்ச்சியில் அஇஅதிமுகவின் கொள்கை பரப்புச் செயலாளர் என்ற பதவியை ஜெயலலிதாவுக்குக் கொடுத்தார் எம்.ஜி.ஆர்.

அடுத்தடுத்து மேடைகளில் பேசத் தொடங்கினார் ஜெயலலிதா. தஞ்சாவூர். புதுக்கோட்டை. ராமநாதபுரம். திருநெல்வேலி. சேலம். தர்மபுரி. தமிழ் நாட்டை வலம்வந்தார் ஜெயலலிதா. செல்லும் இடங்களில் எல்லாம் நல்ல வரவேற்பு. புரியும்வகையில் சொல்ல வேண்டும் என்றால் எம்.ஜி.ஆருக்கு அடுத்த மரியாதையைத் தொண்டர்களும் நிர்வாகிகளும் ஜெயலலிதாவுக்குத்தான் தர நினைத்தனர். தந்தனர்.

அனல் தெறிக்கும் பேச்சுகள். புள்ளிவிவரங்கள். உருவகங்கள். உவமானங்கள். எல்லாமே தொண்டர்களை வசீகரித்தன. அத்தனைக்கும் பின்னணியில் இருந்தவர் வலம்புரி ஜான்.

'அம்மு பேசுவதற்கு நீங்கள் எழுதிக்கொடுங்கள்' என்று எம்.ஜி.ஆரே உத்தரவிட்டிருந்தார். போதாது? பின்னியெடுத்துவிட்டார் வலம்புரி ஜான். மாவட்டச் செயலாளர்களும் அமைச்சர்களும் ஜெயலலிதாவின் கார் கதவைத் திறந்துவிடும் அளவுக்கு நிலைமை சென்றது. கட்சிக்குள் புகைச்சல் தொடங்கி விட்டது.

கட்சி தொடங்கிய நொடியில் இருந்து கூடவே இருக்கும் தங்களைக் காட்டிலும் திடீர் உறுப்பினராக ஆகியிருந்த ஜெயலலிதாவுக்குத் தலைவர் முக்கியத்துவம் கொடுத்திருக்கக் கூடாது. தலைவர்தான் கொடுத்தார். சரி. இந்த மாவட்டச் செயலாளர்களுக்கும் மற்றவர்களுக்கும் எங்கே போனது புத்தி? ஜெயலலிதா என்ற பெயரைக் கேட்டாலே எரிந்துவிழ ஆரம்பித்தனர்.

ஜெயலலிதாவையும் வலம்புரி ஜானையும் நாடாளுமன்ற மாநிலங்கள் அவைக்கு அனுப்பிவைத்தது, பற்றிய நெருப்பில் பெட்ரோல் ஊற்றிவிட்டது போல இருந்தது. முக்கியமாக எஸ்.டி. சோமசுந்தரம் போன்றவர்களுக்கு ஜெயலலிதாமீது ஆத்திரம். சிலபேர் உள்ளுக்குள் பொறுமிக்கொண்டிருந்தனர். சிலர் வெளிப்படுத்திவிட்டனர். எஸ்.டி. சோமசுந்தரத்தைப் போல.

விளைவு, அவருடைய ஆதரவாளர்கள் சிலருடைய பதவிகள் பிடுங்கப் பட்டன. வருவாய்த்துறை, கலால் துறை, மதுபான பர்மிட் போன்ற இலாகாக்களுக்கு அமைச்சராக இருந்த எஸ்.டி.எஸ்ஸிடம் இருந்து திடீரென மூன்று துறைகளுமே பறிக்கப்பட்டன. வெறும் உணவுத்துறைக்கு மட்டும் அமைச்சராக்கப்பட்டார்.

எல்லாவற்றுக்கும் காரணம் ஜெயலலிதாதான் என்று ஆத்திரப்பட்டார் எஸ்.டி. சோமசுந்தரம். ஆட்சியின் மேல்மட்டத்தில் இருப்பவர்கள் லஞ்சம்

வாங்குவதாக மக்கள் சந்தேகப்படுகிறார்கள் என்று பேசினார். இதற்குப் பதிலடியாக அஇஅதிமுக செயற்குழுவில், அமைச்சர் எஸ்.டி. சோமசுந்தரம் தனது துறைகளைப் பயன்படுத்தி ஊழலில் ஈடுபட்டார் என்பதால் அவரை அமைச்சரவை மற்றும் கட்சியில் இருந்து நீக்கவேண்டும் என்று தீர்மானம் நிறைவேற்றப்பட்டது. அதன்படியே அவர் பதவி நீக்கமும் செய்யப்பட்டார்.

ஆத்திரம் பொங்கிவிட்டது எஸ்.டி. சோமசுந்தரத்துக்கு. எம்.ஜி.ஆருக்கு எதிராகக் கடுமையான குற்றச்சாட்டுகளைப் பத்திரிகையாளர்களிடம் முன்வைத்தார். 'அவர் லஞ்சம் வாங்குகிறார்; தவறு செய்கிறார் என்று மக்கள் நம்புகிறார்கள். அவர் லஞ்சம் வாங்கவில்லை என்று சொல்லித் தப்பிக்க முடியாது. தகுந்த ஆதாரங்கள் என்னிடம் உள்ளன. எம்.ஜி.ஆர் ஒரு கிரிமினல் குற்றவாளி என்பதற்கு எத்தனையோ எடுத்துக்காட்டுகளைச் சொல்லமுடியும். எம்.ஜி.ஆர் இனிமேல் நாட்டு மக்களை ஏமாற்ற முடியாது. அமைச்சர்களைக் கூட்டிவைத்துக்கொண்டு எம்.ஜி.ஆர் பேசும்போது, 'வாங்குவதுதான் வாங்குகிறீர்கள், கொஞ்சம் ஒளிவு மறைவாக வாங்கக்கூடாதா? அதற்காக வெளியே தெரியும்படியாக வாங்கவேண்டுமா? என்றார். நாற்பது லட்சம் வரிபாக்கியை எம்.ஜி.ஆர் எப்படிக் கட்டினார்?' என்று கேள்வி எழுப்பினார் எஸ்.டி. சோமசுந்தரம். அதனைத் தொடர்ந்துதான் அவர் கட்சியில் இருந்து நீக்கப்பட்டார்.

குற்றச்சாட்டுகளை சுமத்தியதோடு அண்ணா திராவிட முன்னேற்றக் கழகம் என்ற புதிய கட்சியைத் தொடங்குவதாக 5 செப்டெம்பர் 1984 அன்று அறிவித்தார் எஸ்.டி.எஸ்! ஆம். அந்தப் பெயரில்தான். எம்.ஜி.ஆர் தன் கட்சியின் பெயரை எமர்ஜென்சி நேரத்தில் அனைந்திந்திய அண்ணா திராவிட முன்னேற்றக் கழகம் என்று மாற்றியிருந்தார் அல்லவா? அதை இப்போது தனக்குச் சாதகமாகப் பயன்படுத்திக்கொள்ளப் பார்த்தார் எஸ்.டி. சோமசுந்தரம்.

பிறகு வழக்கு தொடுக்கப்பட்டு, அந்தப் பெயரை வைத்துக் கொள்வதற்குத் தடை ஆணை பிறப்பிக்கப்பட்டதால் நமது கழகம் என்ற பெயரை வைத்துக்கொண்டார் எஸ்.டி. சோமசுந்தரம். தஞ்சாவூர் மாவட்டத்தில் செல்வாக்கு மிக்கவராக, அதிமுக உருவான சமயத்தில் திமுகவில் இருந்து விலகிய எம்.பிக்களுள் ஒருவராக, கட்சியின் முதல் கொள்கைப் பரப்புச் செயலாளராக, அமைச்சராக இருந்த எஸ்.டி.எஸ் கட்சியில் இருந்து நீக்கப் பட்டார். அவர் புதுக்கட்சி தொடங்கியதன்மூலம் அதிமுக முதன்முறையாக பிளவுபட்டது.

1984 அக்டோபர் மாதத் தொடக்கம். ஒருநாள் நள்ளிரவு எம்.ஜி.ஆருக்கு உடல்நிலை பாதிக்கப்பட்டது. சென்னை அப்போலோ மருத்துவமனைக்கு அழைத்துச் செல்லப்பட்டார். சோதனைகளின் முடிவில் சிறுநீரகம் பாதிக்கப்பட்டிருப்பதாகச் சொன்னார்கள் மருத்துவர்கள். சிகிச்சைகள் தொடங்கின. இரண்டே நாள்களில் அடுத்த அதிர்ச்சி. பக்கவாதம் தாக்கியிருக் கிறது என்றார்கள்.

செய்தி வெளியே கசிந்துவிட்டது. கிராமப் பகுதிகளில் இருந்தெல்லாம் மக்கள் சென்னைக்கு வரத் தொடங்கிவிட்டனர். அப்போலோ மருத்துவ வளாகம் ஜனத்திரளால் நிரம்பிவழிந்தது. மேன்மேலும் எம்.ஜி.ஆரின் உடல்நிலை பாதிக்கப்படுவது, எல்லோரையும் கவலைகொள்ளச் செய்தது. எம்.ஜி.ஆர் உயிர் பிழைக்கவேண்டும் என்று உண்ணாவிரதங்கள் ஒரு பக்கம். வேண்டுதல்களும் யாகங்களும் அங்கப் பிரதட்சணங்களும் இன்னொரு பக்கம். ஆலயங்கள், மசூதிகள், சர்ச்சுகள் போன்ற வித்தியாசங்கள் தகர்த்தெறியப்பட்டன. எம்.ஜி.ஆர் உயிர் மீளவேண்டும் என்று அவருடைய ரசிகர்கள் மொட்டை அடித்துக்கொண்டனர்.

நரம்புகள், சிறுநீரகம், இருதயம் போன்றவை பாதிக்கப்பட்டிருந்ததால் அந்தந்தத் துறை சார்ந்த நிபுணர்களை உடனடியாக சென்னைக்கு அழைத்துவர ஏற்பாடுகள் செய்யப்பட்டன. அமைச்சர் பொன்னையன் அதற்கான ஏற்பாடுகளை கவனித்தார். ஒட்டுமொத்தத் தமிழகமே கவலைப்பட்டபோது அவருடைய அரசியல் எதிரியான கருணாநிதி தனது கட்சித் தொண்டர்களுக்குக் கடிதம் எழுதினார்.

தலைப்பு: 'நானும் பிரார்த்தனை செய்கிறேன்.'

> பன்னிரண்டு ஆண்டுப் பகையை நாற்பதாண்டு கால நட்பு பனிக்கட்டி போலக் கரைத்துவிட்டதற்கு அடையாளம் உங்கள் நோய் பற்றிக் கேள்விப்பட்டவுடன் என் கண்கள் அருவிகளானதுதான். பிரார்த்தனை என்பதற்குத் துதி என்பது மட்டுமல்ல; வேண்டுகோள் என்றும் ஒரு பொருள் உண்டு. நானும் பிரார்த்தனை செய்கிறேன். கருத்து மோதல்களுக்கு இடையிலேயும் கனிந்துரையாடிடக் கடுகி எழுந்துவருக! கதிரொளி பட்ட பனிமூட்டமென உங்கள் நோய்மூட்டம் விலகிடுக!

திமுக மேடைகளில் எம்.ஜி.ஆர் பற்றியோ அவருடைய நோய் பற்றியோ யாரும் எதுவும் பேசிவிடக்கூடாது என்று கட்சிக்காரர்களுக்கு உத்தரவு போட்டார் கருணாநிதி.

எம்.ஜி.ஆரின் உடல்நிலை சிக்கலான காலகட்டத்தில் இருந்ததால் அவரைப் பார்ப்பதற்கு கட்டுப்பாடுகள் விதிக்கப்பட்டன. மனைவி ஜானகியைத்தவிர நெடுஞ்செழியன், ஆர்.எம். வீரப்பன், சுகாதாரத்துறை அமைச்சர் ஹண்டே போன்ற வெகுசிலரே எம்.ஜி.ஆருக்கு அருகில் அனுமதிக்கப்பட்டனர். முக்கியமாக ஜெயலலிதாவை அருகில் அனுமதிக்கவே இல்லை. எல்லாம் மூத்த தலைவர்களின் சதி என்று கண்டனம் செய்தார் ஜெயலலிதா.

பிரதமர் இந்திரா காந்தி சென்னை வந்தார். நேராக மருத்துவமனைக்கு வந்து எம்.ஜி.ஆரைப் பார்த்தார். செலவைப் பற்றிக் கவலை வேண்டாம்; உடனடியாக அமெரிக்காவுக்கு அழைத்துச் செல்லுங்கள் என்று சொல்லிவிட்டார். அதற்கான நடவடிக்கைகளை எடுப்பதற்குள் நிலைமை மேலும் மோசமடைந்தது. திடீரென பேசும் சக்தியை இழந்தார் எம்.ஜி.ஆர். மூச்சுத்திணறல். மூளைப்பகுதியில் உடனடியாக அறுவை சிகிச்சை செய்ய வேண்டும் என்றனர் மருத்துவர்கள்.

இங்கே இருக்கும் மருத்துவர்களால் செய்யமுடியாது. ஜப்பானில் இருக்கும் நரம்பியல் நிபுணர் டாக்டர் கானு வரவேண்டும் என்றனர். டோக்கியோ, சிங்கப்பூர் என்று பல இடங்களிலும் தொடர்பு கொண்டு உதவிகளைப் பெற்று டாக்டர் கானுவை சென்னை அழைத்து வந்தனர். அவசர சிகிச்சைகள் கொடுக்கப்பட்டன. மூச்சுத்திணறல் குறைந்தது. இனியும் தாமதிக்க வேண்டாம், அமெரிக்க புறப்படலாம் என்றனர் மருத்துவர்கள்.

எம்.ஜி.ஆரை அழைத்துச் செல்வதற்குத் தனி விமானம் தேவைப்பட்டது. டெல்லியைத் தொடர்பு கொண்டனர் அமைச்சர்கள். பிரதமர் இந்திரா, ஏர் இந்தியா விமானத்தை அனுப்பிவைக்க உத்தரவிட்டார். அந்த விமானம் எம்.ஜி.ஆரை அழைத்துச் செல்வதற்கு முன் பிரத்யேகமாக மாற்றி அமைக்கப் பட்டது. இருக்கைகள் எல்லாம் அகற்றப்பட்டன. தாராளமான படுக்கைகள் தயார் செய்யப்பட்டன. மருத்துவர்கள், மருந்துகள், உதவியாளர்கள் என்று சிறிய மருத்துவமனையாகவே மாறியிருந்தது விமானம். இன்னும் ஓரிரு தினங்களில் சிகிச்சைக்காக அமெரிக்கா அழைத்துச் செல்லப்படுகிறார் என்று அறிவிக்கப் பட்டது.

•

31 அக்டோபர் 1984. காலை மணி 9.30. டெல்லியில் இருக்கும் தன் வீட்டில் இருந்து வெளியே வந்தார் பிரதமர் இந்திரா காந்தி. அங்கே நின்றிருந்த ஆர்.கே. தவானுடன் புல்தரையில் நடக்கத் தொடங்கினார். எதிரே வந்து நின்றார் பியாந்த் சிங். இந்திராவின் மெய்க்காப்பாளர். கையில் .38 ரக ரிவால்வர் இருந்தது. கண்ணிமைக்கும் நேரத்தில் இந்திரா காந்தியின் அடி வயிற்றில் மூன்று குண்டுகளைச் செலுத்தினார். சற்று தொலைவில் இருந்த சத்வந்த் சிங் அதற்குள் அங்கே வந்திருந்தார். அவரிடத்தில் ஒரு ஸ்டென் துப்பாக்கி இருந்தது. அதிலிருந்து 30 குண்டுகள் கீழே விழுந்திருந்த இந்திராவின் உடலைச் சல்லடையாகத் துளைத்தன. ரத்த வெள்ளத்தில் விழுந்தார் இந்திரா. அலறித் துடித்தது இந்தியா. மாற்று ஏற்பாடாக இந்திராவின் மூத்த மகன் ராஜிவ் காந்தி இந்தியப் பிரதமராகப் பதவியேற்றுக் கொண்டார்.

சிகிச்சைக்காக அமெரிக்கா அழைத்துச்செல்லப்பட்ட எம்.ஜி.ஆர், நரம்பியல், சிறுநீரகம், இருதயம் போன்ற பிரச்னைகள் அனைத்துக்கும் அங்கே சிறப்பான நிவாரணம் கிடைக்கும் என்பதால் நியூ யார்க் நகரில் இருக்கும் ப்ரூக்ளின் மருத்துவமனையில் சேர்க்கப்பட்டார். டாக்டர் ஃபிரிட்மேன் என்பவர்தான் எம்.ஜி.ஆருக்கு சிகிச்சை அளித்த மருத்துவர் குழுவின் தலைவர். சிறுநீரக அறுவை சிகிச்சை வெற்றிகரமாக நடந்துமுடிந்தது. ஆனால் தமிழ்நாட்டில் அஇஅதிமுக என்ற கட்சி கோஷ்டி மோதல்களுக்குள் சிக்கிச் சின்னாபின்னமாகிக் கொண்டிருந்தது.

மாநிலத்தின் முதல்வர். பெரிய அரசியல் கட்சியின் தலைவர். இரண்டு பொறுப்புகளில் இருக்கும் எம்.ஜி.ஆர் மருத்துவ சிகிச்சைக்காக வெளிநாடு செல்லும்போது ஆட்சிக்கும் கட்சிக்கும் ஏதேனும் மாற்று ஏற்பாடு

செய்யவேண்டும் அல்லவா? நெடுஞ்செழியன், ஆர்.எம்.வீரப்பன் போன்ற மூத்த தலைவர்கள் ஆட்சி, கட்சி இரண்டையும் தங்கள் பொறுப்புகளில் எடுத்துக்கொண்டனர். அவர்கள் அனைவருக்கும் எல்லா விஷயங்களிலும் கருத்து ஒற்றுமை இருந்ததா என்பது தெரியாது. ஆனால் ஜெயலலிதாவை ஒதுக்கிவைக்கும் விஷயத்தில் ஓரணியில் திரண்டிருந்தனர்.

இதற்கிடையே 24 டிசம்பர் 1984 அன்று நாடாளுமன்றத்துக்குத் தேர்தல் நடத்தப்படும் என்ற அறிவிப்பை வெளியிட்டது இந்தியத் தேர்தல் ஆணையம். முன்கூட்டியே தேர்தல் நடத்த விரும்பும் மாநிலங்கள் ஆளுநரிடம் சட்ட மன்றத்தைக் கலைக்கும்படி சிபாரிசு செய்தால் அந்த மாநிலங்களுக்கும் சேர்த்துத் தேர்தல் நடத்தப்படும் என்று அறிவித்தது தேர்தல் ஆணையம்.

சுதாரித்துக்கொண்டனர் அஇஅதிமுகவின் இரண்டாம் கட்டத் தலைவர்கள். இந்திராவின் மரணம் நாடு தழுவிய அளவில் பலத்த அனுதாப அலையை ஏற்படுத்தியிருக்கிறது. அதேபோல எம்.ஜி.ஆருக்கு உடல்நிலை பாதிக்கப் பட்டுள்ளதால் தமிழகத்திலும் எம்.ஜி.ஆருக்கு ஆதரவான அனுதாப அலை உருவாகியிருந்தது. சட்டமன்ற ஆயுள் முடியவில்லை என்றாலும் முன் கூட்டியே தேர்தலைச் சந்திக்க முடிவுசெய்தனர். உடனடியாக அஇஅதிமுக அமைச்சரவை கூடியது. அறிவிப்பும் வெளியானது.

தேர்தல்.

28 படுத்துக்கொண்டே ஜெயித்தார்

தேர்தலைச் சந்திக்க திமுகவும் தன்னைத் தயார்படுத்திக்கொண்டது. கூட்டணி அமைக்கும் வேலைகளில் அனைத்துக் கட்சிகளும் இறங்கின. ஏற்கெனவே அஇஅதிமுகவுக்கும் காங்கிரஸுக்கும் நல்ல உறவு இருந்ததால் தேர்தலுக்காக அணி அமைப்பதில் அவர்களுக்கு எந்தச் சிரமமும் இருக்கவில்லை.

திமுகவுடன் மார்க்சிஸ்ட் கம்யூனிஸ்ட், ஜனதா, இந்திய கம்யூனிஸ்ட், உழவர் உழைப்பாளர் கட்சி (நாராயணசாமி நாயுடு), தமிழ்நாடு ஃபார்வர்டு ப்ளாக், தமிழ்நாடு காமராஜ் காங்கிரஸ், இந்திய யூனியன் முஸ்லிம் லீக் ஆகிய கட்சிகள் கூட்டணி அமைத்தன. எண்ணிக்கை அளவில் அஇஅதிமுகவை அணியைக் காட்டிலும் திமுக அணி பலம் பொருந்தியதாக இருந்தது. ஆனால் ஆதரவு, அனுதாபம் என்ற அளவுகோலில் அஇஅதிமுக அணியே முன்னணியில் இருந்தது.

அஇஅதிமுக அணியில் தொகுதிப் பங்கீடு திட்டவட்டமாக இருந்தது. நாடாளுமன்றத் தொகுதிகளைப் பொறுத்தவரை மொத்தமுள்ள இடங்களில் காங்கிரஸுக்கு மூன்றில் இரண்டு பங்கு, அஇஅதிமுகவுக்கு மூன்றில் ஒரு பங்கு. சட்டமன்றத் தொகுதிகளைப் பொறுத்தவரை மொத்தமுள்ள இடங்களில் அஇஅதிமுகவுக்கு மூன்றில் இரண்டு பங்கு. காங்கிரஸுக்கு மூன்றில் ஒரு பங்கு. அஇஅதிமுக 162 தொகுதிகளிலும் இந்திரா காங்கிரஸ் 72 தொகுதியிலும் போட்டியிட்டன. நாடாளுமன்றத்தைப் பொறுத்தவரை 26 தொகுதியில் இந்திரா காங்கிரஸும் 13 தொகுதியில் அஇஅதிமுகவும் போட்டியிட்டன. புதுச்சேரி இந்திரா காங்கிரஸுக்கு ஒதுக்கப்பட்டது.

எம்.ஜி.ஆர். ஆண்டிபட்டி தொகுதியில் போட்டியிடுவார் என்று அறிவிக்கப்பட்டது. அமெரிக்காவில் உள்ள இந்தியத் தூதர் அருண் பட்வர்தன் எம்.ஜி.ஆருக்கு சத்தியப் பிரமாணம் செய்து வைத்தார். அவர் முன்னிலையில் வேட்பு மனு நிரப்பப்பட்டது.

ஆனால் வெளிநாட்டில் இருந்தபடி வேட்புமனு தாக்கல் செய்வதற்கு எதிர்க்கட்சிகள் எதிர்ப்பு தெரிவித்தன. அப்படி வேட்புமனு தாக்கல் செய்ய சட்டத்தில் இடம் இருப்பதாக அறிவித்தது தேர்தல் ஆணையம். எம்.ஜி.ஆரை எதிர்த்து திமுக அணி சார்பில் தமிழ்நாடு ஃபார்வர்டு ப்ளாக் கட்சியின் பி.என். வல்லரசு போட்டியிட்டார்.

திமுக அணியில் பல கட்சிகள் இருந்ததால் தொகுதிப்பங்கீடு செய்வதற்குச் சிரமம் இருந்தது. இறுதியில், திமுக 158 சட்டமன்றத் தொகுதிகளிலும் 27 நாடாளுமன்றத் தொகுதிகளிலும் போட்டியிட்டது. முக்கியமாக, திமுக தலைவர் கருணாநிதி அந்தத் தேர்தலில் போட்டியிடவில்லை. காரணம், அவர் அப்போது சட்டமன்ற மேலவை உறுப்பினராக இருந்தார்.

கடந்த தேர்தலில் அஇஅதிமுக சார்பாக ஆண்டிப்பட்டியில் போட்டியிட்ட நடிகர் எஸ்.எஸ். ராஜேந்திரனுக்கு வாய்ப்பு தரப்படாததால் எம்.ஜி.ஆர். எஸ்.எஸ்.ஆர் புரட்சிக் கழகம் என்ற புதுக்கட்சியைத் தொடங்கி, ஆண்டி பட்டிக்குப் பதிலாக சேடபட்டியில் போட்டியிட்டார்.

எம்.ஜி.ஆர் இல்லாமல் தேர்தலைச் சந்திப்பது என்று முடிவு செய்துவிட்ட போதும் அதற்கு சரியான மாற்று என்ன என்று யோசித்தனர் அஇஅதிமுக தலைவர்கள். எம்.ஜி.ஆர் இல்லாத குறையைப் போக்கவேண்டும். வதந்தி களுக்கும் முற்றுப்புள்ளி வைக்க வேண்டும். வாக்காளர்களையும் வசப்படுத்த வேண்டும். மூன்றையும் சாத்தியப்படுத்த வேண்டும் என்றால் அதற்கு ஒரே வழி, வீடியோ.

ப்ரூக்ளின் மருத்துவமனையில் வெற்றிகரமான அறுவை சிகிச்சை செய்யப் பட்டு, மெல்ல மெல்ல குணமடைந்து கொண்டிருக்கும் எம்.ஜி.ஆரின் தற்போதைய நிலையைப் புகைப்படமாகவும் வீடியோவாகவும் எடுத்து விடலாம். அதைத் தமிழ்நாட்டு மக்களிடம் போட்டுக் காண்பித்தால் தேர்தல் ரீதியாக நல்ல பலன் கிடைக்கும். இதுதான் திட்டம்.

கிட்டத்தட்ட இதே அணுகுமுறைதான் 1967-ல் எம்.ஜி.ஆர் சுடப்பட்டபோது பயன்படுத்தப்பட்டது. அப்போது போஸ்டர். இப்போது வீடியோ. ஆனால் ப்ரூக்ளின் நிர்வாகம் அதற்குச் சம்மதம் தெரிவிக்கவில்லை. கேமராவில் இருந்து வெளிவரும் கதிர்கள் எம்.ஜி.ஆரின் உடல்நிலையைப் பாதிக்கக் கூடும் என்று காரணம் சொல்லிவிட்டார்கள். ஆனால் வீடியோ எடுத்தே தீருவது என்பதில் அஇஅதிமுக தீவிரமாக இருந்தது. டெல்லியைத் தொடர்பு கொண்டு உதவிகேட்டார்கள். மத்திய வெளியுறவுத்துறை மூலம் அமெரிக் காவுக்கான இந்தியத் துணைத் தூதரைத் தொடர்புகொண்டு வீடியோவின் முக்கியத்துவம் உணர்த்தப்பட்டது.

அதன்பிறகு ப்ரூக்ளின் நிர்வாகம் சம்மதித்தது. முதலில் புகைப்படங்கள் மட்டும் எடுக்கப்பட்டன. செய்தியாளர்கள் சந்திப்புக்கு அழைப்பு விடுத்தார் ஆர்.எம். வீரப்பன். கைவசம் வைத்திருந்த புகைப்படங்கள் சிலவற்றைச் செய்தியாளர்களிடம் காட்டினார். அவற்றைப் பார்த்த அனைவருக்கும்

ஆச்சரியம். அந்தப் படங்களில் எம்.ஜி.ஆர் சாப்பிட்டார். இரட்டை விரலைக் காட்டினார். ஜானகியுடன் அமர்ந்திருந்தார். மறுநாளே அந்தப் படங்கள் பட்டிதொட்டி எங்கும் சென்றுவிட்டன.

எம்.ஜி.ஆர் மீண்டு வந்துவிட்டார் என்று மக்கள் அனைவரும் ஆனந்தப் பட்டனர். அடுத்த சில தினங்களில் எம்.ஜி.ஆர் நடக்கத் தொடங்கிவிட்டார் என்ற செய்தி கிடைத்தது. உடனடியாக எம்.ஜி.ஆரின் ப்ரூக்ளின் மருத்துவ மனைக் காட்சிகள் வீடியோவில் பதிவு செய்யப்பட்டன. வெறும் காட்சிகள் மட்டும் இருந்தால் அதை மக்களால் புரிந்துகொள்ள முடியாது என்பதால் உருக்கமான வர்ணணைகள் சேர்க்கப்பட்டன.

அந்த வீடியோவில், இயக்குனர் எஸ்.பி. முத்துராமன் உதவியுடன் இந்திரா காந்தியின் இறுதி ஊர்வலக் காட்சிகளையும் பக்குவமாக இணைத்து 35 எம்.எம் படச்சுருளாக மாற்றினர். 'வெற்றித் திருமகன்' என்ற பெயரில் வெளியான அந்த வீடியோ மக்கள் சமுத்திரத்தில் கரைந்தது. எம்.ஜி.ஆர். இருக்கிறார். உயிருடன் இருக்கிறார். நலமுடன் இருக்கிறார். விரைவில் வருவார். பட்டவர்த்தனமாகச் சொன்னது அந்த வீடியோ.

தேர்தல் முடிவுகள் எம்.ஜி.ஆர், இந்திரா மீதான அனுதாப அலை எந்த அளவுக்கு விஸ்வரூபம் எடுத்து வீசியிருக்கிறது என்பதை உணர்த்தும் வகையில் இருந்தன.

பல கட்சிகளுடன் கூட்டணி அமைத்துப் பிரசாரம் செய்தது திமுக. ஆனாலும் சாவுக்கு ஒரு ஓட்டு; நோவுக்கு ஒரு ஓட்டு; வாயில்லாப் பிள்ளைக்கு ஒரு வாக்கு; தாயில்லாப் பிள்ளைக்கு ஒரு வாக்கு போன்ற கோஷங்களும் மருத்து வமனையில் சோகமே உருவாக இருக்கும் எம்.ஜி.ஆரின் புகைப்படங்களும் ரத்தவெள்ளத்தில் மிதந்த இந்திரா காந்தியின் புகைப்படங்களும் ஏற்படுத்திய அனுதாபத்துக்கு முன்னால் திமுகவின் தேர்தல் பிரசாரம் எடுபடவில்லை.

132 தொகுதிகளில் அபார வெற்றி பெற்றது அஇஅதிமுக. கூட்டணிக் கட்சியான இந்திரா காங்கிரஸுக்கு 62 தொகுதிகள். எஞ்சியவற்றில் இருபதை மட்டுமே திமுகவால் வெல்ல முடிந்தது. நாடாளுமன்றத் தேர்தலிலும் அனுதாப அலை வீசியிருந்தது. 25 தொகுதிகளில் போட்டியிட்ட காங்கிரஸுக்கு 25 இடங்கள் கிடைத்தன. அஇஅதிமுக தான் போட்டியிட்ட 12 தொகுதிகளையும் கைப்பற்றியது. திமுகவுக்கு மத்திய சென்னையில் மட்டுமே வெற்றி கிடைத்தது.

தேசிய அளவில் காங்கிரஸுக்கு 415 இடங்கள், ஜனதா கட்சிக்கு 10 இடங்கள், மார்க்சிஸ்ட் கம்யூனிஸ்டுக்கு 22 இடங்கள், இந்திய கம்யூனிஸ்டுக்கு 6 இடங்கள் கிடைத்தன. புதிதாக உருவாகியிருந்த பாரதிய ஜனதாவுக்கு இரண்டு இடங்கள் கிடைத்தன. மாநிலக் கட்சியான தெலுங்கு தேசம் என்.டி. ராமாராவ் தலைமையில் அபாரவெற்றிபெற்று ஆட்சி அமைத்தது.

அந்தக் கட்சிக்கு நாடாளுமன்றத்தில் 30 இடங்கள் கிடைத்திருந்தன. தமிழ்நாட்டில் எம்.ஜி.ஆர் செய்துகொண்டிருக்கும் வெற்றிச் சாதனையை

அண்டை மாநிலமான ஆந்திரத்தில் நிகழ்த்திக் கொண்டிருந்தார் என்.டி. ராமாராவ்.

அமெரிக்காவில் படுத்துக்கொண்டே ஆண்டிபட்டி தொகுதியில் வெற்றி பெற்றிருந்தார் எம்.ஜி.ஆர். அஇஅதிமுக முகாமில் உற்சாகம் கரைபுரண்டு ஓடியது. அதே உற்சாகத்துடன் அஇஅதிமுகவின் சட்டமன்ற உறுப்பினர்கள் கூட்டம் நடந்தது. எம்.ஜி.ஆர் தலைவராகத் தேர்வு செய்யப்பட்டவர். ஆளுங்கட்சியின் தலைவர்தான் அடுத்த முதல்வர். பதவியேற்பு விழாவை எப்போது வைத்துக்கொள்ளலாம்? இதுதான் அடுத்து எழுந்த கேள்வி.

நெடுஞ்செழியனும் தமிழக அரசின் தலைமைச் செயலர் சொக்கலிங்கமும் அமெரிக்கா விரைந்தனர். சில தினங்களில் சென்னை திரும்பினர்.

'எம்.ஜி.ஆர் இன்னும் ஓரிரு வாரங்களில் சென்னை திரும்பிவிடுவார். அதன்பிறகு பதவிப் பிரமாணம் எடுத்துக்கொள்வார். அதுவரை தேர்தலுக்கு முந்தைய ஏற்பாடுகளே தொடரும். இதுதான் எம்.ஜி.ஆர் சொன்னது.'

10 பிப்ரவரி 1985. மூன்றாவது முறையாகத் தமிழ்நாட்டின் முதலமைச்சராகப் பதவியேற்றுக் கொண்டார் எம்.ஜி.ஆர். அவர் பதவியேற்றபோது அமைச்சர்கள் எவரும் பதவியேற்கவில்லை. இதற்குமுன்னால் இப்படி யொரு நிகழ்வு நடந்ததில்லை. எம்.ஜி.ஆர் இப்படியொரு முடிவை எடுத்ததற்குப் பின்னணியில் இருந்தது கட்சிக்குள் நிலவிய குழப்பங்கள்தான்.

சிகிச்சைக்காக அமெரிக்கா சென்றிருந்த சமயத்தில் தொண்டர்கள் சிந்தாமல் சிதறாமல் இருந்தனரே தவிர கட்சியின் முக்கியத்தலைவர்கள் மத்தியில் பலத்த உரசல்கள் இருந்தன. ஒருவரையொருவர் கவிழ்க்கும் முயற்சியில் ஈடுபட்டுக்கொண்டிருந்தனர். ஓரங்கட்டும் முயற்சிகள் தடையில்லாமல் நடந்துகொண்டிருந்தன.

முக்கியமாக, கட்சியின் கொள்கைப் பரப்புச் செயலாளராக இருந்த ஜெயலலிதா முற்றிலுமாக ஓரங்கட்டப்பட்டிருந்தார். ஆகவே, தனக்கு விசுவாசமானவர்களைப் பார்த்துப் பார்த்துத் தேர்ந்தெடுக்கும் நோக்கத் துடனேயே அமைச்சர்களைத் தேர்வு செய்வதில் நிதானம் காட்டினார் எம்.ஜி.ஆர். பிறகு நெடுஞ்செழியன், பண்ருட்டி ராமச்சந்திரன், ஆர்.எம். வீரப்பன், கே.ஏ. கிருஷ்ணசாமி, வரகூர் அருணாசலம், வி.வி. சுவாமிநாதன் உள்ளிட்ட சிலரை ஒருவர் பின் ஒருவராக அமைச்சரவையில் சேர்த்துக் கொண்டார். இங்கே எம்.ஜி.ஆர் முதலமைச்சரானார். டெல்லியில் ராஜிவ் காந்தி பிரதமரானார்.

29 உருவானது டெஸோ

தேர்தல் முடிந்த சில மாதங்களுக்குள்ளாகவே இலங்கைத் தமிழர் பிரச்னை மீண்டும் கிளம்பியது. தமிழர்கள் வாழும் பகுதிகளில் சிங்களர்கள் அத்துமீறிக் குடியேற்றப்பட்டனர். இதனால் ஏற்பட்ட கலவரத்தால் பாதிக்கப்பட்ட தமிழர்கள் தமிழ்நாட்டுக்குள் அகதிகளாக நுழையத் தொடங்கினர்.

இலங்கைத் தமிழர்களுக்குப் பாதுகாப்பு வழங்க வேண்டும் என்பதை வலியுறுத்தி தமிழகத்தின் முக்கியக் கட்சிகளான திமுக, தி.க, காமராஜ் காங்கிரஸ் கட்சி ஆகியன ஓரணியில் திரண்டன.

13 மே 1985 அன்று தமிழீழ ஆதரவாளர் அமைப்பு என்ற பெயரில் புதிய அமைப்பு உருவாக்கப்பட்டது. அந்த அமைப்புக்குத் தலைவர், மு. கருணாநிதி. திராவிடர் கழகப் பொதுச்செயலாளர் கி. வீரமணி, க. அன்பழகன், பழ. நெடுமாறன், அய்யணன் அம்பலம் ஆகியோர் உறுப்பினர்களாக நியமிக்கப் பட்டனர். இலங்கைத் தமிழர்களுக்கு ஆதரவாக திமுக சார்பாக மாநிலம் தழுவிய அளவில் மறியல் போராட்டங்கள் நடத்தப்பட்டன.

அந்தச் சமயத்தில் திமுக தலைவர் கருணாநிதி பல மேடைகளில் இலங்கைத் தமிழர்களுக்கு ஆதரவாகவும் விடுதலைப் புலிகள் உள்ளிட்ட போராளி இயக்கங்களுக்கு ஆதரவாகவும் பேசிய பேச்சுகள் உன்னிப்பாகக் கவனிக்கத் தக்கவை. விடுதலைப் புலிகள் உள்ளிட்ட போராளிகள் மீது திமுகவுக்கும் மு. கருணாநிதிக்கும் எந்த அளவுக்கு நம்பிக்கை இருந்தது என்பதற்கான சாட்சியங்கள் அந்தப் பேச்சுகளில் பொதிந்து கிடந்தன. அவற்றில் இருந்து சில பகுதிகள் மட்டும் இங்கே:

> இலங்கையிலே அழிந்துகொண்டிருக்கிற தமிழ் இனத்தைக் காப்பாற்ற மத்திய அரசு முன்வராவிட்டால் தமிழ்நாடு இந்தியாவில்தான் இருக்கிறதா என்ற சந்தேகம் எங்களுக்கு ஏற்படுகிறது.
>
> அண்மையில் போர்ச்சுகல் நாட்டு விமானம் ஆயுதங்களை ஏற்றிக் கொண்டு பெட்ரோல் பற்றாக்குறையால் திருவனந்தபுரம் விமான

நிலையத்தில் இறங்கியது. பெட்ரோலை நிரப்பிக் கொண்டு இலங்கைக்குச் செல்லவிருந்த அந்த விமானம் பற்றி மாநிலங் களவையில் திமுக உறுப்பினர்வை. கோபால்சாமி கேள்வி எழுப்பினார். ராஜிவ் காந்தியோ, அந்த விமானத்தில் இருந்தது ஆயுதங்களல்ல; வெடி குண்டுகள் என்று சொன்னார்.

உடனே கோபால்சாமி, அந்த வெடிகுண்டுகள் இலங்கையில் உள்ள தமிழர்களைச் சுட்டுக்கொல்லப் பயன்படும் அல்லவா என்று கேட்டார். ராஜிவ் காந்தி தன்னை ஒரு நகைச்சுவையாளராகக் கருதிக்கொண்டு, வின்ஸ்டன் சர்ச்சில் என்று தன்னை நினைத்துக்கொண்டு நகைச் சுவையாகப் பதிலளித்தாராம். 'அந்தக் குண்டுகளில் இவை தமிழர் களைக் கொல்வதற்காக என்று எழுதப்படவில்லை' என்று.

நான் வேதனையோடு சொல்கிறேன். ராஜிவ் காந்தி அவர்களே, உங்கள் அருமைத் தாயாரைச் சுட்டுக் கொன்றார்களே, அந்தக் குண்டை எடுத்துப் பாருங்கள்! அதில் 'இந்திரா காந்தியைக் கொல்ல' என்று எழுதப் பட்டிருந்ததா? தமிழரைக் கொல்ல என்று எழுதப்படவில்லை. அதனால் தான் அனுப்பினோம் என்று எழுபது கோடி மக்களை ஆண்டு கொண்டிருக்கிற ராஜிவ் காந்தியின் வாயில் இருந்து வரலாமா?

இலங்கையில் இருக்கிற தமிழ் இளைஞர்கள் இலங்கையில் இன்று ஆயுதம் ஏந்துகிறார்கள்! துப்பாக்கி ஏந்துகிறார்கள்! இலங்கையில் இருக்கிற தமிழ் இனம் - தமிழ் இளைஞன் - விடுதலை வீரன் - விடுதலைப் புலி கையில் துப்பாக்கி ஏந்துகிறான் என்றால் அவனுக்கு அதை ஏந்துவதைத் தவிர வேறு வழியில்லை. அது வன்முறை என்றாலும்கூட அது இந்த நேரத்துக்குத் தேவையான முறையாக இருக்கிறது. எனவே அதை நான் ஆதரிக்கிறேன். ஆமோதிக்கிறேன். அங்கீகரிக்கிறேன். ஒப்புதல் தருகிறேன்.

வேறு என்ன செய்வான் அவன்? அவன் தாயும் தங்கையும் அவனுக்கு நேராகக் கற்பழிக்கப்படுகிறார்கள். அதைப் பார்த்துக் கொண்டிருக்க அவன் கோழையா? தமிழனுக்குப் பிறக்காதவனா? அந்த ஈழ நாட்டில் வாழ்கின்ற தமிழன் - அவன் என்ன தமிழ்நாட்டில் வாழ்கின்ற தமிழனா?

அவன் இலங்கையில் வாழ்கின்ற தமிழன். தமிழ்நாட்டுத் தமிழன் என்றால் அவன் சொரனை கெட்டுப்போய் சோற்றால் அடித்த பிண்டமாக இருப்பான். இலங்கையில் வாழ்கின்ற தமிழனுக்கு வேறு வழி இல்லை என்ற முடிவுக்கு வந்தபிறகுதான் அவன் கையில் ஆயுதம் ஏந்துகிறான். அப்படி ஆயுதம் ஏந்தும் இளைஞனுக்கு – அந்த விடுதலைப் பட்டாளத்துக்கு இந்தியத் துணைக்கண்டம் இன்றைக்கு உதவி செய்தாக வேண்டும்.

அனைத்துக் கட்சித் தூதுக்குழுவில் இடம்பெற கருணாநிதி மறுக்கிறாரே, ராணுவத்தை அனுப்புவது என்றால்கூட, டில்லியிலே

கூடி, அனைத்துக் கட்சிகளும் பிரதமரிடத்திலே கலந்து பேசினால்தானே ராணுவத்தை அனுப்பமுடியும்? என்று மூப்பனார் கேட்கிறார். சரி. பங்களாதேஷுக்கு ராணுவத்தை அனுப்பினீர்களே, அப்போது இப்படித் தான் அனைத்துக் கட்சித் தலைவர்களை எல்லாம் அழைத்து, ராணு வத்தை அனுப்பலாமா என்று கேட்டு, அனைத்துக் கட்சித் தலைவர்களும் ராணுவத்தை அனுப்புங்கள் என்று சொன்னபிறகுதான் பங்களா தேஷுக்கு ராணுவத்தை அனுப்பினீர்களா?

தமிழ் ஈழம் அங்கே கேட்கின்ற காரணத்தால் அதைத் தொடர்ந்து கருணாநிதியும் கழகமும் இந்தியாவிலும் தனித் தமிழ்நாடு வேண்டு மென்று கேட்கமாட்டார்களா? இது பிரிவினை வாதமல்லவா என்று யாராவது சொல்வார்களேயானால், அவர்களுக்கு உறுதியாகச் சொல் கிறேன். என் காலத்தில், நான் உயிரோடு இருக்கும்வரையில் திமுகவின் சார்பாக தனித்தமிழ்நாடு வேண்டும் என்று கேட்கமாட்டேன்.

தமிழ் ஈழம் அமைவது இலங்கையிலே உள்ள தமிழர்களுக்கு மாத்திரமல்ல, இந்தியாவிலே உள்ள தமிழர்களுக்கு மாத்திரமல்ல, இந்தியா முழுமைக்குமே சிலாக்கியமானது. ஏனென்றால், இந்தியாவின் தெற்கு முனை பலம் பெறுவதற்கு அது பேருதவி புரியும். இத்தகு காரணத்தையும் மனத்தில் கொண்டுதான் தமிழ் ஈழத்தை அமைத்திட ஆயுதம் ஏந்துகிற விடுதலைப் புலிகளின் முறையை, அந்த விடுதலை வீரர்களுடைய போராட்டத்தை திமுக ஆதரிக்கிறது.

இந்தியாவிலே இருந்து சிலநூறு மைல்களுக்கு அப்பால் இருக்கின்ற டீகோகார்சியா தீவிலே இருந்து இந்தியாவுக்கு ஏவுகணை விடுவது என்றால் இந்தியாவைத் தாக்குவது என்றால், அமெரிக்காவுக்குச் சற்றுச் சிரமம் என்ற காரணத்தால் இலங்கைக்கு உதவி, திரிகோணமலையிலே தன்னுடைய கேந்திரத்தை அமைத்து, இந்தியா மீது எந்த நேரத்திலும் தாக்குதலைத் தொடுக்கலாம் என்று திட்டமிட்டு நடத்தப்படுகிற சதிக்கு இலங்கை அரசு இன்றைக்கு உடந்தையாக இருக்கிறது.

அதைத் தடுத்து நிறுத்தவாவது - இந்தியாவைக் காப்பாற்றவாவது - இந்தியாவைக் காப்பாற்ற ஓர் அரணாக இருப்பதன்மூலம் - பொதுவுடைமைப் பூங்காவாம் ரஷியாவின் நட்பைக் காப்பாற்றவாவது - நாம் இன்றைக்கு பொதுவுடைமையிலே அக்கறையுள்ள அத்தனை பேரும் தமிழ் ஈழம் ஒன்று உருவானால்தான் அது இலங்கையிலே சிங்கள, முதலாளித்துவ, ஏகாதிபத்தியத்தை முறியடிக்கின்ற ஒரு நாடாக பக்கத்திலே அமையமுடியும் என்ற அந்தக் கருத்தை ஏற்றுக்கொள்ள வேண்டாமா?

தமிழ் ஈழ விடுதலையைப் பெற்றெடுக்க நாங்கள் ஆயுதம் ஏந்துவோம் என்று சொல்கிறார்கள். எப்படிப்பட்டவர்கள் தெரியுமா? 20 வயது. 25 வயது. 16 வயது. 30 வயதுக்கு மேற்படாத இளைஞர்கள் - அந்த வாலிபப்

பட்டாளம் - வாலிபத்தின் வசந்தத்தை அனுபவிக்கவேண்டிய வயது படைத்தவர்கள் - இன்பத்தைத் துய்க்கவேண்டிய பருவம் கொண்டவர்கள் எல்லாம் ஆயுதம் ஏந்துகிறார்கள். ராணுவத்தின் கையில் பிடிபட்டால், உடனடியாகக் கொல்லக்கூடிய சயனைட் என்ற விஷத்தை நாக்கிலே வைக்கிறார்கள். அடுத்த நொடி, செத்துப்போகிறார்கள்.

அந்த அளவுக்கு உயிரைத் திரணமாக மதித்து இலங்கைத் தமிழ் இளைஞர்கள் அணிவகுத்துப் போராடுகிறார்கள். ராணுவத்தை எதிர்த்துப் போராடுகிறார்கள். அவன் ஆயுதம் தூக்குகிறான். அங்கே அதைத் தவிர அவனுக்கு வேறு வழியில்லை. நம்மால் முடிந்தது அவனை ஆதரிப்பது. அரவணைப்பது. அவன் பெற விரும்புகிற தமிழ் ஈழத்தைப் பெறச் செய்வது.

அந்தத் தமிழ் ஈழத்திலே எந்த சோசலிசக் கொள்கை மலரவேண்டும் என்று அவன் விரும்புகிறானோ, எந்த முதலாளித்துவத்துக்கு எதிரான தொழிலாளர் வர்க்கத்தின் ஆட்சி அமைவதற்காக, பாட்டாளி ஆட்சியை அமைக்க, அந்த நல்ல தமிழ் ஈழத்தை, சமதர்மத் தமிழ் ஈழத்தை உருவாக்க நாம் போராட்டம் நடத்துகிறோம்.

ஒரு திங்களோடு போராட்டம் முடிவுபெற்றுவிடுமா என்றால், நான் உங்களுக்கும் சொல்கிறேன். மத்திய அரசுக்கும் சொல்கிறேன். இலங்கைத் தமிழருக்கு விடிவுகாலம் பிறக்கின்ற வரையில் திமுக தன்னுடைய போராட்டத்தை நிறுத்தாது!

திமுக தலைவர் கருணாநிதி தார்மிக அடிப்படையில் ஆதரவு கொடுத்துக் கொண்டிருக்க, ஈழத் தமிழர்களின் நலனுக்காகப் பொருளாதார ரீதியாக உதவி செய்தார் முதலமைச்சர் எம்.ஜி.ஆர்.

ஒருநாள் விடுதலைப் புலிகள் இயக்கத்தின் ஆலோசகர் ஆண்டன் பாலசிங்கம் எம்.ஜி.ஆரைச் சந்தித்து இயக்கப் பணிகளுக்காக சுமார் ஐந்து கோடி ரூபாய் தேவைப்படுகிறது என்றார். மாநில அரசின் மூலம் ஏதேனும் நிதியுதவி செய்யமுடியுமா? என்று அருகில் இருந்த அமைச்சர் பண்ருட்டி ராமச்சந்திரனிடம் கேட்டார் எம்.ஜி.ஆர்.

'ஈழ மக்கள் துயர் துடைக்கத் திரட்டிய நிதி இருக்கிறது. நான்கு கோடிக்குமேல் இருக்கும். அதைத் தரலாமே' என்றார் பண்ருட்டி ராமச்சந்திரன். எம்.ஜி.ஆரும் சம்மதித்தார். அதன்பிறகு தமிழர் புனர்வாழ்வு அமைப்பின் வாயிலாக நான்கு கோடி ரூபாய் மதிப்பிலான அதிகாரப்பூர்வ வேலைத் திட்டத்தைத் தயார் செய்தனர் விடுதலைப்புலிகள். அதன்படி நான்கு கோடிக்கான காசோலை விடுதலைப் புலிகளிடம் ஒப்படைக்கப்பட்டது.

காதும் காதும் வைத்ததுபோலச் செய்த விஷயம்தான் என்றாலும் பத்திரிகைகள் மோப்பம் பிடித்துவிட்டன. மறுநாள் இந்தியன் எக்ஸ்பிரஸில் அதுதான் தலைப்புச் செய்தி. பற்றிக்கொண்டது நெருப்பு. இலங்கை அதிபர் ஜெயவர்த்தனே, ராஜிவ் காந்தியிடம் சீறினார். பதிலுக்கு ராஜிவ் காந்தி

எம்.ஜி.ஆரைக் கடிந்துகொண்டார். எம்.ஜி.ஆர் பொறுத்துக்கொண்டார். உடனடியாக விடுதலைப் புலிகளிடம் தரப்பட்டிருந்த நான்கு கோடி ரூபாய் காசோலை திரும்பப் பெறப்பட்டது. பிறகு தன்னுடைய சொந்தப் பணத்தில் இருந்து நான்கு கோடி ரூபாயைக் கொடுத்தார் எம்.ஜி.ஆர்.

இலங்கைப் பிரச்னைத் தீர்வு காணும் நோக்கத்துடன் 1985 ஜூன் மாதத்தில் இந்தியப் பிரதமர் ராஜிவ் காந்தி, இலங்கை அதிபர் ஜெயவர்த்தனே இருவரும் டெல்லியில் சந்தித்துப் பேசினர்.

பிறகு இலங்கை ராணுவமும் போராளி இயக்கங்களும் மூன்று மாதங் களுக்குப் போர்நிறுத்தம் செய்துகொண்டு பேச்சுவார்த்தை நடத்தவேண்டும் என்று முடிவு செய்யப்பட்டது.

அதன்படி, 8 ஜூலை 1985 அன்று பூடான் தலைநகர் திம்புவில் பேச்சுவார்த்தை நடந்தது. விடுதலைப் புலிகள், ப்ளொட், ஈபிஆர்எல்எஃப் உள்ளிட்ட போராளி இயக்கங்களின் பிரதிநிதிகள் மற்றும் தமிழர் விடுதலைக் கூட்டணி சார்பில் அமிர்தலிங்கம், சிவ.சிதம்பரம் உள்ளிட்டோர் கலந்து கொண்டனர். ஐந்து நாள்களுக்குப் பேச்சுவார்த்தை தொடர்ந்தது. ஆனால் முடிவுகள் எதுவும் எட்டப்படாமல் தோல்வியில் முடிந்தது.

•

திம்பு பேச்சுவார்த்தை தோல்வி அடைந்ததை அடுத்து சென்னையில் தங்கியிருந்த தமிழீழத் தலைவர்கள் பலரையும் இந்தியாவை விட்டு வெளியேற்ற முடிவெடுத்தது மத்திய அரசு. முக்கியமாக, ஈழத் தந்தை செல்வ நாயகத்தின் மகன் சந்திரஹாசன், விடுதலைப் புலிகள் இயக்கத்தின் ஆலோசகர் ஆண்டன் பாலசிங்கம், தமிழீழ விடுதலை இயக்கத்தின் சத்தி யேந்திரா ஆகியோர் நாடு கடத்தப்பட்டனர். அமெரிக்காவுக்கு நாடு கடத்தப் பட்ட சந்திரஹாசன் மட்டும் அங்கு அனுமதிக்கப்படாததால் பம்பாய்க்குத் திரும்ப அழைத்துவரப்பட்டார்.

மத்திய அரசின் திடீர் முடிவுக்குக் கண்டனம் தெரிவித்தது, கருணாநிதி தலைமையிலான டெஸோ அமைப்பு. மிகப்பெரிய கண்டனப் பேரணி ஒன்றையும் நடத்தியது. நாடு கடத்தும் உத்தரவைத் திரும்பப் பெறவேண்டும் என்பதை வலியுறுத்தி, 30 ஆகஸ்டு 1985 அன்று தமிழ்நாட்டில் ரயில் நிறுத்தப் போராட்டம் நடத்தப்படும் என்று அறிவித்தது டெஸோ.

'அன்றைய தினம் தமிழகத்தில் எந்த ஊரிலாவது ரயில் ஓடினால் அங்கே தமிழன் இல்லை; திமுக செயல்படவில்லை என்று பொருள்' என்றார் கருணாநிதி. ரயில் மறியல் போராட்டத்தைத் தொடர்ந்து சந்திர ஹாசன் மற்றும் ஆண்டன் பாலசிங்கம் மீதான நாடு கடத்தும் உத்தரவுகள் திரும்பப் பெறப்பட்டன.

30 கலைந்தது மேலவை!

23 பிப்ரவரி 1986 அன்று தமிழ்நாட்டில் உள்ளாட்சித் தேர்தல்கள் நடத்தப் பட்டன. நகராட்சிகள், ஊராட்சி ஒன்றியங்கள், நகர பஞ்சாயத்துகள், ஊராட்சிகள் ஆகியவற்றுக்கான தேர்தல். எம்.ஜி.ஆர் உடல் நலம் தேறி மீண்டும் முதலமைச்சர் ஆனபிறகு சந்திக்கும் முதல் தேர்தல் என்பதால் நாடு தழுவிய அளவில் பலத்த எதிர்பார்ப்புகள் இருந்தன. 98 நகர்மன்றங்கள், 382 ஊராட்சி ஒன்றியங்கள், 626 நகரப் பஞ்சாயத்துகள், 12610 ஊராட்சிகள் என்று மிகப்பிரம்மாண்டமான முறையில் உள்ளாட்சித் தேர்தலுக்குத் தமிழ்நாடு தயாராகியிருந்தது.

வழக்கம்போல அஇஅதிமுக - இந்திரா காங்கிரஸ் கூட்டணி ஏற்பட்டது. அஇஅதிமுக சார்பாக அந்தக் கட்சியின் முக்கியத் தலைவர்களான நெடுஞ் செழியன், ராகவானந்தம், ஆர்.எம். வீரப்பன் மூவரும் தேர்தல் பொறுப்பு களைக் கூட்டாகக் கவனித்தனர். திமுக அணியில் இரண்டு இடது சாரிக் கட்சிகளும், முஸ்லிம் லீக், ஃபார்வர்ட் ப்ளாக் ஆகிய கட்சிகளும் இடம்பெற்றன. எம்.ஜி.ஆர் மீண்டும் களத்துக்கு வந்துவிட்டதால் திமுக கூடுதல் எச்சரிக்கையுடன் தேர்தலை எதிர்கொள்ளத் தயாரானது. பிரசாரக் குழுவில் வை. கோபால்சாமி, எஸ்.எஸ். தென்னரசு போன்ற தலைவர் களுக்குக் கூடுதல் முக்கியத்துவம் தரப்பட்டது.

தேர்தல்கள் முடிந்தன. முடிவுகள் அறிவிக்கப்பட்டபோது எம்.ஜி.ஆருக்கு அதிர்ச்சி காத்திருந்தது. தேர்தல் நடைபெற்ற 97 நகராட்சிகளில் 64 இடங்களை திமுக கைப்பற்றியிருந்தது. அஇஅதிமுகவுக்கு வெறும் 11 இடங்களே கிடைத்தன. காங்கிரஸுக்கு 11, மார்க்சிஸ்ட் கம்யூனிஸ்டுக்கு 4, ஜனதாவுக்கு 2, முஸ்லிம் லீக்குக்கு 1, சுயேட்சைகளுக்கு 4 என்ற அளவில் தேர்தல் முடிவுகள் வந்திருந்தன. நகர்மன்றங்கள் தவிர, ஊராட்சி - பேரூராட்சி ஒன்றியங்களிலும் திமுக கூட்டணிக்கு வெற்றி கிடைத்திருந்தது.

1980 தேர்தலுக்குப் பிறகு எம்.ஜி.ஆர் தலைமையில் அஇஅதிமுகவுக்குக் கிடைத்த முக்கியத் தோல்வி இது என்று ஊடகங்கள் எழுதின. இந்தத் தோல்வி

முதலமைச்சர் எம்.ஜி.ஆரை உரத்த சிந்தனைக்கு ஆழ்த்தியது. தோல்விக்குக் காரணம் சில அமைச்சர்கள்தான் என்று நினைத்து, அவர்களுக்கு அதிர்ச்சி வைத்தியம் கொடுக்கும் வகையில் முதலமைச்சர் பதவியில் இருந்து ராஜினாமா செய்வதாக அறிவித்தார். பத்திரிகைகளில் வெளியான அந்தச் செய்தி அரசியல் வட்டாரத்தில் பரபரப்பைக் கிளப்பியது. பிறகு மூத்த தலைவர்களின் சமாதானத்துக்குப் பிறகு ராஜினாமா முடிவு திரும்பப் பெறப்பட்டது.

அடுத்தடுத்த சில அரசியல் மாற்றங்கள் நடந்தன. சட்டமன்ற மேலவையில் இடம்பெற்றிருந்த நான்கு உறுப்பினர்களின் பதவிக்காலம் முடிவடைய இருந்ததால் அதற்குத் தேர்தல் அறிவிக்கப்பட்டது. பட்டதாரிகளும் ஆசிரியர்களும் வாக்களித்துத் தேர்வு செய்து உறுப்பினர்களை அனுப்பக்கூடிய தேர்தல். அந்த நான்கு இடங்களிலும் கடந்த முறை அஇஅதிமுகவே வெற்றி பெற்றிருந்தது. ஆனால் தேர்தல் முடிந்த பிறகு அந்த நான்கு இடங்களையும் இழந்திருந்தது அஇஅதிமுக. திமுகவுக்கு இரண்டு தொகுதிகளில் வெற்றி கிடைத்தது. மற்ற இரண்டு தொகுதிகளில் சுயேச்சை வேட்பாளர்கள் வெற்றிபெற்றனர். ஆக, அஇஅதிமுக மீண்டும் ஒரு தோல்வியைச் சந்தித்திருந்தது.

அடுத்து, மேலவைக்கு ஆளுநரால் நியமிக்கப்பட்ட மூன்று உறுப்பினர்களின் பதவிக்காலம் முடிவுக்கு வர இருந்தது. அமைச்சரவை பரிந்துரை செய்யும் மூவரை மேலவை உறுப்பினர்களாக ஆளுநர் நியமிக்கமுடியும். அஇஅதிமுக அரசு பரிந்துரை செய்த மூன்று பேரில் ஒருவர், பிரபல நடிகை வெண்ணிற ஆடை நிர்மலா. (எம்.ஜி.ஆரின் வழக்கறிஞர் என்.சி. ராகவாச்சாரி மற்றும் ஜி. சுவாமிநாதன் ஆகியோரும் நியமிக்கப்பட்டிருந்தனர்)

எம்.ஜி.ஆருடன் பல படங்களில் நடித்தவர். ரகசிய போலீஸ் 115, ஊருக்கு உழைப்பவன், மீனவ நண்பன் போன்ற படங்களில் நடித்தவர். இதயக்கனி படத்தில் எம்.ஜி.ஆருக்காக ஒற்றைப் பாடலுக்கும் ஆடியிருந்தார். பொருளாதார ரீதியாக பலவீனப்பட்டிருந்த அவரைக் கைதூக்கிவிட நினைத்தார் எம்.ஜி.ஆர். வாய்ப்பு கொடுத்தார். அவரும் மேலவைக்கு நியமிக்கப்பட்டார்.

இந்த இடத்தில்தான் இன்னொரு பிரச்னை வந்தது. நடிகை வெண்ணிற ஆடை நிர்மலா கடன் பிரச்னை காரணமாக ஏற்கெனவே திவால் நோட்டீஸ் கொடுத் திருந்தார். ஆகவே மக்கள் பிரதிநிதித்துவச் சட்டப்படி அவரை மேலவைக்கு நியமித்தது செல்லாது என்று அறிவிக்க வேண்டும் என்று நீதிமன்றத்தில் வழக்கு தொடரப்பட்டது. திவாலான ஒரு நபரை எப்படி எந்தவித விசா ரணையும் நடத்தாமல் ஆளுநர் நியமனம் செய்தார் என்று கேள்விகேட்டுப் பத்திரிகைகள் தோண்டித் துருவ ஆரம்பித்துவிட்டன.

பெரிய அளவிலான தொகையைக் கடன் பாக்கி வைத்திருக்கிறார் நிர்மலா என்று தெரிந்ததும் நீதிமன்றத்தில் அவர் சார்பாக முதலில் ஏழு லட்சம் ரூபாய் கட்டப்பட்டது. பிறகு மூன்று லட்ச ரூபாய் கட்டப்பட்டது. பணம் கட்டியது

யார் என்ற கேள்வி பகிரங்கமாக எழுப்பப்பட்டபோது வெண்ணிற ஆடை நிர்மலாவிடம் இருந்து ராஜினாமா கடிதம்தான் பதிலாக வந்தது.

மேலவையில் திமுகவின் பலம் உயர்ந்தது. இதன்மூலம் மேலவை எதிர்க் கட்சித் தலைவராக கருணாநிதி வரப்போகிறார் என்று ஊடகங்கள் எழுதின. கருணாநிதியும் அதை ஆமோதித்தார். இதற்கிடையே 13 மே 1986 அன்று சட்டமன்ற மேலவை முற்றிலுமாக நீக்கிவிடலாம் என்பதற்கான மசோதா தாக்கல் செய்யப்படக்கூடும் என்று பத்திரிகைகள் செய்தி வெளியிட்டன.

தமிழக அரசின் இந்த முடிவுக்கு அரசியல் கட்சிகள் தங்களுடைய எதிர்ப்பைப் பதிவு செய்தன. திராவிடர் கழகம், இந்திய கம்யூனிஸ்ட் கட்சி ஆகியவையும் எதிர்ப்பு தெரிவித்தன. மேலவையை ஒட்டுமொத்தமாக நீக்கிவிடும் நடவடிக்கையை கருணாநிதி கடுமையாக எதிர்த்தார். 'நான் மேலவை எதிர்க்கட்சித் தலைவராக வருவதைத் தடுக்கவே மேலவை நீக்கப்படுகிறது என்றால் நான் என் பதவியை ராஜினாமா செய்கிறேன்' என்றார்.

14 மே 1986 அன்று சட்ட மேலவையை கலைப்பதற்கான தீர்மானத்தை சட்டப்பேரவையில் அஇஅதிமுக அரசு கொண்டு வந்தது. அப்போது சட்டப் பேரவையில் 2 இடங்கள் காலியாக இருந்தன. அவையில் நியமன உறுப் பினரையும் சேர்த்து 233 உறுப்பினர்கள் இருந்தனர். மேலவைக் கலைப்புத் தீர்மானம் வெற்றி பெற மூன்றில் இரண்டு பங்கு ஆதரவு (156 உறுப்பினர் கள்) ஆதரவு தேவைப்பட்டது.

அ.தி.மு.க.வுக்கு 129 உறுப்பினர்களும், காங்கிரஸ் கட்சிக்கு 62 உறுப்பினர்களும் இருந்ததால் தீர்மானம் எளிதாக வெற்றி பெறும் என எதிர்பார்க்கப்பட்டது. ஆனால், தீர்மானத்தை ஆதரிப்பதா, எதிர்ப்பதா என காங்கிரஸ் கட்சி கடைசி நேரம் வரை முடிவெடுக்கவில்லை. அவையில் மேலவையைக் கலைக்கக் கோரும் தீர்மானத்தின் மீது பேசிய காங்கிரஸ் உறுப்பினர் என்.எஸ்.வி. சித்தன், 'மேலவை ஒழிக்கப்பட நிறைய காரணங்கள் உள்ளன. எனினும், தொடர்ந்து செயல்படுவதற்கும் நியாயங்கள் உள்ளன. மேலவை தேவை இல்லை என்று 1955-ம் ஆண்டு சிம்லாவில் நடைபெற்ற சபாநாயகர்கள் மாநாடு வலியுறுத்தியுள்ளது. ஆனால், இப்போது மேலவையைக் கலைப்பதற்காகத் தீர்மானம் கொண்டு வந்துள்ள காலமும், சூழ்நிலையும் ஏற்புடையதாக இல்லை. எனவே, தீர்மானத்தை நிறைவேற்று வதில் எங்களை நாங்கள் சம்பந்தப்படுத்திக்கொள்ள விரும்பவில்லை' என்றார்.

இறுதியில் காங்கிரஸ் கட்சி உறுப்பினர்கள் வாக்கெடுப்பில் கலந்து கொள்ளாமல் அவையை விட்டு வெளியேறினர். இதனால் காங்கிரஸ் கட்சி இல்லாத நிலையில் 161 பேர் வாக்கெடுப்பில் பங்கேற்றனர். அதில், மூன்றில் இரண்டு பங்கு என்ற அளவில் 118 உறுப்பினர்களின் ஆதரவு கிடைத்தாலே தீர்மானம் வெற்றி பெறும் என்ற நிலை ஏற்பட்டது. 136 உறுப்பினர்களின் ஆதரவுடன் தீர்மானம் வெற்றி பெற்றது.

ஒருவேளை, தீர்மானத்துக்கு ஆதரவும் தெரிவிக்காமல், எதிர்ப்பும் தெரிவிக்காமல் நடுநிலை வகிப்பது என்ற முடிவோடு காங்கிரஸ் கட்சி அவையில் இருந்திருந்தால், தீர்மானம் வெற்றி பெற 156 பேர் ஆதரவு தேவை என்ற நிலை ஏற்பட்டிருக்கும். மேலவையைக் கலைக்கக் கோரும் தீர்மானம் மூன்றில் இரண்டு பங்கு ஆதரவு இன்றி தோல்வி அடைந்திருக்கும்.

எனினும், மேலவைக் கலைக்கப்பட வேண்டும் என்ற அஇஅதிமுகவின் நிலைப்பாட்டுக்கு அன்று காங்கிரஸ் கட்சி துணைபோனது. ஒருவழியாக, மேலவை நீக்கப்பட்டது!

அஇஅதிமுக அரசின் இந்த அதிரடி நடவடிக்கைளுக்கு அரசியல் கட்சிகள் மத்தியிலும் ஊடகங்கள் மத்தியிலும் பலத்த எதிர்ப்பு எழுந்தது. எம்.ஜி.ஆர் அரசின் சிகரமான சாதனை என்று கேலிசெய்தது கல்கி வார இதழ்.

இந்தச் சமயத்தில் தமிழக ஆளுநர் குரானா திடீர் சர்ச்சையைக் கிளப்பினார். முதலமைச்சர் எம்.ஜி.ஆருக்கு அவர் எழுதிய கடிதத்தில், 'நீங்கள் செயல்படவில்லை. சட்டப்படி செயல்படவில்லை. அமைச்சரவைக் கூட்டங்களைக் கூட்டுவதில்லை. முக்கிய முடிவுகளை எனக்கு அவ்வப்போது தெரிவிப்பதில்லை. நான் பத்திரிகைகளைப் பார்த்துதான் எல்லாவற்றையும் தெரிந்துகொள்ள வேண்டியிருக்கிறது. தமிழக அரசில் என்ன நடக்கிறது என்பதைப் பொறுத்து, நான் இருட்டிலே ஆழ்த்தப்பட்டிருக்கிறேன்' என்று கூறியிருந்தார் குரானா.

பத்திரிகைகளும் எம்.ஜி.ஆருக்கு எதிரான செய்திகளை வெளியிட்டுக் கொண்டிருந்தன. 3 ஜூலை 1986 அன்று வெளியான ஸ்டேட்ஸ்மென் இதழ், 'ஆட்சி நடத்தும் திறனை இழந்துவிட்ட ஒரு கட்சி, தமிழ்நாட்டு மக்களுக்குத் தொடர்ந்து இழைத்துவரும் தன்மைகளை மத்திய அரசு கண்டும் காணாமலும் கேட்டுக்கொள்ளாமலும் இருக்கிறது. நிர்வாகமே முழுமையாகச் சீர்குலைந்து எம்.ஜி.ஆரின் செல்வாக்கும் அதிகாரமும்கூட ஒரேயடியாகச் சரிந்துவிட்டது' என்று எழுதியது.

12 ஜூலை 1986 தேதியிட்ட ப்ளிட்ஸ் இதழ், 'சமூக ரீதியாகவும் பொருளாதார ரீதியாகவும் தமிழ்நாடு குழப்பத்தில் ஆழ்ந்துள்ளது. தனது கட்சியும் தமிழ் மாநிலமும் கெட்டுக் குட்டிச் சுவராகிக் கொண்டிருக்கும்போது எம்.ஜி.ஆர் வீடியோவில் சினிமாக்கள் பார்த்துக்கொண்டும் கம்ப்யூட்டர்களில் விளையாடிக் கொண்டும் இருக்கிறார்' என்று எழுதியது.

•

மேலவை கலைப்புக்குச் சில தினங்களுக்கு முன்னால்தான் 4 மே 1986 அன்று ஈழத்தமிழர் விவகாரம் குறித்த கலந்து உரையாடலுக்கு தேசிய அளவில் இருக்கும் அரசியல் கட்சிகளின் தலைவர்களுக்கு அழைப்பு விடுத்திருந்தது டெஸோ. அதில் அமிர்தலிங்கம், விடுதலைப் புலிகளின் திலகர், டெலோ மதி, புரோடெக் சந்திரஹாசன், ஈரோஸ் ரத்தினசபாபதி,

ஈபிஆர்எல்எஃப் வரதராஜ பெருமாள், ப்ளொட் வாசுதேவர் ஆகியோர் ஈழத்தமிழர்களின் பிரதிநிதிகளாகக் கலந்துகொண்டனர்.

இந்திய அரசியல் கட்சிகளின் சார்பாக வாஜ்பாய், பகுகுணா, ஜஸ்வந்த் சிங், என்.டி. ராமாராவ், தமிழ்நாடு அரசியல் கட்சிகளின் சார்பாக க. அன்பழகன், கி. வீரமணி, பழ.நெடுமாறன், அய்யணன் அம்பலம், அப்துல் சமது, முரசொலி மாறன், வை. கோபால்சாமி உள்ளிட்டோர் கலந்து கொண்டனர்.

கடந்த சில மாதங்களாக ஈழப்போராளிகளுக்கு இடையே நடந்து கொண்டிருக்கும் மோதல்கள் இறுதி இலக்கைச் சிதைத்துவிடும் என்று அனைத்துக் கட்சித் தலைவர்களும் போராளிகளுக்கு அறிவுரை வழங்கினர். இதனையடுத்து அனைத்து இயக்கத்தினரும் ஒற்றுமையுடன் செயல்படுவதாக உறுதிமொழி கொடுத்தனர். டெஸோ சார்பில் மாநாடு ஒன்றும் மதுரையில் கூட்டப்பட்டது. பத்து லட்சத்துக்கும் மேற்பட்டோர் கலந்துகொண்ட மாநாடு ஈழத் தமிழர்கள் மீதும் போராளி இயக்கத்தினர் மீதும் தமிழக மக்கள் வைத்திருக்கும் அன்பை வெளிப்படுத்தும் வகையில் அமைந்தது.

அந்த நம்பிக்கையைக் குலைக்கும் வகையில் மாநாடு நடந்த மறுநாளே டெலோ இயக்கத் தலைவர் சபாரத்னம் விடுதலைப் புலிகள் இயக்கத்தாரால் படுகொலை செய்யப்பட்டார். இது திமுக தலைவர் கருணாநிதியை மிகவும் அதிருப்தியடையச் செய்தது. ஈழப் பிரச்னை தீர்க்கப்படாததற்குக் காரணம் போராளிகளுக்கு இடையேயான சகோதரச் சண்டை என்று கருணாநிதி அடிக்கடிக் கூறுவதற்கு இந்தச் சம்பவம் முக்கியக்காரணம். ஆனாலும் இலங்கையில் கொன்று குவிக்கப்படும் தமிழர்களுக்கு ஆதரவாகத் தொடர்ந்து போராட்டத்தில் ஈடுபட்டது திமுக. 31 மே 1986 அன்று தமிழகம் முழுக்க முழு அடைப்பு நடத்தி, கறுப்புச் சின்னங்களை அணிந்து, கண்டன ஊர்வலங்களையும் பொதுக்கூட்டங்களையும் நடத்தியது திமுக.

3 ஜூன் 1986. திமுக தலைவர் கருணாநிதியின் பிறந்தநாள். சென்னை கலைவாணர் அரங்கில் விழா நடத்தப்பட்டது. அங்கே ஒரு உண்டியல் வைக்கப்பட்டது. பிறந்த நாளுக்கு நிதி கொடுக்க விரும்புபவர்கள், மாலை போட நினைப்பவர்கள், பொன்னாடை போர்த்த எண்ணுபவர்கள் அனைவரும் அதை நிதியாகக் கொடுக்குமாறு கேட்டுக்கொள்ளப்பட்டனர். காரணம், அந்த நிதியை ஈழத்தமிழர்களுக்குப் பயன்படுத்த விரும்பினார் கருணாநிதி.

அதன்படியே உண்டியலில் இரண்டு லட்சத்து எழுபத்தைந்தாயிரம் ரூபாய் திரண்டது. அந்த நிதியைப் போராளி இயக்கங்களுக்குப் பகிர்ந்து கொடுப்பது என திமுக பொதுக்குழுவில் முடிவு செய்யப்பட்டது. அதன்படி, விடுதலைப் புலிகளால் கொல்லப்பட்ட சபா ரத்தினம் குடும்பத்துக்கு 25000 ரூபாயைக் கொடுத்துவிட்டு, எஞ்சியுள்ள நிதியில் விடுதலைப்புலிகள், டெலோ, ஈபிஆர்எல்எப், ஈரோஸ் ஆகியோருக்கு தலா ஐம்பதாயிரம் கொடுப்பது என தீர்மானிக்கப்பட்டது.

மற்ற அமைப்பினர் அனைவரும் நிதியை வாங்கிக்கொண்டனர். ஆனால் எம்.ஜி.ஆரிடம் இருந்து கோடிகளில் பணத்தை வாங்கிக்கொண்ட விடுதலைப் புலிகள், திமுக தலைவர் கொடுக்க விரும்பிய நிதியை இறுதி வரை வாங்கிக்கொள்ளவில்லை. அதன்பிறகு அந்த நிதி மற்ற போராளி இயக்கங்களுக்குப் பகிர்ந்து கொடுக்கப்பட்டது.

ஈழத்தமிழர் பிரச்னை, இந்தித் திணிப்பு போன்றவை திராவிட இயக்கங்களின் பாதையைத் தீர்மானிக்கும் விஷயங்கள் என்பது அடிக்கடி நிரூபிக்கப்பட்ட ஒன்று. ஈழத்தமிழர் விவகாரம் தொடர்பாக திமுகவும் அஇஅதிமுக அரசும் சில பணிகளைச் செய்துகொண்டிருந்த சமயத்தில் திடீரென இந்தித் திணிப்பு விவகாரம் எழுந்தது. 1986 செப்டெம்பரில் மத்திய அரசு சுற்றறிக்கை ஒன்றை அனுப்பியது. மத்திய அரசு ஊழியர்கள் அனைவரும் இந்தி மொழியில்தான் கையெழுத்து போடவேண்டும்; இந்தி வாரம் கொண்டாடப்படவேண்டும் என்பன போன்ற இந்தித் திணிப்பு உத்தரவுகளைப் பிறப்பித்தது அந்தச் சுற்றறிக்கை.

மீண்டும் நுழையப் பார்க்கும் இந்தித் திணிப்புக்கு எதிராகக் களத்தில் இறங்கியது திமுக. இந்தி எதிர்ப்புப் பேரணிகள், போராட்டங்கள், ஊர்வலங்கள், கறுப்புக்கொடி ஆர்ப்பாட்டங்கள் என்று தொடர்ச்சியாக நடத்தப்பட்டன. இந்திய அரசியலமைப்புச் சட்டத்தின் மொழிப்பிரிவு நகலைக் கொளுத்துவது, இந்தி ஆதிக்க எதிர்ப்பு மாநாட்டை நடத்துவது என்று திமுக முடிவு செய்தது.

நவம்பர் 1986 அன்று க. அன்பழகன் தலைமையில் அரசியல் சட்ட நகல் கொளுத்தும் போராட்டம் மாநிலம் தழுவிய அளவில் தொடங்கியது. அதில் ஈடுபட்ட திமுகவினர் பலரும் கைதாகினர்.

போராட்டம் குறித்து சட்டமன்றத்தில் பிரச்னை எழுப்பினார் காங்கிரஸ் உறுப்பினர் என்.எஸ்.வி. சித்தன்.

அப்போது 'வானளாவிய அதிகாரம் கொண்ட' சபாநாயகராக இருந்த பி.ஹெச். பாண்டியன், அரசியல் சட்டத்தின் நகலை எரித்த காரணத்துக்காக திமுக சட்டமன்ற உறுப்பினர்களான க. அன்பழகன், பொன்னுரங்கம், சு. பாலன், அ. செல்வராசன், பரிதி இளம்வழுதி, இரா. சின்னச்சாமி, கோவை மு. ராமநாதன் ஆகிய ஏழு சட்டமன்ற உறுப்பினர்களும் சட்டமன்ற உறுப்பினருக்கான தகுதியை இழந்து விட்டதாகத் தீர்ப்பு கூறினார். அந்தத் தீர்ப்பை ஆளுநருக்கும் தேர்தல் ஆணையத்துக்கும் அனுப்ப இருப்பதாக அறிவித்தார்.

இதுபற்றிக் கேள்வி எழுப்பிய திமுக உறுப்பினர்களுக்கு பேச அனுமதி மறுக்கப்பட்டது. பதவி பறிக்கப்பட்டாலும் போராட்டம் தொடரும் என்றார் கருணாநிதி. அதன்படி மேலும் பல இடங்களில் அரசியல் சட்ட நகல் எரிப்பு தொடர்ந்தது. போராட்டத்தில் ஈடுபட்ட கருணாநிதி, வை. கோபால்சாமி, ஆற்காடு வீராசாமி, கோ.சி. மணி உள்ளிட்ட பலரும் கைது செய்யப்பட்டனர்.

அரசியல் கைதியான கருணாநிதிக்கு சிறைக்குள் குற்றவாளிகளுக்கான உடைகள் தரப்பட்டன. கருணாநிதியை விடுதலை செய்யக்கோரி தீக்குளிப்பு, விஷம் சாப்பிடுதல் போன்ற முறைகளில் சில திமுகவின் தற்கொலை செய்துகொண்டனர்.

ஒருபக்கம் போராட்டம் வலுத்துக்கொண்டிருக்க, தமிழ்நாடு சட்டமன்றத்தில் திமுக சட்டமன்ற உறுப்பினர்கள் மீது நடவடிக்கை எடுக்கப்பட்டது. அரசியல் சட்ட நகலை எரித்த காரணத்துக்காக பத்து திமுக சட்டமன்ற உறுப்பினர்களின் பதவிகள் பறிக்கப்பட்டுவிட்டது என்ற தீர்மானத்தை இரா. நெடுஞ்செழியன் முன்மொழிய, பிறகு அது நிறைவேற்றப்பட்டது. பதவி பறிக்கப்பட்டதைவிட அதற்கான தீர்மானத்தை நெடுஞ்செழியன் முன்மொழிந்தது தான் வேதனைக்குரியது என்றார் திமுக தலைவர் கருணாநிதி.

31. இந்திய அமைதி காக்கும் படை

எப்போதுமே விடுதலைப்புலிகளுக்கு ஆதரவாக இருக்கும் அஇஅதிமுக அரசு திடீரென அவர்களுக்கு எதிரான அதிரடி நடவடிக்கை ஒன்றை எடுத்தது. அதன் பெயர், ஆபரேஷன் டைகர். 1986 நவம்பர் மாதத்தில் கர்நாடக மாநிலம் பெங்களூரில் சார்க் உச்சி மாநாடு நடப்பதாக அறிவிப்பு வெளியானது.

அப்போது மத்திய அரசிடம் இருந்து எம்.ஜி.ஆருக்கு ஒரு ரகசியக் கோரிக்கை வந்தது. தமிழ்நாட்டில் இருக்கும் போராளி இயக்கங்களிடம் இருக்கும் ஆயுதங்களை உடனடியாகக் கைப்பற்றிவிடுங்கள். சார்க் மாநாட்டில் இலங்கை அதிபர் ஜெயவர்த்தனே கலந்துகொள்வதால் அசம்பாவிதம் ஏதும் நடந்துவிடாமல் இருக்க இது ஒரு முன்னெச்சரிக்கை நடவடிக்கை.

8 நவம்பர் 1986 அன்று தமிழ்நாட்டில் எந்தெந்த மாவட்டங்களில், எங்கெல்லாம் போராளிகள் முகாம் அமைத்துத் தங்கியிருக்கிறார்கள் என்ற பட்டியலைக் கையில் எடுத்துக்கொண்டார் உளவுத்துறை அதிகாரி மோகன்தாஸ். அதிரடியாக வியூகங்கள் வகுக்கப்பட்டன. அதில் பிரபாகரன், ஆண்டன் பாலசிங்கம் உள்ளிட்ட போராளி இயக்கத்தின் முக்கியத் தலைவர்கள் கைது செய்யப்பட்டனர். புகைப்படங்கள், கைரேகைகள் எடுக்கப்பட்டன. பிறகு விடுவிக்கப்பட்டனர்.

சில தினங்கள் கழித்து பிரபாகரனும் பாலசிங்கமும் உளவுத்துறை அதிகாரிகளால் பெங்களூருக்கு அழைத்துச் செல்லப்பட்டனர். அங்கே மத்திய அமைச்சர் நட்வர் சிங், இலங்கைக்கான இந்தியத் தூதர் ஜே.என். தீட்சித், வெளியுறவுத்துறைச் செயலர் ஏ.பி. வெங்கடேஸ்வரன் ஆகியோர் இருந்தனர்.

16 நவம்பர் 1986 அன்று இலங்கைப் பிரச்னைக்கான தீர்வாக இந்திய அரசு முன்வைத்த திட்டங்களைப் பற்றி பிரபாகரனிடம் பேசினார் தீட்சித். கிழக்கு மாகாணத்தை மூன்றாகப் பிரிக்கும் திட்டத்தைப் பற்றி விளக்கமாக எடுத்துச் சொன்னார். ஆனால் பிரபாகரன் சம்மதிக்கவில்லை. தமிழரின் தாயகத்தைப்

பிரிக்கவும் முடியாது; பிரிக்கவும் விடமாட்டோம் என்று திட்டவட்டமாகச் சொல்லிவிட்டார் பிரபாகரன். பிறகு கிழக்கு பிராந்தியத்தின் மூன்றில் ஒரு பகுதியும் வடக்கு பிராந்தியமும் இணைந்து உருவாகும் மாநிலத்துக்குப் பிரபாகரனை முதலமைச்சராக்குவதாக ஒரு யோசனை கூறப்பட்டது. அதையும் பிரபாகரன் நிராகரித்துவிட்டார்.

பிறகு வெளியுறவுத்துறை செயலாளர் ஏ.பி. வெங்கடேஸ்வரன் பேசிப் பார்த்தார். சார்க் மாநாடு நடக்கும் சமயத்தில் இந்தியாவின் தலையீட்டால் இலங்கைப் பிரச்னை தீர்க்கப்படுமானால் அது ராஜிவ் காந்தியின் ராஜதந்திரத்துக்குக் கிடைத்த வெற்றியாகும். கிழக்கு மாகாணத்தைப் பிரிப்பது ஒன்றும் நிரந்தரமான ஒன்றல்ல; தாற்காலிகமானதே; ஆகவே, இப்போதைக்கு சம்மதம் சொல்லுங்கள் என்றார் வெங்கடேஸ்வரன். 'ராஜிவ்காந்தியைத் திருப்திப்படுத்துவதற்காக எங்களுடைய விடுதலைப் போராட்டத்தை விற்கமுடியாது' என்று சொல்லிவிட்டார் பிரபாகரன்.

முதலமைச்சர் எம்.ஜி.ஆர் பெங்களூருக்கு அழைக்கப்பட்டார். அவருக்கும் பிரபாகரனுக்கும் இடையே பேச்சுவார்த்தைகள் தொடங்கின. கூடவே அமைச்சர் பண்ருட்டி ராமச்சந்திரனும் இருந்தார். அப்போது இலங்கை பற்றியும் அதில் தமிழர்கள் வசிக்கும் பகுதிகள் பற்றியும் எம்.ஜி.ஆர் தன் சந்தேகங்களைக் கேட்டார்.

தமிழர்கள் வசிக்கும் இடம் தமிழர்களுக்குச் சொந்தம், சிங்களர்கள் வசிக்கும் இடம் சிங்களர்களுக்குச் சொந்தம். இதுதானே இந்திய அரசின் வாதம்? அப்படியானால், வடக்குக் கிழக்கு, தென் இலங்கை, கொழும்பு ஆகிய இடங்களில் எல்லாம் பெரும்பான்மையாக வசிப்பவர்கள் யார் என்பதுதான் எம்.ஜி.ஆர் தெரிந்துகொள்ள விரும்பியது. எல்லா கேள்விகளுக்கும் 'தமிழர்கள்தான்' என்ற பதிலையே சொன்னார் பண்ருட்டி ராமச்சந்திரன்.

'இவர் சொல்வதுபடி பார்த்தால் மொத்த இலங்கையும் தமிழர்களுக்குத்தானே சொந்தம்? எதற்காக தமிழர்களின் நிலத்தைப் பிரிக்கவேண்டும்? புலிகளுக்கு அல்லவா முழு இலங்கையையும் கொடுக்கவேண்டும்? இந்தியாவின் யோசனையை ஏற்கமுடியாது என்று நீங்கள் கருதினால் ஏற்கவேண்டாம். நான் வற்புறுத்த மாட்டேன். புறப்படுங்கள்' என்று பிரபாகரனிடம் சொல்லி விட்டுப் புறப்பட்டுவிட்டார் எம்.ஜி.ஆர். அவருக்குத் தெரியாமல் பிரபாகரனை நோக்கிவந்த பண்ருட்டி ராமச்சந்திரன், 'முழு இலங்கையையும் புலிகளுக்குக் கொடுக்கவேண்டும் என்று எம்.ஜி.ஆர் சொன்னதைப் பத்திரிகையாளர்களிடம் சொல்லவேண்டாம்' என்று கேட்டுக்கொண்டார்.

இந்தியாவின் திட்டத்துக்கு ஒத்துழைப்பு தராததால் தமிழ்நாட்டில் இருக்கும் விடுதலைப் புலிகள் இலங்கையில் இருக்கும் போராளிகளுடன் தொடர்பு கொள்வதைத் தடை செய்ய முடிவு செய்தது மத்திய அரசு. அதன்படி அவர்களுடைய தகவல் தொடர்புச் சாதனங்கள் பறிமுதல் செய்யப்பட்டன. ஆணி வேரையே அசைத்துவிட்டதாக அதிருப்தி அடைந்தார் பிரபாகரன்.

பெங்களூரில் இருந்து சென்னை திரும்பியதும் அரசு தங்களிடம் இருந்து பறித்துக் கொண்ட ஆயுதங்களைத் திரும்பத் தரவேண்டும் என்று உண்ணா விரதம் இருந்தார் பிரபாகரன்.

உண்ணாவிரதம் பற்றிக் கேள்விப்பட்ட முதலமைச்சர் எம்.ஜி.ஆர், உடனடியாக ஆயுதங்களைத் திரும்ப ஒப்படைக்க உத்தரவிட்டார். மற்ற இயக்கங்களிடம் இருந்து கைப்பற்றிய ஆயுதங்களும் விடுதலைப் புலிகளிடமே தரப்பட்டன. மொத்தம் நாற்பது கோடி ரூபாய் மதிப்பு கொண்ட ஆயுதங்கள் அவை. அதன் பிறகு திராவிடர் கழகப் பொதுச் செயலாளர் கி. வீரமணி வந்து பிரபாகரனின் உண்ணாவிரதப் போராட்டத்தை முடித்துவைத்தார்.

24 ஜூலை 1987. இலங்கையில் இருந்த விடுதலைப் புலிகள் தலைவர் பிரபாகரனை அவசரம் அவசரமாக டெல்லிக்கு அழைத்துவந்தனர் இந்திய அதிகாரிகள். காரணம், இந்தியப் பிரதமர் ராஜிவ் காந்தி இலங்கை அதிபர் ஜெயவர்த்தனே இடையிலான ஒப்பந்தம் தொடர்பாக பிரபாகரனுடன் பேச்சு வார்த்தை நடத்த விரும்பினார் ராஜிவ் காந்தி.

டெல்லி அசோகா ஹோட்டலில் தங்கவைக்கப்பட்ட பிரபாகரனிடம் ஒப்பந்தம் குறித்துப் பேசினார் ஜே.என். தீட்சித். அப்போது விரைவில் கையெழுத்தாக இருக்கும் ராஜிவ் - ஜெயவர்த்தனே ஒப்பந்தத்தை ஏற்றுக் கொள்ளவேண்டும் என்று பிரபாகரனை வற்புறுத்தினார். அப்படி ஒப்புக் கொள்ளாத பட்சத்தில் அபாயகரமான விளைவுகளைச் சந்திக்கவேண்டும் என்று மிரட்டினார்.

அந்த ஒப்பந்தத்தில் இருந்த பல அம்சங்கள் பிரபாகரனுக்கு அதிருப்தியைக் கொடுத்தன. அரசியல் அதிகாரங்கள் அனைத்தும் மத்திய அரசின் வசம் குவிந்து கிடப்பது, மாகாண சட்டசபையைக் கலைக்கும் அதிகாரம் அதிபருக்கு இருப்பது போன்றவற்றை பிரபாகரன் ஏற்கவில்லை. முக்கியமாக, ஒப்பந்தம் கையெழுத்தாகி மூன்று தினங்களுக்குள் ஆயுதங்கள் அனைத்தையும் இந்திய ராணுவத்திடம் ஒப்படைக்கவேண்டும் என்பதை பிரபாகரன் ஏற்கவில்லை.

எந்தக் காரணத்துக்காகவும் குறைபாடுகள் உள்ள இந்த ஒப்பந்தத்தை ஏற்கமுடியாது என்று திட்டவட்டமாகச் சொல்லிவிட்டார் பிரபாகரன். பல அதிகாரிகள் பேச்சுவார்த்தை நடத்தியும் பிரபாகரன் இறங்கிவரவில்லை. கடைசி ஆயுதமாக முதலமைச்சர் எம்.ஜி.ஆரைக் கொண்டு பேச்சுவார்த்தை நடத்தத் தயாரானது மத்திய அரசு. அதன்படி 26 ஜூலை 1987 அன்று டெல்லி வந்த எம்.ஜி.ஆரிடம் பிரபாகரன் உள்ளிட்டோர் அழைத்துச்செல்லப்பட்டனர். ஒப்பந்தம் பற்றி எம்.ஜி.ஆரிடம் விளக்கிய ஜே.என். தீட்சித், விடுதலைப் புலிகளைத் தவிர மற்ற போராளி இயக்கங்கள் அத்தனையும் ஒப்புக் கொண்டுவிட்டன என்பதையும் சொன்னார். பிறகு தீட்சித்தை அறையில் இருந்து வெளியே அனுப்பிவிட்டு பிரபாகரன், பாலசிங்கம், யோகி மூவரிடமும் பேசினார் எம்.ஜி.ஆர்.

'இலங்கை அரசுக்கு அனைத்து அதிகாரங்களையும் வாரி வழங்கும் இந்த ஒப்பந்தத்தில் கையெழுத்திட முடியாது. இந்திய அச்சுறுத்தல்களுக்குப் பயந்து தமிழ் மக்களின் உரிமைகளை விட்டுக்கொடுக்க முடியாது' என்று திட்டவட்டமான குரலில் மூவரும் பேசினர். அப்படியானால் பிரபாகரன் எடுக்கும் முடிவுக்குத் தன்னுடைய ஆதரவு உண்டு என்று சொல்லிவிட்டுப் புறப்பட்டார் எம்.ஜி.ஆர்.

விஷயம் ராஜிவ் காந்திக்குச் சென்றது. எம்.ஜி.ஆர் சொல்லியும் ஏற்கவில்லை என்றால் இனி நாமே களமிறங்கவேண்டியதுதான் என்ற முடிவுக்கு வந்தார். உடனடியாக பிரபாகரனை அழைத்துப் பேசினார். அப்போது சில முக்கிய உறுதிமொழிகளை வழங்கினார் ராஜிவ் காந்தி. இலங்கை அதிபர் ஜெயவர்த்தனாவிடம் பேசி கிழக்கு பிராந்தியத்தில் இணைப்பு தொடர்பாக வாக்கெடுப்பு நடப்பதைத் தடுத்துவிடுகிறேன், வடகிழக்கு மாகாணத்தின் இடைக்கால அரசில் விடுதலைப் புலிகளுக்குப் பிரதான இடம் நிச்சயம் என்றார் ராஜிவ் காந்தி.

அப்படியே இடைக்கால அரசு அமைந்தாலும் அதில் ஈபிஆர்எல்எஃப் இடம்பெறக்கூடாது என்பதில் உறுதியாக இருந்தார் பிரபாகரன். முக்கியமாக, விடுதலைப் புலிகளின் கட்டுப்பாட்டில் இருக்கும் பகுதிகளில் எந்தவிதமான வரிவசூலும் நடத்தப்படக்கூடாது என்றும் அதற்கு ஈடாக மாதத்துக்கு ஐம்பது லட்ச ரூபாயை விடுதலைப்புலிகளுக்கு இந்திய அரசு தந்துவிடும் என்றும் உறுதியளித்தார் ராஜிவ் காந்தி.

ஆயுதங்களை ஒப்படைக்கும் விஷயத்திலும் கொஞ்சம் சலுகை காட்டினார் ராஜிவ். விடுதலைப் புலிகள் பயன்படுத்தாமல் கிடப்பில் போட்டிருக்கும் ஆயுதங்கள் சிலவற்றைச் சம்பிரதாயமாக ஒப்படைத்தால் போதுமானது என்றார் ராஜிவ். ஆனால் இந்த ஒப்பந்தங்கள் எல்லாம் கனவான் ஒப்பந்தமாகவே (ஜெண்டில்மென் அக்ரிமெண்ட்) இருக்கும். பகிரங்க ஒப்பந்தமாக இருக்காது என்றார் ராஜிவ் காந்தி. அரைமனத்துடனேயே சம்மதம் தெரிவித்து விட்டு ராஜிவ் காந்தியிடம் இருந்து விடைபெற்றார் பிரபாகரன்.

இதனைத் தொடர்ந்து இந்தியப் பிரதமர் ராஜிவ் காந்தி மற்றும் இலங்கை அதிபர் ஜெயவர்த்தனே இருவருக்கும் இடையே 29 ஜூலை 1987 அன்று இலங்கையில் வைத்து ஒப்பந்தம் ஒன்று கையெழுத்தானது. ஈழப்பிரச்னை என்பது இலங்கை அரசுக்கும், ஈழத் தமிழர்களுக்குமானது. ஈழத் தமிழர்களில் ஈழத்து அரசியல் வாதிகளும் ஈழத்துப் போராளிகளும் அடக்கம். ஆனால் ஒப்பந்தம் என்பது இலங்கை அரசுக்கும் இந்திய அரசுக்குமாக இருந்தது விநோதமான ஒன்று.

அந்த ஒப்பந்தத்தின்படி, இலங்கையில் தமிழர்கள் அதிகம் வசிக்கும் வடக்கு மற்றும் கிழக்கு மாகாணங்கள் ஒரே நிர்வாக அமைப்பின்கீழ் கொண்டு வரப்படும்; அந்தப் பகுதியில் மூன்றே மாதங்களில் தேர்தல் நடத்தப்படும்; இந்தியாவில் இருந்து அமைதி காக்கும் படை அனுப்பப்படும். அவர்கள் சிங்களர்கள் மற்றும் தமிழர்களுக்கு இடையே அமைதி ஏற்பட உதவி செய்வார்கள்.

ராஜிவ் - ஜெயவர்த்தனே ஒப்பந்தத்துக்கு திமுக எதிர்ப்பு தெரிவித்தது. களத்தில் நிற்கின்ற விடுதலைப் புலிகளால் ஏற்றுக்கொள்ள முடியாத இந்த ஒப்பந்தத்தை திமுகவாலும் ஏற்கமுடியாது என்று சொல்லிவிட்டார் கருணாநிதி. ஆனால் அஇஅதிமுக ஒப்பந்தத்துக்கு வரவேற்பு கொடுத்தது. எப்படியென்றால், தமிழ்நாட்டில் ராஜிவ் காந்திக்கு நடத்தப்பட்ட பாராட்டுக் கூட்டங்களில் முதலமைச்சர் எம்.ஜி.ஆர் கலந்துகொண்டார். ஆம். டெல்லியில் விடுதலைப் புலிகளுக்கு ஆதரவாகப் பேசிய எம்.ஜி.ஆர் இப்போது தனது நிலைப்பாட்டை மாற்றிக்கொண்டிருந்தார்.

ஒப்பந்தம் கையெழுத்தாகிவிட்டதால் ஆயுதப்போராட்டத்தைக் கைவிட வேண்டிய நிர்ப்பந்தம் விடுதலைப் புலிகள் உள்ளிட்ட போராளி இயக்கங்களுக்கு உருவானது. பிரதமர் ராஜிவ்காந்தியின் உறுதிமொழிக்குப் பிறகு ஏற்பட்ட நம்பிக்கையின் காரணமாக ஆயுதங்களைக் கைவிடுவதாக சுதுமலைக் கூட்டத்தில் அறிவித்தார் பிரபாகரன். அதன் தொடர்ச்சியாக இந்திய ராணுவம் இந்திய அமைதிகாக்கும் படை என்ற பெயரில் இலங்கைக்குள் நுழைந்தது. அவர்களிடம் பிரபாகரன் உள்ளிட்டோர் ஆயுதங்களை ஒப்படைத்தனர்.

இந்திய உளவுத்துறை அதிகாரிகளோ போராளிகளுக்கு இடையே மோதலை ஏற்படுத்தி, அதன்மூலம் சக்தி வாய்ந்த விடுதலைப் புலிகள் இயக்கத்தை அழிக்கத் திட்டமிட்டனர். இதனால் ஒருபக்கம் விடுதலைப் புலிகளிடம் இருந்து ஆயுதங்களைப் பெற்றுக் கொண்டிருக்கும்போதே மற்ற போராளி இயக்கங்களுக்கு ரகசியமாக ஆயுதங்கள் தரப்பட்டன. இதனால் டெலோ, ப்ளொட், ஈபிஆர்எல்எஃப் மூன்று இயக்கங்களும் ஒன்றிணைந்து விடுதலைப் புலிகள் மீது தாக்குதல் தொடுத்தனர். ஒருகட்டத்தில் தமிழர்கள் மீதும் தமிழ்ப்பெண்கள் மீதும் தாக்குதல் தொடுத்தனர்.

விடுதலைப்புலிகளுக்கு பலத்த ஏமாற்றம். பலத்த அதிருப்தி. காரணம், ராஜிவ் - பிரபாகரன் இடையேயான ரகசிய ஒப்பந்தமும் செயல்வடிவம் பெறவில்லை. ராஜிவ் - ஜெயவர்த்தனே ஒப்பந்தமும் நடைமுறைக்கு வரவில்லை. அதிருப்தி அடைந்த விடுதலைப் புலிகள் இயக்கத்தின் முக்கியத் தளபதிகளுள் ஒருவரான திலீபன் சில கோரிக்கைகளை வலியுறுத்தி உண்ணா விரதம் இருந்து மரணம் அடைந்தார். அதனைத் தொடர்ந்து விடுதலைப் புலிகளுக்கும் இந்திய அமைதிப் படைக்கும் இடையே மோதல் வெடித்தது.

அமைதியை ஏற்படுத்துவதற்காகச் சென்ற இந்திய ராணுவம் ஈழப் போராளிகளுடன் மோதலில் ஈடுபட்டது. இதில் போராளிகளோடு சேர்த்து ஈழத் தமிழர்கள் பலரும் படுகொலை செய்யப்பட்டனர். இந்தப் படுகொலைகளை உடனடியாகத் தடுத்து நிறுத்தவேண்டும் என்று எட்டு மாநில முதலமைச்சர்களுக்கும் தந்திகள் அனுப்பினார் திமுக தலைவர் கருணாநிதி. தமிழக முதலமைச்சர் எம்.ஜி.ஆரும் தமிழர்கள் படுகொலையைத் தடுத்துநிறுத்தவேண்டும் என்று கோரிக்கை விடுத்தார். பிறகு வி.பி. சிங் தலைமையில் தேசிய முன்னணி ஆட்சி அமைத்தபிறகுதான் இந்திய அமைதிப் படை இலங்கையில் இருந்து திரும்பப் பெறப்பட்டது.

32 எம்.ஜி.ஆர் மரணம்

ராஜிவ் காந்தி - ஜெயவர்த்தனே ஒப்பந்தம் தொடர்பான காரியங்கள் நடந்துகொண்டிருந்த சமயத்தில் தமிழ்நாட்டில் இன்னொரு பிரச்னை வெடித்திருந்தது. 17 செப்டெம்பர் 1987. தமிழ்நாட்டின் வடமாவட்டங்கள் பரபரப்பாக இருந்தன. எங்கு பார்த்தாலும் போலீஸ் வாகனங்கள். காரணம், டாக்டர் ராமதாஸ் தலைமையிலான வன்னியர் சங்கம், சாலை மறியல் போராட்டத்துக்கு அழைப்பு விடுத்திருந்தது.

வகுப்புவாரி இட ஒதுக்கீட்டின்கீழ் வன்னியர்களுக்கு மத்தியில் இரண்டு சதவிகிதமும் மாநிலத்தில் இருபது சதவிகிதமும் கல்வி மற்றும் வேலை வாய்ப்புகளில் பிரதிநிதித்துவம் தரப்படவேண்டும் என்பதை வலியுறுத்தியே இந்தப் போராட்டம்.

சொன்னதுபோலவே போராட்டம் தொடங்கியது. வீட்டில் இருந்த வன்னிய இளைஞர்கள் அத்தனை பேரும் சாலைக்கு வந்தனர். வழியில் தென்பட்ட வாகனங்கள் எல்லாம் தடுத்து நிறுத்தப்பட்டன. திமிறிச் சென்ற வாகனங்கள்மீது கற்கள் வீசப்பட்டன. ஒரே மூச்சில் அனைத்து வட மாவட்டங்களிலும் போராட்டம் தொடங்கியிருந்ததால் அதன் வீரியம் பலமாக இருந்தது. அரசு வாகனங்கள், தனியார் வாகனங்கள் என்று வித்தியாசம் பார்க்காமல் தாக்கப்பட்டன. கண்ணாடிகள் நொறுங்கின.

வாகனங்கள் செல்வதைத் தடுக்கும் முயற்சியாக, சாலை ஓரங்களில் நின்றுகொண்டிருந்த மரங்கள் வெட்டி வீழ்த்தப்பட்டன. பெரும் மரங்கள் சாலைக்குக் குறுக்கே விழுந்ததால் வாகனங்கள் மேற்கொண்டு முன்னேற முடியவில்லை. சாலைகள் மூச்சுத்திணறின. தேசிய நெடுஞ்சாலைகள் செயலிழந்தன.

மொத்தம் ஏழு நாள்களுக்குத் தொடர்ந்தது இந்தப் போராட்டம். ஒட்டுமொத்த தமிழகத்தையும் வன்னியர் சங்கம் உலுக்கிக்கொண்டிருந்த சமயத்தில் எம்.ஜி.ஆர் மருத்துவ சிகிச்சைக்காக அமெரிக்காவில் இருந்தார்.

உடனடியாக அவருக்குத் தகவல் தெரிவிக்கப்பட்டது. சிகிச்சை முடிந்து சென்னை திரும்பியதும் தமிழ்நாட்டில் இருக்கும் அனைத்து சாதி சங்கங்களையும் பேச்சுவார்த்தைக்கு அழைத்தார் எம்.ஜி.ஆர்.

அந்தக் கூட்டத்துக்கு வன்னியர் சங்கம் உள்ளிட்ட 94 சாதிச் சங்கங்கள் தங்கள் பிரதிநிதிகளை அனுப்பியிருந்தன. எம்.ஜி.ஆருடன் பேச்சுவார்த்தைகள் தொடங்கின. நவம்பர் மாதம் பேச்சுவார்த்தை முடிந்தது. விரைவில் தீர்வுகள் எட்டும் என்று வன்னியர் சங்கம் நம்பிக்கையுடன் புறப்பட்டது.

●

எம்.ஜி.ஆரின் உடல்நிலை மோசமாகிக் கொண்டே போனது. 24 டிசம்பர் 1987 அன்று அதிகாலை 3.30 மணிக்கு எம்.ஜி.ஆர் மரணம் அடைந்துவிட்டார். மறுநொடி தமிழகம் முழுக்க அழுகுரலும் வன்முறையுமாக இருந்தது. கடை அடைப்பு. சாலை மறியல். பேருந்து உடைப்பு. கண்ணில் தென்பட்ட பேருந்திலும் லாரியிலுமாக அஇஅதிமுக தொண்டர்களும் எம்.ஜி.ஆர் ரசிகர்களும் சென்னைக்கு இடம்பெயரத் தொடங்கினர்.

நெடுஞ்செழியன், ஆர்.எம்.வீரப்பன் உள்ளிட்ட தலைவர்கள் இறுதிச் சடங்குக்கான வேலைகளில் மும்முரமாக இருந்தனர். காலை மணி ஆறரை மணிக்கு கருணாநிதி அஞ்சலி செலுத்தினார். சில நிமிடங்களில் அங்கிருந்து புறப்பட்டு விட்டார்.

முதலமைச்சர் எம்.ஜி.ஆரின் மரணத்தை அடுத்து அரசு நிர்வாகத்தைக் கவனிக்கத் தாற்காலிக முதல்வராக மூத்த அமைச்சர் நெடுஞ்செழியன் தேர்ந்தெடுக்கப்பட்டிருந்தார். நிரந்தர ஏற்பாடு செய்யவேண்டும் என்ற கட்டம் வந்தபோது கட்சிக்குள் மோதல் வெடித்தது. முதலமைச்சர் பதவிக்கான போட்டியில் நெடுஞ்செழியன் இருந்தார். இன்னொருபக்கம் எம்.ஜி.ஆரின் துணைவியார் வி.என். ஜானகியை முதல்வராக்கும் முயற்சியில் ஆர்.எம். வீரப்பன் உள்ளிட்டோர் இறங்கினர்.

நெடுஞ்செழியனுக்கு முதலமைச்சர் பதவியில் விருப்பம் இருந்தாலும் கட்சியில் அவருக்கு பெரிய அளவில் ஆதரவு இல்லை. அதனைத் தொடர்ந்து தொண்டர்கள் மத்தியிலும் எம்.எல்.ஏக்கள் மத்தியிலும் செல்வாக்கு நிறைந்த ஜெயலலிதா அஇஅதிமுகவின் பொதுச்செயலாளராகத் தேர்ந்தெடுக்கப் பட்டார். அந்தக் கூட்டத்தில் கட்சியின் மாவட்டச் செயலாளர்கள் பலரும் கலந்து கொண்டனர். ஆனால் ஜானகி மற்றும் ஆர்.எம்.வீரப்பன் உள்ளிட்டோர் அந்தத் தேர்வைக் கடுமையாக எதிர்த்தனர். முறைப்படி கூட்டப்பட்ட கூட்டம் அல்ல என்பது அவர்களுடைய வாதம். விளைவு, அஇஅதிமுக இரண்டு கூறுகளாகப் பிரிந்து நின்றது.

ஜானகிக்கு ஆதரவாக 98 எம்.எல்.ஏக்கள் இருந்தனர். அவர்கள் அனைவரும் ஹோட்டல் ஒன்றில் தங்கவைக்கப்பட்டனர். ஜெயலலிதாவுக்கு ஆதரவான எம்.எல்.ஏக்கள் 29 பேர் வடமாநிலத்தில் தங்கவைக்கப்பட்டிருப்பதாக செய்திகள் வெளியாகின. பிறகு ஜானகி ஆதரவு எம்.எல்.ஏக்கள் ஆளுநருக்கு

முன்னால் நிறுத்தப்பட்டனர். உடனடியாக ஜானகியை ஆட்சி அமைக்க அழைத்தார் ஆளுநர் குரானா. 6 ஜனவரி 1988 அன்று முதலமைச்சராகப் பதவியேற்றார் ஜானகி. மூன்று வாரத்துக்குள் பெரும்பான்மையை நிரூபிக்க வேண்டும் என்று கூறியிருந்தார் ஆளுநர் குரானா.

இரண்டு அணிகளில் ஜானகி அணிக்கு ஆதரவாளர்கள் அதிகம் இருந்தபோதும் அது பெரும்பான்மையை நிரூபிக்கும் அளவுக்குப் போதுமானதாக இல்லை. காங்கிரஸ் கட்சியின் ஆதரவு கிடைத்தால் ஆட்சி தப்பிக்கும் என்ற நிலை உருவாகியிருந்தது. ஆனால் ஒன்றுபட்ட அஇஅதிமுகவைத்தான் காங்கிரஸ் ஆதரிக்குமே தவிர பிரிந்துபோனவர்களுக்கு ஆதரவளிக்க முடியாது என்று சொல்லிவிட்டது காங்கிரஸ் தலைமை.

திடீரென ஜெயலலிதா டெல்லி சென்று பிரதமர் ராஜிவ் காந்தியைச் சந்தித்துப் பேசினார். பிறகு ஜானகி அமைச்சரவை மீது கொண்டுவரப்படும் நம்பிக்கைத் தீர்மானத்தை எதிர்க்கப் போவதாக அறிவித்தது காங்கிரஸ். ஜானகி சார்பில் திமுக தலைவர் கருணாநிதியைத் தொடர்புகொண்டு ஆதரவு கோரினர். முக்கியமாக, செ. மாதவன், க. ராஜாராம், ஆர்.எம். வீரப்பன் உள்ளிட்டோர் அந்த முயற்சியில் இறங்கினர். ஆனால் அஇஅதிமுகவின் எந்தப் பிரிவுக்கும் ஆதரவு தருவதில்லை என்று திமுக செயற்குழுவில் ஏற்கெனவே தீர்மானித்துவிட்டபடியால் ஆதரவுக்கு வாய்ப்பில்லை என்று சொல்லிவிட்டார் கருணாநிதி. இதனால் நம்பிக்கைத் தீர்மானம் தோல்வி யடையும் சூழல் உருவாகியிருந்தது.

28 ஜனவரி 1988. சட்டமன்றம் கூடியதும் அஇஅதிமுகவினரின் இரண்டு பிரிவினருக்கும் இடையே மோதல் வெடித்தது. மைக்குகள் பிடுங்கி எறியப் பட்டன. சட்டமன்றத்துக்குள் கலவரம் வெடித்தது. இதனையடுத்து 33 எம்.எல்.ஏக்களை பதவிநீக்கம் செய்த சபாநாயகர் பி.ஹெச். பாண்டியன், ஜானகி அமைச்சரவை மீதான நம்பிக்கைத் தீர்மானம் நிறைவேறியதாக அறிவித்தார்.

சட்டமன்றத்தில் நடந்த கலவரம் எதிர்விளைவுகளை ஏற்படுத்தியது. தமிழ்நாட்டில் சட்டம் - ஒழுங்கு சீர்குலைந்து விட்டது என்று காரணம் கூறி ஜானகி அமைச்சரவை கலைக்கப்பட்டது. குடியரசுத் தலைவர் ஆட்சியும் பிரகடனம் செய்யப்பட்டது. பலம் பொருந்திய கட்சியாக விளங்கிய அஇஅதிமுக, எம்.ஜி.ஆரின் மறைவுக்குப் பிறகு பலத்த குழப்பங்களுக்கு ஆளானது. ஜெயலலிதா அணி, ஜானகி அணி என்று இரண்டு பிரிவுகள் இயங்கின.

ஜெயலலிதாவுக்கு ஆதரவாக இருந்த நெடுஞ்செழியன், எஸ். திருநாவுக்கரசு, பண்ருட்டி ராமச்சந்திரன், செ. அரங்கநாயகம் ஆகிய நால்வரும் திடீரென ஜெயலலிதாவுக்கு எதிராகத் திரும்பினர். கட்சிக்காக வசூலாகியிருந்த ஒன்றரை கோடி ரூபாய்க்கு ஜெயலலிதாவிடம் கணக்கு கேட்டார் எஸ். திருநாவுக்கரசு. அதனைத் தொடர்ந்து அந்த நால்வரையும் கட்சியிலிருந்து நீக்கினார் ஜெயலலிதா. ஆனால் தங்களை நீக்க ஜெயலலிதாவுக்கு அதிகாரம்

இல்லை என்று சொல்லிவிட்டு அந்த நால்வரும் தனித்துச் செயல்படத் தொடங்கினர்.

திமுகவின் தேர்தல் பணிக்குழுச் செயலாளராக இருந்தவர் வை. கோபால் சாமி, எதிர்வரும் தேர்தலுக்கான நிதியைத் திரட்டும் பணியில் தீவிரமாக ஈடுபட்டார். கிட்டத்தட்ட பன்னிரண்டு லட்சம் ரூபாய் திரண்டது. அந்த நிதியை திமுக தலைவர் கருணாநிதியிடம் தருவதற்காக திருநெல்வேலியில் விழா ஒன்றுக்கு ஏற்பாடு செய்தார். அந்த விழா மேடையில் அவரைப் பாராட்டி கருணாநிதி பேசினார்.

'அண்ணா காலத்திலே நான் எப்படி பணிகளை ஆற்றவேண்டும் என்று பரபரப்புடன் சுழன்று கொண்டிருந்தேனோ அதேபோல, இன்றைக்கும் நான் ஒரு தம்பியைப்பெற்று இருக்கிறேன், கோபாலசாமி வடிவத்திலே.'

தேசிய அளவில் காங்கிரஸுக்கு மாற்றாகப் புதிய அணியைக் கட்டமைக்கும் முயற்சியில் இறங்கியிருந்தார் திமுக தலைவர் கருணாநிதி. அந்த அணியில் ஜனதா கட்சி, லோக் தளம், ஜன மோர்ச்சா, காங்கிரஸ்(எஸ்), திமுக, அசாம் கன பரிஷத், தெலுங்கு தேசம் ஆகிய ஏழு கட்சிகள் தேசிய முன்னணி என்ற ஒற்றைக் குடையின் கீழ் திரண்டிருந்தன. 6 ஆகஸ்டு 1988 அன்று தேசிய முன்னணியின் தலைவராக ஆந்திர முதலமைச்சர் என்.டி. ராமாராவும் அமைப்பாளராக வி.பி. சிங்கும் தேர்ந்தெடுக்கப்பட்டனர்.

தேசிய முன்னணிக்கான தொடக்கவிழா சென்னையில் நடந்தது. தேசிய முன்னணியில் தலைமைக் குழு உறுப்பினர்களில் ஒருவராக கருணாநிதியும் செயலாளர்களுள் ஒருவராக முரசொலி மாறனும் பிரசாரக்குழு உறுப்பினர்களுள் ஒருவராக வை. கோபால்சாமியும் நியமிக்கப்பட்டனர். 17 செப்டெம்பர் 1988 அன்று சென்னையில் பிரம்மாண்டமான ஊர்வலத்துக்கு திமுக சார்பில் ஏற்பாடு செய்யப்பட்டிருந்தது. திமுக இளைஞரணிச் செயலாளர் மு.க.ஸ்டாலின் தலைமையில் நடந்த அணிவகுப்பு தேசியத் தலைவர்களின் கவனத்தை ஈர்த்தது.

தொடக்கவிழாவுக்கு வி.பி. சிங், தேவிலால், என்.டி. ராமாராவ், பிரஃபல்ல குமார் மஹந்தா, எஸ்.ஆர். பொம்மை, பிஜூ பட்நாயக், அஜித் சிங் உள்ளிட்ட பல தலைவர்களும் வந்திருந்தனர். அந்த மேடையில் பேசிய திமுக தலைவர் கருணாநிதி, அகில இந்திய அளவில் எதிர்க்கட்சிகள் ஒன்றிணைந்து புதிய அணியை உருவாக்கும் பட்சத்தில் அதில் திமுகவும் இடம்பெறும் என்று அண்ணா கூறியது தற்போது நடந்திருப்பதாகக் கூறினார்.

எம்.ஜி.ஆரின் மரணம் காரணமாகவும் ஜெயலலிதா -ஜானகி பிளவு காரணமாகவும் அஇஅதிமுக தொண்டர்களும் எம்.ஜி.ஆர் விசுவாசிகளும் அதிருப்தியில் மூழ்கியிருக்க, இன்னொரு பக்கம் திமுக தொண்டர்கள் சட்டமன்றத் தேர்தலை எதிர்நோக்கியிருந்தனர்.

33 மீண்டும் திமுக!

தமிழக சட்டமன்றத்துக்கான தேர்தல் தேதி அறிவிக்கப்பட்டது. ஆளுங்கட்சியாக இருந்த அஇஅதிமுக பிரிந்துகிடந்ததால் தமிழக அரசியல் களம் சூடுபிடித்தது. தன்னுடைய சகல பலத்தையும் வெளிப்படுத்தி ஆட்சியைக் கைப்பற்றும் முயற்சியில் திமுக இறங்கியிருந்தது.

ஜெயலலிதா அணியில் இந்திய கம்யூனிஸ்ட் கட்சி சேர்ந்துகொண்டது. ஜானகி அணியில் நடிகர் சிவாஜி கணேசன் தலைமையிலான தமிழக முன்னேற்ற முன்னணி இணைந்தது. ஜானகி அணிக்கு திராவிடர் கழகம் ஆதரவு கொடுத்தது. திமுக அணியில் மார்க்சிஸ்ட் கம்யூனிஸ்ட் கட்சி, ஜனதா தளம், இந்திய யூனியன் முஸ்லிம் லீக் ஆகிய கட்சிகள் இணைந்தன.

198 இடங்களைத் தனக்கு எடுத்துக்கொண்ட திமுக, 21 இடங்களை மார்க்சிஸ்ட் கம்யூனிஸ்ட் கட்சிக்கும் 10 இடங்களை ஜனதா தளத்துக்கும் 5 இடங்களை இந்திய யூனியன் முஸ்லிம் லீக்குக்கும் கொடுத்திருந்தது. அஇஅதிமுக ஜெயலலிதா பிரிவு 196 இடங்களிலும் அதன் கூட்டணிக் கட்சியான இந்திய கம்யூனிஸ்டு 12 இடங்களிலும் நின்றன. அஇஅதிமுக ஜானகி பிரிவு 175 இடங்களிலும் தமிழக முன்னேற்ற முன்னணி 49 இடங்களிலும் நின்றன.

தமிழ்நாட்டின் முக்கியக் கட்சிகளுள் ஒன்றான காங்கிரஸ் கட்சி வித்தியாசமாகச் சிந்தித்தது. எம்.ஜி.ஆரின் மறைவு, அஇஅதிமுகவில் ஏற்பட்டுள்ள பிளவு ஆகியவற்றை வைத்துக் கூட்டிக் கழித்துப் பார்த்தது. போதாக்குறைக்கு அஇஅதிமுகவின் இரட்டை இலை சின்னம் எந்த அணிக்கு என்பதில் ஏற்பட்ட சிக்கல் காரணமாக தேர்தல் ஆணையம் அந்தச் சின்னத்தை முடக்கியதோடு, ஜெயலலிதா அணிக்கு சேவல் சின்னத்தையும் ஜானகி அணிக்கு இரட்டைப்புறா சின்னத்தையும் கொடுத்திருந்தது.

ஆக, 1967ல் தமிழகத்தில் இழந்த ஆட்சியை மீண்டும் கைப்பற்றுவதற்கான சூழல் உருவாகி இருப்பதாகக் கணித்தது காங்கிரஸ் தலைமை. அதன் காரணமாகவே குடியரசுத் தலைவர் ஆட்சியை வழக்கத்துக்கு மாறாக

ஓராண்டுக்கு நீடித்து, காங்கிரஸ் கட்சியை பலப்படுத்தும் நடவடிக்கைகள் தீவிரப்படுத்தப்பட்டிருந்தன. சென்னை மறைமலை நகரில் பிரம்மாண்ட மாநாடு ஒன்றை நடத்தியது காங்கிரஸ் கட்சி. கருப்பையா மூப்பனாரை முதலமைச்சர் பதவிக்கான வேட்பாளராக அறிவித்து, தமிழ்நாட்டில் தனித்துப் போட்டியிட முடிவு செய்தது காங்கிரஸ் கட்சி.

தமிழ்நாட்டில் நான்கு முனைப்போட்டி உருவானது. திமுக அணிக்கு ஆதரவாக தேசியத் தலைவர்கள் பலரும் பிரசாரத்தில் ஈடுபட்டனர். காங்கிரஸ் கட்சியை ஆட்சியில் அமர்த்தியே தீருவது என்ற முடிவில் 14 முறை தமிழ்நாட்டுக்கு வந்து தேர்தல் பிரசாரம் செய்தார் ராஜீவ் காந்தி. திமுகவின் தேர்தல் அறிக்கையில் பல முக்கிய வாக்குறுதிகள் இடம்பெற்றிருந்தன.

பல்வேறு இனம், மொழி, கலை, கலாசாரம் கொண்ட இந்தியாவின் ஒற்றுமையை, மாநில சுயாட்சியோடு கூடிய முழுமையான கூட்டாட்சி முறைதான் காப்பாற்றமுடியும் என்று திமுக நம்புகிறது. அதற்கேற்ற வகையில் அரசியல் சட்டம் திருத்தி அமைக்கப்படவேண்டும் என்றும் விரும்புகிறது என்று கூறிய திமுக தேர்தல் அறிக்கை, இந்தித் திணிப்பை எதிர்ப்பதற்காக எத்தகையத் தியாகங்களையும் செய்யத் தயாராக இருப்பதாக அறிவித்தது. மத்திய அரசிலும் அதன் நிறுவனங்களிலும் பிற்படுத்தப் பட்டோருக்கு வேலை வாய்ப்புகளில் தனி ஒதுக்கீடு தரப்பட வேண்டும் என்ற மண்டல் கமிஷன் பரிந்துரையை உடனடியாக நிறைவேற்றவேண்டும் என மத்திய அரசை வற்புறுத்துவோம் என்ற வாக்குறுதியையும் வழங்கியது திமுக.

அஇஅதிமுக ஜெ அணி சார்பில் போடி நாயக்கனூர் தொகுதியில் ஜெயலலிதா நின்றார். அவரை எதிர்த்து ஜானகி அணியின் சார்பில் நிறுத்தப்பட்டவர் பிரபல நடிகை வெண்ணிற ஆடை நிர்மலா. ஆண்டிபட்டியில் போட்டியிட்டார் ஜானகி. நடிகர் சிவாஜி கணேசன் திருவையாறு தொகுதியில் நின்றார். திமுகவில் கருணாநிதி துறைமுகம் தொகுதியிலும் அன்பழகன் அண்ணா நகர் தொகுதியிலும் ஸ்டாலின் ஆயிரம் விளக்கு தொகுதியிலும் நிறுத்தப்பட்டனர்.

தேர்தல் முடிவுகள் திமுகவுக்குச் சாதகமாக வந்தன. திமுகவுக்கு 146 இடங்கள் கிடைத்தன. மார்க்சிஸ்ட் கம்யூனிஸ்ட் கட்சிக்கு 15, ஜனதா தளத்துக்கு 4, இந்திய யூனியன் முஸ்லிம் லீக்குக்கு 4, தமிழ்நாடு ஃபார்வர்ட் ப்ளாக்குக்கு 1 என்று தேர்தல் முடிவுகள் வந்திருந்தன. மாறாக, பிரிந்து நின்று தேர்தலைச் சந்தித்த அஇஅதிமுகவின் இரண்டு பிரிவுகளும் பலத்த தோல்வியைச் சந்தித்தன.

ஜெயலலிதா அணிக்கு 27 இடங்களில் மட்டுமே வெற்றி கிடைத்தது. ஆனால் ஜானகி அணிக்கு ஒற்றைத் தொகுதியில் மட்டுமே வெற்றி கிடைத்தது. சேரன்மகாதேவியில் போட்டியிட்ட முன்னாள் சபாநாயகர் பி.ஹெச். பாண்டியன் மட்டும் சொந்த செல்வாக்கில் வெற்றி பெற்றிருந்தார். அந்தக் கூட்டணியில் போட்டியிட்ட நடிகர் சிவாஜி கணேசனும் தோற்றிருந்தார். ஆட்சி அமைக்கும் கனவுடன் தனித்துப் போட்டியிட்ட காங்கிரஸ் கட்சிக்கு 26 இடங்கள் கிடைத்திருந்தன.

நெருக்கடி நிலை அமலில் இருந்தபோது ஆட்சி கலைக்கப்பட்ட பிறகு நீண்ட இடைவெளிக்குப் பிறகு திமுக வெற்றி பெற்றிருந்தது. கிட்டத்தட்ட பதிமூன்று ஆண்டுகால இடைவெளிக்குப் பிறகு திமுக தலைவர் கருணாநிதி மீண்டும் முதலமைச்சரானார். அவருடைய அமைச்சரவையில் க. அன்பழகன், சாதிக் பாட்சா, நாஞ்சில் மனோகரன், மு. கண்ணப்பன், கே.பி. கந்தசாமி, கோ.சி. மணி, ஆற்காடு வீராசாமி, பொன். முத்துராமலிங்கம், வீரபாண்டி ஆறுமுகம், துரைமுருகன், சுப்புலட்சுமி ஜெகதீசன், டாக்டர் ராமகிருஷ்ணன், பொன்முடி, கே.என். நேரு, சந்திரசேகரன், ச. தங்கவேலு ஆகியோர் இடம்பெற்றனர்.

27 ஜனவரி 1989 அன்று பதவியேற்பு விழா நடந்த இடம் கவனத்துக்குரியது. ஆம். கருணாநிதி அடிக்கல் நாட்டி, அவருடைய ஆட்சிக்காலத்தில், அவருடைய மேற்பார்வையில் கட்டப்பட்ட சென்னை வள்ளுவர் கோட்டத்தின் திறப்புவிழாவுக்கு கருணாநிதி அழைக்கப்படவில்லை. ஆகவே, முதலமைச்சரான பிறகு பதவியேற்பு விழா வள்ளுவர் கோட்டத்தில் வைத்து நடத்தப்பட்டது. அதன்பிறகு வள்ளுவர் கோட்டத்தின் வாயிலில் அண்ணாவுக்கு சிலை ஒன்று வைக்கப்பட்டது. அந்த சிலைக்குக் கீழே இருக்கும் கல்வெட்டில் பொறிக்கப்பட்டுள்ள வாசகம் இது:. 'வள்ளுவர் கோட்டம் எழுப்பிய கலைஞர் மு. கருணாநிதி அவர்களால் பேராசிரியர் க. அன்பழகன் அவர்கள் முன்னிலையில் திறந்துவைக்கப்பட்டது.'

•

1989 பிப்ரவரி மாதத்தில் டெல்லி சென்ற முதலமைச்சர் கருணாநிதி, பிரதமர் ராஜிவ் காந்தியைச் சந்தித்துப் பேசினார். ஈழப் பிரச்னையைத் தீர்ப்பது குறித்துப் பேச்சுவார்த்தைகள் நடத்தப்பட்டன. அப்போது இலங்கைக்கு முரசொலி மாறனையும் வை.கோபால்சாமியையும் அனுப்பி, விடுதலைப் புலிகள் இயக்கத் தலைவர் பிரபாகரனைச் சந்தித்துப் பேச வாய்ப்புகள் உருவாக்கித் தரப்படும் என்ற உறுதிமொழியைக் கொடுத்தார் பிரதமர் ராஜிவ்காந்தி.

திடீரென ஒரு செய்தி தமிழ்நாட்டில் பரபரப்பை ஏற்படுத்தியது. திமுக மாநிலங்களவை உறுப்பினர் வை. கோபால்சாமி ரகசியமாக இலங்கைக்கு சென்று விடுதலைப்புலிகள் இயக்கத் தலைவர் பிரபாகரனைச் சந்தித்துள்ளார் என்பதுதான் அந்தச் செய்தி. பிரதமர் ராஜிவ் காந்தி இதுவிஷயமாக நடவடிக்கை எடுக்கப்படும் என்று உறுதியளித்திருக்கும் சூழலில் வை. கோபால்சாமியின் திடீர் இலங்கைப் பயணம் பலத்த சர்ச்சைகளைக் கிளப்பியது.

இதற்கு திமுக பொதுச்செயலாளர் க. அன்பழகன் விளக்கம் அளிக்கும்போது, 'வை.கோபால்சாமி இலங்கை சென்றது குறித்து என்னிடமோ, தலைவரிடமோ கலந்துபேசி அனுமதி பெறவில்லை. பிரதமர் – முதல்வர் இருவரும் அண்மையில் சந்தித்துப் பேசியதற்கும் இந்தப் பயணத்துக்கும் எந்தத் தொடர்பும் இல்லை' என்று கூறியிருந்தார். எனினும், முதலமைச்சர் கருணாநிதிக்கு வை. கோபால்சாமி எழுதிய 5 பிப்ரவரி 1989 தேதியிட்ட கடிதம் ஒன்று 24 பிப்ரவரி 1989 அன்று கிடைத்தது. அதிலிருந்து சில பகுதிகள்:

எனது உயிரினும் மேலான சக்தியாய் இமைப்பொழுதும் நெஞ்சில் நீங்காமல் என்னை இயக்கிவரும் தலைவர் அண்ணன் முதல்வர் கலைஞர் அவர்களின் பாதங்களில் இந்த மடலை சமர்ப்பிக்கிறேன். கடுகளவுகூட வருத்தமும் கோபமும் என்மீது எந்தக்கட்டத்திலும் ஏற்படா வண்ணம் பயம் கலந்த பக்தியுடன் தங்களின் எண்ணங்களுக்கு ஏற்ப பணியாற்றிவரும் நான், பல இரவிலும் பகலிலும் ஆழமாகச் சிந்தித்து எடுத்த முடிவின் விளைவாக நான் எழுதிய இக்கடிதம் தங்கள் திருக்கரங்களில் கிடைக்கும் வேளையில் எனது உயிருக்கு ஆபத்து ஏற்படாமல் இருக்குமானால் ஈழத் திருநாட்டில் வவுனியா காட்டுப் பகுதிக்குள் தம்பி பிரபாகரனைக் காணச் சென்று கொண்டிருப்பேன்.

தமிழகத்தில் வரலாறு இதுகாறும் கண்டறியாத மகத்தான அத்தியா யத்தைப் படைத்துவிட்டீர்கள். தரணி எங்கும் வாழும் தமிழர்கள் களிப்புடனும் பெருமிதத்துடனும் நிம்மதிப் பெருமூச்சு விட்டுக் கொண்டிருக்கிறார்கள். இந்த மாபெரும் வெற்றிக்குப் பின்னர் ஈழத் தமிழர்களுக்குத் தங்களால் விடிவும் விமோசனமும் பிறக்கும் என்ற நிறைந்த நம்பிக்கையுடன் உலகமெங்கும் வாழும் தன்மான உணர்வுள்ள தமிழர்கள் ஏக்கத்தோடும் தவிப்போடும் ஆவலோடும் எதிர்பார்த்துக் கொண்டிருக்கிறார்கள்.

தமிழ் உலகம் உள்ளவரை சாகாவரம் பெற்ற சிரஞ்சிவி உயிரோ வியங்களாக சங்கத் தமிழையும் குறளோவியத்தையும் எண்ணற்ற பல காவியங்களையும் தமிழன்னைக்கு ஜொலித்திடும் ஆபரணங்களாகச் சூட்டிவிட்டீர்கள். சராசரி முதலமைச்சராக உங்களை என் மனம் கணிப்பதில்லை. செந்நீரில், கண்ணீரில் மிதக்கும் ஈழத் தமிழரின் தலை விதியை மாற்றி, தரணியில் தமிழனுக்கும் தலைநிமிர்ந்து வாழும் நிலை அமைந்திட என் தலைவன் காரணமானார் என்பதையும் அகிலம் காணவேண்டும் என்பது எனது தணியாத தாகம்.

ஈழப் போர்க்களத்தில் பிரபாகரன் உறுதியான நிலையொன்றை எடுத்துக் கொண்டு அதிலேயே வலுவாக ஊன்றி நிற்கிறார். அந்தகாரத்துக்கு இடையே மின்னிடும் ஒரே ஒளி ரேகையாக உங்களை நம்பியிருப்பதாக மரண பயங்கரத்தின் பிடியிலிருந்து எழுதினார். காலமறிந்து, இடமறிந்து, மாற்றார் வலியறிந்து, தன் வலிவையும் கணித்து, வியூகம் அமைப்பதே சாலவும் சிறந்தது என்ற தங்களின் உணர்வுகளை அவருக்குத் தெரியப்படுத்தவேண்டிய சூழல் எனது ஈழப்பயண எண்ணத்துக்குக் காரணமாயிற்று.

13 ஆண்டுகளுக்குப் பிறகு வாராது வந்த மாமணி போல் தமிழகத்தில் அமைந்திட்ட நமது கழக ஆட்சிக்கு குன்றிமணி அளவுகூட குந்தகம் ஏற்படவிடாமல், மத்திய அரசுடன் மோதுகிற நிலையையும் தவிர்த்துக்கொண்டு, ஈழத் தமிழர்களுக்கும் விடுதலைப் புலிகளுக்கும் பாதுகாப்பை நிரந்தரமாக உத்தரவாதமாக்கக்கூடிய வழிமுறைகளைக்

காண பிரபாகரனுடன் பல கோணங்களிலும் இப்பிரச்னையை விவாதித்து, கருத்துகளைப் பரிமாறி, அதன்மூலம் பேச்சுவார்த்தைக்குத் தயாராகின்ற மனப்பான்மையை உருவாக்கிடவும் உண்மை நிலையை நேரில் கண்டறியவும் இப்பயணத்தை மேற்கொண்டுள்ளேன்.

சிங்கள ராணுவத்தினிடமோ, இந்திய ராணுவத்தினிடமோ நான் பிடிபட நேர்ந்தால் நமது கழக அரசுக்கோ, இயக்கத்துக்கோ, கடுகளவு பிரச்னை எதுவும் ஏற்படாவண்ணம் நான் செயல்படுவேன். என்னைப் பலியிட்டுக் கொள்ளவும் சித்தமாக இருப்பேன் என்பதையும் தாங்கள் அறிவீர்கள்.

ஈழத் தமிழர் பிரச்னைக்காக தமிழர் அமைப்புகளின் அழைப்பினை ஏற்று, ஐரோப்பிய நாடுகளுக்குப் பயணம் செல்கிறேன் என்று எனது வீட்டாரிடமும் நண்பர்களிடமும் கூறியுள்ளேன். எனது பயணத் திட்டத்தை எவரும் அறியமாட்டார்கள். ஆனால் எதையும் அறிந்து கொள்ளும் உங்கள் உள்ளுணர்வுதான் 'பாயும் புலி பண்டாரக வன்னியனில்' இந்தவார அத்தியாயத்துக்கு நண்பர்கள் சந்திப்பு என்று தலைப்பு தந்தது போலும்.

ரத்தம் கசியும் இதயத்தின் குரல் என்ற எனது நூலுக்கு அணிந்துரை வழங்குகையில் 'நான் தாயானேன்' எனக் குறிப்பிட்டுள்ளீர்கள். 'மானம் எனது மகன் கேட்ட தாலாட்டு - மரணம் அவன் ஆடிய விளையாட்டு' என்ற தங்களின் வரிகளை ஆயிரக்கணக்கான மேடைகளில் முழங்கியுள்ளேன். தொண்டைக் குழியில் ஜீவன் இருக்கும்வரை தங்கள் புகழையே என் உதடுகள் உச்சரிக்கும். வாழ்நாளில் தங்களின் அன்பையும் பாசத்தையும் பிறவிப் பெரும் பயனாகப் பெற்றிருக்கிற தங்களின் தம்பி, வை.கோபால்சாமி.'

இலங்கைக்கு ரகசிய பயணம் மேற்கொண்ட வை. கோபால்சாமிக்கு விடுதலைப்புலிகள் மத்தியில் நல்ல வரவேற்பு. பிரபாகரன் உள்ளிட்ட முக்கியத் தலைவர்களுடன் பேசினார். அவர்களுடைய பயிற்சிமுகாம்களைப் பார்வையிட்டார். பிரபாகரன் - வைகோ தொடர்பான புகைப்படங்களும் வீடியோவும் பிறகு தமிழ்நாட்டில் வெளியாகி பரபரப்பாகப் பேசப்பட்டன. பிறகு டெல்லி சென்ற முதலமைச்சர் கருணாநிதி, வை. கோபால்சாமியின் இலங்கைப் பயணம் பற்றி விளக்கம் கொடுத்தார். ஆனால் அதைப் பற்றிக் கவலைப்படவேண்டாம் என்று சொல்லிவிட்டார் ராஜிவ் காந்தி.

எம்.ஜி.ஆர் ஆட்சிக் காலத்தில் இட ஒதுக்கீடு கோரிக்கையை வலியுறுத்தி தமிழ்நாட்டின் வடமாவட்டங்களில் தொடர் சாலை மறியல் போராட்டம் நடந்தது அல்லவா; அதற்குத் தீர்வு காணும் வகையில் வன்னியர் சங்கத் தலைவர் டாக்டர் ராமதாஸ் முதலமைச்சர் கருணாநிதியின் இல்லத்துக்கு வரவழைக்கப்பட்டார். அமைச்சர் வீரபாண்டி ஆறுமுகத்தின் ஏற்பாட்டில் நடந்த அந்த சந்திப்பில் ராமதாஸுடன் பேராசிரியர் தீரனும் கலந்து கொண்டார். அதன்பிறகு 13 மார்ச் 1989 அன்று கூடிய தமிழக அமைச்சரவை

107 சாதிகளை உள்ளடக்கிய தொகுப்புக்கு 20 சதவீதம் இட ஒதுக்கீடு வழங்கப்படும் என்ற அறிவிப்பை வெளியிட்டது.

இட ஒதுக்கீட்டுப் போராட்டத்தில் குறிப்பிடத்தக்க இந்த அறிவிப்பு வன்னியர்சங்கத் தலைவர் ராமதாஸுக்குத் திருப்தியளிக்கவில்லை. காரணம், வன்னியர்களுக்கு லாபம் குறைவு என்பதுதான். வன்னியர்களின் புண்ணுக்குக் கருணாநிதி மருந்துபோடுவார் என்று நினைத்தோம். ஆனால், அவரோ புண்ணின் மீது உப்பையும் மிளகாய்த்தூளையும் தடவியிருக்கிறார் என்று விமரிசித்தார் டாக்டர் ராமதாஸ்.

25 மார்ச் 1989 அன்று தமிழ்நாடு சட்டமன்றம் கூடியது. நிதித்துறைக்குப் பொறுப்பு வகிக்கும் முதலமைச்சர் கருணாநிதி நிதிநிலை அறிக்கையைத் தாக்கல் செய்வதற்காக எழுந்தபோது எதிர்க்கட்சி வரிசையில் இருந்த ஜெயலலிதா, 'முதலமைச்சர் கிரிமினல் குற்றவாளி! அவர் நிதிநிலை அறிக்கை படிக்கக்கூடாது! அவரும் அவருடன் கூட்டுப்பொறுப்பு வகிக்கும் அமைச்சரவையும் பதவி விலகவேண்டும்' என்றும் உரத்த குரலில் பேசினார்.

ஜெயலலிதா தலைமையிலான அஇஅதிமுகவினர் நிதிநிலை அறிக்கையைப் படிக்கவிடாமல் முதலமைச்சரிடம் இருந்து பறித்தனர். ஆளுங்கட்சிக்கும் எதிர்க்கட்சிக்கும் இடையே மோதல் வெடித்தது. முதலமைச்சர் கருணாநிதியின் மூக்குக் கண்ணாடி கீழே விழுந்து நொறுங்கியதாகவும் ஜெயலலிதாவின் சேலை இழுக்கப்பட்டதாகச் சொல்லப்பட்டது. சட்டமன்றமே போர்க்களமாக மாறியிருந்தது. தலைவிரிகோலமாக சட்டமன்றத்தைவிட்டு வெளியே வந்தார் ஜெயலலிதா.

ஜானகி எம்.ஜி.ஆர். முதலமைச்சரான பிறகு கூடிய சட்டமன்றத்தில் மிகப்பெரிய ரகளை ஏற்பட்டது. அதைத் தொடர்ந்து ஆட்சி கலைக்கப்பட்டது. ஆகவே, இந்தமுறையும் ஆட்சி கலைப்பு நிகழும் என்ற எதிர்பார்ப்புடனேயே பட்ஜெட் உரையைப் பிடுங்க ஜெயலலிதா தலைமையிலான எம்.எல்.ஏக்கள் முயற்சி செய்ததாக திமுக சார்பில் விமரிசனம் எழுந்தது. ஆனால் அப்படி எதுவும் நடந்துவிடவில்லை. அதேசமயம், இன்றுவரை அந்தச் சட்டசபைக் கலவரமும் ஜெயலலிதா அவமானப்படுத்தப்பட்டார் என்பதும் அரசியல் மேடைகளில் அவ்வப்போது பேசப்பட்டுவரும் விஷயமாக மாறிவிட்டது.

வெளியே வந்த ஜெயலலிதா உடனடியாக ஆட்சியைக் கலைக்கவேண்டும் என்று பிரதமர் மற்றும் குடியரசுத் தலைவருக்குத் தந்திகள் அனுப்பினார். பிறகு சட்டமன்றத்தில் நடந்த சம்பவங்கள் குறித்து சபாநாயகர் தமிழ்க்குடிமகனும் முதலமைச்சர் கருணாநிதியும் ஆளுநரைச் சந்தித்து விளக்கம் கொடுத்தனர். சில புகைப்பட ஆதாரங்களும் ஆளுநரிடம் காட்டப்பட்டன. அதனைத் தொடர்ந்து ஆட்சிக் கலைப்பு பற்றிய பேச்சுகள் அடங்கிப் போயின, அப்போதைக்கு.

34 மண்டல் கமிஷன்

தேர்தல் சமயத்தில் திமுக கொடுத்த தேர்தல் வாக்குறுதிகளுள் ஒன்று, சத்துணவுத் திட்டத்தை சத்துள்ள திட்டமாக மாற்றுவது. அதன்படி, பள்ளிக் குழந்தைகளுக்கு பதினைந்து நாள்களுக்கு ஒருமுறை முட்டை வழங்கப்படும் என்று அறிவித்து, செயல்படுத்தியது திமுக அரசு. பிறகு வாரத்துக்கு ஒருமுறை என்று அந்தத் திட்டம் விரிவுபடுத்தப்பட்டது.

திமுக அரசு இயங்கத் தொடங்கிய சமயத்தில் அஇஅதிமுக மீண்டும் பலம் பெற்றிருந்தது. ஆம். ஜெயலலிதா தலைமையில் இயங்கிய பிரிவுடன் தனது பிரிவை இணைத்துவிட்டு, அரசியலில் இருந்து ஒதுங்கிக்கொண்டார் ஜானகி. ஒருங்கிணைந்த அஇஅதிமுகவின் பொதுச்செயலாளராக ஜெயலலிதா தேர்ந்தெடுக்கப்பட்டிருந்தார்.

அமைப்பு ரீதியாகப் பலம் பெற்ற அஇஅதிமுக அரசியல் ரீதியாக நிலைப்படுத்திக் கொள்ளும் முயற்சியில் இறங்கியிருந்தது. டெல்லி சென்ற ஜெயலலிதா, பிரதமர் ராஜிவ் காந்தியைச் சந்தித்துப் பேசினார். விளைவு, காங்கிரஸ் - அஇஅதிமுக கூட்டணி உருவானது. அந்தக் கூட்டணிக்கு வசதி யாக தமிழ்நாடு காங்கிரஸ் கமிட்டித் தலைவராக இருந்த மூப்பனாருக்குப் பதிலாக வாழப்பாடி ராமமூர்த்தி நியமிக்கப்பட்டார்.

இதற்கிடையே போஃபர்ஸ் பீரங்கி விவகாரம் விஸ்வரூபம் எடுத்தது. ஸ்வீடன் நாட்டில் இருந்து போஃபர்ஸ் பீரங்கி வாங்கியதில் ஊழல் நடந்துள்ளதாக மத்திய அரசின் தலைமைத் தணிக்கை அதிகாரியின் அறிக்கையில் கூறப்பட்டிருந்ததை அடுத்து பிரதமர் ராஜிவ் காந்தி உடனடியாகப் பதவி விலகவேண்டும் என்று எதிர்க்கட்சிகள் வலியுறுத்தத் தொடங்கின. அதையொட்டி 30 ஆகஸ்டு 1989 அன்று தேசிய முன்னணி சார்பாக இந்தியா முழுவதும் பந்த் நடத்தப்பட்டது. காங்கிரஸ் கட்சிக்கு எதிராக தேசிய அளவில் உருவாகியிருக்கும் அணிவகுப்பின் வீரியம் அந்த பாரத் பந்த் மூலம் வெளிப்பட்டது.

அதனைத் தொடர்ந்து நாடாளுமன்றத்துக்குத் தேர்தல் தேதி அறிவிக்கப் பட்டது. திமுக, அஇஅதிமுக உள்ளிட்ட அரசியல் கட்சிகள் தேர்தல் அணி அமைக்கும் வேலையில் இறங்கின. திமுக அணியில் ஜனதா தளம், மார்க்சிஸ்ட் கம்யூனிஸ்ட், இந்திய கம்யூனிஸ்ட், முஸ்லிம் லீக் ஆகிய கட்சிகள் இடம்பெற்றன. இங்கே ஜனதா தளம் என்பது சந்திரசேகர் தலைமை யிலான ஜனதா கட்சியும் வி.பி. சிங் தலைமையிலான ஜன மோர்ச்சாவும் இணைந்து உருவான கட்சி. அதன் தலைவர் வி.பி. சிங். அந்தத் தேர்தலில் திமுக 29 தொகுதிகளில் போட்டியிடுவது என்றும் ஜனதா தளம் 2, மார்க்சிஸ்ட் கட்சி 4, இந்திய கம்யூனிஸ்ட் 2, முஸ்லிம் லீக்குக்கு 1 என்ற அளவில் தொகுதிப் பங்கீடுகள் செய்யப்பட்டிருந்தன.

அஇஅதிமுக அணியில் காங்கிரஸ் கட்சி 25 தொகுதிகளிலும் அஇஅதிமுக 11 இடங்களிலும் அப்துல் சமது தலைமையிலான இந்திய யூனியன் முஸ்லிம் லீக் 1 தொகுதியிலும் ஐக்கிய கம்யூனிஸ்ட் கட்சி 1 தொகுதியிலும் போட்டியிட்டன. தேர்தல் பிரசாரம் பலமாக இருந்தது. திமுக கூட்டணி சார்பாக கருணாநிதியும் மற்ற தேசியக் கட்சிகளின் தலைவர்களும் பிரசாரத்தில் ஈடுபட்டனர். அஇஅதிமுக - காங்கிரஸ் கூட்டணிக்காக ஜெயலலிதாவும் ராஜிவ் காந்தியும் தீவிரப் பிரசாரத்தில் ஈடுபட்டனர்.

தேர்தல் முடிவுகள் திமுகவுக்கு மிகப்பெரிய பின்னடைவைக் கொடுத்தன. காங்கிரஸ் - அஇஅதிமுக கூட்டணி தமிழகம் மற்றும் புதுச்சேரியில் உள்ள நாற்பது இடங்களில் 39 இடங்களைக் கைப்பற்றியது. திமுக கூட்டணியில் இந்திய கம்யூனிஸ்ட் கட்சி மட்டும் ஒரு தொகுதியில் வெற்றிபெற்றது. ஒன்றுபட்ட அஇஅதிமுக - இரட்டை இலை சின்னம் ஆகிய இரண்டும் தமிழகத்தில் மாய விளையாட்டை நடத்தியிருந்தன. ஜெயலலிதா தலைமையில் அஇஅதிமுக மறுமலர்ச்சி அடைந்திருந்தது.

தேசிய அளவில் இந்திரா காங்கிரஸுக்கு பலத்த சேதம் ஏற்பட்டிருந்தது. மாறாக, தேசிய முன்னணிக்கு நல்ல அளவில் வெற்றி கிடைத்திருந்தது. தேர்தல் நடைபெற்ற 525 தொகுதிகளில் 141 இடங்களில் தேசிய முன்னணி வெற்றி பெற்றிருந்தது. ஆனால் இந்திரா காங்கிரஸ் கட்சி 192 இடங்களைக் கைப்பற்றியிருந்தது. இவர்கள் தவிர்த்து பாரதிய ஜனதா 88 இடங்களில் வெற்றி பெற்றிருந்தது.

ராஜிவ் காந்தி பிரதமர் பதவியில் இருந்து விலகிக் கொண்டார். தேசிய முன்னணி சார்பில் புதிய பிரதமரைத் தேர்ந்தெடுக்கும் பணிகள் தொடங்கின. ஆட்சி அமைக்கும் அளவுக்கு தேசிய முன்னணியிடம் பெரும்பான்மை இல்லாத காரணத்தால் இடது சாரிகள் மற்றும் பாரதிய ஜனதா கட்சி ஆகியவற்றிடம் ஆதரவு கோரப்பட்டிருந்தது. அந்த இரண்டு கட்சிகளுமே அமைச்சரவையில் அங்கம் வகிக்காமல் வெளியில் இருந்து ஆதரவு கொடுத்தன.

யார் பிரதமர் என்பதில் ஜனதா தளத் தலைவர்கள் மத்தியில் கருத்துவேறு பாடுகள் ஏற்பட்டன. அதைச் சரிசெய்யும் பணியில் கருணாநிதி ஈடுபட்டார். அதனைத் தொடர்ந்து வி.பி. சிங் தேர்ந்தெடுக்கப்பட்டார். துணைப்பிரதமர்

பொறுப்பு தேவிலாலுக்கு வழங்கப்படும் என்று அறிவிக்கப்பட்டது. மத்திய அமைச்சரவையில் திமுகவும் இடம்பெறவேண்டும் என்று வி.பி. சிங் விரும்பியதை அடுத்து திமுக மாநிலங்களவை உறுப்பினராக இருந்த முரசொலி மாறன் நகர்ப்புற வளர்ச்சித்துறை அமைச்சராக நியமிக்கப்பட்டார்.

மாநிலத்தில் திமுக ஆட்சி. மத்தியில் திமுக பங்கேற்றுள்ள ஆட்சி. ஈழத் தமிழர்களின் பிரச்னை பற்றிப் பேசி, தீர்வை நோக்கி நகர்வதற்கு இதுதான் சரியான தருணம் என்று முடிவு செய்தார் கருணாநிதி. போராளி இயக்கங்களுக்குள் ஒற்றுமையை ஏற்படுத்துவதுதான் தீர்வுக்கு முந்தைய கட்டம் என்பது கருணாநிதியின் கணிப்பு.

அதன்படி, 16 டிசம்பர் 1989 அன்று விடுதலைப் புலிகளின் சார்பாக ஆண்டன் பாலசிங்கம், முதலமைச்சர் கருணாநிதியைச் சந்தித்துப் பேசினார். பிறகு ஈராஸ், ஈ.பி.ஆர்.எல்.எஃப், டெலோ, ப்ளொட், ஈ.என்.டி.எல்.எஃப் ஆகிய இயக்கத்தைச் சேர்ந்த பிரதிநிதிகளும் கருணாநிதியுடன் பேச்சுவார்த்தை நடத்தினர். போராளி இயக்கங்கள் அல்லாத ஈழத் தலைவர்கள் மற்றும் அரசியல்வாதிகளான சந்திரஹாசன், க. சச்சிதானந்தம் உள்ளிட்டோரும் சந்தித்துப் பேசினர்.

பேச்சுவார்த்தைகளின் பலனாக போராளிகளின் அணுகுமுறையில் மாற்றங்கள் தெரிந்தன. முக்கியமாக, 27 மார்ச் 1990 செய்தியாளர்களிடம் பேசிய விடுதலைப் புலிகளின் ஆலோசகர் ஆண்டன் பாலசிங்கம், சகோதர இயக்கங்கள் மீது எந்தவிதத் தாக்குதலையும் நடத்தமாட்டோம் என்று உறுதியளித்ததோடு, தற்காப்பு காரணத்துக்காகவே ஆயுதங்களை வைத்திருப்பதாகவும் விளக்கம் கொடுத்தார்.

இதன் தொடர்ச்சியாக டெல்லி சென்ற முதலமைச்சர் கருணாநிதி, ஈழத் தமிழர் பிரச்னை குறித்து விவாதிக்க இந்தியாவின் முக்கிய அரசியல் கட்சித் தலைவர்களுக்கு அழைப்பு விடுத்தார். 19 ஜூன் 1990 அன்று நடந்த அந்தக் கூட்டத்தில் பிரதமர் வி.பி. சிங், ஈ.எம்.எஸ். நம்பூதிரிபாட், வாஜ்பாய், அத்வானி, ஜோதிபாசு, ஈ.கே. நாயனார், லாலு பிரசாத் யாதவ், பிரஃபுல்ல குமார் மஹந்தா, அருண் நேரு, முஃப்தி முகமது சயீத் உள்ளிட்ட பலரும் கலந்துகொண்டனர். அந்தக்கூட்டத்தில் ஈழப்பிரச்னைகள் குறித்து முதலமைச்சர் கருணாநிதி விளக்கமாகப் பேசினார்.

அனைத்துக் கட்சித் தலைவர்களின் கூட்டம் முடிந்ததற்கு மறுநாள் தமிழ்நாட்டில் ஒரு மிகப்பெரிய தாக்குதல் நடந்தது. ஆம். சென்னை கோடம்பாக்கம் ஜக்கரியா காலனியில் தங்கியிருந்த ஈ.பி.ஆர்.எல்.எஃப் தலைவர் பத்மநாபாவும் அவருடைய ஆதரவாளர்களும் விடுதலைப் புலிகள் இயக்கத்தினரால் கொல்லப்பட்டனர். ஈழத்தமிழர் பிரச்னைக்கு தேசிய அளவில் ஆதரவு திரட்டும் முயற்சியில் முதலமைச்சர் கருணாநிதி ஈடுபட்டுக் கொண்டிருந்த சமயத்தில் பத்மநாபா உள்ளிட்ட 14 பேர் சக போராளி இயக்கத்தினரால் கொலை செய்யப்பட்டது பலத்த அதிர்வுகளை ஏற்படுத்தியது.

தமிழ்ப் புத்தாண்டு என்பது சித்தரையில் தொடங்கப்பட்டது கூடாது; தை முதல் தேதியன்று கொண்டாடப்பட வேண்டும் என்ற கருத்தை திராவிடர் கழகப் பொதுச் செயலாளர் கி. வீரமணி வெளியிட்டார். தவிரவும், தமிழ்ப் புத்தாண்டு என்று சொல்லிவிட்டு, 60 ஆண்டுகளும் பிரபவ, விபவ என்று வடமொழிப் பெயர்கள் இருக்கின்றன. இந்த அறுபது ஆண்டுகளுக்கும் சொல்லப்படும் கதைகள் தமிழனைக் கொச்சைப்படுத்துபவை என்றார் கி. வீரமணி. அன்று அவர் விடுத்த கோரிக்கை இருபது ஆண்டுகள் கழித்து திமுக ஆட்சியில் நிறைவேறியது.

●

தேர்தலில் வெற்றிபெற்று ஆட்சி அமைத்தால் உடனடியாக மண்டல் கமிஷன் பரிந்துரைகள் செயல்வடிவம் பெற்று வி.பி. சிங் வாக்குறுதி கொடுத்திருந்தார். அது என்ன மண்டல் கமிஷன் பரிந்துரைகள்?

தாழ்த்தப்பட்ட வகுப்பினருக்கு இருப்பது போல பிற்படுத்தப்பட்ட வகுப்பினருக்கும் தனி ஒதுக்கீடு கொடுக்கவேண்டும் என்ற கோரிக்கை வலுவாக எழுப்பப்பட்டுவந்தது. எமர்ஜென்ஸிக்குப் பிறகு ஆட்சிக்கு வந்த பிரதமர் மொரார்ஜி தேசாய் அதற்கான சாத்தியக்கூறுகள் பற்றி ஆய்வு செய்து, பரிந்துரைகளைக் கொடுக்க வேண்டும் என்று பிந்தேஸ்வரி பிரசாத் மண்டல் தலைமையில் ஐந்து உறுப்பினர்களைக் கொண்ட குழுவை நியமித்தார். அந்தக் குழு தனது பரிந்துரைகளைச் செய்யும்போது மத்தியில் ஆட்சி மாற்றம் ஏற்பட்டிருந்தது. இந்திரா காந்தி பிரதமராகியிருந்தார். மொத்தம் 3743 சாதிகளை இதர பிற்படுத்தப்பட்ட வகுப்பினர் (ஓபிசி) என்று மண்டல் கமிஷன் மத்திய அரசுக்கு அறிவித்தது.

மத்திய அரசு மற்றும் மத்திய அரசு சார்புடைய நிறுவனங்களில் உள்ள அனைத்துப் பணிகளிலும் மற்றும் கல்வி நிறுவனங்களிலும் பிற்படுத்தப்பட்ட வகுப்பினருக்கு 27 சதவீத இட ஒதுக்கீடு செய்யவேண்டும். ஆதி திராவிடர்கள், பழங்குடி மக்களுக்கு உள்ளது போல பிற்படுத்தப்பட்ட வகுப்பினருக்கு நிரப்பப்படாமல் உள்ள இட ஒதுக்கீட்டின் அளவு மூன்று ஆண்டுகளுக்குக் கணக்கில் எடுத்துக்கொள்ளவேண்டும். மத்திய, மாநில அரசுகள் பிற்படுத்தப்பட்டோர் நல முன்னேற்ற வாரியம் அமைக்க வேண்டும். மத்திய, மாநில அரசுகள் பிற்படுத்தப்பட்டோருக்காகத் தனியே அமைச்சகம் உருவாக்கவேண்டும். இப்படி பல பரிந்துரைகளை மண்டல் கமிஷன் செய்திருந்தது.

1980ல் மண்டல் பரிந்துரைகள் மத்திய அரசுக்குக் கிடைத்தபோதும் அதை செயல்வடிவத்துக்குக்கொண்டுவரும் முயற்சியில் இந்திராகாந்தியோ அல்லது அவருக்குப் பிறகு பிரதமரான ராஜிவ் காந்தியோ இறங்கவில்லை. பரிந்துரைகள் பத்து ஆண்டுகளாக முடங்கிக் கிடந்தன. அந்தப் பரிந்துரை களுக்கு உயிர் கொடுக்கும் நோக்கத்துடன் 12 ஜூன் 1990 அன்று அனைத்து மாநில முதலமைச்சர்களுக்கும் பிரதமர் வி.பி. சிங் கடிதம் எழுதினார். அதில் மண்டல் கமிஷன் மீது நடவடிக்கை எடுக்க மத்திய அரசு விரும்புவதாகவும்

அதுகுறித்த கருத்துகளை உடனடியாக மத்திய அரசுக்குத் தெரிவிக்கவேண்டும் என்றும் கோரியிருந்தார். அதற்கு உடனடியாகப் பதில் எழுதியது திமுக அரசு.

7 ஆகஸ்டு 1990 அன்று மண்டல் கமிஷன் பரிந்துரைகளில் அடிப்படையில் மத்திய அரசு நிறுவனங்களிலும் பொதுத்துறை நிறுவனங்களிலும் பிற்படுத்தப்பட்ட வகுப்பினருக்கு 27 சதவீத இட ஒதுக்கீடு வழங்கப் படுகிறது என்ற அறிவிப்பு மக்களவை மற்றும் மாநிலங்களவையில் வெளியிடப்பட்டது.

அந்த அறிவிப்பை வெளியிடும்போது பேசிய பிரதமர் வி.பி.சிங், 'டாக்டர் அம்பேத்கர், தந்தை பெரியார், ராம் மனோகர் லோகியா ஆகியோர் கண்ட கனவை நனவாக்க அரசு எடுத்த துணிச்சலான நடவடிக்கைதான் மண்டல் கமிஷன் பரிந்துரை மீது எடுக்கப்பட்ட முடிவு' என்றார்.

மண்டல் கமிஷன் பரிந்துரைகளை நிறைவேற்றிய மத்திய அரசுக்கும் பிரதமர் வி.பி.சிங்குக்கும் நன்றி தெரிவித்தார் முதலமைச்சர் கருணாநிதி. தமிழக சட்டமன்றத்தில் நன்றி தெரிவிக்கும் தீர்மானம் நிறைவேற்றப்பட்டது. ம ண்டல் கமிஷன் பரிந்துரைகள் செயல்வடிவம் பெற்றது தமிழகம் போன்ற மாநிலங்களில் மகிழ்ச்சி அலைகளை ஏற்படுத்தியிருந்தபோதும் வட மாநிலங்களில் பலத்த அதிர்ச்சி அலைகளை ஏற்படுத்தியிருந்தது.

குறிப்பாக, மண்டல் கமிஷன் பரிந்துரைகளால் தங்களுக்கு அநீதி இழைக்கப் பட்டுவிட்டது என்று கூறி உயர்வகுப்பு மாணவர்கள் ஆங்காங்கே போராட்டத்தில் ஈடுபட்டனர். பிகாரில் தொடங்கிய கிளர்ச்சி டெல்லி, குஜராத், ராஜஸ்தான், உத்தரபிரதேசம், ஆந்திரா, ஒரிசா என்று பல மாநிலங்களுக்கும் பரவியது. சாலை மறியல், ரயில் மறியல், கடையடைப்பு, வாகன எரிப்பு என்று ஒட்டுமொத்த இந்தியாவும் கிளர்ச்சியால் ஆக்கிரமிக்கப்பட்டிருந்தது. ஆனாலும் தன்னுடைய நிலையில் எந்தவித மாற்றத்துக்கும் வாய்ப்பில்லை என்று சொல்லிவிட்டது மத்திய அரசு.

மண்டல் கமிஷன் பரிந்துரைகளை அமல்படுத்த இடைக்காலத் தடை விதிக்கவேண்டும் என்று கோரி டெல்லி உயர்நீதிமன்றத்தில் 12 மனுக்கள் தாக்கல் செய்யப்பட்டன. ஆனால் அவை அனைத்தும் நிராகரிக்கப் பட்டுவிட்டன. மண்டல் கமிஷனை எதிர்ப்பவர்களுடன் பேரம் பேசி அவர்களுக்குச் சலுகை காட்டுவதைவிட உரிமை பறிக்கப்பட்ட பிற்படுத்தப் பட்ட இன மக்களின் நலனைக் காப்பதற்காக உறுதியாக நின்று பிரதமர் பதவியில் இருந்து விலகுவேன் என்று திட்டவட்டமாகச் சொல்லிவிட்டார் பிரதமர் வி.பி. சிங்.

தேசிய அரசியலில் பரபரப்பான மாற்றங்கள் நிகழ்வதற்கான சாத்தியக்கூறுகள் தென்படத் தொடங்கின. அயோத்தியில் இருக்கும் பாபர் மசூதியை இடித்து விட்டு, அந்த இடத்தில் ராமர் கோயிலைக் கட்டவேண்டும் என்பதை வலியுறுத்தி நாடு தழுவிய அளவில் ரத யாத்திரை மேற்கொண்டார் பாரதிய ஜனதா கட்சியின் தலைவர் எல்.கே. அத்வானி. அந்த ரத யாத்திரை

வன்முறையை நோக்கமாகக் கொண்டது என்பதால் அது பிகாரில் நுழைய வேண்டாம் என்று அத்வானியைக் கேட்டுக்கொண்டார் அந்த மாநில முதல்வர் லாலு பிரசாத் யாதவ். அதை ஏற்க மறுத்த அத்வானி, தடையை மீறி பிகாருக்குள் நுழைந்தார். அதனைத் தொடர்ந்து. 23 அக்டோபர் 1990 அன்று அத்வானி கைது செய்யப்பட்டார்.

பாரதிய ஜனதா கட்சியின் ஆதரவுடன் செயல்பட்டுவரும் ஜனதா தம் தலைமையிலான அரசு மத்தியில் இயங்கிக் கொண்டிருக்கும் சமயத்தில், அதே கட்சியைச் சேர்ந்த லாலு பிரசாத் யாதவ் அரசு அத்வானியைக் கைது செய்ததால் ஆத்திரமடைந்தது பாஜக. ஏற்கெனவே மண்டல் கமிஷன் விவகாரத்தில் வி.பி. சிங் அரசு மீது பலத்த அதிருப்தியில் இருந்தது பாஜக. தங்களுடன் கலந்து ஆலோசிக்காமல் அவசரம் அவசரமாக செயல்பட்டு விட்டார் வி.பி. சிங் என்பது பாஜகவின் வாதம். இப்போது அத்வானியும் கைது செய்யப்படவே, தேசிய முன்னணி அரசுக்கு அளித்து வந்த ஆதரவை விலக்கிக் கொண்டது பாஜக.

ராமர் கோவில் - பாபர் மசூதி விவகாரத்தில் திமுகவின் கருத்து தெளிவாக இருந்தது. இதிகாச காலத்து ராமனுக்கு ஒரு கோயில் கட்டவேண்டும் என்பதற்காக வரலாற்று காலத்து பாபர் மசூதியை இடிக்கவேண்டும் என்பதை நாட்டின் ஒற்றுமையிலும் ஒருமைப்பாட்டிலும் அக்கறையுள்ள எவரும் ஏற்றுக்கொள்ள இயலாது என்றார் திமுக தலைவர் கருணாநிதி.

ஆதரவை வாபஸ் பெற்றதால் வி.பி.சிங் அரசு பெரும்பான்மை இழந்தது. ஆனாலும் தன்னுடைய பெரும்பான்மையை நாடாளுமன்றத்தில் நிரூபிக்கப் போவதாக அறிவித்தார் வி.பி. சிங். ஆனால் ஜனதா தளத்துக்குள் வி.பி. சிங்குக்கு எதிராக ஒரு குழு உருவானது. 5 நவம்பர் 1990 அன்று ஜனதா தளம் இரண்டு பிரிவுகளாகப் பிரிந்தது. 68 எம்.பிக்கள் சந்திரசேகர் தலைமையில் பிரிந்தனர். மீதமுள்ள 83 உறுப்பினர்கள் வி.பி. சிங்கின் பக்கம் இருந்தனர்.

சந்திரசேகர் பிரிவுக்கு இந்திரா காங்கிரஸ் ஆதரவு கொடுத்தால் ஆட்சி அமைக்கலாம் என்ற சூழல். உடனடியாக ஜனதா தளத்தின் தேவிலால் மற்றும் சந்திரசேகர் பிரிவினர் வி.பி. சிங்கைக் கட்சியில் இருந்து நீக்கிவிட்டு, ஜனதா தளத்தின் புதிய தலைவராக சந்திரசேகரைத் தேர்ந்தெடுத்தனர். அதன்பிறகு வி.பி. சிங் அரசுக்கு ஆதரவாகக் கொண்டுவரப்பட்ட நம்பிக்கைத் தீர்மானம் தோல்வியடையவே, இந்திரா காங்கிரஸ் ஆதரவுடன் சந்திரசேகர் ஆட்சி அமைத்தார்.

வி.பி. சிங் அரசு மீதான நம்பிக்கைத் தீர்மானத்துக்கு ஆதரவாக இருந்தது திமுக. ஆனால் வாக்களிக்க திமுக வசம் எம்.பிக்கள் யாரும் இல்லை. அமைச்சரவையில் இடம்பெற்ற முரசொலி மாறன் மாநிலங்களவை உறுப்பினர். ஆனால் எதிராக வாக்களித்த அஇஅதிமுக வசம் ஏராளமான எம்.பிக்கள். ஏற்கெனவே ராஜிவ் காந்தியுடனும் இந்திரா காங்கிரஸுடனும் கூட்டணி வைத்திருந்த அஇஅதிமுக, சந்திரசேகர் அரசுக்கும் ஆதரவு கொடுத்தது.

சந்திரசேகர் அரசு தமிழக அரசையும் திமுகவையும் எப்படி அணுகப் போகிறது என்பதற்கு தன்னுடைய ஆட்சியின் மீதான நம்பிக்கை கோரும் தீர்மானத்தின் போது சந்திரசேகர் பேசிய பேச்சு சாட்சியாக அமைந்தது.

பயங்கரவாதத்தைக் கட்டுப்படுத்த உரிய நடவடிக்கை எடுக்குமாறு தமிழக அரசுக்கு வலியுறுத்தப்படும். நடவடிக்கை எடுக்கத் தவறினால் மத்திய அரசின் அடுத்த நடவடிக்கை தொடரும்.

35 ராஜிவ் காந்தி கொலை

திமுக அரசு எப்போது வேண்டுமானாலும் கலைக்கப்படும் என்றொரு வதந்தி அரசியல் வட்டாரத்தில் பரவிக்கொண்டே இருந்தது. தமிழ்நாட்டில் சட்டம் ஒழுங்கு சீர்குலைந்து விட்டது, விடுதலைப்புலிகளின் நடமாட்டம் அதிகரித்துவிட்டது என்பன போன்ற குற்றச்சாட்டுகள் அஇஅதிமுக பொதுச் செயலாளர் ஜெயலலிதாவால் முன்வைக்கப்பட்டன. அதேபோல வி.பி. சிங் குடன் தொடர்ந்து நட்பு பாராட்டிய முதலமைச்சர் கருணாநிதி, தமிழ் நாட்டுக்கு அவர் வந்தபோது பிரம்மாண்ட வரவேற்பு கொடுத்தார். எல்லா வற்றையும் உன்னிப்பாகக் கவனித்துக் கொண்டிருந்தது சந்திரசேகர் அரசு.

பிறகு தமிழ்நாட்டுக்குச் சுற்றுப்பயணம் வந்த பிரதமர் சந்திரசேகரிடம் திமுக அரசைக் கலைக்க வேண்டும் என்று கோரிக்கை விடுத்தார் ஜெயலலிதா. குடியரசுத் தலைவர் ஆர்.வெங்கடராமன், கவர்னர் சுர்ஜித் சிங் பர்னாலா ஆகியோரையும் சந்தித்து ஆட்சி கலைப்பு பற்றிப் பேசினார் ஜெயலலிதா. விடுதலைப்புலிகளுக்கு ஆதரவாக செயல்படுகிறது திமுக அரசு என்பதுதான் ஜெயலலிதா முன்வைத்த பிரதான குற்றச்சாட்டு.

திமுக மீது குற்றம்சாட்டும் ஜெயலலிதா சில மாதங்களுக்கு முன்பு அளித்த பேட்டியில் விடுதலைப் புலிகளுக்கு ஆதரவு நிலைப்பாட்டையே எடுத்திருந்தார் என்று எடுத்துக் காட்டினார் கருணாநிதி. அதற்காக, 4 அக்டோபர் 1990 தேதியிட்ட இந்தியன் எக்ஸ்பிரஸ் ஏட்டில் வெளியாகி இருந்த ஜெயலலிதாவின் பேட்டியை ஆதாரமாகக் காட்டினார் கருணாநிதி.

'சிங்கள ராணுவமும் காவல் துறையும் இலங்கையில் தமிழ் இனத்தை அழிப்பதில் தீவிரமாக ஈடுபட்டு வருகின்றனர். விடுதலைப் புலிகள் இயக்கம் துணிவான போராட்டத்தில் ஈடுபட்டு சிங்கள ராணுவத்தை எதிர்த்து, தீரத்துடன் போர் நடத்திவருகிறது. கடந்த இரு மாதங்களில் தமிழ்நாட்டில் புகார் கூறும் அளவுக்கு எந்தவிதமான நடவடிக்கை களிலும் விடுதலைப் புலிகள் ஈடுபடவில்லை. இப்போது விடுதலைப் புலிகள் இயக்கம் ஒரு நாட்டின் அரசாங்கத்தை எதிர்த்துப் போர்

நடத்திவருகிறது. இது ஒரு அதிதீரமான செயல். விடுதலைப் புலிகள் அழிக்கப்பட்டால் இலங்கையில் உள்ள தமிழினம் முழுவதும் அழிந்து விடும் என்பதை நாம் மனத்தில் நிறுத்த வேண்டும். விடுதலைப் புலிகளின் வெற்றி இலங்கைத் தமிழர்களின் வெற்றியாகும்... இலங்கைத் தமிழர்களின் கதி பற்றி வி.பி.சிங் எந்தவிதக் கவலையும் படுவதாகத் தெரியவில்லை. மாறியுள்ள சூழ்நிலையில் ஒரே மருந்து தமிழ் மக்கள் விடுதலைப் புலிகளை ஒட்டுமொத்தமாக ஆதரிப்பதுதான்.'

திமுக அரசைக் கலைக்க வேண்டும் என்ற நோக்கத்துக்காகவே தனது நிலைப்பாட்டைத் திடீரென ஜெயலலிதா மாற்றிக்கொண்டதாக விமரிசனம் எழுந்தது. ஆனால் திமுக அரசை கலைப்பது என்கிற முடிவை எடுக்க மிகவும் யோசித்துக் கொண்டிருந்தார் பிரதமர் சந்திரசேகர். ஜெயலலிதா பொறுமை எல்லை கடந்தது.

எனக்கும் காங்கிரஸுக்கும்தான் உறவு - உடன்பாடு எல்லாம்! சந்திரசேகரை ஆதரிக்கவேண்டும் என்ற கட்டாயம் எனக்கு இல்லை என்று பேசினார் ஜெயலலிதா.

இந்தப் பேச்சுக்கு உடனடி பலன் கிடைப்பதற்கான சாத்தியக் கூறுகள் தென்பட்டன. நாடாளுமன்றத்தில் பேசிய பிரதமர் சந்திரசேகர், தமிழ் நாட்டில் உல்ஃபா தீவிரவாத இயக்கத்தின் முகாம்கள் இருக்கிறது என்றார். பிறகு மத்திய அரசு மாநில அரசுக்குக் கொடுக்கும் தகவல்கள் யாழ்ப் பாணத்தில் உள்ள விடுதலைப் புலிகளின் தலைமையகத்துக்குச் செல்கின்றன என்றார். ஆக, திமுக அரசைக் கலைப்பதற்கான முஸ்தீபுகள் தொடங்கி விட்டன என்பது அப்பட்டமாகத் தெரிந்தது. ஆனால் எப்போது என்றுதான் தெரியவில்லை.

29 ஜனவரி 1991. இரவு பத்தரை மணிக்கு பிரதமர் சந்திரசேகரிடம் இருந்து டெல்லியில் இருந்த தமிழக ஆளுநர் சுர்ஜித் சிங் பர்னாலாவுக்கு அழைப்பு ஒன்று வந்தது. தமிழக அரசைக் கலைப்பதற்கான குற்றச்சாட்டுப் பட்டியல் தயார் நிலையில் இருக்கிறது. கவர்னரின் கையெழுத்துக்காக மட்டுமே காத்திருக்கிறோம் என்ற தகவல் ஆளுநர் பர்னாலாவிடம் சொல்லப்பட்டது. ஆனால் அப்படியொரு அறிக்கையில் தன்னால் கையெழுத்திட முடியாது என்று மறுத்துவிட்டார் பர்னாலா.

தமிழக அரசைக் கலைக்கும் முடிவில் பிரதமர் சந்திரசேகர் உறுதியாக இருந்தார். அதைப் புரிந்துகொண்ட பர்னாலா, தமிழக அரசின் இணை இயக்குனர் சம்பத் மூலமாக முதலமைச்சர் கருணாநிதிக்குத் தகவல் கொடுத்துவிட்டு தமிழ்நாட்டுக்குப் புறப்படத் தயாரானார். மறுநாள் மதியம் மத்திய அமைச்சரவை கூடியது. அதில் திமுக அரசைக் கலைப்பது என்று இறுதி முடிவு எடுக்கப்பட்டது. உடனடியாகக் கோப்புகள் சகிதம் ஆளுநர் பர்னாலாவைச் சந்தித்தார் மத்திய உள்துறை கூடுதல் செயலாளர் பக்ஷி. அறிக்கையில் கையெழுத்து போடவேண்டும் என்று கேட்க, அதற்கு மறுப்பு தெரிவித்துவிட்டு விமானத்தில் ஏறிவிட்டார் ஆளுநர் பர்னாலா.

ஆளுநரின் பரிந்துரை இல்லாமலேயே தமிழக அரசைக் கலைக்க முடிவுசெய்தது மத்திய அரசு. தமிழ்நாட்டில் விடுதலைப் புலிகளின் நடமாட்டம் அதிகரித்திருக்கிறது, சட்டம் ஒழுங்குக்கு ஆபத்து ஏற்பட்டுள்ளது என்று காரணங்கள் கூறி, அரசியல் சட்டத்தின் 356வது பிரிவின்படி திமுக அரசைக் கலைப்பதாக 30 ஜனவரி 1991 அன்று அறிவித்தார் குடியரசுத் தலைவர் ஆர். வெங்கடராமன். தமிழ்நாடு சட்டமன்றமும் கலைக்கப்பட்டது.

சட்டம் ஒழுங்கைக் காரணமாகக் காட்டப்பட்டிருந்தாலும்கூட 11 ஜனவரி 1991 அன்று முதலமைச்சர் கருணாநிதிக்கு பிரதமர் சந்திரசேகர் எழுதிய கடிதத்தில் பஞ்சாப், ஜம்மு - காஷ்மீர், அசாம் ஆகிய மூன்று மாநிலங்களில் சட்டம் ஒழுங்கு மிகவும் சீர்குலைந்துள்ளது என்று எழுதியிருந்தார். 26 ஜனவரி 1991 அன்று வெளியிட்ட குடியரசு தினச் செய்தியிலும் பஞ்சாப், காஷ்மீர், அசாம் மாநிலங்களில் மட்டுமே சட்டம் - ஒழுங்கு சீர்குலைந்து கிடப்பதாகக் குறிப்பிட்டிருந்தார். அந்தப் பட்டியல்களில் தமிழ்நாடு இடம்பெறாத சூழலிலும் தமிழக அரசு கலைக்கப்பட்டது. குடியரசுத் தலைவர் ஆட்சி அமல்படுத்தப்பட்டது.

இந்த இரண்டாண்டு ஆட்சிக் காலத்தில் திமுக அரசு பல முக்கியத் திட்டங்களைக் கொண்டு வந்திருந்தது. இந்தியாவின் வேறு எந்த மாநிலத்திலும் இல்லாத வகையில் விவசாயிகளுக்கு இலவச மின்சாரம் கொடுக்க உத்தரவிட்டது. மகளிர் இலவசப் பட்டப் படிப்புத் திட்டம், டாக்டர் முத்துலட்சுமி நினைவு மகப்பேறு நிதியுதவித் திட்டம். இன்னும் பல திட்டங்களைக் கொண்டுவர வேண்டும் என்ற நம்பிக்கையில் இருந்த கருணாநிதிக்கு தடைக்கல் போட்டது அரசியல் சட்டப்பிரிவு 356!

●

தமிழக அரசைக் கலைக்கும் விஷயத்தில் ஒற்றுமையாக செயல்பட்ட ராஜிவ் காந்திக்கும் சந்திர சேகருக்கும் இடையே திடீரென கருத்துவேறுபாடுகள் முளைத்தன. தன்னுடைய வீட்டை பிரதமர் சந்திரசேகர் காவல்துறை அதிகாரிகளைக் கொண்டு உளவு பார்த்ததாக ராஜிவ் காந்தி குற்றம்சாட்டினார். அதனைத் தொடர்ந்து சந்திரசேகர் அரசுக்கு அளித்துவந்த ஆதரவை இந்திரா காங்கிரஸ் வாபஸ் பெற்றது. உடனடியாக பிரதமர் பதவியில் இருந்து சந்திரசேகர் விலகிக்கொள்ள, நாடாளுமன்றம் கலைக்கப்பட்டுத் தேர்தல் அறிவிக்கப்பட்டது. ஆம். தமிழ்நாடு அரசைக் கலைத்த 34 நாள்களுக்குள் சந்திரசேகர் ராஜினாமா செய்திருந்தார்.

நாடாளுமன்றத் தேர்தலோடு தமிழக சட்டமன்றத்துக்கும் தேர்தல் அறிவிக்கப்பட்டதால் அரசியல் கட்சிகள் அணி அமைக்கும் பணியில் தங்களை ஈடுபடுத்திக் கொண்டன. தேர்தல் தேதிகளும் அறிவிக்கப்பட்டன. 20 மே 1991 மற்றும் 23 மே 1991 மற்றும் 26 மே 1991 ஆகிய மூன்று தினங்களில் தேர்தல் நடத்தப்படும். இதில் தமிழ்நாட்டில் 26 மே 1991 அன்று தேர்தல் நடத்தப்படும் என்று அறிவிக்கப்பட்டிருந்தது.

ஏற்கெனவே அஇஅதிமுக - இந்திரா காங்கிரஸ் உறவு சுமூகமாக இருந்ததால் இந்தத் தேர்தலிலும் அந்தக் கட்சிகளே கூட்டணி அமைத்திருந்தன. தொகுதிப் பங்கீடுகளையும் முன்கூட்டியே முடிவு செய்துவிட்டனர். சட்டமன்றத் தேர்தலைப் பொறுத்தவரை அஇஅதிமுக 168 இடங்களிலும் காங்கிரஸ் 66 இடங்களிலும் போட்டியிடுவது என்று முடிவு செய்திருந்தனர். பிறகு நாடாளுமன்றத் தேர்தலும் சேர்ந்துகொண்டதால் அஇஅதிமுக 11 தொகுதிகளில் போட்டியிட்டது. மீதமுள்ள தொகுதிகளில் காங்கிரஸ் போட்டியிட்டது.

திமுக அணியில் தமிழக ஜனதா தளம், மார்க்சிஸ்ட் கம்யூனிஸ்ட் கட்சி, இந்திய கம்யூனிஸ்ட் கட்சி, அண்ணா புரட்சித்தலைவர் திமுக (திருநாவுக்கரசு பிரிவு), இந்திய யூனியன் முஸ்லிம் லீக், அகில இந்திய ஃபார்வர்ட் ப்ளாக் ஆகிய கட்சிகள் இடம்பெற்றன. சட்டமன்றத் தேர்தலைப் பொறுத்தவரை திமுக 171, தமிழ்நாடு ஜனதா தளம் 15, மார்க்சிஸ்ட் கம்யூனிஸ்டு 22, இந்திய கம்யூனிஸ்ட் 10, அண்ணா புரட்சித்தலைவர் திமுக 9, இந்திய யூனியன் முஸ்லிம் லீக்குக்கு 4, ஃபார்வர்ட் ப்ளாக் உள்ளிட்ட மூன்று உதிரிகளுக்குத் தலா 1 என்ற அளவில் தொகுதிப் பங்கீடுகள் செய்யப்பட்டன. நாடாளுமன்றத் தேர்தலைப் பொறுத்தவரை திமுக 29, தமிழ்நாடு ஜனதா தளம் 5, மார்க்சிஸ்டு கம்யூனிஸ்ட் 3, இந்திய கம்யூனிஸ்ட் 2 என்ற அளவில் தொகுதிப்பங்கீடுகள் அமைந்தன.

மாநில சுயாட்சியோடு கூடிய முழுமையான, உண்மையான கூட்டாட்சி முறைக்கு ஏற்ற வகையில் அரசியல் சட்டம் திருத்தப்படவேண்டும், மாநில அரசுகளை விருப்பம் போலக் கலைப்பதற்குப் பயன்படுத்தப்படும் அரசியல் சட்டத்தின் 356வது பிரிவு நீக்கப்பட வலியுறுத்துவோம், மண்டல் கமிஷன் பரிந்துரைகள் முழுமையாக செயல்படுத்தப்பட மத்திய அரசு நடவடிக்கை எடுக்கத் தொடர்ந்து வற்புறுத்துவோம் என்பன போன்ற வாக்குறுதிகளைக் கொடுத்தது திமுகவின் தேர்தல் அறிக்கை.

பிற்படுத்தப்பட்ட வகுப்பினருக்கு கல்வி, வேலை வாய்ப்பில் 50 சதவீத இட ஒதுக்கீடு பெற வலியுறுத்துவோம், மத்திய - மாநில உறவில் மாநில உரிமைகள் பாதிக்காத அணுகுமுறை கடைப்பிடிக்கப்பட வலியுறுத்துவோம் என்று தேர்தல் அறிக்கையில் சொன்னது அஇஅதிமுக.

தமிழகத்தில் தேர்தல் பிரசாரத்துக்காக 21 மே 1991 அன்று இரவு எட்டரை மணிக்கு சென்னை மீனம்பாக்கத்தில் வந்திறங்கினார் இந்திரா காங்கிரஸ் தலைவர் ராஜிவ் காந்தி. ஸ்ரீபெரும்புதூரில் பொதுக்கூட்டத்தில் கலந்துகொள் வதாகத் திட்டம். மேடையை நோக்கி நடந்த ராஜிவ் காந்தியைச் சுற்றி பலத்த கூட்டம். மக்கள் அவருக்குக் கைகொடுப்பதற்காகவும் அவரைப் பார்ப்பதற் காகவும் முண்டியடித்துக் கொண்டிருந்தனர்.

அவர்களில் ஒரு பெண் கையில் சந்தன மாலையுடன் ராஜிவ் காந்தியை நெருங்கினாள். அடுத்த சில நொடிகளில் பலத்த வெடிச்சத்தம். மனித வெடிகுண்டுத் தாக்குதல் நடந்துள்ளது என்பது பிறகுதான் தெரியவந்தது.

ராஜிவ் காந்தி உள்ளிட்ட பதினெட்டு பேர் ரத்த வெள்ளத்தில் பிணமா கியிருந்தனர். ஒட்டுமொத்த இந்தியாவையும் உலுக்கிய செய்தி அது.

ராஜிவின் படுகொலைக்கு திமுகவே காரணம் என்பது போன்ற வதந்தி பரவத் தொடங்கியது. திமுக அலுவலகங்கள், திமுகவினரின் வீடுகள் தாக்கப் பட்டன. முரசொலி அலுவலகத்துக்குத் தீ வைக்கப்பட்டது. விடுதலைப் புலிகளின் மனித வெடிகுண்டுக்கு ராஜிவ் காந்தி பலியாகி இருப்பதால் இதற்கும் திமுகவுக்கும் தொடர்பு இருக்கக்கூடும் என்ற ஊகங்கள் பரபரப் பாக விவாதிக்கப்பட்டு வந்தன.

இத்தனைக்கும் திமுக ஆட்சியில் இருந்த காலத்தில் பதினான்கு முறை ராஜிவ் காந்தி தமிழகம் வந்து சென்றிருந்தார். திமுக ஆட்சியில் இல்லாத, பீஷ்ம நாராயண் சிங் தலைமையில் கவர்னர் ஆட்சி நடந்துகொண்டிருக்கும் சூழலில் இந்தப் படுகொலை நிகழ்த்தப்பட்டிருக்கிறது என்று விளக்கம் கொடுத்தது திமுக.

இந்தியா முழுக்கப் பதற்றம் ஏற்பட்டிருந்தபோதும் தமிழ்நாட்டில் கூடுதலாக இருந்தது. படுகொலை நடப்பதற்கு முன்னால் முதல் கட்டத் தேர்தல் முடிந் திருந்தது. இன்னும் இரண்டு கட்டத் தேர்தல்கள் எஞ்சியிருந்தன. நாடு முழுக்க பதற்றம் இருப்பதால் தேர்தல் தேதிகள் 12 ஜூன் 1991 மற்றும் 15 ஜூன் 1991 ஆகிய தேதிகளுக்கு ஒத்திவைக்கப்பட்டன. இந்தியா முழுக்க ராஜிவ் காந்தி அனுதாப அலை வீசியது. 15 ஜூன் 1991 அன்று தமிழ்நாட்டில் தேர்தல் நடந்தபோது அது பலமாக வீசியது. அது தேர்தல் முடிவுகளில் வெளிப் படையாகத் தெரிந்தது.

தமிழ்நாட்டில் நாடாளுமன்றத் தேர்தலைப் பொறுத்தவரை அனைத்து தொகுதிகளையும் அஇஅதிமுக - இந்திரா காங்கிரஸ் கூட்டணி கைப் பற்றியது. திமுக அணிக்கு ஒற்றை இடம்கூட கிடைக்கவில்லை. சட்ட மன்றத்தைப் பொறுத்தவரை திமுக சார்பில் துறைமுகம் தொகுதியில் போட்டி யிட்ட திமுக தலைவர் கருணாநிதி மட்டுமே வெற்றிபெற்றிருந்தார். திமுக போட்டியிட்ட மற்ற அனைத்து தொகுதிகளிலும் திமுகவுக்குத் தோல்வியே மிஞ்சியது.

1957ல் தேர்தல் களத்துக்கு வந்தபிறகு திமுக சந்தித்த மிகப்பெரிய தோல்வி இதுதான். மாறாக, எம்.ஜி.ஆரின் மறைவுக்குப் பிறகு உடைந்து, சரிந்து போன அஇஅதிமுகவுக்கு மறுமலர்ச்சி அளிக்கும் வகையில் அமைந்தன இந்தத் தேர்தல் முடிவுகள். அஇஅதிமுக 164 தொகுதிகளைக் கைப்பற்றி பிரம் மாண்ட வெற்றியைப் பெற்றிருந்தது.

தேசிய அளவில் காங்கிரஸ் கட்சிக்கு ஆதரவாக மிகப்பெரிய அனுதாப அலை வீசியபோதும் காங்கிரஸ் கட்சிக்கு ஆட்சி அமைக்கும் அளவுக்குப் பெரும் பான்மை கிடைக்கவில்லை. 511 இடங்களில் போட்டியிட்ட காங்கிரஸ் கட்சிக்கு 224 உறுப்பினர்களே கிடைத்திருந்தனர். பாரதிய ஜனதா கட்சிக்கு 119, ஜனதா தளத்துக்கு 56, மார்க்சிஸ்ட் கம்யூனிஸ்ட் கட்சிக்கு 35, இந்திய கம்யூனிஸ்ட் கட்சிக்கு 13 என்ற அளவில் தேர்தல் முடிவுகள் வந்திருந்தன.

அஇஅதிமுகவின் சட்டமன்றக் குழுத் தலைவராக ஜெயலலிதா தேர்வு செய்யப்பட்டார். முதலமைச்சராகப் பதவிப் பிரமாணம் எடுத்துக்கொள்ளும் போது ஆண்டவன் பெயரால் உறுதிமொழி எடுத்துக்கொண்டார் ஜெயலலிதா. திராவிட இயக்கத்தைச் சேர்ந்தவர்கள் 'உளமார' உறுதியெடுத்துக் கொள்வது தான் வழக்கம். ஆசார, அனுஷ்டானங்களிலும் ஆன்மிகத்திலும் நம்பிக்கை கொண்ட பிராமணரான ஜெயலலிதா கடந்தகால வழக்கத்தை மாற்றியிருந்தார். ஆண்டவன் பெயரில் பதவிப்பிரமாணம் எடுத்துக்கொண்டார். ஜெயலலிதாவின் அமைச்சரவையில் நெடுஞ்செழியன், ஆர்.எம். வீரப்பன் முதலிய கட்சியின் முக்கியஸ்தர்கள் பலரும் அமைச்சர்களாக இணைந்தனர். அஇஅதிமுக முகாம் உற்சாக வெள்ளத்தில் மிதந்தபோது திமுக தலைவர் கருணாநிதி தன்னுடைய சட்டமன்ற உறுப்பினர் பதவியை ராஜினாமா செய்தார். டெல்லியில் காங்கிரஸ் கட்சியின் சார்பாக ஆந்திராவைச் சேர்ந்த பி.வி. நரசிம்மராவ் பிரதமர் பொறுப்பை ஏற்றிருந்தார்.

36 சமூக நீதி

தமிழக அரசியலின் புதிய கட்டம் ஆரம்பித்திருந்தது. ராஜாஜி, காமராஜர், பக்தவத்சலம், எம்ஜிஆர் போன்றவர்களுடன் அரசியல் நடத்திய கருணாநிதி, தன்னைவிட அனுபவத்திலும் வயதிலும் மிகவும் இளையவரான ஜெயலலிதாவுடன் அரசியல் செய்ய வேண்டிய சூழல் உருவானது. அதன்பிறகான அரசியல், இரண்டு கட்சிகளின் போட்டா போட்டியாகவே இருந்தது. அருவருப்பான அணி மாற்றங்கள் அடிக்கடி நடந்தன.

கருணாநிதி கொண்டுவந்த திட்டத்தை ஜெயலலிதா நீக்குவதும், ஜெயலலிதா கொண்டுவந்த திட்டத்தை மு.க. நீக்குவதும் நடந்தன. பழிவாங்கும் போக்குகள் மாறிமாறி நடந்தன. ஆகவே, இனிவரும் அரசியல் வரலாற்று பக்கங்களை கொஞ்சம் வேகமாகவே புரட்டலாம்.

முதலமைச்சராகப் பதவியேற்றதும் அதுவரை அமலில் இருந்த மலிவுவிலை மதுவை ஒழிக்கும் உத்தரவில் முதன்முதலாகக் கையெழுத்திட்டார் ஜெயலலிதா. 15 ஆகஸ்டு 1991. தமிழ்நாடு சட்டமன்றத்தின் கோட்டைக் கொத்தளத்தில் தேசியக்கொடியை ஏற்றிவைத்த முதலமைச்சர் ஜெயலலிதா, இலங்கைக்குத் தாரை வார்க்கப்பட்ட கச்சத்தீவை மீட்டெடுக்கப் போவதாக அறிவிப்பு ஒன்றை வெளியிட்டார்.

விடுதலைப் புலிகளுக்கு ஆதரவாகக் கடந்த காலத்தில் பேசிய ஜெயலலிதா, முதலமைச்சரானதும் தமிழ்நாட்டில் விடுதலைப் புலிகளின் நடமாட்டத்தைக் குறைப்பதற்கான நடவடிக்கைகளை எடுத்தார். விடுதலைப் புலிகள் வயர்லெஸ் தொடர்புகள் துண்டிக்கப்பட்டன.

மதுஒழிப்புத் திட்டத்துக்கு மக்கள் மத்தியில் நல்ல ஆதரவு கிடைத்தது. அதைத் தொடர்ந்து ஜெயலலிதா அறிமுகம் செய்த திட்டங்களுள் குறிப்பிடத் தக்கது தொட்டில் குழந்தைத் திட்டம். பெண் குழந்தைகள் பிறந்தால் அதை வளர்ப்பதற்கான செலவுகள் அதிகம் என்பதால் அவற்றைக் குப்பைத் தொட்டியில் போட்டுவிடும் பழக்கம் அதிகரித்துக் கொண்டிருந்த

காலகட்டம் அது. அந்தக் குழந்தைகளை எடுத்து வளர்ப்பதற்காக இந்தத் திட்டம் கொண்டுவரப்பட்டது.

மாவட்டங்களுக்கு சாதித் தலைவர்களின் பெயர்கள் வைக்கப்படும் என்ற உத்தரவு பல்வேறு சமுதாய மக்களின் வரவேற்பைப் பெற்றது. சம்புவராயர் மாவட்டம், அழகுமுத்துக்கோன் மாவட்டம். முத்துராமலிங்கத்தேவர் மாவட்டம், பெரும்பிடுகு முத்தரையர் என்று நிறைய மாவட்டப் பெயர்கள் வந்திருந்தன.

1991 செப்டெம்பர் மாதத்தில் தமிழக சட்டமன்றத்தில் உரிமைப் பிரச்னை ஒன்று எழுந்தது.

சபாநாயகரால் அவைக்குறிப்பில் இருந்து நீக்கப்பட்ட சில பகுதிகள் திமுக நாளேடான முரசொலியில் பிரசுரமானது தொடர்பான பிரச்னை குறித்து தன்னுடைய கண்டனத்தைத் தெரிவிப்பதற்காக சட்டமன்றத்துக்கு வரவழைக்கப்பட்ட முரசொலி ஆசிரியர் செல்வம், பிரத்யேக கூண்டு ஒன்றில் ஏற்றப்பட்டார். பிறகு சபாநாயகர் அவையின் கண்டன வாசகங் களைப் படித்தார். தமிழக அரசியல் வரலாற்றிலும் சட்டமன்ற வரலாற்றிலும் இதற்குமுன்னர் இப்படியொரு சம்பவம் நடந்ததில்லை.

தடா சட்டம். அஇஅதிமுக ஆட்சியில் கொண்டுவரப்பட்ட இந்தச் சட்டத்தின் கீழ் திமுகவின் முக்கியப் பிரமுகர்கள் பலரும் கைது செய்யப் பட்டனர். முக்கியமாக, முன்னாள் அமைச்சர் சுப்புலட்சுமி ஜெகதீசன், ஜெகதீசன், வை. கோபால்சாமியின் சகோதரர் வை. ரவிச்சந்திரன் மற்றும் திமுக அரசில் உள்துறை செயலாளராக இருந்த நாகராஜன் ஐ.ஏ.எஸ் என்று ஏராளமானோர் கைது செய்யப்பட்டனர். எதிர்க்கட்சிகள் மீது பழிவாங்கும் நோக்கத்துடன் தடா பிரயோகம் செய்தததற்கு திமுக கடும் கண்டனங்களைப் பதிவு செய்ததோடு மாநிலம் தழுவிய அளவில் போராட்டத்தையும் நடத்தியது.

இதற்கிடையே திராவிட இயக்கத்துக்கு 75 ஆண்டுகள் நிறைவுபெற்றதைக் கொண்டாடும் விதமாக 21 டிசம்பர் 1991 தொடங்கி இரண்டு நாள்களுக்கு மதுரையில் பவளவிழா கொண்டாடப்பட்டது. அந்த மாநாட்டுக்கு வந்த வர்கள் கட்டணம் கட்டிவிட்டுக் கலந்துகொண்டது மாபெரும் தோல்விக்குப் பிறகும் உற்சாகம் குறையாமல், ஊக்கம் குன்றாமல் இருக்க திமுக தொண்டர்கள் தயாராக இருக்கிறார்கள் என்பதை வெளிப்படுத்தியது.

1992 பிப்ரவரி மாதத்தில் கும்பகோணத்தில் மகாமகம் திருவிழா நடந்தது. ஆன்மிகத்தின் அதிக நாட்டம் கொண்ட முதலமைச்சர் ஜெயலலிதா அந்தத் திருவிழாவில் கலந்துகொண்டார். மகாமகக் குளத்தில் குளித்தால் புண்ணியம் என்பதால் அதற்கான ஏற்பாடுகள் பிரமாதமாகச் செய்யப்பட்டன. பாதுகாப்பு கெடுபிடிகள் அதிக அளவில் இருந்தன. மக்கள் கூட்டம் மிகப்பெரிய அளவில் திரண்டதால் கும்பகோணம் குலுங்கியது.

திடீரென அங்கிருந்து சுற்றுச்சுவர் இடித்து விழுந்ததால் மக்கள் மத்தியில் நெரிசல் ஏற்பட்டு மிகப்பெரிய விபத்து நடந்தேறியது. தடுமாறிக் கீழே விழுந்தவர்கள் மீது மற்றவர்கள் மிதித்தபடி ஓடியதால் உயிரிழப்புகள் ஏற்பட்டன. மொத்தம் 48 உயிர்கள் பலியாகின. மகாமகம் விபத்துக்குக் காரணம் முதலமைச்சர் ஜெயலலிதா என்றும் அதற்கு நீதிவிசாரணை வேண்டும் என்றும் திமுக உள்ளிட்ட அனைத்து அரசியல் கட்சிகளும் கண்டனக் குரல் கொடுத்துக் கொண்டிருந்த சூழலில் 'உணவுப் பொட்டலத்தை வாங்குவதற்காக மக்கள் முண்டியடித்ததன் காரணமாகவே விபத்து ஏற்பட்டது' என்ற விளக்கத்தைக் கொடுத்தது தமிழக அரசு.

28 ஜூன் 1992 அன்று மதுரையில் பிரும்மாண்டமான மாநாட்டுக்கு ஏற்பாடு செய்தது அஇஅதிமுக. முதலமைச்சரும் கட்சியின் பொதுச்செயலாளருமான ஜெயலலிதாவின் மெகா சைஸ் கட் அவுட்டுகள் மதுரை மாநகரை ஆக்கிரமித்தன. 12 லட்சம் ரூபாய் மதிப்பில் சிம்மாசனம் போன்ற இருக்கை ஜெயலலிதாவுக்காகத் தயார் செய்யப்பட்டிருந்தது. மேடையில் முதல்வர் ஜெயலலிதாவுக்கு 10 கிலோ எடைகொண்ட தங்கமீன் அன்புப்பரிசாகத் தரப் பட்டது. 44 சவரனில் ஒரு இரட்டை இலைச் சின்னமும் ஜெயலலிதாவுக்குத் தரப்பட்டது. மிகப்பெரிய எண்ணிக்கையில் தொண்டர்கள் கலந்துகொண்ட அந்த மாநாட்டில் பேசிய ஜெயலலிதா, 'ராஜிவின் ரத்தத்தால் அஇஅதிமுக ஜெயிக்கவில்லை' என்று பேசினார். இது நன்றாக இருந்த அஇஅதிமுக - காங்கிரஸ் உறவில் விரிசலை ஏற்படுத்தியது.

•

மண்டல் கமிஷன் பரிந்துரைகளை அமல்படுத்துவது தொடர்பாக உச்சநீதி மன்றத்தில் பல வழக்குகள் தொடுக்கப்பட்டிருந்தன அல்லவா? அதற்கான தீர்ப்பு 16 நவம்பர் 1992 அன்று வழங்கப்பட்டது. ஒன்பது நீதிபதிகள் கொண்ட பெஞ்சில் ஆறு நீதிபதிகள் மண்டல் கமிஷன் பரிந்துரைகளுக்கு ஆதரவாகவும் மூன்று நீதிபதிகள் எதிர்ப்பாகவும் தீர்ப்பளித்தனர். இறுதியில், பெரும்பான்மை அடிப்படையில் தீர்ப்பு வழங்கப்பட்டது.

அந்தத் தீர்ப்பில், 'மண்டல் கமிஷன் பரிந்துரைகளின்படி 13 ஆகஸ்டு 1990 அன்று மத்திய அரசுப் பணிகளில் பிற்படுத்தப்பட்டோருக்கு 27 சதவிகிதம் இட ஒதுக்கீடு வழங்கி, அன்றைய பிரதமர் வி.பி. சிங் பிறப்பித்த உத்தரவு செல்லும். அதன்பிறகு 25 செப்டெம்பர் 1991 அன்று பொருளாதார அடிப்படையில் 10 சதவிகிதம் ஒதுக்கீடு செய்து பிரதமர் நரசிம்மராவ் பிறப்பித்த உத்தரவு செல்லாது. இந்த ஒதுக்கீடுகள் அனைத்தும் 50 சதவிகிதத்துக்கு மேல் அதிகமாகச் செல்லக்கூடாது. ஏற்கெனவே பிற்படுத்தப்பட்ட வகுப்பில் இருந்து சமூக ரீதியில் முன்னேறியவர்களுக்கு இந்த இட ஒதுக்கீடு கூடாது. எனவே, பிற்படுத்தப்பட்ட வகுப்புகளை நிர்ணயம் செய்ய இன்னும் நான்கு மாதங்களில் மத்திய, மாநில அரசுகள் கமிஷன்களை அமைக்கவேண்டும். பதவி உயர்வுகளுக்கு இந்த ஒதுக்கீடு பயன்படுத்தப்பட்டிருந்தால் அது ஐந்தாண்டு காலத்துக்கு மட்டுமே செல்லுபடியாகும்' என்று கூறப்பட்டிருந்தது.

இந்தத் தீர்ப்பைப் பகுதியளவில் திமுக வரவேற்றது. வி.பி.சிங் பிறப்பித்த உத்தரவு செல்லும் என்பதை வரவேற்ற திமுக, பிற்படுத்தப்பட்டோரை நிர்ணயம் செய்ய கமிஷன்களை நியமிக்கும் விஷயத்தை எதிர்த்தது. பிற்படுத்தப்பட்டோரில் முன்னேறிய வகுப்பினருக்கு இட ஒதுக்கீடு கூடாது என்பது ஏற்கமுடியாத ஒன்று என்பது திமுகவின் வாதம்.

மண்டல் விவகாரம் எழும் சமயத்தில் அதுபற்றி விவகாரமும் எழுவது இது முதல்முறையல்ல. வி. பி. சிங் பிரதமராக இருந்த சமயத்தில் ஒருமுறை நிகழ்ந்தது. தற்போது மீண்டும் ஒருமுறை எழுந்தது.

அயோத்தி விவகாரம் மீண்டும் கிளம்பியிருந்தது. 6 டிசம்பர் 1992 அன்று அயோத்தியில் கரசேவை நடத்தப்படும் என்று அறிவித்தார் பாரதிய ஜனதா கட்சியின் தலைவர் அத்வானி. நாடு தழுவிய அளவில் கரசேவைக்குக் கண்டனங்கள் வந்துகொண்டிருந்த சமயத்தில் தமிழகத்தில் இருந்து ஒரு ஆதரவுக்குரல் கேட்டது.

'அயோத்தியில் கோயில் கட்டப்பட வேண்டும் என்பது இந்த நாட்டின் பெரும்பான்மையான மக்களின் விருப்பத்தைப் பிரதிநிதித்துவம் செய்வதாக உள்ளது. இந்த நாட்டின் பெரும்பான்மையான மக்களின் கருத்தை நாம் புறக்கணிக்கக் கூடாது. பாரதிய ஜனதா, விசுவ ஹிந்து பரிசத் உள்ளிட்ட அமைப்புகள் தொடங்கப்போவதாக அறிவித்துள்ள கரசேவை நடைபெறு வதற்குத் தேவையான சூழ்நிலை உருவாக்கப்படவேண்டும்.'

அயோத்தி விவகாரம் தொடர்பாக 23 நவம்பர் 1992 அன்று கூடிய தேசிய ஒருமைப்பாட்டுக் கூட்டத்தில் கலந்துகொண்ட ஜெயலலிதாவே இந்தக் குரலுக்குச் சொந்தக்காரர். ஜெயலலிதாவின் கரசேவை ஆதரவுப் பேச்சுக்கு தமிழகத்தின் திமுக, திக, காங்கிரஸ் உள்ளிட்ட பெரும்பாலான அரசியல் கட்சிகள் கடும் கண்டனத்தைப் பதிவு செய்தன. தமிழகம் முழுக்க ஜெயலலி தாவுக்கு எதிராகக் கண்டனக் கூட்டங்கள் நடத்தப்படும் என்று அறிவித்தது திமுக. மேலும், கரசேவையைத் தடுத்து நிறுத்தும் நடவடிக்கையில் மத்திய அரசுக்குத் தன்னுடைய ஆதரவு இருக்கும் என்று அறிவித்தது திமுக.

6 டிசம்பர் 1992. திட்டமிட்டபடி பயங்கர ஆயுதங்களுடன் பாபர் மசூதி இருக்கும் இடத்துக்குள் நுழைந்த கரசேவகர்கள் மசூதியின் கும்மட்டங்களை இடித்து நொறுக்கினர். இதுகுறித்துக் கருத்து தெரிவித்த திமுக தலைவர் கருணாநிதி, 'கரசேவை என்பது இந்திய ஒருமைப்பாட்டை உடைக்கும் சேவையாகிவிட்டது. இன்று நடந்துள்ள காட்டுமிராண்டித்தனமான மதவெறிச் செயல் மூலம் உச்சநீதிமன்றமே புறக்கணிக்கப்பட்டு, பிரச்னைக்குரிய பகுதி என்பதற்கான ஆதாரங்களும் சிதிலமாக்கப்பட்டுவிட்டன' என்றார். மசூதி இடிப்பைத் தொடர்ந்து நாடு தழுவிய அளவில் கலவரங்கள் வெடித்தன.

கரசேவை விவகாரம் காங்கிரஸ் - அஇஅதிமுக உறவை சீர்குலைத்தது. இரு கட்சித் தலைவர்களும் பரஸ்பரம் கண்டன அறிக்கைகள் விடுத்து, மோதலில் ஈடுபட்டுக் கொண்டிருந்த சமயத்தில் 9 மார்ச் 1993 அன்று காங்கிரஸ்

கட்சியுடன் இருக்கும் உறவை முறித்துக்கொள்வதாக அறிவித்தார் ஜெயலலிதா. அதனைத் தொடர்ந்து பாஜகவுக்கும் அஇஅதிமுக இடையே பெருமளவில் நல்லெண்ணம் உருவாகியிருப்பதாகக் கருத்து தெரிவித்தார் பாஜக தலைவர் அத்வானி.

ஜெயலலிதா ஆட்சிக்கு வந்த சமயத்தில் 1993 ஆகஸ்டு மாதம் காவிரி விவகாரம் தொடர்பாக வெளியான நீதிமன்றத் தீர்ப்பு தமிழ்நாட்டுக்கு விரோதமாக இருந்தது. இதை எதிர்த்து உண்ணாவிரதம் இருக்க முடிவு செய்தார் ஜெயலலிதா. ஒரு மாநிலத்தின் முதலமைச்சர் உண்ணாவிரதம் இருக்க முடிவு செய்தது தேசிய அளவில் மிகப்பெரிய அதிர்வை ஏற்படுத்தியது.

அதற்காகத் தேர்வு செய்யப்பட்ட இடம் சென்னை மெரீனா கடற்கரை. உண்ணாவிரத்தைத் தொடங்குவதற்கு முன்னால் பேசிய முதலமைச்சர் ஜெயலலிதா, 'மேட்டூர் அணையில் இன்னும் 20 நாள்களுக்குத்தான் நீர் இருக்கிறது. நடுவர் மன்றத் தீர்ப்பு சொன்னபடி கர்நாடக அரசு நீரை வெளியிடாவிட்டால் குறுவைப் பயிர் வாடும்; விவசாயிகள் சம்பாவைப் பயிராக்க முடியாமல் போகும்; நடுவர் மன்றத் தீர்ப்பை நிறைவேற்ற அரசு தவறிவிட்டது. எனக்குள்ள கடைசி பிரம்மாஸ்திரமாக இப்போராட்டத்தைத் தொடங்கியுள்ளேன்.' என்றார்.

கிட்டத்தட்ட மூன்று நாள்களைக் கடந்தது உண்ணாவிரதம். அந்த மேடையையே தன்னுடைய அலுவலகமாக மாற்றி அங்கிருந்தபடியே கோப்புகளைப் பார்வையிட ஆரம்பித்தார். உடல் மிகவும் பலவீனம் அடைந்தது. டெல்லியில் இருந்து தலைவர்கள் பலர் உண்ணாவிரத்தைத் கைவிடுமாறு ஜெயலிதாவைக் கேட்டுக்கொண்டனர். அதன்பிறகு உண்ணா விரதத்தைக் கைவிட்டார் ஜெயலலிதா.

ஏற்கெனவே நிலுவையில் இருந்த இட ஒதுக்கீடு விவகாரம் மீண்டும் எழுந்தது. ஜனவரி 1993. திராவிடர் கழகப் பொதுச்செயலாளர் கி.வீரமணி தமிழக அரசுக்கு முக்கிய யோசனை ஒன்றை அறிக்கை மூலம் கொடுத்தார். இந்திய அரசியல் சட்டம் 31 (C) அடிப்படை உரிமை விதியைப் பயன்படுத்தி 69 சதவிகித இட ஒதுக்கீட்டை தனிச்சட்டமாகவே நிறைவேற்றி, குடியரசுத் தலைவருக்கு அதை அனுப்பி, 9வது அட்டவணையில் அதை இடம்பெறச் செய்யலாம். இட ஒதுக்கீடு தொடர்பான பிரச்னைகளுக்கு ஒரு முற்றுப்புள்ளி வைத்து, நீதிமன்றங்களின் எல்லை மீறிய ஆணைகளில் இருந்து மக்களைக் காப்பாற்ற இது உதவும் என்று அறிக்கையில் கூறினார் கி. வீரமணி.

அவருடைய வேண்டுகோளின்படி அனைத்துக்கட்சிக் கூட்டத்தை 26 நவம்பர் 1993 அன்று கூட்டினார் முதலமைச்சர் ஜெயலலிதா. அதனைத் தொடர்ந்து 31 டிசம்பர் 1993 அன்று தமிழக சட்டமன்றம் கூடி, அந்த மசோதா நிறைவேற்றப் பட்டது. இதுகுறித்துக் கருத்து தெரிவித்த திமுக தலைவர் கருணாநிதி, 'சட்டப் பேரவையில் ஒரு சட்டத்தைக் கொண்டுவந்திருக்கிறார் என்றால் அதை வைத்துக்கொண்டு நாக்கை வழித்துக்கொள்வதா? இங்கே கொண்டுவந்தால் போதுமா? அதை மத்திய அரசு ஏற்கவேண்டாமா? குடியரசுத் தலைவரின்

கையெழுத்து வேண்டாமா? அதற்குப் பிறகு உச்சநீதிமன்றத் தீர்ப்பு எப்படி அமையுமோ? அதைப்பற்றி எல்லாம் ஆராய வேண்டாமா?' என்று கேள்வியெழுப்பினார் கருணாநிதி. (1 ஏப்ரல் 1994 முரசொலி)

அதன்பிறகு அந்த மசோதாவுக்கு ஒப்புதல் தரவேண்டும் என்று தி.க பொதுச்செயலாளர் கி. வீரமணியின் வேண்டுகோளுக்கு இணங்க இந்தியக் குடியரசுத் தலைவருக்குத் தந்திகள் அனுப்பப்பட்டன. தொடர்ச்சியான முயற்சிகளுக்குப் பிறகு 19 ஜூலை 1994 அன்று மசோதாவுக்கு ஒப்புதல் அளித்தார் குடியரசுத் தலைவர் சங்கர் தயாள் சர்மா.

பிறகு மீண்டும் சட்ட, வழக்குச் சிக்கல்கள் ஏதும் வராமல் இருக்க இந்திய அரசியல் சட்டம் ஒன்பதாவது அட்டவணையில் 31(C) சட்டத்தைச் சேர்த்து விடவேண்டும் என்று மத்திய அரசுக்குக் கோரிக்கைகள் எழுப்பப்பட்டன. தமிழக முதலமைச்சர் ஜெயலலிதாவும் வேண்டுகோள் விடுத்தார்.

2 ஆகஸ்டு 1994 முதல் 13 ஆகஸ்டு 1994 வரை சமூகநீதிப் பயணம் தொடங்கினார் தி.க பொதுச்செயலாளர் கி. வீரமணி. இதனைத் தொடர்ந்து 24 ஆகஸ்டு 1994 மற்றும் 25 ஆகஸ்டு 1994 இரண்டு தினங்களில் முறையே மாநிலங்களவை மற்றும் மக்களவையில் விவாதம் எதுவும் இல்லாமல் சட்டம் நிறைவேற்றப்பட்டது.

திராவிடர் கழகத்தின் தொடர்ச்சியான முயற்சிகளுக்குக் கிடைத்த வெற்றியாக இது பார்க்கப்பட்டது. அதேசமயம் அஇஅதிமுகவும் அதன் பொதுச் செயலாளர் ஜெயலலிதாவும் கணிசமான ஒத்துழைப்பையும் உழைப்பையும் வழங்கியதன் காரணமாகவே 69 சதவிகித இட ஒதுக்கீடு சட்டமானது என்பதால் முதலமைச்சர் ஜெயலலிதாவுக்குப் பாராட்டு விழா ஒன்றை நடத்தியது திராவிடர் கழகம். அந்த விழாவில் ஜெயலலிதாவுக்கு சமூகநீதி காத்த வீராங்கனை என்ற பட்டத்தை வழங்கிப் பேசினார் கி.வீரமணி.

'அய்யா நினைத்ததை நீங்கள் செய்யும்போது பெரியார் தொண்டர்களாகிய நாங்கள் பாராட்டுகிறோம். இதிலென்ன வியப்பு? பெரியாரின் கொள்கைகளை உங்கள் ஆட்சி செய்கின்ற நேரத்திலே, உங்களுக்கு எதிர்ப்பு ஏற்படுமேயானால், எந்த இடத்தில் இருந்து எதிர்ப்பு ஏற்படுமானாலும், அது எவ்வளவு பெரிய இடத்தில் இருந்து எதிர்ப்பு ஏற்படுமானாலும், கறுப்புச்சட்டைப்படை, தற்கொலைப் பட்டாளம் - கறுப்பு மெழுகுவர்த்தி - தங்களை அழித்துக் கொண்டு, சமுதாயத்துக்கு ஒளிகொடுப்பவர்கள் - என்றென்றைக்கும் அவற்றை முறியடித்து, ஆட்சிக்கு உறுதுணையாக இருப்போம் என்று இந்த மாபெரும் மக்கள் மன்றத்தின் முன்னாலே நான் சொல்ல விழைகிறேன்.'

37 உருவானது மறுமலர்ச்சி திமுக

'அன்புள்ள அய்யா, திரு. வை. கோபால்சாமியின் ஆதாயத்துக்காக உங்களைத் தீர்த்துக்கட்ட எல்.டி.டி.ஈ.யினர் திட்டம் வைத்திருப்பதாக மத்திய அரசுக்குக் கிடைத்த அதிகாரப்பூர்வமற்றத் தகவலை உங்களுக்கு உடனடியாகத் தெரிவிக்க முதலமைச்சர் (ஜெயலலிதா) உத்தரவிட்டுள்ளார். தேவையான அனைத்து பாதுகாப்பு ஏற்பாடுகளை வழங்கவும் எனக்கு முதல்வர் உத்தரவிட்டுள்ளார். எனவே, உங்களுக்கு வழங்கப்படும் பாதுகாப்பு ஏற்பாடுகளுக்கு ஒப்புதல் அளிக்குமாறு கேட்டுக்கொள்கிறேன்.'

3 அக்டோபர் 1993 அன்று இப்படியொரு கடிதம் திமுக தலைவர் கருணாநிதிக்கு வந்து சேர்ந்தது. அனுப்பியவர் தமிழக அரசின் தலைமைச் செயலாளர். கடிதம் பற்றி பத்திரிகையாளர்களின் கேள்விகளுக்கு இரண்டே வரிகளில் பதிலளித்துவிட்டார் திமுக தலைவர் கருணாநிதி.

'(திமுக) பொதுச்செயலாளர் ஊரில் இல்லை. அவர் சென்னை திரும்பியதும் அவருடனும் கழக முன்னணியினருடனும் கலந்துபேசி அரசு தரும் பாது காப்பு பற்றி முடிவெடுப்பேன்'

கடிதம் வந்திருப்பது குறித்துக் கேள்விப்பட்டதும் திமுக மாநிலங்களவை உறுப்பினரான வை. கோபால்சாமி உடனடியாக அறிக்கை ஒன்றை வெளி யிட்டார்.

'என் வாழ்நாளில் நான் கனவிலும் நினைத்துப் பார்த்திராத பேரிடி என் தலையில் விழுந்த அதிர்ச்சிக்கு ஆளாகியுள்ளேன்... மத்திய அரசின் உளவுத் துறையினர் திமுகவில் குழப்பத்தை ஏற்படுத்த கடந்த சில மாதங்களாக முயன்று வருவதாக தலைவர் கலைஞர் பலமுறை கூறியிருப்பதை நினைவு கூர்கிறேன். என்னால் திமுக தலைவர் கலைஞருக்கோ அல்லது கட்சிக்கோ கடுகளவும் கேடு வராமல் தடுக்க என்னை பலியிடத்தான் வேண்டுமென்றால் அதற்கும் நான் சித்தமாகவே இருக்கிறேன்'

இந்த அறிக்கை திமுக தலைவரையோ அல்லது பொதுச்செயலாளரையோ கலந்துகொண்டு விடுக்கப்படவில்லை என்ற வருத்தம் திமுக தலைமைக்கு ஏற்பட்டது. உடனடியாக திமுக மாவட்டச் செயலாளர்களின் கூட்டம் சென்னையில் கூட்டப்பட்டது. அதன்பிறகு திமுக தலைவர் கருணாநிதி அறிக்கை ஒன்றை வெளியிட்டார். அந்த அறிக்கையில் இருந்து சில பகுதிகள் இங்கே:

'மத்திய, மாநில புலனாய்வுத் துறையினரும் குறிப்பிட்ட சில பத்திரிகைகளும் திமுகவின் பலத்தைக் குறைக்கவும் கட்சிக்குள் பூசலை ஏற்படுத்தவும் கடந்த ஓராண்டு காலமாகவே தீவிர முயற்சிகளில் ஈடுபட்டிருப்பதை நான் தொடர்ந்து கூறிக்கொண்டு வந்திருக்கிறேன். அப்பொழுதெல்லாம் அதனைச் சிந்தித்துப் பார்க்கக்கூட நமது கழகத்திலேயே சிலருக்கு மனமில்லாதது மட்டுமல்ல; மறுக்கவும் செய்தனர். ஆனால் இன்று திரு. கோபால்சாமி அவர்கள்; முன்பு அவரால் ஏற்றுக்கொள்ளப்படாத அந்தச் செய்தியை, இப்போது தனது தரப்பு வாதத்துக்குச் சாதகமாக எடுத்துக்கொண்டு இரண்டு நாளைக்கு முன்பு வெளியிட்ட அறிக்கையில் குறிப்பிட்டிருக்கிறார். ஆனால், இன்னமும் அவர், குறிப்பிட்ட சில பத்திரிகைகள் திமுக தலைமையைக் குறைகூறி, அவரை முன்னிலைப்படுத்தி, ஆதரவு தருகிற குள்ளநரித் தந்திரத்தை அவர் உணர்ந்து கொண்டதாகத் தெரியவில்லை. எனவே, இனியாவது இதுபோன்ற சீர்குலைவுக் காரியங்கள் நடைபெறாமல் இருந்தால் கட்சிக்கு நல்லது என்று வலியுறுத்திக் கூறியும், இன்னமும்கூட அது தொடர்ந்துகொண்டுதான் இருக்கிறது'

வைகோ தொடர்பாக ஏற்கெனவே திமுகவுக்குள் புகைய, உளவுத்துறை அனுப்பிய கடிதம், அதற்கு வைகோ அளித்த பதில், அதற்கு மு. கருணாநிதி கொடுத்த விளக்கம் என்று திமுக முகாமில் பலத்த சலசலப்புகள். விரைவில் வை.கோபால்சாமி விரைவில் திமுகவில் இருந்து வெளியேறிவிடுவார் என்றும் வெளியேற்றப்படுவார் என்றும் தொண்டர்கள் மத்தியில் வதந்தி பரவிக் கொண்டிருந்தது. வை.கோபால்சாமியைக் கட்சியில் இருந்து நீக்கக் கூடாது என்று வலியுறுத்தி, நொச்சிப்பட்டி தண்டபாணி, இடிமழை உதயன், கோவை காமராசபுரம் பாலன், மேலப்பாளையம் ஜஹாங்கீர், உப்பிலியா புரம் வீரப்பன் ஆகியோர் தீக்குளித்து இறந்தனர். பத்திரிகைகள் வேறு திமுக வுக்குள் குழப்பத்தை விளைவித்துக் கொண்டிருந்தன. விவகாரம் எப்போது வேண்டுமானாலும் வெடிக்கக் கூடும் என்ற நிலை.

போதாக்குறைக்கு, திமுகவின் மூன்றாவது அத்தியாயமே வருக என்று வைகோ ஆதரவாளர்கள் சுவரொட்டி அடித்து ஒட்டியதாக ஜுனியர் விகடனில் செய்தி வெளியானது.

1993 நவம்பர் மாதம் கட்சி விரோத நடவடிக்கையில் ஈடுபட்டதால் கூறி வை.கோபால்சாமி திமுகவில் இருந்து நீக்கப்பட்டதாக திமுக செயற் குழுவில் முடிவெடுக்கப்பட்டது. ஆனாலும் வை.கோபால்சாமி தாங்களே உண்மையான திமுக என்று கூறி, பொதுக்குழுவைக்கூட்டினர். திமுகவின் உதயசூரியன் சின்னம், கறுப்பு சிவப்புக் கொடி, கட்சியின் தலைமை

அலுவலகமான அண்ணா அறிவாலயம் ஆகியன தங்களுக்கே சொந்தம் என்றுகூறினார். விவகாரம் தேர்தல் ஆணையத்திடம் சென்றது. கடுமையான போராட்டத்துக்குப் பிறகு கருணாநிதி தலைமையிலான திமுகவுக்கே கொடி, சின்னம், அறிவாலயம் ஆகியன சொந்தம் என்று தீர்ப்பளிக்கப்பட்டது.

பிறகு வை.கோபால்சாமி தலைமையில் புதிய கட்சி தொடங்கப்பட்டது. 1994 ஆம் ஆண்டு மே மாதம் 6 ஆம் நாள், சென்னை, தியாகராய நகரில் உள்ள தென்னிந்திய நடிகர் சங்கக் கட்டடத்தில் கூடிய பொதுக்குழு, புதிய அமைப் பின் கொடி, கொள்கை, குறிக்கோள்களை வகுத்தது. மேலும், கீழும் சிவப்பு வண்ணத்துடனும், நடுவில் கருப்பு வண்ணமும் கொண்டதாகக் கட்சியின் கொடி அறிமுகப்படுத்தப்பட்டது. 'அரசியலில் நேர்மை; பொதுவாழ்வில் தூய்மை; இலட்சியத்தில் உறுதி' என்ற முழக்கங்களை முன்வைத்தார் வைகோ.

மறுமலர்ச்சி திராவிட முன்னேற்றக் கழகத்தின் பொதுச்செயலாளராக வை. கோபால்சாமியும் அவைத்தலைவராக எல்.கணேசனும் தேர்ந்தெடுக்கப் பட்டனர். அப்போது திமுகவில் மாவட்டச் செயலாளர்களாக இருந்த ஒன்பது பேர் அங்கிருந்து வெளியேறி, வை.கோபால்சாமியின் பின்னால் திரண்டனர். திமுகவைவிட்டு விலகி, எம்.ஜி.ஆர் புதிய கட்சியைத் தொடங்கியபோதுகூட இத்தனை மாவட்டச் செயலாளர்கள் அவருக்கு ஆதரவாகத் திரும்பவில்லை. அந்த வகையில் திமுகவில் மிகப்பெரிய பிளவை ஏற்படுத்தியிருந்தது மறுமலர்ச்சி திமுகவின் தோற்றம்.

குடவாசல் என்ற ஊரில் முதல் கூட்டத்தை நடத்திய மதிமுக, தனது கொள்கைகளை விளக்கும் வகையிலும் திமுக தலைமையின் தவறான அணுகுமுறை குறித்தும் அறிக்கை ஒன்று வெளியிட்டது. வை. கோபால்சாமி, எல். கணேசன் உள்ளிட்டோரால் தயாரிக்கப்பட்ட அந்த அறிக்கை திமுகவினரை கொந்தளிக்கச் செய்தது. காரணம், கருணாநிதியின் சாதியைப் பற்றி இழிவான முறையில் எழுதப்பட்ட வாசகம் ஒன்று அதில் இடம்பெற்றதுதான். ஏராளமான இளைஞர்கள் வைகோவின் பின்னால் திரண்டனர். புதிய நம்பிக்கை நட்சத்திரமாகக் காட்சியளித்தார் வைகோ.

திமுகவில் இருந்து உருவான இயக்கம் என்றபோதும் தன்னை அஇஅதிமுக வுக்கும் அதன் ஆட்சிக்கும் எதிரான இயக்கமாகவே காட்டிக்கொண்டது மறுமலர்ச்சி திமுக கன்னியாகுமரியில் இருந்து சென்னை வரையிலும், கோவை, சேலம் வழியாக, 1500 கிலோமீட்டர் தொலைவை 51 நாள்கள், பல்லாயிரக்கணக்கான தொண்டர்கள் புடைசூழ எழுச்சி நடைப்பயணம் மேற்கொண்டார்; மொத்தம் 51 நாள்களுக்கு நடந்தது நடைப் பயணம்.

•

அஇஅதிமுக ஆட்சிக்கு வந்ததும் மீண்டும் உலகத் தமிழ் மாநாடு நடத்த விரும்பினார் ஜெயலலிதா. 1995 ஜனவரி மாதத்தில் தஞ்சாவூரில் வைத்து மாநாட்டை நடத்த ஏற்பாடுகள் செய்யப்பட்டன. அந்த மாநாட்டில் கலந்துகொள்ள பிரதமர் நரசிம்மராவுக்கு அழைப்பு விடுத்திருந்தார் முதலமைச்சர் ஜெயலலிதா. எனக்கும் நரசிம்மராவுக்கும் தலைமுறை

இடைவெளி இருக்கிறது என்று முன்பு ஒருமுறை சொல்லியிருந்த ஜெயலலிதா, சீர்கெட்டுப்போன கூட்டணி உறவைச் சீர்செய்யும் வகையில் அழைப்பு அனுப்பியதாகவே ஊடகங்கள் செய்தி வெளியிட்டன.

தமிழ்நாட்டில் ஆளுங்கட்சியால் காங்கிரஸ்காரர்கள் தொடர்ந்து அவமரியாதைக்கு ஆளாகி வருவதால் அந்த மாநாட்டில் பிரதமர் கலந்துகொள்ளக் கூடாது என்றார் தமிழ்நாடு காங்கிரஸ் கமிட்டித் தலைவர் வாழப்பாடி ராமமூர்த்தி. ஆனாலும் மாநாட்டில் கலந்துகொண்டார் பிரதமர் நரசிம்மராவ்.

உலகத் தமிழ் மாநாடு என்று அறிவிக்கப்பட்ட மாநாட்டில் கலந்துகொண்ட அஇஅதிமுகவினர் கட்சிக்கொடியின் நிறத்தில் சேலைகளை அணிந்து வந்தனர். எங்கு பார்த்தாலும் கரைவேட்டிகள் தென்பட்டன. ஜெயலலிதாவின் முகம் பொறிக்கப்பட்ட பனியன்களை அணிந்திருந்தனர். கிட்டத்தட்ட அஇஅதிமுகவின் மாநில மாநாடாகவே உலகத் தமிழ் மாநாடு நடந்துமுடிந்ததாக ஊடகங்கள் எழுதின.

அஇதிமுக அரசு தொடங்கிய 1991ல் இருந்தே சர்ச்சைகள் ஒன்றன்பின் ஒன்றாகத் தொடர்ந்து கொண்டிருந்தன. அரசு நிறுவனமான டான்ஸிக்குச் சொந்தமான நிலத்தை வாங்கியது, ஸ்பிக் பங்குகளை வாங்கியதில் ஊழல், அரசுக்குச் சொந்தமான மதுபானத் தொழிற்சாலையை டெண்டர் விடாமல் தனியாருக்கு விற்றது, ஐ.ஏ.எஸ். அதிகாரி சந்திரலேகா மீது திராவகம் வீசப்பட்டது, சென்னை மத்திய சிறையில் அடைக்கப்பட்டிருந்த ஒன்பது விடுதலைப்புலிகள் தப்பிச்சென்றது, ஜெயலலிதாவின் பிறந்தநாள் வாழ்த்துகளைத் தெரிவித்த கட்சித் தொண்டர்கள் அவரை அன்னை மேரியாகச் சித்திரித்து கட் அவுட்டுகளையும் சுவரொட்டிகளையும் ஒட்டியிருந்தது என்று தொடர்ந்து பல்வேறு சர்ச்சைகள் கிளம்பிக்கொண்டே இருந்தன.

ஆளுநர் சென்னாரெட்டிக்கும் முதலமைச்சர் ஜெயலலிதாவுக்கும் இடையே கருத்துவேறுபாடுகள் பெரிய அளவில் ஏற்பட்டிருந்தன. உச்சக்கட்டமாக, ஆளுநரைத் திரும்பப் பெறவேண்டும் என்ற தீர்மானம் தமிழக சட்டமன்றத்தில் கொண்டுவரப்பட்டது. அந்தத் தீர்மானத்தின்மீது பேசிய முதலமைச்சர் ஜெயலலிதா, இரண்டு ஆண்டுகளுக்கு முன்னால் ஆளுநரைச் சந்திக்கச் சென்றபோது தகாத முறையில் நடந்துகொண்டார் என்ற குற்றச்சாட்டை முன்வைத்தார். தமிழக அரசியலில் மட்டுமல்ல; தேசிய அளவிலும் மிகப்பெரிய அதிர்வுகளை ஏற்படுத்தியது இந்தக் குற்றச்சாட்டு.

அடுத்த சர்ச்சை, முதலமைச்சர் ஜெயலலிதாவின் வளர்ப்பு மகன் வி.என். சுதாகரனின் திருமண வடிவில் வந்தது. 1995 செப்டெம்பரில் நடந்த இந்தத் திருமணத்தின்போது ஐந்து நட்சத்திர விடுதிகளில் விருந்தினர்கள் தங்கவைக்கப்பட்டனர். ஆடம்பர மின்விளக்குகள், குதிரைப்படை, கரகாட்டம் என்று பிரம்மாண்டமான ஏற்பாடுகள் செய்யப்பட்டன. ஜெயலலிதா மற்றும் அவரது தோழி சசிகலாவின் உறவினர்கள் ஏராளமான நகைகளுடன் திருமண நிகழ்ச்சிகளில் கலந்துகொண்டனர். ஆடம்பரமாக நடந்த அந்தத் திருமணம் அஇஅதிமுகவுக்கு மிகப்பெரிய பிரச்னையாக எதிர்காலத்தில் உருவெடுத்தது.

38 ஐக்கிய முன்னணி

தேர்தல் அறிவிக்கப்பட்டது. காங்கிரஸ் - அஇஅதிமுக இடையே தமிழக அளவில் உறவு மோசமாக இருந்ததால் அநேகமாக திமுக - காங்கிரஸ் கூட்டணி அமைக்கும் என்றே ஊடகங்கள் (தினமணி) எழுதின. ஆம். தேசிய முன்னணித் தலைவர்கள் அஇஅதிமுகவை அணிக்குள் கொண்டுவர முயற்சிகள் மேற்கொண்டதை அடுத்து திமுக, தேசிய முன்னணியில் இருந்து விலகிக் கொண்டதாக அறிவித்தார் திமுக தலைவர் கருணாநிதி.

25 மார்ச் 1996 அன்று காங்கிரஸ் - அஇஅதிமுக இடையே கூட்டணி ஏற்பட்டிருப்பதாக பிரதமர் நரசிம்மராவ் அறிவித்தார். தமிழகம் மற்றும் புதுச்சேரியில் மொத்தமுள்ள 40 தொகுதிகளில் 30 தொகுதிகள் காங்கிரஸுக்கும் 10 தொகுதிகள் அஇஅதிமுகவுக்கும் பங்கீடு செய்யப்பட்டன.

இந்த அறிவிப்பு தமிழக காங்கிரசில் பலத்த கொந்தளிப்பை ஏற்படுத்தியது. குறிப்பாக, தமிழக காங்கிரஸின் முக்கியத் தலைவர்களான கருப்பையா மூப்பனார், ப. சிதம்பரம் போன்றோர் கட்சித் தலைமையின் முடிவுக்கு எதிராகப் பேசினர். இறுதியில் காங்கிரஸ் கட்சியில் இருந்து விலகி, தமிழ் மாநில காங்கிரஸ் (மூப்பனார்) என்ற புதிய கட்சியைத் தொடங்கினர்.

திமுகவையும் புதிய கட்சியான தமாகாவையும் ஓரணிக்குக் கொண்டுவர நடிகர் ரஜினிகாந்த், பத்திரிகையாளர் சோ ராமசாமி உள்ளிட்டோர் முயற்சிகள் எடுத்தனர். அதன்படி கூட்டணி உருவானது. திமுக அணியில் தமாகா, இந்திய கம்யூனிஸ்ட், பாமக, எம்.ஜி.ஆர் முன்னணி (ஆர்.எம்.வீரப்பன்), இந்திய தேசிய லீக், மக்கள் நல உரிமைக் கழகம் (பண்ருட்டி ராமச்சந்திரன்) ஆகிய கட்சிகள் இணையும் என்று எதிர்பார்க்கப்பட்டது. ஆனால் பாமகவுடன் தொகுதிப் பங்கீடு காண முடியாமல் போகவே அந்தக் கட்சி தனித்துப் போட்டியிடப் போவதாக அறிவித்தது.

சட்டமன்றத்தைப் பொறுத்தவரை திமுக அணியில் திமுக 182, தமாகா 40, இந்திய கம்யூனிஸ்ட் 11, அகில இந்திய ஃபார்வர்ட் ப்ளாக் 1 என்ற அளவிலும்

நாடாளுமன்றத்தைப் பொறுத்தவரை தமாகா 20, திமுக 17, இந்திய கம்யூனிஸ்ட் 3 என்ற அளவிலும் தொகுதிப் பங்கீடுகள் முடிந்திருந்தன. அஇஅதிமுக அணியில் அந்தக் கட்சி 168 இடங்களில் போட்டியிட்டது.

திமுக அணியில் இடம்பெறும் என்று எதிர்பார்க்கப்பட்ட பாமகவும் திமுகவில் இருந்து பிரிந்து அஇஅதிமுக அரசை அப்புறப்படுத்துவோம் என்று பிரசாரம் செய்துகொண்டிருந்த மறுமலர்ச்சி திமுகவும் கூட்டணி அமைக்கும் முயற்சியில் இறங்கின. இதுவிஷயமாக பாமக நிறுவனர் டாக்டர் ராமதாஸைச் சந்தித்துப் பேசினார் மதிமுக அவைத் தலைவர் எல்.கணேசன்.

பேச்சுவார்த்தையின் போது 'மதிமுக - பாமக கூட்டணி' என்று அறிவிக்க வேண்டும் என்று கோரிக்கை வைத்தார் ராமதாஸ். ஆனால் 'மதிமுக கூட்டணி' என்றுதான் இருக்க வேண்டும் என்று வைகோ சொல்லிவிடவே கூட்டணி அமைப்பதில் சிக்கல்கள் ஏற்பட்டதாகப் பதிவு செய்திருக்கிறார் எல். கணேசன். இதனால் மதிமுக - பாமக கூட்டணி அமையவில்லை. பாமக 116 தொகுதிகளில் தனித்துப் போட்டியிட்டது.

மறுமலர்ச்சி திமுகவுடன் மார்க்சிஸ்ட் கம்யூனிஸ்ட் கட்சியும் ஜனதா தளமும் கூட்டணி சேர்ந்தன. அந்த அணியில் மார்க்சிஸ்ட் கம்யூனிஸ்டுக்கு 40 இடங்களும் ஜனதா தளத்துக்கு 16 இடங்களும் ஒதுக்கப்பட்டன. மீதமிருந்த அனைத்து தொகுதிகளிலும் மறுமலர்ச்சி திமுக போட்டியிட்டது.

திமுக - தமாகா கூட்டணிக்கு ஆதரவாக நடிகர் ரஜினிகாந்த் தொலைக்காட்சி (சன் டிவி) மூலம் பிரசாரம் செய்தார். மூன்று அணிகள் களத்தில் இருந்ததால் போட்டி கடுமையாக இருந்தது. இறுதியில் திமுக கூட்டணி வெற்றி பெற்றது. தேர்தல் நடைபெற்ற 233 தொகுதிகளில் 220 இடங்களை திமுக அணி கைப் பற்றியது. திமுகவுக்கு 167, தமாகாவுக்கு 39, இந்திய கம்யூனிஸ்டுக்கு 8, அகில இந்திய ஃபார்வர்ட் ப்ளாக்குக்கு 1 என்ற அளவில் தேர்தல் முடிவுகள் வந்திருந்தன.

நேற்றுவரை ஆளுங்கட்சியாக இருந்த அஇஅதிமுகவுக்கு வெறும் நான்கே இடங்கள் கிடைத்திருந்தன. முன்னாள் முதலமைச்சரும் அஇஅதிமுகவின் பொதுச்செயலாளருமான ஜெயலலிதா பர்கூர் தொகுதியில் திமுக வேட்பாளர் சுகவனத்திடம் தோல்வியைச் சந்தித்திருந்தார். தனித்துப் போட்டியிட்ட பாமக 4 இடங்களில் வென்றது. கூட்டணி அமைத்துப் போட்டியிட்ட மதிமுக அனைத்து தொகுதிகளிலும் தோல்வியைச் சந்தித்தது. ஆனால் அதன் கூட்டணிக் கட்சிகளான ஜனதா தளமும் மார்க்சிஸ்டு கம்யூனிஸ்ட் கட்சியும் தலா ஒரு தொகுதியில் வெற்றி பெற்றிருந்தன. நாடாளுமன்றத்தைப் பொறுத்தவரை திமுக கூட்டணிக்கு அபார வெற்றி.

ஐந்தாண்டு இடைவெளிக்குப் பிறகு மீண்டும் முதலமைச்சராகத் தேர்ந்தெடுக் கப்பட்டார் திமுக தலைவர் கருணாநிதி. அவருடைய அமைச்சரவையில் 25 அமைச்சர்கள் இடம்பெற்றனர். அமைச்சரவைப் பட்டியல் இதுதான்: க. அன்பழகன் - கல்வி. நாஞ்சில் மனோகரன் - வருவாய்த்துறை. ஆற்காடு

வீராசாமி - மக்கள் நல்வாழ்வு மற்றும் மின்சாரம். கோ.சி.மணி - உள்ளாட்சி. வீரபாண்டி எஸ். ஆறுமுகம் - விவசாயம், துரைமுருகன் - பொதுப்பணி. க.பொன்முடி - போக்குவரத்து. தமிழ்க்குடிமகன் - தமிழ்வளர்ச்சி மற்றும் பண்பாடு. கே.என்.நேரு - உணவு. க.சுந்தரம் - பால்வளம். ரகுமான்கான் - தொழிலாளர் நலன். ஆலடி அருணா - சட்டம். தங்கபாண்டியன் - கூட்டுறவு. என்.கே.கே.பெரியசாமி - கைத்தறி, எம்.ஆர்.கே.பன்னீர்செல்வம் - பிற்படுத்தப்பட்டோர் நலன். பொங்கலூர் பழனிசாமி - வனம் மற்றும் கால்நடை. கு.பிச்சாண்டி - வீட்டுவசதி. ஐ.பெரியசாமி - ஊரகத் தொழில்துறை, முல்லைவேந்தன் - செய்தி மற்றும் விளம்பரம். புலவர் செங்குட்டுவன் - அறநிலையம், எஸ்.பி.சற்குணம் - சமூகநலன். சமயநல்லூர் செல்வராஜ் - ஆதி திராவிடர் நலன், என்.சுரேஷ்ராஜன் - சுற்றுலா. அந்தியூர் செல்வராஜ் - கதர் மற்றும் அச்சு. ஜெனீஃபர் சந்திரன் - மீன்வளம்.

தேசிய அளவில் காங்கிரஸ் கட்சிக்கு பலத்த சரிவு ஏற்பட்டிருந்தது. பாரதிய ஜனதா கட்சி 160 தொகுதிகளில் வெற்றி பெற்றிருந்தது. ஆனால் காங்கிரஸ் கட்சிக்கு வெறும் 136 இடங்களே கிடைத்திருந்தன. ஜனதா தளத்துக்கு 46, மார்க்சிஸ்டுக்கு 32, இந்திய கம்யூனிஸ்டுக்கு 12, தெலுங்கு தேசத்துக்கு 16, சமாஜ்வாதிக்கு 16 என்ற அளவில் தேர்தல் முடிவுகள் வந்திருந்தன.

தேர்தல் சமயத்தில் திமுகவை ஒதுக்கிவைத்திருந்த தேசிய முன்னணியில் இடம்பெற்றிருந்த கட்சிகள் தற்போது திமுகவை நாடி வந்தன. காரணம், தமிழ்நாட்டில் திமுகவுக்கு 17 எம்.பிக்களும் தமாகாவுக்கு 20 எம்.பிக்களும் இருந்தனர்.

தனிப்பெருங்கட்சி என்ற முறையில் பாஜக முதலில் ஆட்சி அமைத்தது. பெரும்பான்மையை நிரூபிக்க முடியாது என்பதால் 13 நாள்களில் பதவி விலகினார் வாஜ்பாய். அதனைத் தொடர்ந்து ஐக்கிய முன்னணி என்ற பெயரில் புதிய அணியை உருவாக்கும் முயற்சிகள் ஆரம்பமாகின. ஜனதா தளம், திமுக, தமாகா, தெலுங்கு தேசம், இந்திய கம்யூனிஸ்ட் ஆகிய கட்சிகள் கொண்ட அணி உருவானது. இந்த அணிக்கு காங்கிரஸும் மார்க்சிஸ்டும் வெளியில் இருந்து ஆதரவளிக்க ஐக்கிய முன்னணி ஆட்சி அமைப்பதற்கான சூழல் உருவானது.

பிறகு திமுக தலைவர் கருணாநிதி, தேவே கவுடா, சந்திரபாபு நாயுடு உள்ளிட்ட தலைவர்கள் வி.பி. சிங்கைச் சந்தித்துப் பிரதமர் பதவியை ஏற்க வற்புறுத்தினர். அவர் மறுக்கவே கர்நாடகாவைச் சேர்ந்த தேவே கௌடா பிரதமர் பதவிக்குத் தேர்ந்தெடுக்கப்பட்டார். மத்தியில் அமைந்த ஐக்கிய முன்னணி அரசில் திமுக, தமாகா, இந்திய கம்யூனிஸ்ட் கட்சி உள்ளிட்ட கட்சிகள் இடம்பெற்றன. திமுக சார்பில் முரசொலி மாறன், டி.ஆர்.பாலு ஆகியோர் அமைச்சர்களானார்கள்.

தமிழ்நாட்டில் மீண்டும் ஆட்சியைக் கைப்பற்றியதோடு, டெல்லியிலும் சக்தி வாய்ந்த கட்சியாக திமுக உருவாகியிருந்த சூழலில் அஇஅதிமுகவுக்கு நெருக்கடிகள் தொடங்கின. கடந்த ஐந்தாண்டு ஆட்சிக்காலத்தில் ஏகப்பட்ட

திராவிட இயக்க வரலாறு - 2 • 223

முறைகேடுகள், ஊழல்கள் நடைபெற்றுள்ளதாக ஊடகங்கள் வெளியிட்ட செய்திகள், கட்டுரைகள் ஆகியவற்றின் விளைவாக ஜெயலலிதா விரைவில் கைது செய்யப்படக்கூடும் என்று செய்திகள் வெளியாகின. அதன்படியே 7 டிசம்பர் 1996 அன்று அஇஅதிமுக பொதுச்செயலாளர் ஜெயலலிதா கைது செய்யப்பட்டு சிறையில் அடைக்கப்பட்டார்.

டான்சி நில வழக்கு, வருமானத்துக்கு அதிகமாக சொத்துசேர்த்த வழக்கு, ப்ளஸண்ட் ஸ்டே ஹோட்டல் வழக்கு, நிலக்கரி ஊழல் வழக்கு, கலர்டிவி ஊழல் வழக்கு, சுடுகாட்டுக் கூரை வழக்கு, ஸ்பிக் பங்கு விற்பனை வழக்கு என்று ஏராளமான வழக்குகள் ஜெயலலிதா மற்றும் அவரது அமைச்சரவை சகாக்கள் மீது போடப்பட்டன. 28 நாள் சிறைவாசத்துக்குப் பிறகு ஜாமீனில் விடுதலையானார் ஜெயலலிதா. அஇஅதிமுகவின் முக்கியத் தலைவர்கள் நீதிமன்றப் படிக்கட்டுகளில் ஏறி இறங்கிக் கொண்டிருந்தனர்.

பல வருடங்களாக நடத்தப்படாமல் இருந்த உள்ளாட்சித் தேர்தலை திமுக அரசு நடத்த முயற்சிகள் எடுத்தது. அந்தத் தேர்தலில் திமுக தலைவர் கருணாநிதியின் மகனும் திமுக இளைஞரணி செயலாளருமான மு.க. ஸ்டாலின் சென்னை மாநகர மேயர் தேர்தலில் களமிறக்கப்பட்டார்.

இந்தத் தேர்தலில் திமுக - தமாகா கூட்டணிக்கே வெற்றி கிடைத்தது. அஇஅதிமுகவுக்கு சொல்லிக் கொள்ளும் வகையில் வெற்றி கிடைக்க வில்லை. கடந்த சட்டமன்றத் தேர்தலில் வெற்றிபெறாத மறுமலர்ச்சி திமுக இந்தமுறை எட்டு நகராட்சிகளைக் கைப்பற்றியது.

மாநிலத்தில் திமுக அரசு ஸ்திரமாக சென்றுகொண்டிருந்த சூழலில் மத்தியில் திமுக இடம்பெற்றிருந்த ஐக்கிய முன்னணி அரசு தடுமாறிக் கொண்டிருந்தது. காங்கிரஸ் கட்சித் தலைவராக இருந்த சீதாராம் கேசரிக்கும் பிரதமர் தேவே கௌடாவுக்கும் இடையே அடிக்கடி கருத்துவேறுபாடுகள் ஏற்பட்டுக் கொண்டிருந்தன. ஊழல் வழக்குகள் ஏதும் தன் மீதும் கட்சியின் மற்ற தலைவர்கள் மீதும் தொடரப்படலாம் என சீதாராம் கேசரி அச்சம் கொண்டிருப்பதாக ஊடகங்கள் செய்தி வெளியிட்டுக் கொண்டிருந்தன.

'நாட்டில் வகுப்புவாதம் தலைதூக்கிக் கொண்டிருக்கிறது. அதை எதிர்கொள்ள தேவே கௌடா அரசு உருப்படியாக எதையும் செய்யவில்லை', என்றுகூறி ஆட்சிக்கு அளித்துவந்த ஆதரவை வாபஸ் பெற்றுக்கொள்வதாக திடீரென அறிவித்தார் சீதாராம் கேசரி. சமரச முயற்சியாக தேவே கௌடா வுக்குப் பதில் வேறொருவரைப் பிரதமராக்கலாம் என்ற கருத்தை முன்வைத் தனர் ஐக்கிய முன்னணித் தலைவர்கள்.

இந்தர் குமார் குஜ்ரால் என்கிற முன்னாள் காங்கிரஸ்காரர், இந்நாள் ஜனதா தள முக்கியஸ்தர் பிரதமர் பதவிக்குத் தேர்வு செய்யப்பட்டார். மாற்று ஏற்பாட்டை ஏற்றுக்கொண்டார் சீதாராம் கேசரி. இந்த அமைச்சரவையிலும் திமுக சார்பில் அமைச்சர்கள் இடம்பெற்றனர்.

ஐ.கே. குஜ்ராலின் பதவிக்கு திமுக ரூபத்திலேயே ஆபத்து வந்தது. ராஜீவ் காந்தி கொலை வழக்கு பற்றி விசாரித்துக் கொண்டிருந்த ஜெயின் கமிஷன் தனது இடைக்கால அறிக்கையை சமர்ப்பித்தது. அதில் ராஜீவ் கொலை வழக்கில் சந்தேகத்தின் நிழல் திமுக மீது இருப்பதாகக் கூறப்பட்டிருந்தது. அதேசமயம் எந்த ஒரு தனிநபர் மீதும் கமிஷன் ஆதாரப்பூர்வமாகவோ, அதிகாரப்பூர்வமாக எந்தவித குற்றச்சாட்டையும் முன்வைக்கவில்லை என்றார் ஜெயின்.

ஆனாலும் காங்கிரஸ்காரர்கள் ஆத்திரமடைந்தனர். குஜ்ரால் அமைச் சரவையில் இருந்து திமுக அமைச்சர்களை உடனடியாக விலக்கவேண்டும். இல்லாவிட்டால் ஆதரவு வாபஸ் என்று மிரட்டல் விடுத்தார் காங்கிரஸ் தலைவர் சீதாராம் கேசரி. ஆட்சி நிலைக்க காங்கிரஸும் வேண்டும், திமுகவும் வேண்டும் என்ற நிலை. தர்மசங்கடமாக இருந்தது பிரதமர் குஜ்ராலுக்கு.

தற்போது வெளியாகியிருப்பது ஜெயின் கமிஷனின் இடைக்கால அறிக்கை தானே தவிர இறுதி அறிக்கை அல்ல; ஆகவே, திமுக அமைச்சர்களை விலக்க வேண்டிய அவசியம் இல்லை என்று துணிச்சலாக முடிவெடுத்தார் பிரதமர் குஜ்ரால். உடனடியாக குஜ்ரால் அரசுக்கு அளித்துவந்த ஆதரவை காங்கிரஸ் விலக்கிக்கொண்டது. மத்திய அரசு கவிழ்ந்தது. திமுக மீது வைத்திருக்கும் நம்பிக்கை காரணமாக தனது பதவியையே காவுகொடுத்து, மிகப்பெரிய தியாகத்தைச் செய்திருந்தார் இந்தர் குமார் குஜ்ரால். நாடாளுமன்றத்துக்குத் தேர்தல் அறிவிக்கப்பட்டது.

39 டெல்லியில் அஇஅதிமுக

தேர்தல் அறிவிப்பு வெளியானதில் மற்ற எந்தக் கட்சிகளைக் காட்டிலும் அஇஅதிமுகவுக்கு அதிக மகிழ்ச்சி. தேர்தல் தோல்வியால் விரக்தியில் இருந்த தொண்டர்களை உற்சாகம் கொள்ளச் செய்து, வெற்றியை ருசிக்கத் தயாரானார் ஜெயலலிதா. அதற்காக அவர் எடுத்த முடிவு பாரதிய ஜனதா கட்சியுடன் கூட்டணி அமைத்ததுதான். ஏற்கெனவே கரசேவைக்கு ஆதரவுக்குரல் கொடுத்தவர்தான் ஜெயலலிதா என்றபோதும் தேர்தல் கூட்டணி அளவுக்கு பாஜகவுடன் நெருக்கமாவார் என்பதை பெரும்பாலானோர் எதிர்பார்க்கவில்லை.

அஇஅதிமுக கூட்டணி வைக்க விரும்பியதில் பாஜகவுக்கு மகிழ்ச்சி. தமிழ்நாட்டில் எந்தவித பலமும் இல்லாமல் இருந்த பாஜகவுக்கு மிகச்சரியான கொழுகொம்பு கிடைத்துவிட்டது போல இருந்தது. அத்வானி உள்ளிட்ட தலைவர்களுடன் கூட்டணி குறித்துப் பேசினார் ஜெயலலிதா. தமிழ்நாட்டில் எந்தவித பலமும் இல்லாத பாஜகவுடன் மட்டும் அணி அமைப்பதில் அதிக லாபம் இல்லை என்பதில் தெளிவாக இருந்தார் ஜெயலலிதா. கடந்த தேர்தல்களில் முறையாக அணி அமைக்க முடியாமல் திணறிக் கொண்டிருந்த பாட்டாளி மக்கள் கட்சியையும் மறுமலர்ச்சி திமுகவையும் தன்னுடைய அணியில் இணைத்துக் கொண்டார் ஜெயலலிதா.

அஇஅதிமுகவுடனோ பாஜகவுடனோ அணி அமைப்பதில் பாமகவுக்கு எந்தப் பிரச்னையும் இல்லை. ஆனால் அஇஅதிமுகவின் எதிர்ப்பு இயக்கமாகவே தன்னைத் தொடக்க காலத்தில் அறிமுகம் செய்துகொண்ட மறுமலர்ச்சி திமுக கடந்த காலத் தேர்தல் தோல்விகளால் ஏற்பட்ட அதிருப்தி காரணமாக அஇஅதிமுகவுடன் கூட்டணி அமைக்க சம்மதித்தது. அஇஅதிமுகவுக்கு 18, பாமகவுக்கு 4, மதிமுகவுக்கு 3, வாழப்பாடி ராமமூர்த்திக்கு 1, எஞ்சிய இடங்கள் பாஜகவுக்கு என்ற அளவில் தொகுதிப் பங்கீடுகள் சுமுகமாக முடிந்தன.

திமுக அணியில் தமிழ் மாநில காங்கிரசும் இந்திய கம்யூனிஸ்ட் கட்சியும் இருந்தன. மார்க்சிஸ்டு கம்யூனிஸ்ட் கட்சியை அணிக்குள் கொண்டுவர எடுக்கப்பட்ட முயற்சிகள் தொகுதிப் பங்கீடு காரணமாகத் தோற்றுப் போயின. திடீரென காங்கிரஸ் கட்சியை அஇஅதிமுக ஒதுக்கிவிட்டதால் திருநாவுக்கரசு தலைமையிலான எம்.ஜி.ஆர் அதிமுகவுடன் அணி அமைத்தது காங்கிரஸ்.

திமுகவின் தேர்தல் அறிக்கையில் மக்களால் தேர்ந்தெடுக்கப்படும் மாநில அரசுகளைக் கலைக்கும் அரசியல் சட்டத்தின் 356வது பிரிவை அறவே நீக்கவேண்டும், இந்திய ஒற்றுமையை மேலும் உறுதியாக்க அனைத்து மாநிலங்களின் ஆட்சி மொழிகளும் மத்திய அரசின் ஆட்சிமொழிகளாக ஆக்கப்படவேண்டும், வருமான வசதி வித்தியாசமின்றி பின்தங்கிய சமூகத்தினர் அனைவருக்கும் இட ஒதுக்கீடு வழங்கப்படவேண்டும், மத்திய அரசின் கல்விக் கூடங்களுக்கும் உடனடியாக இந்த இட ஒதுக்கீடு முறை கொண்டுவரப்பட வேண்டும் என்பன போன்ற வாக்குறுதிகள் இடம்பெற்றன.

முக்கியமாக, மதவெறியைத் தூண்டி பிற மதத்தினரை அந்நியப்படுத்தவும் வர்ணாசிரம ஆதிக்கத்தைப் புதுப்பித்து வளர்க்க முயலும் அந்தப் பிற்போக்கு - தேச விரோத சக்திகளை - அன்றும் இன்றும் என்றும் எதிர்த்து நிற்பதே பகுத்தறிவுப் பாசறையில் உதித்த திமுகவின் குறிக்கோள் என்றும் தெளிவுபடுத்தியது.

அஇஅதிமுகவின் தேர்தல் அறிக்கையில் பல புதிய அம்சங்கள் இடம்பெற்றி ருந்தன. பிரதமர், முதலமைச்சர் போன்றவர்கள் மக்களால் நேரடியாகத் தேர்ந் தெடுக்கப்படவேண்டும், பொது சிவில் சட்டம் அமல்படுத்தப்பட வேண்டும், இட ஒதுக்கீடு அளவை அந்தந்த மாநிலங்களே நிர்ணயித்துக் கொள்ள சட்டத்திருத்தம் செய்யப்படவேண்டும் என்பன போன்ற வாக்குறுதி களை வழங்கியது அஇஅதிமுக.

தேர்தல் கூட்டணிகள் உருவான பிறகு மற்ற அணிகளைக் காட்டிலும் அஇஅதிமுக அணி பலம் பொருந்தியதாகக் காட்சியளித்தது. சட்டமன்றத் தோல்விக்குப் பிறகும் இத்தனை வலிமையான கூட்டணியை ஜெயலலிதா உருவாக்கியது அரசியல் வட்டாரத்தில் பலத்த வியப்பை ஏற்படுத்தியது. இன்னொரு பக்கம் திமுக - தமாகா கூட்டணியில் ஆங்காங்கே அதிருப்தி உணர்வுகள் மேலோங்கியிருந்தன. மற்ற அணிகள் பெயருக்குத்தான் அணி அமைத்திருந்தனவே ஒழிய, வெற்றி பெறுவதற்கான சாத்தியக்கூறுகள் எதுவும் தென்படவில்லை.

தேர்தல் பிரசாரம் தொடங்கியது. தமிழ்நாட்டில் பிரசாரக்கூட்டத்தில் கலந்துகொள்ள அத்வானி தமிழகம் வந்திருந்தார். கோயம்புத்தூரில் பொதுக்கூட்டம் ஒன்றில் கலந்துகொள்ள ஏற்பாடு செய்யப்பட்டிருந்தது. 14 பிப்ரவரி 1998 அன்று பொதுக்கூட்ட மேடைக்கு அருகே தொடர் குண்டு வெடிப்புகள் நடத்தப்பட்டன. அந்தத் தாக்குதலில் 59 பேர் உயிரிழந்தனர்.

தாக்குதல் நடந்தபோது அத்வானி கோவையில் இல்லாததால் அவருடைய உயிருக்கு எந்தவிதமான ஆபத்தும் ஏற்படவில்லை. ஆனாலும் கோவை குண்டுவெடிப்பு தமிழகத் தேர்தல் களத்தை மேலும் சூடேற்றியது. ஆளுங் கட்சிக்கு எதிரான மனநிலையை வாக்காளர்களுக்கு ஏற்படுத்தியது. அது, அஇஅதிமுக அணிக்குச் சாதகமாக வந்து முடிந்தது. தேர்தல் முடிவுகளில் கோவை குண்டுவெடிப்பு கடுமையாக வினையாற்றி இருந்ததைக் கண் கூடாகப் பார்க்க முடிந்தது.

தமிழ்நாடு மற்றும் புதுச்சேரியில் மொத்தமுள்ள நாற்பது இடங்களில் அஇஅதிமுக கூட்டணிக்கு முப்பது இடங்கள் கிடைத்திருந்தன. அவற்றில் அஇஅதிமுகவுக்கு 18, பாமகவுக்கு 4, பாஜக மற்றும் மதிமுகவுக்கு தலா 3, தமிழக ராஜிவ் காங்கிரஸுக்கு 1. திமுக அணியில் திமுகவுக்கு 6, தமாகாவுக்கு 3 இடங்கள் கிடைத்திருந்தன. 1993ல் தொடங்கப்பட்ட மறுமலர்ச்சி திமுகவுக்கு முதன்முறையாக நாடாளுமன்றத்தில் நுழைவதற்கு வாய்ப்பு கிடைத்தது.

நிலையான ஆட்சி; திறமையான பிரதமர் என்ற கோஷத்துடன் தேர்தலை எதிர்கொண்ட பாஜகவுக்கு தேசிய அளவில் நல்ல வெற்றி கிடைத்திருந்தது. குறிப்பாக, தேசிய ஜனநாயகக் கூட்டணி என்ற பெயரில் பிராந்திய அளவில் செல்வாக்கு நிறைந்த பல கட்சிகளையும் அணிக்குள் கொண்டுவந்து சேர்த் திருந்ததால் கணிசமான அளவுக்கு வெற்றி கிட்டியிருந்தது.

தேசிய அளவில் பாஜகவுக்கு 179, காங்கிரஸுக்கு 142, மார்க்சிஸ்ட் கம்யூனிஸ்டுக்கு 32, சமாஜ்வாதிக்கு 20, அஇஅதிமுகவுக்கு 18, ராஷ்ட்ரிய ஜனதா தளத்துக்கு 17, சமதாவுக்கு 12, தெலுங்கு தேசத்துக்கு 12 என்ற அளவில் தேர்தல் முடிவுகள் வந்திருந்தன. மேலும் பல கட்சிகளும் வெற்றி பெற்றிருந்தன. தனிப்பெருங்கட்சி என்ற முறையிலும் தேர்தலுக்கு முன்னர் அமைந்த கூட்டணி என்ற முறையிலும் அடல் பிகாரி வாஜ்பாயை ஆட்சி அமைக்க அழைத்தார் குடியரசுத் தலைவர் கே.ஆர். நாராயணன்.

முதலில் பாஜக கூட்டணி அரசுக்கு வெளியில் இருந்து ஆதரவு கொடுப் பதாகக் கூறிய அஇஅதிமுக பிறகு அமைச்சரவையில் பங்கேற்பதாக அறிவித்தது. தேசிய முன்னணியில் அங்கம் வகித்த கட்சிகளுக்கு அமைச் சரவையில் இடம் தரப்பட்டது. தமிழகத்தைச் சேர்ந்த அஇஅதிமுக, பாமக ஆகிய கட்சிகள் அமைச்சரவையில் இடம்பெற்றன. ஆனால் மறுமலர்ச்சி திமுக வெளியில் இருந்து ஆதரவு கொடுத்தது.

ஆதரவைக் கொடுத்துவிட்டாரே ஒழிய, அந்த ஆட்சிக்கு ஜெயலலிதா விதித்த நிபந்தனைகள் ஏராளம். அடிக்கடி டெல்லி பாஜகவினருடன் மோதல் போக்கைக் கடைப்பிடித்தார். அவரை சமாதானம் செய்வதற்கே அவர்களுக்கு நேரம் சரியாக இருந்தது. ஜஸ்வந்த் சிங், ஜார்ஜ் ஃபெர்னாண்டஸ் போன்ற அமைச்சர்கள் அடிக்கடி சென்னைக்கு வந்து ஜெயலலிதாவை சமாதானம் செய்துவிட்டுச் செல்லவேண்டியிருந்தது. பின்னர் அவர்களுடனேயே கருத்து வேறுபாடுகள் ஏற்பட்டன.

அஇஅதிமுகவின் ஆதரவுடன் இயங்கும் மத்திய அரசிடம் ஜெயலலிதா நான்கு விஷயங்களை எதிர்பார்ப்பதாக ஊடகங்கள் கிசுகிசுத்துக் கொண்டிருந்தன. ஜனதா கட்சித் தலைவர் சுப்ரமணியன் சுவாமிக்கு நிதி அமைச்சகத்தைக் கொடுக்க வேண்டும் (அந்தத் தேர்தலில் அஇஅதிமுக கூட்டணி சரியாக மதுரை தொகுதியில் போட்டியிட்டு வெற்றிபெற்றிருந்தார் சுப்ரமணியன் சுவாமி); வாழப்பாடி ராமமூர்த்தியிடம் தரப்பட்டிருந்த பெட்ரோலியத் துறை பறிக்கப்பட வேண்டும் என்று நிறைய நிபந்தனைகளை விதித்துக் கொண்டிருந்தார் ஜெயலலிதா. எல்லாவற்றையும்விட முக்கியமானது, தமிழ்நாட்டில் திமுக ஆட்சி கலைக்கப்படவேண்டும் என்பது.

ஆனால் வாஜ்பாயோ எதற்கும் அசைந்துகொடுக்கவில்லை. இதையடுத்து சுப்ரமணியன் சுவாமியுடன் கலந்துபேசினார் ஜெயலலிதா. உடனடியாக டெல்லியில் டீ பார்ட்டி ஒன்றுக்கு ஏற்பாடு செய்தார் சுப்ரமணியன் சுவாமி. 1999 மார்ச் மாதத்தில் ஏற்பாடு செய்யப்பட்ட அந்த விருந்தில் காங்கிரஸ் தலைவர் சோனியாவைக் கலந்துகொள்ள ஏற்பாடு செய்யப்பட்டிருந்தது. திட்டமிட்டபடியே ஜெயலலிதாவும் சோனியாவும் அந்த விருந்தில் நேருக்கு நேர் சந்தித்தனர். அதன்பிறகு தமிழ்நாட்டுக்குத் திரும்பிவிட்டார் ஜெயலலிதா.

அதற்குள் டெல்லி அரசியல் தகிக்க ஆரம்பித்தது. ஜெயலலிதா என்ன செய்யப் போகிறாரோ என்று தூக்கம் தொலைத்துத் தவிக்கத் தொடங்கினார்கள் பாஜக தலைவர்கள். திடீரென கூட்டணியின் முக்கியத் தலைவரான ஜார்ஜ் ஃபெர்ணாண்டசைப் பதவிநீக்கம் செய்யவேண்டும் என்ற கோரிக்கையை முன் வைத்தார் ஜெயலலிதா. அதை வாஜ்பாய் நிராகரித்து விடவே, ஏப்ரல் மாத இரண்டாவது வாரத்தில் டெல்லி புறப்பட்ட ஜெயலலிதா சென்னை விமான நிலையத்தில் செய்தியாளர்களிடம் சொன்னது டெல்லியைப் பதற வைத்தது.

'வாஜ்பாய் அரசை அகற்றிவிட்டு மத்தியில் ஒரு புதிய அரசை நிறுவுவதற்காக டெல்லிக்குச் செல்கிறேன்'

சொன்னபடியே வாஜ்பாய் அரசுக்கு அளித்துவந்த ஆதரவை வாபஸ் பெறுவதாக அறிவித்தார் ஜெயலலிதா. இதனால் நாடாளுமன்றத்தில் நம்பிக்கை வாக்கெடுப்பு கோரினார் வாஜ்பாய். வெறும் ஒரேயொரு வாக்கு வித்தியாசத்தில் பதிமூன்று மாத அரசு கவிழ்ந்து போனது. ஜெயலலிதாவை ஒட்டுமொத்த இந்தியாவும் பிரமிப்புடன் பார்த்த தினம் அது.

திட்டமிட்டபடி மாற்று அரசு அமைக்கும் முயற்சிகள் மேற்கொள்ளப் பட்டன. ஆனால் அது அத்தனை சுலபமில்லை என்று தெரிந்ததும் ஜெயலலிதா சோர்ந்துபோய் உட்கார்ந்துவிட்டார். நாடாளுமன்றம் கலைக்கப் பட்டு தேர்தல் தேதி அறிவிக்கப்பட்டது.

இந்த இடத்தில் மிகப்பெரிய அரசியல் மாற்றம் ஒன்று நடந்தேறியது. ஆம். மதவாதக் கட்சி, தீண்டத்தகாத கட்சி என்றெல்லாம் விமரிசிக்கப்பட்ட பாஜகவுடன் நெருக்கம் காட்டத் தொடங்கியது திமுக. வாஜ்பாய் கோரிய நம்பிக்கை வாக்கெடுப்பின்போதே திமுக எம்.பிக்கள் வாஜ்பாய் அரசுக்கு ஆதரவாக வாக்களித்திருந்தனர்.

இத்தனைக்கும் இரண்டு மாதங்களுக்கு முன்பு பாஜக பற்றிப் பேசிய முரசொலி மாறன், 'பாரதிய ஜனதாவும் அதன் பரிவாரங்களும் காட்டு மிராண்டிக் கட்சிகள். சிறுபான்மையினரின் பாதுகாப்புக்கு பாஜக தலைமையில் உள்ள ஆட்சி கவிழும் போதுதான் உத்தரவாதம் கிடைக்கும்' என்று பேசியிருந்தார். **(ஆதாரம்: 15 பிப்ரவரி 1999 தி நியூ இந்தியன் எக்ஸ்பிரஸ்)**

ஆனால் அஇஅதிமுக முகாம் மாறிவிட்டதால் அதற்கேற்ப தன்னுடைய முகாமை மாற்றிக்கொள்ள முடிவெடுத்தது திமுக. தேர்தல் அறிவிப்பு வெளியானதும் முழுமையாக தேசிய ஜனநாயகக் கூட்டணியில் இணைந்து விட்டது திமுக.

40 டெல்லியில் திமுக

திடீர் அரசியல் மாற்றத்தால் எதிரெதிர் துருவங்களாக இருந்த திமுகவும் மதிமுகவும் ஓரணியில் இருக்கவேண்டிய நிர்பந்தம் உருவானது. மதிமுக வுக்கு பாஜகவுடன் எந்தப் பிரச்னையும் இல்லை; வாஜ்பாய் உள்ளிட்ட தலைவர்களுடன் வைகோவுக்கு உறவு சுமுகமாக இருந்ததால் அவர் அந்த அணியில் இருந்து வெளியேற விரும்பவில்லை. இதனால் திமுகவின் வருகையைப் பற்றி அவர் அதிகம் அலட்டிக்கொள்ளவில்லை.

கூட்டணி உருவான பிறகு கருணாநிதியும் வைகோவும் சந்தித்துப் பேசிக்கொண்டனர். இடைப்பட்ட காலத்தில் ஏற்பட்ட கசப்புகளும் கருத்து வேறுபாடுகளும் தாற்காலிகமாக ஒத்திவைக்கப்பட்டன. ஆக, திமுக தலைமையிலான அணியில் பாஜக, பாமக, மதிமுக, தமிழக ராஜிவ் காங்கிரஸ் ஆகியன இடம்பெற்றன.

திமுகவுடன் அணி அமைத்திருந்த தமிழ் மாநில காங்கிரஸ் தனித்துவிடப் பட்டது. இதனால் உதிரிக் கட்சிகளாக தமிழ்நாட்டில் சில பல மாவட்டங் களில் வாக்குகளை வைத்திருந்த புதிய தமிழகம், விடுதலைச் சிறுத்தைகள் போன்ற கட்சிகளைத் தன்னுடைய அணிக்கு அழைத்துவந்து தேர்தலைச் சந்தித்தார் மூப்பனார்.

பாஜகவுடன் கூட்டணி அமைத்ததற்கு இஸ்லாமிய மக்களிடம் பகிரங்கமாக மன்னிப்பு கேட்டுக் கொண்டார் ஜெயலலிதா. தேர்தல் பிரசாரத்தில் வாஜ்பாய் அரசைக் கடுமையாக விமரிசனம் செய்தார் ஜெயலலிதா. ஆனால் திமுக தலைமையிலான கூட்டணி வலுவாக இருந்ததால் அதிமுகவுக்கு வெற்றி வாய்ப்பு மிகவும் மங்கலாகவே இருந்தது. அது தேர்தல் பிரசாரத்திலேயே அம்பலமாகிக் கொண்டே வந்தது.

முக்கியமான விஷயம் என்னவென்றால் அஇஅதிமுகவும் காங்கிரஸும் கூட்டணி அமைத்து விட்டார்களே ஒழிய, கட்சியின் மேல்மட்டத் தலைவர்கள் மத்தியில் அத்தனை ஒருங்கிணைப்பு இல்லை. ஒத்திசைவும் இல்லை.

காங்கிரஸ் தலைவி சோனியாவும் அதிமுக பொதுச்செயலாளர் ஜெயலலிதாவும் இணைந்து பிரசாரம் செய்யும் வகையில் விழுப்புரம் நகரில் பொதுக் கூட்டம் ஒன்றுக்கு ஏற்பாடு ஆகியிருந்தது. அந்தக் கூட்டத்துக்கு சோனியா வந்துவிட்டார். ஆனால் ஜெயலலிதா வரவில்லை. காத்திருந்து பார்த்துவிட்டு தனியாகவே பிரசாரம் செய்துவிட்டுப் புறப்பட்டார் சோனியா. கூட்டணிக்குள் இருந்த புழுக்கம் வெளியே வந்தது அந்தக் கூட்டத்துக்குப் பிறகுதான். இது தேர்தல் முடிவுகளிலும் எதிரொலித்தது.

அதிமுக - காங்கிரஸ் கூட்டணிக்குத் தமிழ்நாட்டில் பெரிய அளவில் வெற்றி கிடைக்கவில்லை. ஆனால் திமுக கூட்டணிக்கு நல்ல வெற்றி. கடந்த தேர்தலில் வெறும் ஆறே இடங்களில் வெற்றி பெற்றிருந்த திமுகவுக்கு இந்தமுறை 12 எம்.பி.க்கள் கிடைத்திருந்தனர். ஆனால் அதிமுகவுக்கு ஆறு இடங்கள் குறைந்து பத்து இடங்களில் மட்டுமே வெற்றி கிடைத்திருந்தது. இதன்மூலம் மத்தியில் அமையவிருக்கும் அரசில் திமுக பிரதானமாக இடம்பெறும் சூழல் உருவானது.

தேசிய அளவில் பாஜகவுக்கு 182, காங்கிரஸுக்கு 112, மார்க்சிஸ்ட் கம்யூனிஸ்ட் கட்சிக்கு 32, தெலுங்கு தேசத்துக்கு 29, சமாஜ்வாதிக்கு 26, ஐக்கிய ஜனதா தளத்துக்கு 20, சிவசேனாவுக்கு 15 என்ற அளவில் தேர்தல் முடிவுகள் வந்திருந்தன. மற்ற கட்சிகளும் கணிசமான அளவுக்கு இடங்களைப் பெற்றிருந்தன. தனிப்பெருங்கட்சி மற்றும் கூட்டணி என்ற வகையில் பாஜக மத்தியில் ஆட்சி அமைத்தது.

வாஜ்பாய் மீண்டும் பிரதமரானார். மீண்டும் திமுகவுக்கு மத்திய அமைச்சரவையில் இடம் கிடைத்தது. முரசொலி மாறன், டி.ஆர்.பாலு, உள்ளிட்டோர் அமைச்சரவையில் இடம்பெற்றனர். மாநிலத்திலும் திமுக. மத்தியிலும் திமுக. ஜெயலலிதாவுக்கு மீண்டும் ஒரு நெருக்கடி உருவானது.

•

2 பிப்ரவரி 2000 அன்று சிறப்பு நீதிமன்றம் ஜெயலலிதாவுக்கு எதிரான வழக்கில் ஓராண்டு ஜெயில் தண்டனையை உறுதி செய்தது. அவ்வளவுதான். கொதித்தெழுந்த அதிமுகவினர் சாலைகளில் திரண்டு போராட்டத்தில் ஈடுபட்டனர். அவர்களுடைய ஆத்திரம் நிறைந்த கண்களில் கோவை விவசாயக் கல்லூரியிலிருந்து தர்மபுரிக்கு சுற்றுலா வந்த பேருந்து தென்பட்டது. மின்னல் வேகத்தில் பேருந்துக்குத் தீ வைத்தனர். பேருந்தில் இருந்த மூன்று மாணவிகள் கருகிச் செத்தனர். இது அதிமுகவுக்கு மிகப்பெரிய களங்கமாக வந்து சேர்ந்தது.

நெருக்கடிகள் முற்றிக்கொண்டே வந்ததால் ஏதாவது துணிச்சலான முடிவை எடுக்கவேண்டும் என்று நினைத்தார் ஜெயலலிதா. ஆட்சியைக் கைப்பற்று வதுதான் எல்லாவற்றில் இருந்தும் மீள்வதற்குச் சரியான வழி என்பதில் ஜெயலலிதா தெளிவாக இருந்தார். இந்தச் சமயத்தில் தமிழ்நாடு சட்ட மன்றத்துக்குத் தேர்தல் அறிவிப்பு வெளியானது.

கடந்த தேர்தலில் மூன்றாவது அணி அமைத்து, படுதோல்வியைச் சந்தித் திருந்த தமாகா மீது அஇஅதிமுகவின் கவனம் திரும்பியது. உடல்நலம் குன்றி யிருந்த தமாகா தலைவர் மூப்பனாரை நேரில் சென்று நலம் விசாரித்தார் ஜெயலலிதா. இதன் விளைவாக, அஇஅதிமுக - தமாகா கூட்டணி உருவானது.

மூப்பனார் கொடுத்த ஆதரவு மேலும் பல கட்சிகளை அஇஅதிமுக முகாமுக்குக் கொண்டுவந்து சேர்த்தது. முக்கியமாக, பாமக. திமுக அணியில் இடம்பெற்று, மத்திய அமைச்சரவையில் இடம்பெற்றிருந்த பாமக தொகுதிப் பங்கீட்டில் ஏற்பட்ட சிக்கல் காரணமாக மின்னல் வேகத்தில் அஇஅதிமுக அணிக்கு வந்தது. பிறகு இடதுசாரிகளும் வந்து சேரவே மீண்டும் விஸ்வரூபம் எடுத்தது அஇஅதிமுக அணி.

மாறாக, திமுக அணி தடுமாறத் தொடங்கியது. ஏற்கெனவே பாமகவை இழந்திருந்த திமுகவுக்கு மறுமலர்ச்சி திமுகவும் ஏமாற்றம் கொடுத்தது. தொகுதி ஒதுக்கீடு விஷயத்தில் ஏற்பட்ட பிரச்னை காரணமாக திமுக அணியில் இருந்து விலகிய மதிமுக தனித்து போட்டியிடுவதாக அறிவித்தது. அதேசமயம் பாரதிய ஜனதாகட்சியுடனான தன்னுடைய உறவை முறித்துக்கொள்ளவில்லை. தமிழ்நாட்டில் பாஜக போட்டியிடும் தொகுதிகளில் மதிமுக தனது வேட்பாளர்களை நிறுத்தாது என்று அறிவித்தார் வைகோ.

விளைவு, புதிய அணியைக் கட்டமைக்கும் அவசியம் திமுகவுக்கு ஏற்பட்டது. ஏற்கெனவே இருந்த பாஜக தவிர மேலும் சில உதிரிக் கட்சிகளைக் கூட்டணிக்குள் கொண்டுவந்தது திமுக. புதிய தமிழகம் (டாக்டர் கிருஷ்ணசாமி), விடுதலைச் சிறுத்தைகள் (திருமாவளவன்), மக்கள் தமிழ் தேசம் (முன்னாள் அமைச்சர் கண்ணப்பன் - யாதவர்கள்), புதிய நீதிக்கட்சி (ஏ.சி.சண்முகம் - முதலியார்கள்), கு.ப.கிருஷ்ணனின் தமிழர் பூமி, தமாகா ஜனநாயகப் பேரவை (ப.சிதம்பரம்) ஆகியன திமுக அணியின் இணைந்தன. சாதிக்கட்சிகளின் கூட்டணி என்று திமுக கூட்டணி விமரிசிக்கப்பட்டது.

வேட்பு மனுத்தாக்கல் தொடங்கும்போது அஇஅதிமுகவுக்கு எதிராகப் புதிய பிரச்னை ஒன்று கிளம்பியது. டான்ஸி நிலம் தொடர்பான வழக்கில் ஜெயலலி தாவுக்கு இரண்டாண்டுகள் தண்டனை விதிக்கப்பட்டு, வழக்கு மேல்முறை யீட்டுக்குச் சென்றதால் தண்டனை நிறுத்திவைக்கப்பட்டிருந்தது அல்லவா? தற்போது அந்த விவகாரம் எடுத்திருந்தது. இரண்டு ஆண்டுகளுக்கு மேல் சிறைத்தண்டனை பெற்றவர்கள் தேர்தலில் போட்டியிடக்கூடாது என்பது தேர்தல் நடத்தை விதிமுறைகளுள் ஒன்று. இதன்மூலம் ஜெயலலிதா தேர்தலில் போட்டியிட முடியாத சூழல் உருவானது.

பிரதான எதிர்க்கட்சியின் தலைவர் ஜெயலலிதா தேர்தலில் போட்டியிட முடியாத நிலை உருவாகி இருப்பது தமிழக அரசியலில் பெரும் பரபரப்பை ஏற்படுத்தியது. ஆனாலும் ஜெயலலிதா தேர்தலில் போட்டியிட வேட்பு மனு தாக்கல் செய்தார். அதுவும் ஒற்றைத் தொகுதியில் அல்ல; நான்கு தொகுதி களில். ஆண்டிப்பட்டி, கிருஷ்ணகிரி, புதுக்கோட்டை, புவனகிரி ஆகிய நான்கு தொகுதிகளில். இரண்டாண்டு கால சிறைத்தண்டனை காரணமாக

திராவிட இயக்க வரலாறு - 2 • 233

தேர்தலில் போட்டியிடக்கூடாது மற்றும் இரண்டு தொகுதிகளுக்கு மேல் ஒருவர் வேட்புமனு தாக்கல் செய்யக்கூடாது என்ற இரண்டு விஷயங்களும் தெரிந்திருந்தும் ஜெயலலிதா நான்கு தொகுதிகளிலும் வேட்பு மனு தாக்கல் செய்தார். நான்கு மனுக்களும் தள்ளுபடி செய்யப்பட்டன.

இதைத்தான் ஜெயலலிதாவும் எதிர்பார்த்திருக்கக்கூடும். பிரசாரத்தின்போது நான்கு மனுக்களும் தள்ளுபடியானது, தான் தேர்தலில் போட்டியிட முடியாமல் போனது ஆகியன பற்றி உருக்கமாகப் பேசினார் ஜெயலலிதா. தனக்கு எதிராக அரசியல் சதி நடப்பதாக அவர் சொன்னது மக்கள் மத்தியில் அனுதாப அலையை ஏற்படுத்தியது. என்னை அரசியலில் இருந்து ஒழிப்ப தற்கு சதி செய்யும் கட்சிகளுக்கு சரியான பதிலடி கொடுங்கள். என்னை முதல்வராக்குங்கள் என்று ஒவ்வொரு கூட்டத்திலும் பேசினார்.

அஇஅதிமுக கூட்டணி பலமாக அமைந்துவிட்டதால் அதற்கேற்ற வகையில் பிரசார வேகத்தை முடுக்கியிருந்தது திமுக. அதன் தலைவர் கருணாநிதி, அன்பழகன், மு.க.ஸ்டாலின் ஆகியோர் பலத்த உழைப்பைச் செலுத்தினர். ஆனால் தேர்தல் முவுகள் அஇஅதிமுகவுக்குச் சாதகமாகவே அமைந்தன. அஇஅதிமுக தலைமையிலான கூட்டணி 197 இடங்களைக் கைப்பற்றி அமோக வெற்றி பெற்றது. அதில் அஇஅதிமுகவுக்கு 132, தமாகாவுக்கு 22, பாமகவுக்கு 20, காங்கிரஸுக்கு 7, மார்க்சிஸ்ட் கம்யூனிஸ்டுக்கு 6, இந்திய கம்யூனிஸ்டுக்கு 5 என்ற அளவில் முடிவுகள் வந்திருந்தன.

திமுகவுக்கு வெறும் 28 இடங்களே கிடைத்திருந்தன. அந்த அணியில் இடம்பெற்ற பாஜகவுக்கு 4, விடுதலைச் சிறுத்தைகள் 1 (திருமாவளவன் - திமுகவின் உதயசூரியன் சின்னத்தில் வெற்றி பெற்றிருந்தார்), தமாகா ஜனநாயகப் பேரவை 2 (வள்ளல்பெருமான் மற்றும் ரங்கநாதன் இருவரும் திமுகவின் உதயசூரியன் சின்னத்தில் வெற்றிபெற்றவர்கள்), எம்.ஜி.ஆர். அதிமுக 2 என்ற அளவில் பெற்றிருந்தன.

சட்டமன்றத் தேர்தலில் போட்டியிடாதபோதும் ஜெயலலிதாவையே கட்சியின் சட்டமன்றக்குழுத் தலைவராகத் தேர்ந்தெடுத்தனர் அஇஅதிமுக வினர். அதன்பிறகு ஜெயலலிதாவை கவர்னர் ஆட்சி அமைக்க அழைப்பு விடுத்தார். 14 மே 2001 அன்று இரண்டாவது முறையாக தமிழ்நாட்டின் முதலமைச்சராக ஜெயலலிதா பொறுப்பேற்றுக் கொண்டார்.

அவருடைய அமைச்சரவையில் இடம்பெற்றவர்கள் மற்றும் துறைகள் விவரம் கீழே:

சி.பொன்னையன் - நிதி மற்றும் சட்டம், தம்பிதுரை - கல்வி, டி.ஜெயக்குமார் - மின்சாரம், பி.சி.ராமசாமி - இந்து அறநிலையம், செம்மலை - சுகாதாரம், துரைராஜ் - உள்ளாட்சி, அன்வர் ராஜா - தொழிலாளர் நலன், பாண்டுரங்கன் - தொழில், தனபால் - கூட்டுறவு, தளவாய் சுந்தரம் - பொதுப்பணி, எஸ்.எஸ்.திருநாவுக்கரசு - செய்தி மற்றும் வனம், ஜீவானந்தம் - விவசாயம், சரோஜா - சுற்றுலா, வி.சுப்ரமணியம் - ஆதி திராவிடர் நலன், சண்முகநாதன்

- கைத்தறி, ராஜேந்திர பிரசாத் - மீன்வளம், வைத்திலிங்கம் - ஊரகத் தொழில், சண்முகவேலு - பால்வளம், சி.வி.சண்முகம் - வணிகவரி, நயினார் நாகேந்திரன் - போக்குவரத்து, ஏ.கே.செல்வராஜ் - வீட்டுவசதி, வளர்மதி ஜெபராஜ் - பிற்பட்டோர் நலன்.

41 கண்ணகி சிலை

முதலமைச்சராக ஜெயலலிதா பதவியேற்றுக் கொண்டதற்கு எதிராக உச்சநீதிமன்றத்தில் பொதுநலன் வழக்கு ஒன்று தாக்கல் செய்யப்பட்டது. மூன்று ஆண்டுகள் சிறைத்தண்டனை பெற்ற ஒருவருக்கு ஆளுநர் பதவிப் பிரமாணம் செய்துவைத்தது இந்திய அரசியல் சாசனத்துக்கு எதிரானது என்பதுதான் மனுதாரர் முன்வைத்த வாதம். தொடர்ந்து வழக்கு நடந்து கொண்டிருந்தது.

முதலமைச்சரானதும் ஜெயலலிதா கையில் எடுத்து விவகாரங்களுள் முக்கியமானது, சென்னை மாநகராட்சியில் கட்டப்பட்ட பாலங்கள். சென்னை மாநகராட்சியில் ஒன்பது மேம்பாலங்கள் கட்டியதில் பன்னிரண்டு கோடி ரூபாய்க்கு ஊழல் நடைபெற்றுள்ளது என்று வந்த புகாரை அடிப் படையாக வைத்து மேயர் மு.க. ஸ்டாலின் கைது செய்யப்படக்கூடும் என்று செய்திகள் உலா வந்தன.

31 ஜுன் 2001 அன்று நள்ளிரவில் திமுக தலைவர் கருணாநிதியின் வீட்டுக்குள் அத்துமீறி நுழைந்த சிபிசிஐடி போலீஸார் அவரைக் கைது செய்தனர். கருணாநிதி, மேயர் ஸ்டாலின், முன்னாள் உள்ளாட்சித் துறை அமைச்சர் கோ.சி. மணி, போக்குவரத்து மற்றும் சி.எம்.டி.ஏவுக்கான அமைச்சராக இருந்த பொன்முடி, முன்னாள் தலைமைச் செயலாளர் கே.ஏ. நம்பியார் ஆகியோர் மீது வழக்குகள் பதிவுசெய்யப்பட்டன. கருணாநிதி கைது செய்யப் பட்டபோது மத்திய அமைச்சர்கள் முரசொலி மாறன் காவலர்களால் தாக்கப்பட்டார். வெளியூர் சென்றிருந்ததால் ஸ்டாலின் கைது செய்யப்பட வில்லை. மத்திய அமைச்சர் முரசொலி மாறன், டி.ஆர். பாலு இருவரும் கைது செய்யப்பட்டனர்.

கருணாநிதி கைது செய்யப்பட்டபோது காவல்துறையினர் நடந்துகொண்ட விதம் தமிழ்நாட்டில் கடும் கொந்தளிப்பை ஏற்படுத்தியது. பிறகு வெளியூரிலிருந்து சென்னை வந்த ஸ்டாலினும் கைது செய்யப்பட்டார்.

திமுகவினர் மத்தியில் இந்தக் கைதுகள் கடுமையான அதிர்வலைகளை ஏற்படுத்தின. பிறகு கைது செய்யப்பட்ட அனைவரும் விடுதலை செய்யப் பட்டனர்.

இதில் என்ன விநோதம் என்றால், கருணாநிதி உள்ளிட்டோரைக் கைது செய்வதற்குக் காரணமாகச் சொல்லப்பட்ட மேம்பால ஊழல் வழக்கில் எந்தவித முன்னேற்றமும் ஏற்படவில்லை. அப்படியே கிடப்பில் போடப் பட்ட வழக்கு, இன்றுவரை அப்படியே இருக்கிறது.

அடுத்த நடவடிக்கையாக மு.க. ஸ்டாலினின் மேயர் பதவி குறித்த கேள்விகள் எழுப்பப்பட்டன.

சென்னை மாநகராட்சி மன்றம் முறையாகச் சட்ட விதிகளின்படி நகரின் பொதுநன்மைக்கு உகந்த வகையில் செயல்படவில்லை, அதிகாரத்தைத் தவறாகப் பயன்படுத்துகிறது, அதிகார வரம்பை மீறிச் செயல்படுகிறது. எனவே, 1919ம் ஆண்டு சென்னை மாநகராட்சி சட்டப்பிரிவு 44ன் கீழ் அரசுக்கு அளிக்கப்பட்டுள்ள அதிகாரத்தைப் பயன்படுத்தி சென்னை மாநகராட்சி மன்றம் கலைக்கப்படலாம் என அரசு கருதுகிறது. ஆகவே சென்னை மாநக ராட்சியை ஏன் கலைக்கக் கூடாது என்ற கேள்வியை எழுப்பியது தமிழக அரசு. ஆனால் இந்தக் கடிதம் உள்நோக்கம் கொண்டது என்று ஆதாரப் பூர்வமாகக் கடிதம் எழுதினார் மேயர் மு.க.ஸ்டாலின். அதன்பிறகு மாநக ராட்சிக் கலைப்பு பற்றி எந்தப் பேச்சும் எழவில்லை.

இந்தச் சமயத்தில்தான் ஜெயலலிதா பதவியேற்றது தொடர்பாகத் தொடரப் பட்ட பொதுநல வழக்கில் தீர்ப்பு வெளியானது. நீதிபதி பரூச்சா தலைமையில் ஐந்து நீதிபதிகள் கொண்ட பெஞ்ச் விசாரணை செய்து தீர்ப்பளித்தது. அந்த பெஞ்சில் பரூச்சா, ஒய்.கே.சபர்வால், ரூமாபால், ஜி.பி.பட்நாயக், பிரிஜேஷ் குமார் ஆகியோர் இடம்பெற்றிருந்தனர். அந்தத் தீர்ப்பின் சாரம் இதுதான்:

'டான்சி வழக்கில் சிறப்பு நீதிமன்றத்தில் தண்டனை விதிக்கப்பட்ட ஜெயலலிதா முதலமைச்சராக நியமிக்கப்பட்டது அரசியல் சட்டதிட்டங் களுக்கு உட்பட்டதன்று. அவரது நியமனம் செல்லாது. ஆகவே, அதனை ரத்து செய்கிறோம். ஜெயலலிதாவை முதல்வராக நியமனம் செய்ததில் ஆளுநரின் நடவடிக்கை சரியானதல்ல; ஜெயலலிதா பதவியேற்ற நாளில் இருந்து தமிழக அரசு எடுத்த நடவடிக்கைகள் சட்டத்துக்கு உட்பட்டவையாக இருந்தால் மட்டுமே அவை செல்லுபடியாகும்'

எப்போது பதவியை ராஜினாமா செய்யப்போகிறார் ஜெயலலிதா என்ற கேள்வி எழுந்தபோது, 'முதல்வரின் பதவிப் பிரமாணத்தை உச்சநீதிமன்றம் ரத்துசெய்துவிட்டதால் ராஜினாமா கடிதம் எதையும் அளிக்கவேண்டிய அவசியம் இல்லை' என்று சொன்னார். பிறகு பெரியகுளம் சட்டமன்ற உறுப்பினரும் மாநில வருவாய்த்துறை அமைச்சருமான ஓ. பன்னீர்செல்வம் அஇஅதிமுகவின் சட்டமன்றக்குழுத் தலைவராகத் தேர்வு செய்யப்பட்டார்.

அவருக்கு ஆளுநர் ரங்கராஜன் முதலமைச்சராகப் பதவிப் பிரமாணம் செய்துவைத்தார்.

அண்ணாவுக்குப் பிறகு பட்டப்படிப்பு முடித்த ஒருவர் தமிழக முதலமைச்சராகத் தேர்வு செய்யப்பட்டார். ஜெயலலிதாவின் அமைச்சரவையில் இடம் பெற்ற ஏ.கே. செல்வராஜைத் தவிர மற்ற அனைவரும் ஓ. பன்னீர்செல்வத்தின் அமைச்சரவையில் இடம்பெற்றனர். கூடுதலாக, செ.ம. வேலுச்சாமி சேர்த்துக்கொள்ளப்பட்டார்.

'அம்மாவின் வழிகாட்டுதலின்பேரில், திட்டங்கள் மக்களுக்குச் சென்றடையும் வண்ணம் அரசு இயந்திரம் சிறப்பான முறையில் செயல்படும். தற்போது நடைபெறுவது அம்மாவின் அரசு. அவர்களுடைய வழிகாட்டுதலின்பேரில் தாற்காலிக ஏற்பாடாகத்தான் நான் முதல்வர் பொறுப்பை ஏற்றிருக்கிறேன்' - முதலமைச்சரானதும் செய்தியாளர்களிடம் பேசும்போது ஓ. பன்னீர்செல்வம் கூறிய வாசகங்கள் இவை.

தமிழகத்துக்கு உள்ளாட்சித் தேர்தல் அறிவிக்கப்பட்டது. மாநகராட்சிகள், நகராட்சிகள் மற்றும் கிராமப் பஞ்சாயத்துகளுக்கு நடைபெற்ற அந்தத் தேர்தலில் திமுக, அஇஅதிமுக இரண்டு பிரதான கட்சிகளின் தலைமையில் இரண்டு கூட்டணிகள் போட்டியிட்டன. காங்கிரஸ் தலைமையில் இன்னொரு கூட்டணியும் களத்தில் இருந்தது. சென்னை மேயர் தேர்தலில் மு.க. ஸ்டாலின் போட்டியிட்டார். அவரை எதிர்த்து அஇஅதிமுக சார்பில் பாலகங்கா நிறுத்தப்பட்டார். போட்டி கடுமையாக இருந்தது. இறுதியில் சுமார் ஐயாயிரம் வாக்குகள் வித்தியாசத்தில் வெற்றி பெற்றார் மு.க.ஸ்டாலின்.

கடந்த உள்ளாட்சித் தேர்தலைப்போல அல்லாமல் திமுகவும் அஇஅதிமுகவும் ஏறக்குறைய சம அளவில் வெற்றிகளைப் பெற்றிருந்தன. மொத்தமுள்ள ஆறு நகராட்சிகளில் திமுகவுக்கு சென்னையும் மதுரையும் கிடைத்தன. கோவை, நெல்லை, சேலம் ஆகிய மூன்றும் அஇஅதிமுகவுக்கும் திருச்சி தமாகாவுக்கும் கிடைத்தன.

●

சென்னை மெரினா கடற்கரையில் இருந்த கண்ணகி சிலை 2001 டிசம்பர் மாதத்தில் திடீரென காணாமல் போனது. வாஸ்து காரணமாக அந்தச் சிலை அகற்றப்பட்டதாக செய்திகள் பரவின. ஆனால் அந்தச் சிலை எங்கே இருக்கிறது என்பதுபற்றி எந்தத் தகவலும் தெரியவில்லை. ஒருநாள் காலை நேரத்தில் கண்ணகி சிலையைச் சுற்றியிருந்த தடுப்புகளை உடைத்துக் கொண்டு கண்ணகி சிலை மீது மோதிவிட்டது. இதனால் பீடம் சேதமாகி விட்டது. ஆகவே, அந்தச் சிலை அகற்றப்பட்டு, பாதுகாப்பான இடத்தில் வைக்கப்பட்டுள்ளதாக அரசுத் தரப்பில் இருந்து விளக்கம் வந்தது.

விரைவில் பீடம் சரிசெய்யப்பட்டு அந்தச் சிலை அதே இடத்திலும் வைக்கப்படும் என்று எதிர்பார்க்கப்பட்ட சூழலில் சிலை இருந்த இடத்தில்

சாலை ஒன்று அமைக்கப்பட்டுவிட்டது. ஆக, இனி அந்த இடத்தில் கண்ணகி சிலைக்கு வாய்ப்பில்லை என்ற சூழலில் களத்தில் இறங்கியது திமுக.

வாஸ்து காரணமாக அகற்றப்பட்ட கண்ணகி சிலையை மீண்டும் அதே இடத்தில் நிறுவுவதற்காக யுத்தம் நடத்தப்படும் என்று அறிவித்த திமுக தலைவர் கருணாநிதி, 'இது தமிழனுடைய மானத்தைக் காப்பாற்றுகின்ற யுத்தம்; எங்கள் இலக்கியச் செழுமையைக் காப்பாற்றுகின்ற யுத்தம்; மீண்டும் அந்த இடத்தில் கண்ணகி சிலை வைக்கப்படாவிட்டால் இந்தக் கருணாநிதி தன் உயிரைப் பற்றிக் கவலைப்படாமல் யுத்தத்தில் ஈடுபடுவான்' என்று எச்சரிக்கை விடுத்தார்.

'வாஸ்து சாஸ்திரக் குற்றச்சாட்டுகளுக்கெல்லாம் பதில்கூற விரும்பவில்லை. போக்குவரத்துக் காவல்துறையினர் அங்கே அந்தச் சிலை இல்லாமல் இருந்தால் நல்ல முறையில் போக்குவரத்து இருக்கும் என்று சொல்லியிருந்தார்கள். ஆகவே, அந்தச் சிலை வேறொரு இடத்தில் வைக்கப்பட இருக்கிறது. மீண்டும் சிலையை அமைப்பதில் தயக்கம் எதுவும் இல்லை. பீடம் சேதமடைந்து இருப்பதால் தற்சமயம் அதனை எடுத்திருக்கிறோம். சிலை கீழே விழுந்து உடையாமல் இருக்கவும் யார் மேலாவது விழுந்துவிடக் கூடாது என்பதற்காகவும் எடுத்துவைத்திருக்கிறோம். கண்ணகி சிலைக்காக நடைபெறும் போராட்டங்களை அரசு தக்கமுறையில் சந்திக்கும்' என்று பதில் கொடுத்தார் முதலமைச்சர் ஓ. பன்னீர்செல்வம்.

சிலையை மீண்டும் அமைக்கவேண்டும் என்று கோரி சென்னை உயர்நீதி மன்றத்தில் வழக்குகள் தொடரப்பட்டன. ஆனால் உயர்நீதிமன்ற நீதிபதியோ மாற்று இடத்தில் சிலை வைப்பதற்குத் தடை விதித்தார். கண்ணகி சிலைக்கான போராட்டத்தில் திமுக, பாஜக, பாமக உள்ளிட்ட கட்சிகள் இறங்கியிருந்தபோது அஇஅதிமுகவும் திராவிடர் கழகமும் சிலை வைக்கத் தேவையில்லை என்ற நிலைப்பாட்டை எடுத்திருந்தனர். சிலையை மீண்டும் அமைக்கவேண்டும் என்பதை வலியுறுத்தி சென்னையில் தமிழர் பண்பாட்டு மாநாட்டை திமுக உள்ளிட்ட கட்சிகள் நடத்தின.

5 ஜனவரி 2002 அன்று நடந்த தமிழர் பண்பாட்டு மாநாட்டில் பேசிய திமுக தலைவர்கருணாநிதி, 'கண்ணகி சிலை அருங்காட்சியகத்திலே இருப்பதாகச் சொன்னார்கள். எனக்கு சந்தேகம்தான். போயஸ் தோட்டத்திலே ஒரு படிக்கல்லாக கண்ணகி சிலை போடப்பட்டிருக்கிறது என்று சொன்னால் அதை மறுக்க முடியுமா? அதையும் தாங்கிக்கொள்ளத் தமிழன் தயாராகி விட்டானா?' என்று உணர்ச்சி மேலிடக் கேள்வியெழுப்பினார்.

திமுக உள்ளிட்ட கட்சிகள் இணைந்து நடத்திய தமிழ்ப் பண்பாட்டு மாநாட்டுக்குப் போட்டியாக அதே நாளில் அறிவியல் தமிழ் - தமிழ் பண்பாட்டுக் கருத்தரங்கத்தை நடத்தியது அஇஅதிமுக அரசு. அதில் கலந்துகொண்டு பேசிய திராவிடர் கழக தலைவர் கி.வீரமணி, 'கண்ணகி போல எந்தப் பெண்ணாவது இருக்க விரும்புவாரா? கண்ணகியோடு ஒப்பிட்டால் ஜெயலலிதாவுக்குத் தகுதி அதிகம். சிலையாக இருக்கும்

கண்ணகிக்காகப் போராடுபவர்கள் தெருவில் நிற்கும் கண்ணகிகளுக்காகச் சிந்திக்கவேண்டும்' என்றார்.

சிலையை மீண்டும் வைக்க அரசு மறுத்துவிட்ட சூழலில் புதிய கண்ணகி சிலை ஒன்றைத் தயார் செய்து அதை சென்னை தேனாம்பேட்டை சந்திப்பில் வைக்க முடிவு செய்தது திமுக. ஆனால் அதற்கு தமிழக அரசு அனுமதி தரவில்லை. உடனடியாக சென்னை அண்ணா சாலையில் இருக்கும் திமுக இளைஞரணி தலைமை அலுவலகமான அன்பகம் கட்டடத்தின் முகப்பில் புதிய கண்ணகி சிலையை நிறுவுவது என முடிவானது. ஜனவரி 12, 2003 அன்று கருணாநிதி சிலையைத் திறந்துவைத்தார். பிறகு அன்பகம் நவீனமயமாக்கப்பட்ட பிறகும் கண்ணகி சிலை அங்கேயே இருக்கிறது.

42 பொடா சட்டம்

டான்சி நிலம் தொடர்பான வழக்கில் மூன்று ஆண்டுகள் சிறைத்தண்டனை விதிக்கப்பட்டது அல்லவா? அதை எதிர்த்து ஜெயலலிதா சார்பில் மேல்முறையீடு செய்யப்பட்டிருந்து. அதற்கான தீர்ப்பு 4 டிசம்பர் 2001 அன்று வழங்கப்பட்டது. டான்சி நிலத்துக்கு வழிகாட்டு மதிப்பீடு இல்லை என்ற அடிப்படையிலும் கூட்டுச்சதி எதுவும் நடைபெறவில்லை என்ற அடிப்படையிலும் அரசு சொத்தை பொது ஊழியர் வாங்கக்கூடாது என்ற நன்னடத்தை விதி சட்டமாகாது என்ற அடிப்படையிலும் இந்த வழக்கில் குற்றம்சாட்டப்பட்ட ஜெயலலிதா உள்பட அனைவரையும் விடுதலை செய்வதாக நீதிபதி தினகர் அறிவித்தார். கூடுதல் மகிழ்ச்சியாக கொடைக்கானல் ப்ளஸண்ட் ஸ்டே ஹோட்டலுக்கு அனுமதி வழங்கியதில் முறைகேடு என்று தொடரப்பட்டிருந்த வழக்கிலும் ஜெயலலிதாவுக்கு வெற்றி கிடைத்தது.

பகுத்தறிவு பாசறையான திராவிட இயக்கத்தின் வெற்றிச் செல்வி என்று நாவலர் நெடுஞ்செழியனால் பாராட்டப்பட்ட ஜெயலலிதா. டான்சி தீர்ப்பு வெளியானதும் தனது மகிழ்ச்சியை வெளிப்படுத்திய விதம் இதுதான்:

'இது ஒரு தெய்வச்செயல். இதனைக் கடவுளின் கருணை என்றுதான் சொல்ல வேண்டும்.'

ஜெயலலிதா முதலமைச்சர் பதவியை ஏற்கத் தடையாக இருந்த டான்ஸி வழக்கில் இருந்து விடுதலை செய்யப்பட்டதால் அவர் விரைவில் முதலமைச்சர் பதவியை ஏற்றுக்கொள்வார் என்ற கருத்து ஊடகங்களில் பரவலாகப் பேசப்பட்டுவந்தது. அதை உறுதி செய்வது போல விரைவில் ஆண்டிபட்டி தொகுதியில் போட்டியிடப் போவதாக அறிவித்தார் ஜெயலலிதா. அந்தத் தொகுதி சட்டமன்ற உறுப்பினராக இருந்த தங்க. தமிழ்ச் செல்வன் ராஜினாமா செய்துவிட்டதால் அந்த இடம் காலியாக இருந்தது.

டான்சி வழக்கில் ஜெயலலிதா விடுவிக்கப்பட்டது தொடர்பாக திமுக தலைவர் கருணாநிதியிடம் கருத்து கேட்ட செய்தியாளர்கள், 'டான்சி தீர்ப்பில் உடன்பாடு உண்டா என்று கேட்டனர். அதற்கு பதிலளித்த அவர், 'உடன்பாடு

என்றால் நானும் நீதிபதியும் சேர்ந்து உடன்பாடு செய்துகொண்டு தீர்ப்பு அளித்ததாக ஆகிவிடும். அதனால் அந்த வார்த்தையைப் பயன்படுத்தாமல் இருப்பது நல்லது. நாங்கள் நீதிபதியை மதிக்கிறோம். ஒரு நீதிபதியை மதிப்பதைவிட நீதியை மதிக்கிறோம்' என்றார். இதையே வசமாகப் பிடித்துக்கொண்டு கருணாநிதி மீது நீதிமன்ற அவமதிப்பு வழக்கு தொடரப் பட்டது.

வழக்கு தொடர்பாக பதிலளித்த கருணாநிதி, உடன்பாடு என்பதற்கு இரண்டு வகையான பொருள்கள் உண்டு. நீதிபதியும் நானும் உடன்பாடு செய்து கொண்டு தீர்ப்பு வழங்கப்பட்டது போல ஒரு பொருள் வருகிறது. எனவே அந்த வார்த்தையைப் பயன்படுத்த வேண்டாம் என பேட்டியின்போது தெரிவித்தேன். என் மீது கூறப்பட்டுள்ள குற்றச்சாட்டுகளுக்கு எந்த ஆதாரமும் இல்லை. நான் நீதிமன்றத்தை அவமதிப்பு செய்யவில்லை. ஆகவே, என்மீது தொடரப்பட்ட இந்த வழக்கை நீதிமன்றம் கைவிட வேண்டும். நான் நீதிமன்றத்தை அவமதிப்பு செய்வதாக நீதிமன்றம் கருதினால் அதற்கு மன்னிப்பு கேட்கிறேன் என்றார். அந்த பதிலை நீதி மன்றம் ஏற்றுக்கொண்டதால் வழக்கு விவகாரம் ஓய்ந்தது.

இதற்கிடையே ஆண்டிபட்டி, சைதாப்பேட்டை, வாணியம்பாடி தொகுதி களுக்கு இடைத்தேர்தல் அறிவிக்கப்பட்டது. அவற்றில் ஆண்டிபட்டியில் ஜெயலலிதா போட்டியிடுவார் என்று அறிவிக்கப்பட்டது. வாக்காளர் பட்டியலில் ஏற்பட்டுள்ள குளறுபடிகள் காரணமாக மற்ற இரண்டு தொகுதி களிலும் தேர்தல் ஒத்திவைக்கப்பட்டு, ஆண்டிப்பட்டியில் மட்டும் இடைத் தேர்தல் நடத்தப்படும் என்று அறிவிக்கப்பட்டது.

அந்தத் தேர்தலில் போட்டியிடப் போவதில்லை என்று காங்கிரஸ், தமாகா, இந்திய கம்யூனிஸ்டு, மார்க்சிஸ்ட் கம்யூனிஸ்டு ஆகிய கட்சிகள் அறிவித்தன. ஆனால் திமுக சார்பில் வைகை சேகர், மறுமலர்ச்சி திமுக சார்பில் ஜெயச் சந்திரன், புதிய தமிழகம் கட்சியின் சார்பில் அதன் தலைவர் டாக்டர் கிருஷ்ணசாமி ஆகியோர் நின்றனர். இறுதியில் சுமார் 41000 வாக்குகள் வித்தியாசத்தில் வெற்றிபெற்றார் ஜெயலலிதா. அதனைத் தொடர்ந்து நடந்த அஇஅதிமுக சட்டமன்ற உறுப்பினர்கள் கூட்டத்தில் ஜெயலலிதா தலைவ ராகத் தேர்ந்தெடுக்கப்பட்டார். ஓ.பன்னீர்செல்வத்தின் 162 நாள் முதலமைச்சர் பயணம் முடிவுக்கு வந்தது. ஜெயலலிதா மீண்டும் முதலமைச்சராகப் பதவியேற்றுக்கொண்டார்.

மீண்டும் பதவிக்கு வந்ததும் ஜெயலலிதா கொண்டுவந்த திட்டங்களுள் முக்கியமானது கோயில்களில் அன்னதானம் வழங்கும் திட்டம். பாஜக உள்ளிட்ட இந்துத்துவ இயக்கங்களுக்கு பலத்த மகிழ்ச்சியை ஏற்படுத்தியது. திடீரென அந்தத் திட்டத்தை ஜனரஞ்சகமாக்கும் முயற்சியாக தேவாலயங்கள், மசூதிகளிலும் விரிவுபடுத்தினார்.

அடுத்து, அனைவருக்கும் அதிர்ச்சி கொடுக்கும் வகையில் இன்னொரு சட்டத்தைக் கொண்டுவந்தார் ஜெயலலிதா. அது, மதமாற்ற தடைச் சட்டம்.

கடும் சர்ச்சைகள் கிளம்பின. ஆனாலும் ஜெயலலிதா தன்னுடைய வேகத்தைக் கட்டுப்படுத்திக்கொள்ளவில்லை. ஆடு, மாடு, கோழிகளைக் கோயில்களில் பலி கொடுப்பதற்குத் தடை விதித்தார்.

இப்போது மீண்டும் திமுக மீது கவனத்தைத் திருப்பினார் முதலமைச்சர் ஜெயலலிதா. சென்னை மாநகராட்சி மேயராக இரண்டாவது முறையாகத் தேர்ந்தெடுக்கப்பட்ட மு.க.ஸ்டாலினுக்கு எதிரான நடவடிக்கை அது. ஒருவருக்கு ஒரு பதவி என்ற சட்டம் சட்டப் பேரவையில் கொண்டு வரப்பட்டது.

'சட்டமன்ற உறுப்பினராகவோ, நாடாளுமன்ற உறுப்பினராகவோ பதவியில் இருக்கும் ஒருவர் உள்ளாட்சி அமைப்புகளான மாநகராட்சி, நகராட்சி, ஊராட்சி, பேரூராட்சி போன்றவற்றில் உறுப்பினராக இருந்தால் அவர் வகித்து வரும் இரண்டு பதவிகளில் ஒன்றைத் துறந்துவிட வேண்டும். இல்லையெனில் இயற்றப்பட்ட சட்ட விவரம் குறித்து வெளியிடப்பட்ட அரசிதழ் வெளியான தேதியில் இருந்து பதினைந்து தினங்களுக்குள் அவர் வகிக்கும் இரு பதவிகளுள் ஒன்று தானாகவே காலாவதியாகி விடும்' இரண்டில் ஒன்றைத் தேர்வு செய்யவேண்டும் என்ற நிலை. தமிழக அரசின் இந்த முயற்சிக்கு உயர்நீதிமன்றம் எதிர்ப்பு தெரிவித்தது. அதேசமயம் ஒருவர் இரண்டு முறை மேயர் பதவியை வகிக்கக் கூடாது என்ற விதிமுறைப்படி 18 ஜூன் 2002ல் மேயர் பதவியை ராஜினாமா செய்தார் ஸ்டாலின்.

பாஜக தலைமையிலான தேசிய ஜனநாயக் கூட்டணி அரசு. பயங்கரவாதத்தைக் கட்டுப்படுத்த பொடா என்ற பெயரில் புதிய சட்டம் ஒன்றைக் கொண்டு வந்தது. பொடாசட்டத்தின்படி தடை செய்யப்பட்ட இயக்கத்தை சேர்ந்தவர்கள் எவரையும் விசாரணையின்றி 180 நாட்கள் வரை சிறையில் அடைக்க முடியும். கொடுமையான கறுப்புச்சட்டம் என்று ஆளுங்கட்சியின் தோழமைக்கட்சிகள் முதல் எதிர்க்கட்சிகள் வரை எல்லோருமே கடுமையாக எதிர்த்தனர்.

பொடா சட்டத்தை அமல்படுத்தும் பொறுப்பு மாநில அரசுகளுக்கே தரப்பட்டது. முதலமைச்சர் ஜெயலலிதா பொடாவுக்கு வரவேற்பு கொடுத்தார். அரசியல் எதிரிகளைப் பழிவாங்குவதற்கு பொடா சட்டம் பயன்படுத்தப்படக்கூடும் என்பதுதான் திமுக உள்ளிட்ட கட்சிகள் சொன்ன கருத்து. அதுதான் நடந்தது. ஆனாலும் பிரதமர் வாஜ்பாய் மற்றும் அத்வானி கொடுத்த வாக்குறுதிகள் காரணமாக திமுக, மதிமுக, பாமக உள்ளிட்ட கட்சிகள் பொடா சட்டத்துக்கு ஆதரவு கொடுத்தன.

அதன் தொடர்ச்சியாக 29 ஜூன் 2002 அன்று மதுரை திருமங்கலத்தில் மறுமலர்ச்சி திமுக சார்பாக பொதுக்கூட்டம் ஒன்றுக்கு ஏற்பாடு செய்யப் பட்டது. விடுதலைப் புலிகளை ஆதரித்துப் பேசுவதில் தனக்கு எப்போதுமே தயக்கம் இருந்ததில்லை என்பதை விளக்குவதற்காக சில ஆண்டுகளுக்கு முன்பு நாடாளுமன்றத்தில், 'நான் விடுதலைப் புலிகளை நேற்றும் ஆதரித்தேன்; இன்றும் ஆதரிக்கிறேன்; நாளையும் ஆதரிப்பேன்' என்று பேசியதை நினைவூட்டினார் வைகோ.

வைகோவின் இந்தப் பேச்சு கடும் சர்ச்சைகளைக் கிளப்பியது. தடை செய்யப்பட்ட விடுதலைப் புலிகள் இயக்கத்தை ஆதரித்ததாக வைகோ மீது திடீரென ஒருநாள் வழக்கு பதிவு செய்யப்பட்டது. விரைவில் வைகோ கைது செய்யப்படுவார் என்று செய்திகள் வெளிவந்துகொண்டிருந்தன. முதலமைச்சர் ஜெயலலிதாவே கைது பற்றி சூசகமாகப் பேசியிருந்தார்.

இது தொடர்பாகக் கருத்து தெரிவித்த திமுக தலைவர் கருணாநிதி, அரசியல் உள்நோக்கத்துக்காக தடா, பொடா என்று எந்தச் சட்டத்தைப் பயன்படுத்திக் கைது செய்தாலும் அதை திமுக ஏற்காது என்றார். பொடா சட்டத்தின்கீழ் வைகோவைக் கைது செய்யக்கூடாது என்று திமுக, தி.க, பாஜக, பாமக, பெரியார் திராவிடர் கழகம், மார்க்சிஸ்ட் கம்யூனிஸ்ட், இந்திய கம்யூனிஸ்ட், புதிய தமிழகம், விடுதலைச் சிறுத்தைகள் உள்ளிட்ட அனைத்து கட்சிகளும் வலியுறுத்தின.

9 ஜூலை 2002 அன்று திருமங்கலம் பொதுக்கூட்டத்தில் பேசியவர்களில் எட்டு பேர் கைது செய்யப்பட்டனர். வைகோவைக் கைது செய்ய வாரண்ட் பிறப்பிக்கப்பட்டது. தடுப்பு நடவடிக்கையாக மாநிலம் முழுவதும் ஏகப்பட்ட திமுகவினர் கைது செய்யப்பட்டார்கள். அமெரிக்கா சென்றிருந்த வைகோவின் வருகைக்காக தமிழ்நாடு காவல்துறை காத்திருந்தது.

11 ஜூலை 2002 அன்று சென்னை வந்திறங்கிய வைகோவை விமான நிலையத்தில் வைத்தே கைது செய்தனர் காவல்துறையினர். அவருக்கு முன்னால் திரண்டிருந்த பத்திரிகையாளர்களிடம் வைகோ பேசியது ஒற்றை வாக்கியம்தான். 'பாசிச வெறிபிடித்த ஜெயலலிதா ஆட்சியை மக்கள் சக்தியைத் திரட்டித் தூக்கியெறிய முயற்சிப்போம்'

43 வைகோ – சில குறிப்புகள்

திருநெல்வேலி மாவட்டம் சங்கரன்கோவில் தாலுகாவில் இருக்கும் கலிங்கப்பட்டியில் பிறந்தவர் வை.கோபால்சாமி. தந்தையார் பெயர் கோ. வையாபுரி. தாயார், மாரியம்மாள். 1944ல் பிறந்த கோபால்சாமிக்கு படிப்பின் மீது அதிக ஆர்வம். ஆரம்பக் கல்விப் படிப்பை முடித்தபிறகு பாளையங் கோட்டை சவேரியார் கல்லூரியில் இளங்கலை பொருளாதாரம் சேர்ந்தார். பிறகு சென்னை மாநிலக் கல்லூரியில் முதுகலைப் பட்டம்.

பள்ளிப் பருவத்தில் தொடங்கிய பேச்சார்வம், மேடை ஆர்வம் கல்லூரிப் பருவத்தில் உச்சத்துக்குச் சென்றது. நண்பர்களுடன் சேர்ந்து பேச்சுப்போட்டி களில் கலந்துகொண்டார். நாடகத்தில் நடிப்பதிலும் ஆர்வம் இருந்தது. அழகான தமிழ். ஆவேசமான நடை. ஆதாரங்களாகப் புள்ளிவிவரங்கள். குரலில் ஏற்ற இறக்கம் என்று வைகோவின் பேச்சு கேட்போரைக் கட்டிப்போட்டுவிடும். போதாக்குறைக்கு சட்டப்படிப்பும் படித்துவிட்டார். மேடைகளில் அவர் பேசும் பேச்சு, கேட்கும் கேள்விகள் எல்லாம் அவருக் கென்று தனி ரசிகர் வட்டத்தை உருவாக்கின.

கல்லூரிப் பருவத்தில் வைகோவின் அணுக்க நண்பராக இருந்தவர் வலம்புரி ஜான். ஆம். வார்த்தைச் சித்தர் வலம்புரி ஜானேதான். கேட்பவரை வசீகரிப் பதில் ஒருவருக்கொருவர் சளைக்காதவர்கள்.

இந்தி எதிர்ப்புப் போராட்டம் உச்சகட்டத்தில் இருந்த அறுபதுகளின் தொடக்கம். கல்லூரி மாணவர்கள் இந்தி எதிர்ப்புப் போராட்டத்தில் குதித் திருந்தனர். இளைஞரான வைகோவுக்குப் போராட்டங்களில் கலந்துகொள்ள வேண்டும் என்ற ஆர்வம் இயற்கையாகவே உந்தித்தள்ளியது.

கல்லூரி மாணவர்கள் ஒன்றிணைந்து அனைத்துக் கல்லூரித் தமிழ் மன்றத்தை உருவாக்கியிருந்தனர். அந்த மன்றத்தின் சார்பாக 1964ல் சென்னை கோகலே மண்டபத்தில் இந்தி எதிர்ப்புக் கருத்தரங்கம் ஒன்றுக்கு ஏற்பாடு செய்யப்பட்டது. அதில் அண்ணா கலந்துகொண்டார்.

அந்தக் கருத்தரங்கில் பேசுவதற்கு வைகோவுக்கு வாய்ப்பு கிடைத்தது. அனல் தெறிக்கப் பேசினார். அதை உன்னிப்பாகக் கவனித்துக்கொண்டார் அண்ணா. அன்று இரவே அண்ணாவைச் சந்தித்துப் பேசும் வாய்ப்பு கிடைத்தது. வைகோவை அண்ணாவிடம் அழைத்துச் சென்றவர் சட்டக் கல்லூரியின் தமிழ் இயக்கப் பேரவையின் தலைவர் எல். கணேசன். வைகோ வரவேற்ற அண்ணா, 'சாரத்துடன் கூடிய பேச்சாக இருந்தது உங்கள் உரை' என்று வைகோவைப் பாராட்டினார்.

மொழிப்போர் காலகட்டத்தில் திமுகவின் மாணவர் தளபதிகள் பலரும் தலைமறைவாக இருந்தே போராட்டங்களை வழிநடத்தி வந்தனர். முக்கியமாக, எல். கணேசன், விருதுநகர் பெ. சீனிவாசன், ம. நடராசன் போன்றவர்கள் எல்லாம் அப்படித்தான் இயங்கினர். அப்போது எல். கணேசன் தரும் சங்கேதக் குறிப்புகளை பெ. சீனிவாசனுக்கும் அவர் தரும் பதில் குறிப்புகளை எல்.ஜிக்கும் பரிமாற்றம் செய்யும் பணியில் தன்னை ஈடுபடுத்திக்கொண்டார் வைகோ.

சில சமயங்களில் மாற்றுப் பெயர்களைப் பயன்படுத்தி விடுதி அறைகளில் எல். கணேசனும் வைகோவும் தங்கிக்கொள்வார்கள். ஒருமுறை ராயப் பேட்டை சந்திரா லாட்ஜில் பீட்டர் என்ற பெயரில் எல். கணேசனும் ஜோசப் என்ற பெயரில் வைகோவும் தங்கியிருந்தனர். திடீரென வைகோவுக்கு ஒரு உள்ளுணர்வு. காவல்துறையினர் வரப்போகிறார்கள் என்ற சந்தேகம். எல். கணேசனிடம் விஷயத்தைச் சொன்னார். அடுத்த சில நிமிடங்களில் காவல்துறையினரிடம் சிக்காமல் இருவரும் தப்பினர்.

சட்டப்படிப்பு முடித்ததும் பிரபல வழக்கறிஞரான ரத்தினவேல் பாண்டியனிடம் ஜூனியராகச் சேர்ந்துகொண்டார் வைகோ. பிறகு பிரபல வழக்கறிஞர் செல்லபாண்டியனிடமும் ஜூனியராக இருந்தார். இந்தி எதிர்ப்பு, திமுக சிந்தனை எல்லாம் சேர்ந்து அவரை தேர்தல் களத்துக்கு அழைத்துவந்தது. 1970ல் நடந்த உள்ளாட்சித் தேர்தலில் கலிங்கப்பட்டி ஊராட்சி மன்றத் தலைவராக திமுக சார்பில் வெற்றிபெற்றார்.

வேகம். சுறுசுறுப்பு. துணிச்சல். பேச்சாற்றல். உழைப்பு. இந்த ஐந்தும் இருக்கும் எவரும் எந்தத் துறையிலும் சிறப்பாக விளங்கமுடியும். அவை அனைத்தும் வைகோவுக்கு இருந்தன. அரசியல் படிக்கட்டுகளில் முன்னேறத் தொடங்கினார். நெல்லை வட்டாரத் திமுகவில் முக்கிய சக்தியாக இருந்த வைகோ வெகுவிரைவில் தமிழகம் தழுவிய அளவில் பிரபலமடையத் தொடங்கினார். 1978ல் வைகோ மாநிலங்களவை உறுப்பினராகத் தேர்ந்தெடுக்கப்பட்டார்.

ஈழத்தமிழர் விவகாரத்தில் திமுக சார்பில் மாநிலங்களவையில் அழுத்தந் திருத்தமான வாதங்களை எடுத்துவைத்தார் வைகோ. எப்போதெல்லாம் ஈழத்தமிழர்களுக்கு ஆபத்து நேர்கிறதோ அப்போதெல்லாம் மத்திய அரசின் கவனத்தை ஈர்த்து பிரச்னைகளுக்குத் தீர்வு காண வேண்டும் என்று வலியுறுத்துவதில் அவர் தயக்கம் காட்டியதில்லை. மாநில மாணவரணி

இணை செயலாளர், திமுக தேர்தல் பணிக்குழுச் செயலாளர் போன்ற பதவிகள் வைகோவுக்குக் கிடைத்தன. முதலில் 1978லும் பிறகு 1984 மற்றும் 1990லும் என மொத்தம் மூன்று முறை திமுக சார்பாக மாநிலங்களவைக்குத் தேர்ந்தெடுக்கப்பட்டு கிட்டத்தட்ட பதினெட்டு ஆண்டுகளுக்கு வைகோவின் குரல் மாநிலங்களவையில் ஒலித்தது.

ஈழத்தமிழர் பிரச்னைக்குத் தீர்வுகாணும் நோக்கத்துடன் பிரபாகரனைச் சந்திப்பதற்காக வைகோ ஈழத்துக்கு ரகசியப்பயணம் சென்றார். கட்சித் தலைமையின் அனுமதி இல்லாமல் வைகோ சென்றுவிட்டார் என்று கட்சிக்குள் பிரச்னை கிளம்பி அடங்கியது. பிறகு மீண்டும் எழுந்தது 1993ல்.

வைகோ நற்பணி மன்றம் என்ற பெயரில் ஒரு அமைப்பை நெல்லை மாவட்டத்தைச் சேர்ந்த திமுகவின் சிலர் தொடங்கினர். அந்த அமைப்பைத் தொடங்கியவர்கள் பாளையங்கோட்டையைச் சேர்ந்த திமுக பிரமுகர்களான கே.கே. சாமி, கருடன் ராஜகோபால் உள்ளிட்டோர்.

திமுக தலைமைக் கழகத்தின் அனுமதி இல்லாமல் தொடங்கப்பட்டதால் உடனடியாக நற்பணி மன்றத்துடன் தொடர்புடையவர்கள் மீது ஒழுங்கு நடவடிக்கை எடுத்தது திமுக தலைமை. இது திமுகவுக்குள் பலத்த சர்ச்சை களைக் கிளப்பியது. அந்தச் சமயத்தில்தான் உளவுத்துறையிடம் இருந்து திமுக தலைவர் கருணாநிதிக்குக் கடிதம் வந்து சேர்ந்தது. அதன் தொடர்ச்சி யாக நடந்த பல்வேறு பிரச்னைகளுக்குப் பிறகு வைகோ, திமுகவில் இருந்து நீக்கப்பட்டார். அதன்பிறகு வைகோவின் அரசியல் வாழ்க்கையில் நிறைய போராட்டங்கள். சோதனைகள். வெற்றிகள். தோல்விகள். தற்போது புதிய சோதனை, பொடா!

•

பொடா சட்டத்தின் கீழ் மறுமலர்ச்சி திமுகவின் பொதுச்செயலாளர் வைகோ கைது செய்யப்பட்டு வேலூர் சிறையில் அடைக்கப்பட்ட செய்தி மின்னல் வேகத்தில் பரவத் தொடங்கியது. கைது செய்தி காதில் விழுந்த அத்தனை பேருக்குமே அதிர்ச்சி. மறுமலர்ச்சி திமுகவினர் பதறிப் போனார்கள். மாநிலம் தழுவிய அளவில் மறியல் போராட்டத்தில் இறங்கினர். மாநிலம் முழுக்க பதினைந்தாயிரத்துக்கும் மேற்பட்டோர் கைது செய்யப்பட்டனர்.

வைகோவின் கைது செய்தி கேட்ட அதிர்ச்சியில் மேலூர் ராஜம்மாள், நல்லாம்பள்ளி வி. சுப்பன், கீழ்ப்புளியஞ்சை ரங்கநாதன் (வைகோதாசன்), திருவாடானை குணசீலன் ஆகியோர் மரணம் அடைந்தனர். திருச்சி அந்தநல்லூரைச் சேர்ந்த அறிவழகன் தீக்குளித்து இறந்தார். விஷயம் கேள்விப் பட்ட வைகோ உடனடியாக அறிக்கை கொடுத்தார்.

'கழகத்துக்கு தற்போது ஏற்பட்டுள்ள நிலைமை வெறும் சோதனை நெருப்புதான். இதில் புடம் போடப்பட்ட தங்கமாக கழகம் பிரகாசித்து வெற்றிபெறும்'

வைகோவின் கைது குறித்து உடனடியாகக் கருத்துக் கூறிய கருணாநிதி, பொடா சட்டம் சில மாநிலங்களில் தவறாகப் பயன்படுத்தப்படும் என்று எச்சரிக்கை செய்தபோது எந்த மாநிலத்திலும் அப்படிப் பயன்படுத்த மாட்டார்கள் என்று பிரதமர் நம்பினார்; அந்த நம்பிக்கை வைகோவின் கைது மூலம் சிதறியிருக்கிறது என்றார்.

வைகோவின் கைதைக் கண்டிக்கும் வகையில் துண்டுப்பிரசுரங்கள் அடித்து வீட்டுக்கு வீடு கொடுத்தனர் மதிமுகவினர். மாநிலம் முழுக்க உண்ணா விரதங்கள், தெருமுனைக் கூட்டங்கள், சைக்கிள் பேரணிகள் நடத்தப் பட்டன. இலங்கையிலும் ஆர்ப்பாட்டங்களும் பொதுக்கூட்டங்களும் நடத்தப்பட்டு வைகோவின் கைதுக்கு எதிர்ப்பு தெரிவிக்கப்பட்டது. ஈழத் தமிழர்களின் பாரதக் காவலன் வைகோவை விடுதலை செய் என்று கோஷங்கள் எழுப்பப்பட்டன.

தேசிய அளவிலான அரசியல் கட்சித் தலைவர்கள் பலரும் வைகோவைப் பொடா சட்டத்தின்கீழ் கைது செய்ததற்குக் கண்டனம் தெரிவித்தனர். சோம்நாத் சாட்டர்ஜி, அஜய் சக்ரவர்த்தி, முலாயம் சிங் யாதவ் ஆகியோர் நாடாளுமன்றத்திலேயே கண்டித்துப் பேசினர்.

வைகோவின் கைதைக் கண்டிக்கும் வகையில் தேசிய ஜனநாயகக் கூட்டணிக் கூட்டத்தில் கண்டனத் தீர்மானம் ஒன்று 14 ஜூலை 2002 அன்று நிறைவேற்றப் பட்டது. அதன்பிறகு வேலூர் சிறைக்கு நேரில் வந்த மத்திய பாதுகாப்புத்துறை அமைச்சர் ஜார்ஜ் ஃபெர்ணாண்டஸ் 19 ஜூலை 2002 அன்று வைகோவை சந்தித்துப் பேசினார். பொடா கைதியை எப்படி மத்திய அமைச்சர் சந்திக்கலாம் என்ற கேள்வி நாடாளுமன்றத்தில் எழுப்பப்பட்டது. அதில் எந்தத் தவறும் இல்லை என்று விளக்கம் கொடுத்தார் உள்துறை அமைச்சர் அத்வானி. அதற்கு இரண்டு நாள்களுக்கு முன்புதான் டெல்லியில் நடந்த தேசிய ஜனநாயகக் கூட்டணிக் கூட்டத்தில் மத்திய அமைச்சர் முரசொலி மாறன் வைகோவின் கைது குறித்து தலைவர்களுடன் வாதத்தில் ஈடுபட்டிருந்தார்.

அரசியல் காழ்ப்புணர்வு காரணமாகவே வைகோ கைது செய்யப்பட்டார் என்ற விமரிசனம் எழுந்த சூழலில் திடீரென வைகோவுக்கு புதிய சோதனை வந்தது. 1984ல் நடந்த தேர்தல் வன்முறை தொடர்பாகப் போடப்பட்டு, நிலுவையில் இருந்த வழக்கு திடீரென தூசு தட்டி எடுக்கப்பட்டது. 1984 மே மாதத்தில் நடந்த மயிலாடுதுறை இடைத்தேர்தலின்போது அஇஅதிமுக பிரமுகர் தாமரைக்கனி உள்ளிட்டோர் சென்ற வாகனத்தையும் தொண்டர் களையும் தாக்கியதாக வழக்கு பதிவு செய்யப்பட்டது. ஆனால் வழக்கு, தொடர்ந்து பல ஆண்டுகளாக நிலுவையிலேயே இருந்தது.

வைகோ வேலூர் சிறையில் அடைபட்டிருந்த சூழலில் மயிலாடுதுறை வழக்கு தொடர்பாக 17 செப்டெம்பர் 2002 அன்று மயிலாடுதுறை நீதிமன்றத்தில் ஆஜர்படுத்த உத்தரவு பிறப்பிக்கப்பட்டது. வழக்கு தொடர்பாக வேலூர் - திருச்சி - மயிலாடுதுறை - நாகப்பட்டிணம் - சென்னை என்று மாறிமாறி அலைக்கழிக்கப்பட்டார் வைகோ.

5 நவம்பர் 2002. வேலூர் சிறையில் இருக்கும் வைகோவை நேரில் சென்று சந்திக்க முடிவுசெய்தார் திமுக தலைவர் கருணாநிதி. அப்போது மறுமலர்ச்சி திமுக, திமுக அணியில் இல்லை. ஆனாலும் வைகோவின் சிறைவாசமும் அரசின் பழிவாங்கும் போக்கும் அவரை வருத்தத்தில் ஆழ்த்தியிருந்தது. வேலூர் சிறையில் கருணாநிதி - வைகோ சந்திப்பு நடந்தது. சுமார் முக்கால் மணிநேரம் நீடித்தது இந்தச் சந்திப்பு. மனத்துக்கு நெகிழ்ச்சியான சந்திப்பு என்று வர்ணித்தார் வைகோ.

14 நவம்பர் 2002ல் மறுமலர்ச்சி திமுகவின் தலைமை அலுவலகமான தாயகத்தில் மாவட்டச் செயலாளர்கள், அரசியல் ஆலோசனைக்குழு உறுப்பினர்கள், அரசியல் ஆய்வு மைய உறுப்பினர்கள் பலரும் கலந்துகொண்டு ஆலோசனை செய்தனர். அதன் முடிவில் வைகோவின் கைதுக்கு எதிராக மக்களின் உணர்வுகளைப் பிரதிபலிக்கும் வகையில் ஒரு கோடி பேரிடம் கையெழுத்து வாங்கி குடியரசுத் தலைவர் மற்றும் பிரதமரிடம் கொடுப்பது என்று தீர்மானிக்கப்பட்டது.

அந்தப் படிவத்தில் முதலில் கையெழுத்து போட்டார் திமுக தலைவர் கருணாநிதி. பிறகு கையெழுத்து வாங்கும் பணிகள் விரிவான முறையில் நடத்தப்பட்டன. ஒரு கோடி பேரில் க. அன்பழகன், கி.வீரமணி, மு.க. ஸ்டாலின், மு.க. அழகிரி, டாக்டர் ராமதாஸ், ப. சிதம்பரம், ஈ.வி.கே.எஸ். இளங்கோவன், வே. ஆனைமுத்து, திருமாவளவன் ஆகியோரும் அடக்கம். கிட்டத்தட்ட ஒரு கோடியே பத்து லட்சம் பேரிடம் பெறப்பட்ட கையெழுத்துகள் அடங்கிய படிவங்கள் 22 ஜனவரி 2003ல் பிரதமர் மற்றும் குடியரசுத் தலைவரிடம் ஒப்படைக்கப்பட்டன.

வைகோவின் கைதைக் கண்டித்து எதிர்க்கட்சிகளின் சார்பில் உண்ணாவிரதப் போராட்டத்துக்கு அழைப்பு விடப்பட்டது. 29 மார்ச் 2003 அன்று உண்ணா விரதத்தைத் தொடங்கிவைத்துப் பேசிய திமுக தலைவர் கருணாநிதி, 'என் தம்பி வைகோவுக்காகச் சிறை செல்லவும் தயார்; பொடா சட்டத்தைத் திரும்பப்பெறவேண்டும்' என்று வலியுறுத்தினார். அந்த உண்ணாவிரதத்தில் திமுக, பாமக, இந்திய கம்யூனிஸ்ட் கட்சி, மார்க்சிஸ்ட் கம்யூனிஸ்ட் கட்சி, காங்கிரஸ் ஜனநாயகப் பேரவை (ப.சிதம்பரம்), புதிய தமிழகம், எம்.ஜி.ஆர் கழகம் உள்ளிட்ட கட்சிகள் கலந்துகொண்டன.

19 ஏப்ரல் 2003 அன்று மீண்டும் ஒருமுறை வைகோவைப் பார்க்க வேலூர் சென்றார் கருணாநிதி. அனுமதி மறுக்கப்பட்டது. அதனால் வேலூரிலேயே இரண்டு நாள்கள் தங்கியிருந்து பிறகு மீண்டும் அனுமதி பெற்று 21 ஏப்ரல் 2003 அன்று வைகோவை சந்தித்துப் பேசினார் கருணாநிதி. அந்தச் சந்திப்புக்கு சில நாள்களுக்கு முன்புதான் வைகோவை சிறைக்கு சென்று சந்தித்தார் மு.க. ஸ்டாலின். ஆக, திமுகவும் மதிமுகவும் மிக நெருக்கமாக வந்திருந்தன.

திமுக, மதிமுக உள்ளிட்ட கட்சிகளின் தொடர்ச்சியான வலியுறுத்தல் காரணமாக, பொடா சட்டம் தவறாகப் பயன்படுத்துவதைத் தடுக்கத் தேவையான நடவடிக்கைகள் எடுக்கப்படும் என்று உறுதியளித்தார் மத்திய

வெளியுறவுத் துறை அமைச்சர் ஜஸ்வந்த் சிங். அதன்படி நீதிபதி ஆர்.பி. சஹாரியா தலைமையில் பொடா மறுஆய்வுக் குழு உருவாக்கப்பட்டது.

வைகோவின் விடுதலையை வலியுறுத்தி அந்தக் குழுவினரிடம் நாடாளுமன்ற உறுப்பினர்கள் சார்பில் மனு தரப்பட்டது. அந்த மனுவில் 240 மக்களவை உறுப்பினர்களும் 61 மாநிலங்களவை உறுப்பினர்களும் கையெழுத்து போட்டிருந்தனர். அந்த மனு 14 ஆகஸ்டு 2003 அன்று பொடா மறுஆய்வுக் குழுவிடம் ஒப்படைக்கப்பட்டது.

ஒரு கோடி பேரிடம் கையெழுத்து, 301 நாடாளுமன்ற உறுப்பினர்களிடம் கையெழுத்து என்று வைகோவின் கைது மிகப்பெரிய மக்கள் இயக்கமாக மாறியிருந்தது. வைகோவை விடுதலை செய்வதற்கான முயற்சிகள் தொடர்ந்து நடைபெற்றுக் கொண்டிருந்தன. முக்கியமாக, பொடாசட்டத்தின் 21வது பிரிவில் திருத்தம் கொண்டுவரவேண்டும் என்று கோரியது மறுமலர்ச்சி திமுக.

கிட்டத்தட்ட பத்தொன்பது மாத சிறைவாசத்துக்குப் பிறகே வைகோ வெளியில் வந்தார்!

44 இந்திராவின் மருமகளே வருக

சட்டமன்றத்தில் அரசு ஊழியர்கள் பற்றிப் பேசிய முதலமைச்சர் ஜெயலலிதா, அரசுக்கு வரும் மொத்த வருமானத்தில் 94 சதவீதம் அரசு ஊழியர்களின் சம்பளத்துக்காக மட்டுமே செலவு செய்யப்படுகிறது. எஞ்சியுள்ள நிதியே மக்கள் நலத் திட்டங்களுக்குப் பயன்படுத்தப்படுகிறது என்றார். எந்த நோக்கத்தின் அடிப்படையில் முதலமைச்சர் பேசுகிறார் என்பது புரியாமல் தவித்தனர் அரசு ஊழியர்கள்.

மக்கள் நலத் திட்டங்களுக்கு முன்னுரிமை கொடுக்கும் விதமாக அரசு ஊழியர்களுக்குத் தரப்படும் சலுகைகளில் கணிசமானவற்றைத் திரும்பப் பெறுவதாக அரசு அறிவித்தது. போதாக்குறைக்கு மக்கள் நலப் பணியாளர்கள், சாலைப் பணியாளர்கள், கதர் வாரிய ஊழியர்கள் ஆகியோருக்கு பணிகள் இல்லாமல் போயின. அரசின் அதிரடி நடவடிக் கைகள் அரசு ஊழியர்களை ஆத்திரப்படுத்தின. வேலை நிறுத்தம் செய்யப் போவதாக அறிவித்தனர். இதனால் எதிர் நடவடிக்கை எடுக்க முடிவு செய்தது தமிழக அரசு.

30 ஜூன் 2003 அன்று தொடங்கி அரசு ஊழியர்கள் கனவிலும் நினைத்துப் பார்க்க முடியாத சம்பவங்கள் வரிசைக்கிரமமாக நடந்தேறின. அரசு ஊழியர் குடியிருப்புகளுக்குள் நுழைந்த போலீஸார் அரசு ஊழியர்களைக் கைது செய்து சிறைக்குக் கொண்டு சென்றனர். இதற்கு எதிர்ப்பு தெரிவிக்கும் விதமாக தொடர் வேலை நிறுத்தம் செய்யப்படும் என்றனர் அரசு ஊழியர் சங்க நிர்வாகிகள். அப்படியானால் 'எஸ்மா' சட்டத்தைப் பயன்படுத்துவதைத் தவிர வேறு வழியில்லை என்றது தமிழக அரசு.

அதன்படி ஒன்றரை லட்சம் அரசு ஊழியர்கள் அதிரடியாகப் பதவி நீக்கம் செய்யப்பட்டனர். அதிர்ச்சியில் உறைந்து போனார்கள் அரசு ஊழியர்கள். பணிநீக்கம் செய்யப்பட்ட ஊழியர்களின் இடத்துக்குத் தாற்காலிகப் பணியாளர்கள் நியமிக்கப்பட்டனர். வேலைவாய்ப்பு அலுவலகத்தில்

பதிவுசெய்துவிட்டு வருடக்கணக்காகக் காத்துக்கொண்டிருந்த பலருக்கும் வாய்ப்பு கிடைத்தது. உடனடியாக வேலைக்குச் சேர்த்துக்கொள்ளப்பட்டனர். ஒட்டுமொத்த இந்தியாவும் ஜெயலலிதா அரசின் அதிரடியை ஆச்சரியம் குறையாமல் பார்த்தது. அதன்பிறகு அரசு ஊழியர்களின் நீண்ட நெடிய போராட்டங்களுக்குப் பிறகு மனமிறங்கிய அஇஅதிமுக அரசு பணிநீக்கம் செய்யப்பட்ட ஊழியர்களைக் கொஞ்சம் கொஞ்சமாக வேலைக்குச் சேர்த்துக் கொண்டது.

நித்தம் நித்தம் அதிரடிகளை அஇஅதிமுக அரசு நடத்திக் கொண்டிருந்த சமயத்தில்தான் 2004ம் ஆண்டுக்கான நாடாளுமன்றத் தேர்தல் அறிவிக்கப் பட்டது. அஇஅதிமுக சுதாரித்துக்கொண்டு தேர்தலுக்குத் தயாராவதற்குள் திமுக கூட்டணி தேர்தலுக்குத் தயாராகியிருந்தது. ஐந்தாண்டுகள் பாஜக அணியில் அங்கம் வகித்து அமைச்சரவையில் இடம்பெற்ற திமுக, ஆட்சி முடியும் தருவாயில் அந்தக் கூட்டணியில் இருந்து விலகி காங்கிரஸ் கட்சியுடன் கூட்டணி ஒன்றை உருவாக்கியிருந்தது.

கூட்டணி குறித்துப் பேசுவதற்காக திமுக சார்பில் மு.க.ஸ்டாலினும் மறைந்த முரசொலி மாறனின் மகன் தயாநிதி மாறனும் சென்று காங்கிரஸ் தலைவர் சோனியா காந்தியைச் சந்தித்தனர். (அண்ணா இருந்த காலத்திலேயே திராவிட இயக்கச் சிந்தனையாளர்களுள் முக்கியமானவராக இருந்தவர் முரசொலி மாறன். திமுகவின் பிரதான கொள்கையான திராவிட நாடு கோரிக்கை பற்றி இவர் எழுதிய இன்பத் திராவிடம், திராவிட இயக்க வரலாறு (1916-1920), மாநில சுயாட்சி உள்ளிட்ட திராவிட இயக்க வரலாற்று ஆவணங்களை உருவாக்கியவர். திமுகவின் டெல்லி முகமாக, திமுக தலைவர் கருணாநிதியின் மனசாட்சியாக விளங்கிய முரசொலி மாறன் 23 நவம்பர் 2003 அன்று மரணம் அடைந்தார். அதன்பிறகு அவருடைய மகன் தயாநிதி மாறன் அரசியலுக்கு அழைத்து வரப்பட்டார்.) அதன்பிறகு காங்கிரஸ் சார்பில் மன்மோகன் சிங் திமுக தலைவரைச் சந்தித்துப் பேசி, கூட்டணியை உறுதி படுத்தினார்.

தமிழகத்தின் பிரதான கட்சிகளான மதிமுக, பாமக, இந்திய கம்யூனிஸ்டு, மார்க்சிஸ்ட் கம்யூனிஸ்ட் ஆகிய கட்சிகளும் திமுக அணியில் இணைந்து கொண்டன. தமிழக அளவில் திமுக தலைமையில் ஜனநாயக முற்போக்குக் கூட்டணி என்ற பெயரில் பலம் பொருந்திய கூட்டணி உருவானது. இதனால் சொற்ப தொகுதிகளை மட்டும் ஒதுக்கி பாஜகவை அணியில் சேர்த்துக் கொண்டது அஇஅதிமுக.

தேசிய அளவில் காங்கிரஸ் கட்சியுடன் திமுக, ராஷ்ட்ரிய ஜனதா தளம், தேசியவாத காங்கிரஸ் போன்ற பலம் பொருந்திய கட்சிகள் கூட்டணி அமைத்தன. ஐக்கிய முற்போக்குக் கூட்டணி என்ற பெயரில் தேசிய அளவில் தேர்தலைச் சந்திக்கத் தயாரானது அந்தக் கூட்டணி. மாறாக, பாஜக தலைமையிலான தேசிய ஜனநாயகக் கூட்டணியில் பல கட்சிகள் பிரிந்து போய்விட்டதால் பலமிழந்த நிலையில்தான் தேர்தலை எதிர்கொண்டது.

திமுக அணியில் அதிக கட்சிகள் இருந்தபோதும் தொகுதிப் பங்கீட்டில் எந்தச் சிக்கலும் வரவில்லை. காங்கிரஸ் கட்சியின் சார்பில் முக்கியத் தலைவர்களுள் ஒருவரான கமல்நாத் சென்னை வந்து திமுக தலைவர்களுடன் பேசினார். பத்து தொகுதிகள் ஒதுக்கப்பட்டன. பாமகவுக்கு புதுச்சேரியுடன் சேர்த்து ஆறு தொகுதிகள் ஒதுக்கப்பட்டன.

சிறையில் இருந்தபடியே திமுக தலைவர்களுடன் தொகுதிப் பங்கீட்டை முடித்திருந்தார் வைகோ. சிவகாசி, பொள்ளாச்சி, வந்தவாசி, திருச்சி ஆகிய நான்கு தொகுதிகள் மதிமுகவுக்கு ஒதுக்கப்பட்டன. மார்க்சிஸ்ட் கம்யூனிஸ்ட் கட்சிக்கு 3 இடங்களும் இந்திய கம்யூனிஸ்ட் கட்சிக்கு 2 இடங்களும் ஒதுக்கப் பட்டன. எஞ்சியிருந்த பதினைந்து இடங்களில் திமுக நின்றது.

திமுக கூட்டணியின் அமைப்பை வைத்தே அந்தக் கூட்டணி எந்த அளவுக்கு வெற்றிபெறப் போகிறது என்பது சராசரி வாக்காளர்களுக்கும் புரிந்துபோனது. ஆனால் நாளை நமதே; நாற்பதும் நமதே என்ற முழக்கத்தை முன்வைத்தார் ஜெயலலிதா. தேர்தல் முடிவுகள் திமுக கூட்டணிக்குச் சாதகமாக அமைந்தன. தமிழ்நாடு மற்றும் புதுச்சேரி மாநிலங்களில் மொத்தமுள்ள நாற்பது தொகுதிகளையும் திமுக தலைமையிலான கூட்டணி கைப்பற்றியது. இதன்மூலம் அஇஅதிமுக தன்னுடைய 22 ஆண்டுகால அரசியல் வரலாற்றில் மிகப்பெரிய தோல்வியைச் சந்தித்தது.

திமுக சார்பில் டி. ஆர். பாலு, தயாநிதி மாறன், ஆ. ராசா, உள்ளிட்டோர் மத்திய அமைச்சரவையில் இடம்பெற்றனர்.

சுதாரிக்கவேண்டிய தருணம் என்பது முதலமைச்சர் ஜெயலலிதாவுக்குப் புரிந்துபோனது. கடந்த சில மாதங்களுக்கு முன்னர் பறிக்கப்பட்ட பல சலுகைகள் திரும்பக் கொடுக்கப்பட்டன. முக்கியமாக, மதமாற்றத் தடுப்புச் சட்டம் திரும்பப் பெறப்பட்டது. அதிருப்தியில் இருந்த மக்களை ஆசுவாசப்படுத்தும் வகையில் மக்களைக் கவரும் வகையில் மழைநீர் சேகரிப்புத் திட்டத்தைக் கொண்டுவந்தார் ஜெயலலிதா. கோடை காலங்களில் தண்ணீர் பற்றாக்குறை ஏற்படுவதைத் தடுக்கும் வகையில் கொண்டுவரப்பட்ட திட்டம். அவசரம் அவசரமாகச் செய்துமுடிக்க வேண்டும் என்று பொதுமக்களுக்குக் கெடுபிடிகள் போடப்பட்டாலும்கூட இறுதியில் திட்டம் வெற்றிகரமாக அமைந்ததில் முதலமைச்சர் ஜெயலலிதாவுக்கு நல்ல பெயர்.

அடுத்து அவர் கொண்டு வந்த திட்டம், டாஸ்மாக். கள்ளச் சாராயத்தை ஒழிக்கும் விதமாக அரசே மதுவை நேரடியாக விற்கும் வகையில் செய்யப் பட்ட ஏற்பாடு அது. கடைகளில் சரக்கு விற்பனை மற்றும் கடை நிர்வாகப் பொறுப்பை அரசு ஊழியர்கள் வேலைநீக்கம் செய்யப்பட்ட காலத்தில் தாற்காலிக வேலைக்கு எடுக்கப்பட்டிருந்த நபர்களிடம் கொடுத்தனர். இதனால் ஏராளமான பட்டதாரிகளுக்கு வேலை உறுதியானது.

அடுத்தது, வீராணம் குடிநீர்த் திட்டம். ஏறக்குறை கால் நூற்றாண்டு காலமாகக் கிடப்பில் போடப்பட்டு இருந்தது. அதை மீண்டும் அமல்படுத்தப் போவதாக முதலமைச்சர் ஜெயலலிதா அறிவித்தது பலரையும் ஆச்சரியத்தில் ஆழ்த்தியது. நடக்காத கதை என்றனர். ஆனாலும் விடாமல் முயற்சி செய்ததன் பலனாக வீராணம் ஏரியில் இருந்து சென்னைக்குத் தண்ணீர் கொண்டுவரும் திட்டம் புதிய வீராணம் திட்டம் என்ற பெயரில் நிறைவேற்றப்பட்டது.

ஜெயலலிதா தலைமையிலான அஇஅதிமுக ஆட்சியின் சாதனைகளுள் குறிப்பிடத்தக்கது, சந்தனக் கடத்தல் மன்னன் வீரப்பன் விவகாரம். கடந்த பல வருடங்களாக தமிழ்நாடு மற்றும் கர்நாடக காவல்துறையினருக்கு சிம்ம சொப்பனமாக விளங்கிவந்தவன் வீரப்பன். அவனையும் அவனுடைய கூட்டாளிகளையும் பிடிப்பதற்காக ஜெயலலிதா முதன்முறையாக ஆட்சிக்கு வந்தபோது அதிரடிப்படை ஒன்றை அமைத்தார்.

ஆண்டுகள் கழிந்தனவே ஒழிய வீரப்பனைப் பிடிக்கமுடியவில்லை. இந்நிலையில் அக்டோபர் 2004ல் போலீஸாருடன் நடந்த மோதலில் சுட்டுக் கொல்லப்பட்டான் வீரப்பன். அப்போது அவனுடைய சகாக்களான சேத்துக்குளி கோவிந்தன், சந்திரகவுடர், சேதுமணி ஆகியோரும் கொல்லப் பட்டனர்.

அடுத்து அந்த ஆண்டின் தீபாவளியன்று காஞ்சி சங்கராச்சியர்கள் ஜெயேந் திரரும் விஜயேந்திரரும் கைது செய்யப்பட்டனர். காஞ்சிபுரம் கோயிலில் பட்டப்பகலில் சங்கரராமன் என்பவர் வெட்டிக் கொலை செய்யப்பட்டது தொடர்பான வழக்கில் இருவருக்கும் தொடர்பு உள்ளது என்பதுதான் அவர்கள் மீதான குற்றச்சாட்டு.

இந்துக்களின் நம்பிக்கை நட்சத்திரமாக ஜொலித்துக் கொண்டிருந்த ஜெயலலிதாவின் இந்த நடவடிக்கை இந்துக்கள் மத்தியில் பலத்த அதிர்ச்சி அலைகளை ஏற்படுத்தியது. தேசிய அளவில் செல்வாக்கு நிறைந்த அரசியல் தலைவர்கள் அத்தனைபேருமே சங்கரமடத்துக்கு நண்பர்களாக இருப் பவர்கள்தான். இருந்தும் சங்கராச்சாரியார்களைக் கொலை வழக்கில் கைது செய்தது ஆச்சரியத்தையும் அதிர்ச்சியையும் ஒருசேர ஏற்படுத்தியது.

திராவிடர் கழகம் பலத்த வரவேற்பைக் கொடுத்தது. அஇஅதிமுகவின் பரம வைரியாகக் கருதப்படும் திமுக தலைவர் கருணாநிதியே ஜெயலலிதாவின் துணிச்சலான நடவடிக்கைக்குப் பாராட்டு தெரிவித்தார். கருணாநிதி இந்து விரோதி என்றால் ஜெயலலிதா இந்து துரோகி என்றார் இந்து முன்னணித் தலைவர் ராம. கோபாலன். ஆனாலும் அதன்பிறகு நடந்த காஞ்சிபுரம் இடைத்தேர்தலில் அஇஅதிமுக வேட்பாளரே வெற்றிபெற்றது தனிக்கதை.

சர்ச்சைகளும் சிக்கல்களுமாக இருந்த சூழலில் 2006 மே மாதத்தில் தமிழக சட்டமன்றத்துக்குத் தேர்தல் அறிவிக்கப்பட்டது.

45 அரிசி, அடுப்பு, டிவி

கடந்த நாடாளுமன்றத் தேர்தலில் கடும் தோல்வியைச் சந்தித்து இருந்ததால் தன்னுடைய ஒவ்வொரு நகர்வையும் கச்சிதமாக நகர்த்தவேண்டும் என்பதில் உறுதியாக இருந்தார் முதலமைச்சர் ஜெயலலிதா. முதல்படியாக பாரதிய ஜனதா கட்சியைக் கூட்டணியில் இருந்து விலக்கினார். திமுக கூட்டணியில் இருந்து ஏதேனும் சில கட்சிகளைக் கொண்டுவர முடியுமா என்று காத்திருந் தார். திமுகவோ தன்னுடைய கூட்டணிக் கட்சிகளைத் தக்கவைத்துக் கொள்ளும் முயற்சியில் தீவிரமாக இறங்கியது.

இடைப்பட்ட காலத்தில் நடிகர் விஜயகாந்த் தலைமையில் தேசிய முற்போக்கு திராவிட கழகம் என்ற புதிய கட்சி உருவாகியிருந்தது. திமுக கூட்டணியில் தொகுதிப் பங்கீடு தொடர்பாக பேச்சுவார்த்தைகள் தொடங்கின. வழக்கம்போல திமுகவுக்கும் மறுமலர்ச்சி திமுகவுக்கும் இடையே சிக்கல்கள் முளைத்தன. அதிருப்தியடைந்த வைகோ, திமுக கூட்டணியில் இருந்து விலகி, அஇஅதிமுகவுடன் அணி அமைத்துக் கொண்டார். அவரைத் தொடர்ந்து விடுதலைச் சிறுத்தைகள் கட்சியும் அஇஅதிமுக அணியில் இணைந்தது.

ஆனாலும் திமுக கூட்டணி பலமாகவே இருந்தது. காங்கிரஸ், பாமக மற்றும் இடதுசாரிகளைக் கொண்டிருந்த ஜனநாயக முற்போக்குக் கூட்டணி தேர்தலை எதிர்கொண்டது. திமுக, அஇஅதிமுக, தேமுதிக, பாஜக ஆகிய நான்கு அணிகள் அந்தத் தேர்தலில் மோதின. விஜயகாந்த் யாருடைய வாக்குகளைப் பிரிக்கப் போகிறார் என்பது மிகப்பெரிய கேள்விக்குறியாக இருந்தது.

திமுக அணியில் திமுக 132 தொகுதிகளிலும் காங்கிரஸ் 48 இடங்களிலும் போட்டியிட்டனர். பாமகவுக்கு 31, மார்க்சிஸ்ட் கம்யூனிஸ்டுக்கு 13, இந்திய கம்யூனிஸ்டுக்கு 10 என்ற அளவில் தொகுதிகள் ஒதுக்கப்பட்டன. அஇஅதிமுக அணியில் மதிமுகவுக்கு 35, விடுதலைச் சிறுத்தைகளுக்கு 9 இடங்கள் போக எஞ்சியிருந்த 188 இடங்களில் அஇஅதிமுக போட்டியிட்டது. தேமுதிக 232 இடங்களிலும் பாஜக 225 இடங்களிலும் நின்றன.

மதிமுகவும் விடுதலைச் சிறுத்தைகளும் கூட்டணிக்கு வந்துவிட்டதால் ஜெயலலிதா உற்சாகத்தின் உச்சத்துக்குச் சென்றிருந்தார். அவருடைய உற்சாகத்தைக் கலைக்கும் வகையில் திமுகவிடம் இருந்து அறிவிப்புகள் வெளியாகின. இலவச வண்ணத் தொலைக்காட்சி, இரண்டு ரூபாய்க்கு ஒரு கிலோ அரிசி, இலவச எரிவாயு அடுப்பு.. என்று பட்டியல் வெகுநீளமாக இருந்தது. ஊக்கம் குறையாமல் தேர்தல் பிரசாரத்தில் ஈடுபட்டிருந்த ஜெயலலிதாவை யோசிக்க வைத்தன இந்த அறிவிப்புகள்.

எல்லாவற்றையும் சமாளிக்க ஜெயலலிதா தேர்வு செய்த ஆயுதம் சினிமா நட்சத்திரங்கள். திமுகவில் இருந்து வெளியேறியிருந்த சரத்குமார் தொடங்கி ராதாரவி, எஸ்.எஸ். சந்திரன், செந்தில் என்று ஏகப்பட்ட நடிகர், நடிகைகள் அஇஅதிமுகவுக்கு ஆதரவாகப் பிரசாரத்தில் ஈடுபட்டனர். ஜெயலலிதா, வைகோ, திருமாவளவன் மூவரும் சூறாவளிச் சுற்றுப் பயணத்தில் ஈடு பட்டனர். திமுக கூட்டணியின் சார்பில் கருணாநிதி, ஸ்டாலின், அன்பழகன், ராமதாஸ், ஜி.கே.வாசன் உள்ளிட்ட தலைவர்கள் தேர்தல் பிரசாரத்தில் ஈடுபட்டனர்.

தேர்தல் முடிவுகள் வெளியானபோது மீண்டும் ஒரு அதிர்ச்சித் தோல்வியைச் சந்தித்தது அஇஅதிமுக. ஆம். திமுக 96 இடங்களைக் கைப்பற்றி தனிப் பெருங்கட்சியாக உருவெடுத்தது. அந்த அணியில் இடம்பெற்ற காங்கிரஸுக்கு 34 இடங்களும் பாமகவுக்கு 18 இடங்களும் மார்க்சிஸ்ட் கம்யூனிஸ்டுக்கு 9 இடங்களும் இந்திய கம்யூனிஸ்டுக்கு 6 இடங்களும் கிடைத்திருந்தன. ஆக, திமுக கூட்டணி மொத்தமாக 163 இடங்களைக் கைப்பற்றியிருந்தது.

எதிர்முகாமில் அஇஅதிமுகவுக்கு வெறும் 61 இடங்களே கிடைத்திருந்தன. மறுமலர்ச்சி திமுக ஆறு இடங்களையும் விடுதலைச் சிறுத்தைகள் இரண்டு இடங்களையும் கைப்பற்றியிருந்தன. தனித்துப் போட்டியிட்ட தேசிய முற்போக்கு திராவிட கழகத்தின் சார்பில் விருத்தாசலம் தொகுதியில் மட்டும் அதன் தலைவர் விஜயகாந்த் வெற்றிபெற்றார். பல தொகுதிகளில் சொற்ப வாக்குகளை வாங்கியிருந்த தேமுதிக, அஇஅதிமுகவுக்குக் கிடைக்க வேண்டிய வெற்றிகளை திமுகவுக்கும் திமுகவுக்குக் கிடைக்கவேண்டிய வெற்றிகளை அஇஅதிமுகவுக்கும் மாற்றிக் கொடுத்திருந்தது.

திமுக பெரும்பாலான தொகுதிகளில் வெற்றிபெற்றபோதும் தனித்து ஆட்சி அமைக்கும் அளவுக்கு திமுகவுக்கு பலம் இல்லை. இதனால் காங்கிரஸ், பாமக, இடதுசாரிகள் உதவியுடன் ஆட்சி அமைத்தது திமுக. கருணாநிதி மீண்டும் முதலமைச்சரானார். அஇஅதிமுக எதிர்க்கட்சி வரிசையில் அமர்ந்தது. திமுக சார்பில் அமைச்சரானவர்களுள் முக்கிய மானவர் மு.க. ஸ்டாலின்.

நெருக்கடி நிலைக்கு முன்பிருந்தே தீவிர அரசியலில் இருந்த ஸ்டாலினுக்கு 1989 மற்றும் 1996 என்ற இரண்டு காலகட்டங்களிலும் அமைச்சர் பதவி

அளிக்கப்படவில்லை. ஆனால் 2006ல் அமைந்த 30 பேர் கொண்ட திமுக அமைச்சரவையில் மு.க. ஸ்டாலின் உள்ளாட்சித் துறை அமைச்சரானார்.

முதலமைச்சராகப் பதவி பெற்ற உடனேயே மூன்று உத்தரவுகளில் கையெழுத்திட்டார் முதலமைச்சர் கருணாநிதி.

1. 1 கிலோ அரிசி 2 ரூபாய்க்கு நியாய விலைக் கடைகளில் வழங்கப்படும்.
2. அனைத்து விவசாயிகளுக்கும் வழங்கப்பட்ட கூட்டுறவுக் கடன்கள் ரத்து செய்யப்படும்.
3. சத்துணவு சாப்பிடும் பள்ளிக் குழந்தைகளுக்கு வாரம் 2 முட்டைகள் தரப்படும்.

2004 நாடாளுமன்றத் தேர்தல், 2006 சட்டமன்றத் தேர்தல் என்று தொடர் தோல்வி கண்ட அஇஅதிமுகவையும் அதன் தொண்டர்களையும் தொய் வடையச் செய்யாமல் இருக்கும் பணியைச் செய்வார் என்று எதிர்பார்க் கப்பட்ட சூழலில் அடிக்கடி கொடநாடு சென்று ஓய்வெடுக்கத் தொடங்கினார் அதன் பொதுச்செயலாளர் ஜெயலலிதா. மைனாரிட்டி திமுக அரசு என்று கேலி செய்ததைக் காட்டிலும் பெரிய அளவிலான எதிர்ப்பு அரசியலில் அஇஅதிமுக ஈடுபடவில்லை.

பிரதான எதிர்க்கட்சியான அதிமுக ஆளுங்கட்சியை விமரிசனம் செய்யாமல் ஒதுங்கியிருந்ததால் அந்தப் பொறுப்பை திமுகவின் கூட்டணிக் கட்சியான பாமக எடுத்துக்கொண்டது. சின்னச் சின்ன விஷயங்களுக்கெல்லாம் எதிர்ப்பு தெரிவித்து ஊடகங்களில் உலா வரத் தொடங்கியது பாமக. விளைவு, திமுக - பாமக கூட்டணியில் உரசல்கள் அதிகரித்துக்கொண்டே இருந்தன.

திமுக அரசு செயல்படத் தொடங்கிய சில மாதங்களிலேயே கட்சிக்குள் மிகப்பெரிய குழப்பம் ஏற்பட்டது. இதற்குக் காரணகர்த்தாவாக அமைந்தது ஒரு பத்திரிகை நடத்திய கருத்துக்கணிப்பு. தமிழக மக்களிடம் சமூகம், அரசியல், விளையாட்டு உள்ளிட்ட பல்வேறு தலைப்புகளில் அம்சங்கள் குறித்து தினகரன் நாளிதழ், ஏசி நீல்சன் நிறுவனத்துடன் இணைந்து மெகா கருத்துக் கணிப்புகளை நடத்தியது.

திமுக தலைவர் கருணாநிதியின் அரசியல் வாரிசாக யார் வரவேண்டும் என்பது பற்றிய கருத்துக் கணிப்பு முடிவு ஒன்று 9 மே 2007ல் வெளியானது. அதில் தமிழகம் முழுவதும் எழுபது சதவீதம் பேர் மு.க. ஸ்டாலின்தான் கருணாநிதியின் வாரிசாக வரவேண்டும் என்று கருத்து தெரிவித்து இருந்தனர். இருபது சதவீதம் பேர் மற்றவர்களின் பெயரை கூறியுள்ளனர். கருணாநிதியின் இன்னொரு மகனான மு.க. அழகிரி பெயரை 2 சதவீதத்தினரும், மகள் கனிமொழியின் பெயரை 2 சதவீதத்தினரும் தேர்வு செய்துள்ளனர். சென்னை மக்களிடம் எடுக்கப்பட்ட கருத்துக்கணிப்பில் அழகிரிக்கு பூஜ்ஜிய சதவீதமே ஆதரவு இருப்பதாகச் சொன்னது அந்தக் கருத்துக்கணிப்பு.

இது அழகிரியின் ஆதரவாளர்கள் மத்தியில் கடும் கொந்தளிப்பை ஏற்படுத்த, மதுரையில் வன்முறை வெடித்தது. மதுரையில் இருக்கும் தினகரன் அலுவலகத்தின் மீது பெட்ரோல் குண்டுகள் வீசப்பட்டதால் அலுவல கத்துக்குள் நெருப்பு பற்றிக்கொண்டது. அதில் கம்ப்யூட்டர் எஞ்சினியர்கள் கோபி, வினோத் ஆகியோர் தீக்கிரையாக்கப்பட்டனர். இந்த வன்முறைச் சம்பவம் நாடு தழுவிய அளவில் அதிர்ச்சி அலைகளை ஏற்படுத்தியிருந்தது.

அதிர்ந்து போனார் முதலமைச்சர் கருணாநிதி.

'தி.மு.க. ஒரு ஜனநாயக அமைப்பு. வாரிசு அடிப்படையில் யாரும் பொறுப்புக்கு தேர்ந்தெடுக்கப் படமாட்டார்கள் என்று பல முறை நான் தெரிவித்திருக்கிறேன். வாரிசுப் பிரச்னை என்ற பெயரால் இது போன்ற கருத்துக்களைத் தெரிவிக்க யாரும் இனி முயல வேண்டாம். அப்படியே யார் முயன்றாலும் அதை மனத்திலே எடுத்துக் கொண்டு வன்முறைச் செயல்கள் உருவாக யாரும் வழி வகுக்க வேண்டாம்.'

பிரச்னை மெல்ல மெல்ல வலுத்துக் கொண்டிருந்தது. சன் டிவியில் அழகிரி கடுமையாக விமரிசிக்கப்பட்டார். தயாநிதி மாறனை மத்திய அமைச்சர் பதவியில் இருந்து நீக்கவேண்டும் என்று திமுக தலைவரைக் கட்சியின் நிர்வாகக்குழு கேட்டுக்கொண்டது. உடனடியாக தயாநிதி மாறன் ராஜினாமா செய்தார். அவர் வகித்த தகவல் தொழில்நுட்பம் மற்றும் தொலைபேசித் துறைக்கு ஆ. ராசா அமைச்சராக்கப்பட்டார். இதனால் கருணாநிதி மற்றும் முரசொலி மாறன் குடும்பத்துக்கு இடையே மிகப்பெரிய விரிசல் ஏற்பட்டது.

குடும்ப மோதலுக்குப் பிறகு சன் டிவியின் நடவடிக்கைகளில் நிறைய மாற்றங்கள். அதிமுக, தேமுதிக, சரத்குமார் ஆகியோருக்கு ஆதரவாக நிறைய செய்திகள் வெளியிடப்பட்டன. தினகரன் நாளிதழில் அதிமுகவினர் கொடுத்த விளம்பரங்கள் வெளிவந்தன. விஜயகாந்தின் முதல் மாநாடு பற்றிய செய்தியைப் பத்தோடு பதினொன்றாகச் சொன்ன சன் டிவி, தற்போது அவருடைய பொதுக்கூட்டப் பேச்சுகளுக்கு அதிக முக்கியத்துவம் கொடுத்தது. விளைவு, திமுக-மாறன் குடும்பம் இடையேயான விரிசல்கள் விரிவடைந்துகொண்டே சென்றன.

திமுகவுக்குள் புகைந்துகொண்டிருந்த மோதல்களுக்கு முடிவுகட்டும் பணிகள் தொடங்கின. அழகிரியையும் மாறன் சகோதரர்களையும் தொடர்ந்து சந்தித்துப் பேசினார் மு.க. ஸ்டாலின். இறுதியில் 1 டிசம்பர் 2008 அன்று திமுக தலைவர் கருணாநிதியின் இல்லத்தில் மு.க. ஸ்டாலின், மு.க. அழகிரி குடும்பத்தாரும் கலாநிதி, தயாநிதி குடும்பத்தாரும் திடீரென ஒன்று கூடினர். செய்தியாளர்களைச் சந்தித்தார் கருணாநிதி.

கண்கள் பனித்தன; இதயம் இனித்தது என்று கருணாநிதி சொல்ல, இரண்டு குடும்பங்களும் மீண்டும் இணைந்து விட்டது உறுதியானது. குடும்ப இணைப்புக்காக அழகிரியுடன் ஒருபக்கம், மாறன் குடும்பத்தாருடன் இன்னொரு பக்கம் என்று தொடர்ந்து சமாதான முயற்சிகளை எடுத்து சாதித்தவர் ஸ்டாலின் என்று கருணாநிதியே பாராட்டினார்.

46 மீண்டும் மேலவை

2009 நாடாளுமன்றத் தேர்தல்கள் அறிவிக்கப்பட்டன. தொடர்ந்து இரண்டு தேர்தல்களில் தோல்வி அடைந்திருந்த ஜெயலலிதா இப்போது மிகவும் புத்திசாலித்தனமாகக் காய்களை நகர்த்தினார். கடந்த தேர்தல்களில் திமுக கடைப்பிடித்த அதே பாணியில் திமுக தவிர்த்த மற்ற அனைத்து கட்சி களையும் ஒரு குடையின்கீழ் திரட்ட விரும்பினார்.

திமுக கூட்டணியில் இருந்து விலகி தனித்து இயங்கிக் கொண்டிருந்தது பாமக. அமெரிக்காவுடனான அணுசக்தி ஒப்பந்த விவகாரத்தால் காங்கிரஸ் கட்சிக்கும் இடதுசாரிகளுக்கும் மோதல் ஏற்பட்டதால் அந்தக் கூட்டணியில் இருந்து விலகி யிருந்தனர் இடதுசாரிகள். இவர்கள் அனைவரையும் தன்னுடைய கூட்டணிக்குள் பக்குவமாகக் கொண்டுவந்திருந்தார் ஜெயலலிதா.

கூட்டணி பலமாக இருந்ததால் ஜெயலலிதாவுக்குப் பிரதமர் ஆகும் ஆசை வந்திருந்தது. இதனால் இடதுசாரிகள் உள்ளிட்ட சில பிராந்தியக் கட்சிகளை உள்ளடக்கிய மூன்றாவது அணியில் அதிமுகவை இணைத்து அதன்மூலம் தேர்தலுக்குப் பிறகு உருவாகும் சூழ்நிலைகளை உன்னிப்பாகக் கவனித்துக் கொண்டிருந்தார் ஜெயலலிதா.

திமுக அணியில் இடம்பெற்ற காங்கிரஸ் கட்சிக்கு எதிராகக் கடும் எதிர்ப்பு அலை உருவாகி இருந்தது. காரணம், இலங்கையில் தமிழர்களுக்கு எதிராக நடத்தப்படும் கொடுமைகளுக்குக் காங்கிரஸ் தலைமையிலான மத்திய அரசே காரணம், விடுதலைப் புலிகளுக்கு எதிரான யுத்தத்தில் இலங்கை ராணுவம் வெற்றிபெற வேண்டும் என்பதற்காக இந்திய அரசு ஆயுத உதவி செய்கிறது, ரேடார் உள்ளிட்ட தொடர்பு சாதனங்களைக் கொடுக்கிறது என்பன போன்ற கடுமையான குற்றச்சாட்டுகள் காங்கிரஸ் மீது இருந்தன.

திமுக அணியில் இடம்பெற்ற முக்கியக் கட்சிகள் அனைத்தும் வெளியேறிவிட்டன. ஆனால் அஇஅதிமுக கூட்டணியில் இருந்து விலகிய விடுதலைச் சிறுத்தைகள் திமுக அணியில் இணைந்து கொண்டது. திமுக 22

தொகுதிகளிலும் காங்கிரஸ் 16 தொகுதிகளிலும் விடுதலைச் சிறுத்தைகள் 2 தொகுதிகளிலும் போட்டியிட்டன. அஇஅதிமுக அணியில் அஇஅதிமுக 22 தொகுதிகளில் போட்டியிட்டது. எஞ்சிய இடங்களில் பாமகவுக்கு 7, மறுமலர்ச்சி திமுகவுக்கு 4, மார்க்சிஸ்டு கம்யூனிஸ்டுக்கு 4, இந்திய கம்யூனிஸ்டுக்கு 3 என்று பகிர்ந்தளிக்கப்பட்டன.

பலமான கூட்டணி, திமுக கூட்டணிக்கு இருந்த எதிர்ப்பு அலை எல்லாவற்றையும் மீறி திமுக - காங்கிரஸ் - விடுதலைச் சிறுத்தைகள் கூட்டணி அமோக வெற்றி பெற்றது. கடந்த நாடாளுமன்றத் தேர்தலைப் போல படுமோசமான தோல்வி இல்லை என்றாலும் அதிமுகவுக்கு எதிர்பார்த்த அளவுக்கு வெற்றி கிடைக்கவில்லை. திமுகவுக்கு பதினெட்டு தொகுதிகள் கிடைத்திருந்தன. மூன்றாவது முறையாக திமுக - காங்கிரஸ் கூட்டணி வெற்றி பெற்றது.

தேசிய அளவில் காங்கிரஸ் கூட்டணி நல்ல அளவில் வெற்றிபெற்றது. மீண்டும் மன்மோகன் சிங் பிரதமராகத் தேர்ந்தெடுக்கப்பட்டார். கடந்த தேர்தலைக் காட்டிலும் அதிக இடங்களை வென்ற திமுகவுக்கு அமைச்சரவையில் கூடுதல் முக்கியத்துவம் தரப்படும் என எதிர்பார்க்கப்பட்டது. காங்கிரஸ் கட்சிக்கு எதிராக பலத்த எதிர்ப்பு அலை வீசியபோதும் தமிழ்நாட்டில் காங்கிரஸ் கப்பலை சாயவிடாமல் காப்பாற்றிய திமுகவுக்கு காங்கிரஸ் கட்சி புதிய சொல்லை அறிமுகம் செய்துவைத்தது. அது, ஃபார்முலா.

ஒன்பது எம்.பிக்கள் இருக்கும் கட்சிக்கு ஒரு காபினெட் அமைச்சர் பதவி மற்றும் ஒரு இணை அமைச்சர் பதவி. கூடுதலாக வேண்டும் என்றால் இணை அமைச்சர் பதவி மட்டும் தரப்படும்; அதுவும், சம்பந்தப்பட்ட கட்சி கேட்கின்ற இலாகாவைப் பொறுத்தது. அடிப்படைக் கட்டமைப்பு தொடர்பான துறைகள் எதுவும் கூட்டணிக் கட்சிகளுக்குத் தரப்படாது என்றும் செய்திகள் வெளிவந்தது. இதனால் திமுக மத்திய அமைச்சரவையில் இடம்பெறுவது சிக்கலுக்கு உள்ளானது.

இந்தச் சமயத்தில் ஆங்கில ஊடகங்கள் திமுகவைக் குறிவைத்துத் தாக்கியது தனி அத்தியாயம். சோர்ஸஸ் என்ற தலைப்பில் திமுகவுக்கு எதிராக என்னென்ன விதமான செய்திகளைத் தர முடியுமோ அத்தனை விதத்திலும் செய்திகள் கொடுத்துக் கொண்டிருந்தன. பிரச்னை மத்திய அரசைப் பற்றியது தான். ஆனால் தமிழக சட்டமன்றத்தில் திமுகவின் பலம் என்ன, யாருடைய ஆதரவில் ஆட்சி நடக்கிறது, காங்கிரஸ் ஆதரவை வாபஸ் பெற்றால் என்ன ஆகும் என்பன போன்ற அலசல்கள் நடந்தன.

இடியாப்பச்சிக்கல் என்று தெரிந்ததும் ஐக்கிய முற்போக்குக் கூட்டணி அரசுக்கு திமுக வெளியில் இருந்து ஆதரவு கொடுக்கும் என்று சொல்லிவிட்டு சென்னை வந்துவிட்டார் முதலமைச்சர் கருணாநிதி. பிறகு நடத்தப்பட்ட பேச்சுவார்த்தையில் திமுகவுக்கு மூன்று காபினட் அமைச்சர்களும் நான்கு இணை அமைச்சர்களும் கிடைத்தனர். ஆ. ராசா, தயாநிதி மாறன்,

மு.க. அழகிரி, எஸ்.எஸ். பழனிமாணிக்கம், எஸ். ஜெகத்ரட்சகன், டி. நெப்போலியன், காந்திசெல்வன் ஆகியோர் அமைச்சர்கள் ஆனார்கள்.

பதவியேற்பு விழாவுக்காக டெல்லி சென்ற ஸ்டாலின் அந்த விழாவில் கலந்துகொண்டார். சென்னை திரும்பியதும் 29 மே 2009 அன்று முதலமைச்சர் கருணாநிதியின் பரிந்துரையின்கீழ் தமிழ்நாடு கவர்னர் சுர்ஜித் சிங் பர்னாலா, உள்ளாட்சித் துறை அமைச்சர் மு.க.ஸ்டாலினை தமிழ்நாட்டின் துணை முதலமைச்சராக நியமித்தார். இதன்மூலம் தமிழ்நாட்டின் முதல் துணை முதலமைச்சர் என்ற அந்தஸ்து ஸ்டாலினுக்குக் கிடைத்தது. உள்ளாட்சித் துறையோடு சேர்த்து கூடுதல் பொறுப்பாக முதலமைச்சர் வகித்துவந்த பல துறைகள் ஒதுக்கப்பட்டன.

இரண்டு நாடாளுமன்றத் தேர்தல்கள், ஒரு சட்டமன்றத் தேர்தல் என்று தொடர்ச்சியாக மூன்று தேர்தல்களில் அடைந்த தோல்வி அஇஅதிமுக பொதுச்செயலாளர் ஜெயலலிதாவை சோர்வடைய வைத்தது. மீண்டும் அரசியல் நடவடிக்கைகளில் சுணக்கம் காட்டத் தொடங்கினார் ஜெயலலிதா. கொடநாட்டிலேயே ஓய்வெடுக்கத் தொடங்கினார்.

இதற்கிடையே பர்கூர், தொண்டாமுத்தூர், கம்பம், இளையான்குடி, ஸ்ரீவைகுண்டம் ஐந்து சட்டமன்றத் தொகுதிகளுக்கு இடைத்தேர்தல் அறிவிக்கப்பட்டது. மௌனம் கலைத்து மீண்டும் அரசியல் களத்துக்கு ஆவேசத்துடன் வருவார் ஜெயலலிதா என்று ஊடகங்கள் எதிர்பார்த்தன. ஆனால் அவரோ இடைத்தேர்தலில் அஇஅதிமுக போட்டியிடாது என்று அறிவித்ததோடு, 'இடைத்தேர்தலில் அஇஅதிமுகவினர் யாரும் வாக்களிக்க வேண்டாம்' என்று உத்தரவிட்டார்.

1972ல் நடந்த திண்டுக்கல் இடைத்தேர்தல் மூலம் ஒட்டுமொத்த தமிழகத்தையும் தன்பக்கம் திருப்பிய அஇஅதிமுக இடைத்தேர்தலைப் புறக்கணிக்கும் அளவுக்கு வந்திருப்பதை கட்சிக்காரர்களால் துளியும் ஜீரணிக்கமுடியவில்லை.

●

பெரியார் நினைவு சமத்துவபுரத் திட்டம், கலைஞர் காப்பீட்டுத்திட்டம் என்று தனது பல கனவுகளை நிறைவேற்றிக்கொண்டிருந்த கருணாநிதிக்கு நிறைவேறாத கனவு ஒன்று இருந்தது. அது, சட்டமன்ற மேலவை.

'நான் இல்லாவிட்டால் இந்த மேலவை கலைக்கப்படாமல் நீடிக்குமென்றால் நான் இந்தப் பதவியை ராஜினாமா செய்யத் தயாராக இருக்கிறேன். கருணாநிதி ஒழிந்தான். இனிக்கவலையில்லை. அவன் இல்லாத மேலவை தொடர்ந்து நீடிக்கட்டும் என்ற முடிவை முதலமைச்சர் எடுக்க முன்வரட்டும்'

தமிழக சட்டமன்ற மேலவை 1986ல் கலைக்கப்படுவதற்கு முன்னால் மேலவையில் திமுக தலைவர் மு. கருணாநிதி பேசிய வாசகங்கள் இவை. அதன்பிறகு மேலவையை மீண்டும் அமைக்க வேண்டும் என்று திமுக

தொடர்ந்து முயற்சி செய்துவந்தது. எம்.ஜி.ஆரின் மறைவுக்குப் பிறகு ஆட்சிக்கு வந்த திமுக, மேலவையை மீண்டும் அமைக்கவேண்டும் என்ற தீர்மானத்தை சட்டமன்றத்தில் நிறைவேற்றி குடியரசுத் தலைவரின் ஒப்பு தலுக்காக அனுப்பியது. ஒப்புதல் கிடைப்பதற்குள் திமுக ஆட்சி கலைக்கப் பட்டுவிட்டது.

பிறகு 1991ல் ஆட்சிக்கு வந்த அதிமுக, திமுகவின் மேலவை கோரும் தீர்மானத்தை வாபஸ் பெற்றது. பிறகு 1996ல் திமுக ஆட்சிக்கு வந்ததும் மீண்டும் மேலவை தீர்மானம் கொண்டுவரப்பட்டது. அதை 2001ல் ஆட்சிக்கு வந்த அதிமுக வாபஸ் பெற்றது. 2010ல் மத்தியிலும் மாநிலத்திலும் நல்ல செல்வாக்கு இருப்பதால் தன்னுடைய கனவுகளுள் ஒன்றான சட்டமன்ற மேலவையை மீண்டும் கொண்டுவர முயற்சி எடுத்தார் முதலமைச்சர் கருணாநிதி.

மேலவை கோரும் தீர்மானம் தமிழக சட்டமன்றத்தில் கொண்டுவரப்பட்ட போது அதற்கு திமுக தவிர காங்கிரஸ், பாமக, விடுதலைச் சிறுத்தைகள் ஆகிய கட்சிகள் ஆதரவு கொடுத்தன. ஆனால் பிரதான எதிர்கட்சியான அஇஅதிமுக கடுமையாக எதிர்ப்பு தெரிவித்தது. மார்க்சிஸ்ட் கம்யூனிஸ்ட் கட்சி, இந்திய கம்யூனிஸ்ட் கட்சிகளும் எதிர்ப்பு தெரிவித்தன. ஆனாலும், தீர்மானம் மூன்றில் இரண்டு பங்கு ஆதரவுடன் நிறைவேற்றப்பட்டு, மத்திய அரசுக்கு அனுப்பப்பட்டது. பிறகு மாநிலங்களவை மற்றும் மக்களவையில் நிறை வேற்றப்பட்டது. இறுதியாக குடியரசுத் தலைவர் பிரதீபா பாட்டீல் தமிழக சட்டமன்ற மேலவைக்கு ஒப்புதல் வழங்கிவிட்டார். மேலவை அமைக்கும் பணிகள் தொடங்கின.

தொடரும்

பிரிட்டிஷ் ஆட்சி முடிவுக்கு வந்தபோது, காங்கிரஸின் முதன்மையான நோக்கம் நிறைவேறியது. ஆனால், இந்தியாவின் பல பகுதிகளில் பல்வேறு கோரிக்கைகளை முன்வைத்து சுதந்தரத்துக்கு முன்பிருந்தே மக்கள் போராடிக் கொண்டிருந்தனர். சிலர் சமூக விடுதலையை முன்வைத்துப் போராடினர். சிலருக்கு, அரசியல் அதிகாரம் தேவையாக இருந்தது. இன்னும் சிலருக்கு, இந்தியாவின் ஓர் அங்கமாக இருக்க விருப்பமில்லை. அவர்கள் தனி நாடு கோரினர்.

மேலே குறிப்பிட்ட மூன்று தேவைகளையும் முன்வைத்து, தென்னிந்தியாவில், திராவிட இயக்கம் ஒரு மாபெரும் போராட்டத்தைத் தொடங்கி வைத்தது. ஆண்டாண்டு காலமாக ஆதிக்க சாதியினரால் ஒடுக்கப்பட்டு வந்த திராவிட மக்களுக்கு அரசியல் - சமூக விடுதலை தரப்படவேண்டும் என்று கோரியது திராவிட இயக்கம். தேச விடுதலையைக் காட்டிலும் சுயமரியாதை அவசியமானது என்றார் பெரியார். காங்கிரஸில் இருந்து விலகியபிறகு காந்தியின் அணுகுமுறையையும் காங்கிரஸின் நோக்கங்களையும் பெரியார் வெளிப்படையாக விமரிசித்தார். ஆகஸ்ட் 15 அவருக்கு துக்க நாளாக இருந்தது. தனி நாடு பெறுவதுதான் திராவிடர்களுக்கு சரியான தீர்வாக இருக்க முடியும் என்றார் அவர்.

தமிழர்களின் எதிர்காலத்தை ஒரு சமூக இயக்கத்தால் மட்டுமே நிர்ணயிக்க முடியும் என்ற பெரியாரின் வாதத்தை அண்ணா ஏற்கவில்லை. ஆட்சி அதிகாரமே அவர்களுக்கான சுதந்தரத்தைக் கொண்டு வரும் என்று அவர் நம்பினார். வழிமுறைகள் வெவ்வேறாக இருந்தாலும், நோக்கம் ஒன்றுதான். நிறத்தின் பெயரால், இனத்தின் பெயரால், மதத்தின் பெயரால் இனி தமிழர்கள் மீது எந்தப் பிரிவினரும் மேலாதிக்கம் செலுத்தக்கூடாது!

சமூக சீர்திருத்த இயக்கமாக இருந்து திராவிடர் கழகம் செய்த அதே போராட்டங்களை, தேர்தல் அரசியலுக்கு வந்த திமுகவும் தொடர்ந்தது.

சிற்சில விமரிசனங்களுடன் பெரியாரும் திமுகவை ஏற்றுக்கொண்டார் என்பது முக்கியமானது.

திராவிட இயக்கத்தின் முக்கியப் பங்களிப்புகளாக இவற்றை சொல்லலாம். சுயமரியாதை சிந்தனையை வளர்த்தெடுத்தது. மூடநம்பிக்கைகளுக்கு எதிராகப் போர் தொடுத்தது. நான் தமிழன், தெரியுமா என்னும் பெருமித உணர்வை உண்டாக்கியது. நாத்திகம் எனும் சித்தாந்தத்துக்கு அரசியல் முகம் அளித்தது. காங்கிரசின் மேலாதிக்கத்தையும், இந்தியின் ஆக்கிரமிப்பையும் வீழ்த்தி, தமிழக்கும் தமிழர்களுக்கும் அங்கீகாரம் பெற்றுத் தந்தது.

திராவிடர் கழகத்தில் இருந்து திமுக உதயமானதற்கும், திமுகவில் இருந்து அதிமுக உருவானதற்கும் இடையில் நிறைய வேறுபாடுகள். ஆனால் திமுகவில் இருந்து அதிமுக உருவானதற்கும் திமுகவில் இருந்து மதிமுக உருவானதற்கும் அதிக வேறுபாடுகள் இல்லை. இந்த வேறுபாடுகளும் கருத்து மோதல்களும் திராவிட இயக்கத்துக்குள் சில நெருக்கடிகளை ஏற்படுத்தியதை மறுக்கமுடியாது. இந்தப் பிரிவுகளாலும் பிளவுகளாலும் திராவிட இயக்கத்துக்கு சில சிராய்ப்புகள் ஏற்பட்டது உண்மை.

பெரியார் முன்கூட்டியே ஊகித்தது போல், அரசியல் அதிகாரத்துக்கான போட்டி, திராவிட இயக்கக் கட்சிகளை, சமூகப் போராட்டங்களில் இருந்து திசைதிருப்பி வேறு ஒரு புதிய பாதைக்கு இட்டுச் சென்றது. திராவிட நாடு கோரிக்கை, அண்ணாவின் காலத்திலேயே கைவிடப்பட்டுவிட்டது. ஆதிக்க சாதியினருக்கு எதிரான போராட்டம் சுணக்கம் கண்டது. பகுத்தறிவுப் பிரசாரத்துக்கான முன்னுரிமை குறைந்துபோனது.

எனில், பெரியாரின் கூற்றுப்படி, திராவிட இயக்கம் இறுதிவரை ஒரு சமூக இயக்கமாக மட்டுமே இருந்திருந்தால், இந்த நிலை ஏற்பட்டிருக்காதா? இந்தக் கேள்விக்கு விடை காண, கட்சி அரசியலில் நேரடியாகக் கால் பதிக்காத திராவிடர் கழகத்தை, திராவிட இயக்கத்தின் மற்ற கட்சிகளோடு ஒப்பிடவேண்டும். ஒரு சமூக இயக்கமாக திராவிடர் கழகம் செய்துள்ள பங்களிப்பையும், அரசியல் இயக்கங்களாக திராவிட கட்சிகள் இதுவரை செய்துள்ள பங்களிப்பையும் ஒப்பிட்டால், அரசியல் அதிகாரத்தின் தேவையை உணர முடியும். அந்த வகையில், திராவிட இயக்கம், பல கட்சிகளை உருவாக்கிய தாய் இயக்கமாக இன்று மதிப்பிடப்படுகிறது.

1991ல் புதிய பொருளாதாரக் கொள்கையை அரசு தழுவிக்கொண்ட பிறகு, இந்தியா தொடர்ச்சியாகப் பல மாற்றங்களைக் கண்டது. அரசியல், பொருளாதாரம், சமூகம் என்று பல தளங்களில் மாற்றங்கள் நிகழ்ந்தன. உலகமயமாக்கலின் விளைவுகளில் இருந்து இந்தியாவும் தப்பவில்லை. பின்தங்கிய நாடாக அல்ல, பொருளாதார பலம் வாய்ந்த நாடாக இந்தியா இன்று வளர்ந்திருக்கிறது. சீனாவுடன் போட்டியிட்டுக்கொண்டிருக்கிறது. அமெரிக்காவின் நம்பத்தகுந்த கூட்டாளியாக இன்று உலக அரங்கில் இன்று அறியப்படுகிறது. இந்தியாவின் வளர்ச்சிக்குத் தமிழகத்தின் பங்கு முக்கியமானது.

இன்றைய புதிய சூழலில் மைய அரசுடன் கைகோக்காமல் ஒரு மாநில அரசு செயல்படமுடியாது. ஆகவே, தனி நாடு கோரிக்கைக்கு இன்று இங்கே இடமில்லை. ஆகவே, மாநிலங்களுக்குக் கூடுதல் அதிகாரம் வேண்டும் என்று கோருகின்றனர் திமுக உள்ளிட்ட திராவிட இயக்கங்கள். தேர்தலில் வெற்றிபெற பல்வேறு தரப்பட்ட மக்களின் ஆதரவும் தேவை என்பதால், ஆதிக்க சாதியினரையும் பகைத்துக் கொள்ளமுடியாத நிலை.

●

பிராமண எதிர்ப்பு என்பதில் தொடங்கி இட ஒதுக்கீடு வரை பாதை விலகாத தன்மையே திராவிட இயக்கங்களின்மீதான நம்பிக்கையைத் தக்கவைத்து வருகிறது. இடையே குறுக்கிட்ட உட்கட்சிப் பிரச்னைகளும் ஊழல் குற்றச்சாட்டுகளும் அவ்வப்போது சோர்வு உண்டாக்கினாலும் தமிழகத்தைப் பொறுத்த அளவில் திராவிட இயக்கங்களே இதன் அரசியல் தலைவிதியைத் தீர்மானிக்கும் சக்தி என்றாகிப் போனது தற்செயலான விஷயமல்ல.

திட்டமிட்ட, தெளிவான உழைப்பும், தியாகங்களும், கடினமான போராட்டங்களும் இதன் பின் இருப்பதை மறப்பதோ, மறைப்பதோ சாத்தியமில்லை.

———

பின்னிணைப்பு - 1

காலவரிசை

1835 மெக்காலே கல்வித் திட்டம் அமலுக்கு வந்தது.

1885 இந்திய தேசிய காங்கிரஸ் உருவானது.

1892 திராவிட ஜனசபை என்ற பெயரில் ஆதி திராவிடர்களுக்காக ஒரு இயக்கம் உருவானது.

1893 பிராமணர் அல்லாதார் இனங்களும் இந்திய அரசுப் பணியும், பிராமணர் அல்லாதார் இனங்கள் தெளிவு பெறுவதற்கான வழிவகைகள் என்ற இரண்டு புத்தகங்கள் வெளியாகின.

டாக்டர் அன்னிபெசண்ட் இந்தியா வந்தார்.

1904 டி. எம். நாயர் சென்னை சட்டமன்றத்துக்குத் தேர்ந்தெடுக்கப்பட்டார்.

1909 பி. சுப்பிரமணியம், எம். புருஷோத்தம நாயுடு என்ற இரண்டு வழக்கறிஞர்களால் சென்னை பிராமணர் அல்லாதார் சங்கம் தொடங்கப்பட்டது. தொடர்ந்து செயல்பட முடியாமல் ஓரிரு ஆண்டுகளில் முடங்கிப்போனது.

1912 சென்னை ஐக்கியக் கழகம் என்ற இயக்கத்தை உருவாக்கினர். டாக்டர் சி. நடேச முதலியார் அதனை வழிநடத்தினார். பிறகு சென்னை திராவிடர் சங்கம் என்று பெயர் மாற்றப்பட்டது.

1915 பிராமணர் அல்லாதார் கடிதங்கள், திராவிடப் பெருமக்கள் என்ற என்ற இரண்டு கருத்துவிளக்க நூல்களை வெளியிட்டது சென்னை திராவிடர் சங்கம்.

1916 டெல்லி சட்டசபைக்கான தேர்தலில் டி. எம். நாயர் தோல்வியடைந்தார்.

காங்கிரஸ் கட்சியின் சம்மதத்துடன் ஹோம் ரூல் என்ற இயக்கத்தைத் தொடங்கினார் டாக்டர் அன்னிபெசண்ட்.

டாக்டர் சின்னக்காவனம் நடேச முதலியார், டி. எம். நாயர், பிட்டி. தியாகராய செட்டியார் உள்ளிட்ட தலைவர்கள் இணைந்து தென்னிந்திய நலவுரிமைச் சங்கத்தைத் தொடங்கினர்.

பிராமணர் அல்லாதார் கொள்கை அறிக்கை வெளியானது.

1917 ஜஸ்டிஸ் (ஆங்கிலம்), திராவிடன் (தமிழ்), ஆந்திர பிரகாசினி (தெலுங்கு) என்று மூன்று பத்திரிகைகள் தென்னிந்திய நலவுரிமைச் சங்கத்தின் பிரசாரத்துக்காகத் தொடங்கப்பட்டன.

தென்னிந்திய நலவுரிமைச் சங்கத்துக்குப் போட்டியாக காங்கிரஸ் கட்சியின் ஆதரவுடன் சென்னை மாகாணச் சங்கம் என்ற இயக்கம் தொடங்கப்பட்டது.

மாண்டேகு - செம்ஸ்போர்டு குழுவிடம் தென்னிந்திய நலவுரிமைச் சங்கத்தினர் சாட்சியம் கொடுத்தனர்.

1918 பிராமணர் அல்லாதார் நலன்களைப் பாதுகாக்கும் நோக்கத்துடன் பிரிட்டிஷ் ஆட்சியாளர்களைச் சந்தித்துப் பேச டி.எம். நாயர் தலைமையில் இங்கிலாந்துக்குத் தூதுக்குழு ஒன்றை அனுப்பியது தென்னிந்திய நலவுரிமைச் சங்கம்.

மாண்டேகு - செம்ஸ்போர்டு சீர்திருத்த அறிக்கை வெளியானது.

1919 டி. எம். நாயர் இங்கிலாந்தில் மரணம் அடைந்தார்.

1920 முதல் தேர்தலைச் சந்தித்தது நீதிக்கட்சி. வெற்றி பெற்று சென்னை மாகாணத்தைக் கைப்பற்றியது. ஏ. சுப்பராயலு ரெட்டியார் முதலமைச்சரானார்.

1923 இரண்டாவது முறையாக ஆட்சியைக் கைப்பற்றியது நீதிக்கட்சி. பி. ராமராய நிங்கார் முதலமைச்சரானார்.

1924 வைக்கம் போராட்டத்தை வழிநடத்தி வெற்றிபெற்றார் பெரியார்.

1925 பிட்டி. தியாகராய செட்டியார் மரணம் அடைந்தார்.

குடி அரசு பத்திரிகையைத் தொடங்கினார் பெரியார்.

1926 தேர்தலில் சுயராஜ்ஜியக் கட்சி அதிக இடங்களைக் கைப்பற்றியது. நீதிக்கட்சிக்குப் பின்னடைவு ஏற்பட்டது. பி. சுப்பராயன் தலைமையில் சுயேட்சை அமைச்சரவை அமைந்தது.

காங்கிரஸில் இருந்து வெளியேறிய பெரியார் சுயமரியாதை இயக்கத்தைத் தொடங்கினார்.

1927 சைமன் கமிஷன் இந்தியா வந்தது.

1928 முதல் வகுப்புவாரி ஆணை பிறப்பிக்கப்பட்டது.

பனகல் அரசர் ராமராய நிங்கார் மரணம் அடைந்தார்.

1930 தேர்தலில் நீதிக்கட்சி வெற்றிபெற்றது. பி. முனுசாமி நாயுடு முதலமைச்சரானார்.

1932 நீதிக்கட்சியின் சார்பில் பொப்பிலி ராஜா முதலமைச்சரானார்.

சுயமரியாதை சமதர்மக் கட்சியைத் தொடங்கினார் பெரியார்.

1933 புரட்சி என்ற பெயரில் பத்திரிகை தொடங்கினார் பெரியார்.

1934 நீதிக்கட்சிக்குத் தன்னுடைய பத்து அம்ச வேலைத்திட்டத்தை அனுப்பிவைத்தார் பெரியார்.

1935 நீதிக்கட்சியின் சார்பாக விடுதலை பத்திரிகை தொடங்கப்பட்டது.

பெரியாரின் திருத்தி அமைக்கப்பட்ட பதினைந்து அம்ச வேலைத்திட்டத்தை ஏற்றுக்கொண்டது நீதிக்கட்சி

1937 தேர்தலில் காங்கிரஸ் வெற்றிபெற்றது. ராஜாஜி பிரிமியர் (முதலமைச்சர்) ஆனார். நீதிக்கட்சி எதிர்க்கட்சி வரிசையில் அமர்ந்தது.

பெரியாரிடம் விடுதலை பத்திரிகையின் நிர்வாகப் பொறுப்பு வந்தது.

1938 பள்ளிகளில் இந்தியைக் கட்டாயப் பாடமாக ஆக்கியதைக் கண்டித்து இந்தி எதிர்ப்புப் போராட்டம் தொடங்கியது.

1938 நீதிக்கட்சியின் தலைவரானார் பெரியார்.

1939 விடுதலை இதழின் பொறுப்பாசிரியரானார் அண்ணா.

இந்தித் திணிப்பை எதிர்த்துப் போராடிய நடராசன் - தாலமுத்து கொல்லப்பட்டனர்.

1940 திராவிட நாடு பிரிவினை மாநாடு நடந்தது.

1942 திராவிட ஏடு இதழைத் தொடங்கினார் அண்ணா.

1944 தென்னிந்திய நலவுரிமைச் சங்கம் என்ற பெயர் திராவிடர் கழகமாக மாறியது.

1946 புரட்சிக் கவிஞர் பாரதிதாசனுக்கு நிதி திரட்டிக்கொடுத்தார் அண்ணா.

தேர்தலில் காங்கிரஸ் வெற்றிபெற்றது. டி. பிரகாசம் பிரீமியர் (முதலமைச்சர்) ஆனார்.

1947 ஆகஸ்டு 15-ஐ துக்கதினமாக அனுசரிக்க அழைப்புவிடுத்தார் பெரியார். ஆனால் அண்ணாவோ இன்பநாளாகக் கொண்டாடவேண்டும் என்று கோரினார்.

1948 இந்தித் திணிப்பை எதிர்த்து மீண்டும் மொழிப்போர் தொடங்கியது.

1949 பெரியார் - மணியம்மை திருமணம் நடந்தது. திராவிடர் கழகத்தில் இருந்து விலகி திராவிட முன்னேற்றக் கழகத்தைத் தொடங்கினார் அண்ணா.

1952 தேர்தலில் காங்கிரஸ் வெற்றிபெற்றது. ராஜாஜி முதலமைச்சர் ஆனார். திமுக தேர்தலில் போட்டியிடவில்லை.

1953 புதிய கல்வித்திட்டத்தை (குலக்கல்வி) அமல்படுத்தினார் முதலமைச்சர் ராஜாஜி. திக, திமுக உள்ளிட்ட எதிர்க்கட்சிகள் போராட்டத் தொடங்கினர்.

1954 காமராஜர் முதலமைச்சரானார். குலக்கல்வித் திட்டம் திரும்பப் பெறப்பட்டது.

1957	தேர்தலில் போட்டியிட்டது திமுக. 15 சட்டமன்ற உறுப்பினர்கள் வெற்றிபெற்றனர். மீண்டும் காங்கிரஸ் வெற்றிபெற்று காமராஜர் முதலமைச்சரானார்.
1959	சென்னை மாநகராட்சியைக் கைப்பற்றியது திமுக.
1961	திமுகவில் இருந்து விலகினார் ஈ.வெ.கி. சம்பத். தமிழ்தேசியக் கட்சி என்ற புதிய கட்சியைத் தொடங்கினார்.
1962	தேர்தலில் திமுகவுக்கு ஐம்பது தொகுதிகளில் வெற்றி கிடைத்தன. மீண்டும் காமராஜரே முதல் அமைச்சரானார்.
1963	பிரிவினைத் தடை மசோதா நிறைவேறியது.
	ஆட்சி மொழி மசோதா நிறைவேறியது.
1964	காமராஜர் முதலமைச்சர் பதவியில் இருந்து விலகினார். அவருக்குப் பதிலாக பக்தவத்சலம் முதலமைச்சரானார்.
	காங்கிரஸ் கட்சியில் இணைந்தது தமிழ் தேசியக் கட்சி.
1965	இந்தியை இந்தியாவின் ஆட்சி மொழியாக்கும் மத்திய அரசின் முடிவைக் கண்டித்துப் போராட்டம் தொடங்கியது.
1965	சின்னச்சாமி, சிவலிங்கம், அரங்கநாதன் என்று தமிழுக்காகத் தீக்குளித்து இறப்பவர்களின் எண்ணிக்கை அதிகரித்தது.
1967	தேர்தலில் திமுக வெற்றிபெற்று அண்ணா முதலமைச்சரானார்.
1969	அண்ணா மரணம் அடைந்தார். கருணாநிதி முதலமைச்சரானார்.
	திமுக தலைவராக மு. கருணாநிதி பொதுச் செயலாளராக இரா. நெடுஞ்செழியன், பொருளாளராக எம்.ஜி.ஆர் மூவரும் தேர்ந்தெடுக்கப்பட்டனர்.
1970	மாநிலத்தில் சுயாட்சி-மத்தியில் கூட்டாட்சி என்ற முழக்கத்தை முன்வைத்தது திமுக.
1971	தேர்தலில் வெற்றிபெற்று கருணாநிதி மீண்டும் முதலமைச்சரானார்.
1972	கருணாநிதி - எம்.ஜி.ஆர் இடையே மோதல் ஏற்பட்டது. அண்ணா திமுக என்ற புதுக்கட்சியைத் தொடங்கினார் எம்.ஜி.ஆர்.
1973	திண்டுக்கல் நாடாளுமன்றத் தொகுதி இடைத் தேர்தலில் அதிமுக வேட்பாளர் வெற்றி பெற்றார்.
	பூம்புகாரில் சிலப்பதிகாரம் கலைக்கூடம் உருவாக்கப்பட்டது.
	பெரியார் மரணம் அடைந்தார். திராவிடர் கழகத் தலைவராக மணியம்மை தேர்வு செய்யப்பட்டார்.
1974	மாநில சுயாட்சி கோரும் தீர்மானம் தமிழ்நாடு சட்டமன்றத்தில் நிறைவேறியது.

1974 கச்சத்தீவு இலங்கைக்குத் தாரைவார்க்கப்பட்டது.

1975 நெருக்கடி நிலை அமல்படுத்தப்பட்டது.

1976 திமுக அரசு கலைக்கப்பட்டது.

1976 அதிமுக தனது பெயரை அஇஅதிமுக என்று மாற்றிக் கொண்டது.

1977 திமுகவில் இருந்து விலகிய இரா. நெடுஞ்செழியன் மக்கள் திமுக என்ற புதிய கட்சியைத் தொடங்கினார்.

சட்டமன்றத் தேர்தலில் அஇஅதிமுக வெற்றிபெற்றது. எம்ஜிஆர் முதல்வரானார்.

1978 மணியம்மை மரணம் அடைந்தார்.

1979 பிற்படுத்தப்பட்ட மக்களுக்கான சலுகைகளைப் பெற 9000 ரூபாய் வருமான வரம்பைக் கொண்டுவந்தது அஇஅதிமுக அரசு.

பெரியார் நூற்றாண்டு விழா நடத்தப்பட்டது.

சரண் சிங் அமைச்சரவையில் அஇஅதிமுக சார்பில் இரண்டு பேர் இடம்பெற்றனர்.

1980 நாடாளுமன்றத் தேர்தலில் திமுக-இ.காங். கூட்டணி வெற்றி பெற்றது.

சட்டமன்றத் தேர்தலில் அஇஅதிமுக வெற்றிபெற்றது. எம்.ஜி.ஆர் இரண்டாவது முறையாக முதலமைச்சர் ஆனார்.

1981 உலகத் தமிழ் மாநாடு நடந்தது.

1982 சத்துணவுத் திட்டம் அமல்படுத்தப்பட்டது.

1983 இலங்கையில் தமிழர்களுக்கு எதிரான தாக்குதல்கள் உச்சக்கட்டத்தை அடைந்தன.

இலங்கைத் தமிழர்களுக்கு ஆதரவாக மு. கருணாநிதியும் க. அன்பழகனும் தங்கள் எம்.எல்.ஏ. பதவிகளை ராஜினாமா செய்தனர்.

1984 அஇஅதிமுகவில் இருந்து விலகிய எஸ்.டி. சோமசுந்தரம் நமது கழகம் என்ற கட்சியைத் தொடங்கினார்.

தேர்தலில் அஇஅதிமுக வெற்றிபெற்று மீண்டும் எம்.ஜி.ஆர் முதலமைச்சர் ஆனார்.

1984 இந்திரா காந்தி கொல்லப்பட்டார்.

1985 இலங்கைத் தமிழர்களுக்கு ஆதரவாக டெஸோ அமைப்பு உருவானது.

1986 தமிழ்நாடு சட்டமன்ற மேலவை கலைக்கப்பட்டது.

அரசியல் சட்டத்தின் மொழிப்பிரிவு நகலை எரித்த காரணத்துக்காக க. அன்பழகன் உள்ளிட்ட 10 எம்.எல்.ஏ.க்களின் பதவி பறிக்கப்பட்டது.

1987 எம்.ஜி.ஆர் மரணம் அடைந்தார். ஜானகி எம்.ஜி.ஆர் முதலமைச்சராகத் தேர்ந்தெடுக்கப்பட்டார்.

1988	அஇஅதிமுக இரண்டாகப் பிளவுபட்டது. ஜானகி தலைமையில் ஒரு அணியும் ஜெயலலிதா தலைமையில் ஒரு அணியும் செயல்படத் தொடங்கின.
1989	தேர்தலில் திமுக வெற்றிபெற்று மு. கருணாநிதி மீண்டும் முதலமைச்சரானார்.
1990	மண்டல் கமிஷன் பரிந்துரைகள் அமல்படுத்தப்பட்டன.
1991	திமுக அரசு கலைக்கப்பட்டது. தேர்தல் பிரசாரத்தில் ராஜிவ்காந்தி கொல்லப்பட்டார். தேர்தலில் அஇஅதிமுக வெற்றிபெற்று ஜெயலலிதா முதலமைச்சரானார்.
1992	அயோத்தியில் பாபர் மசூதி இடிக்கப்பட்டது.
1993	திமுகவில் இருந்து விலக்கப்பட்ட வை.கோ தலைமையில் மறுமலர்ச்சி திமுக என்ற புதிய கட்சி உருவானது.
1996	தேர்தலில் திமுக வெற்றிபெற்று மு. கருணாநிதி மீண்டும் முதலமைச்சரானார்.
1998	நாடாளுமன்றத் தேர்தலில் தமிழகத்தில் அதிக இடங்களைக் கைப்பற்றியது அஇஅதிமுக அணி.
1999	நாடாளுமன்றத் தேர்தலில் தமிழகத்தில் அதிக இடங்களைக் கைப்பற்றியது திமுக அணி.
2001	திமுக தலைவர் மு. கருணாநிதியைக் கைது செய்தது தமிழக அரசு.
2002	பொடா சட்டத்தின்கீழ் மதிமுக பொதுச்செயலாளர் வைகோ கைது செய்யப்பட்டார்.
2004	நாடாளுமன்றத் தேர்தலில் திமுக - காங்கிரஸ் வெற்றிபெற்றது.
2006	சட்டமன்றத் தேர்தலில் திமுக வெற்றிபெற்று மு. கருணாநிதி மீண்டும் முதலமைச்சரானார்.
2009	நாடாளுமன்றத் தேர்தலில் திமுக - காங்கிரஸ் கூட்டணி வெற்றிபெற்றது.

பின்னிணைப்பு - 2

ஆய்வுக்கும் ஒப்பீட்டு ஆய்வுக்கும் உதவிய நூல்கள்:

1. திமுக வெள்ளிவிழா மலர்
2. தந்தை பெரியார் வாழ்க்கை வரலாறு - கவிஞர் கருணானந்தம்
3. மாநில சுயாட்சி - முரசொலி மாறன்
4. மலர்க, மாநில சுயாட்சி - கே.எஸ். ஆனந்தம்
5. சிட்டிபாபுவின் சிறைக்குறிப்புகள்
6. பெரியார் ஈ.வெ.ரா சிந்தனைகள் - பதிப்பாசிரியர் வே. ஆனைமுத்து
7. திமுக வரலாறு - திமுக தலைமைக்கழக வெளியீடு - தொகுப்பு: சி. சிட்டிபாபு எம்.பி
8. திமுக வரலாறு - டி.எம். பார்த்தசாரதி
9. நெஞ்சுக்கு நீதி - முதல் நான்கு பாகங்கள் - கலைஞர் மு. கருணாநிதி
10. வாழ்வில் நான் கண்டதும் கேட்டதும் - இரா. நெடுஞ்செழியன்
11. நான் ஏன் பிறந்தேன் - இரண்டு பாகங்கள் - எம்.ஜி.ஆர்
12. மறைமலையடிகள் வரலாறு - மறை. திருநாவுக்கரசு
13. எனது நினைவுகள் - கோவை சி. அய்யாமுத்து
14. எனது நாடக வாழ்க்கை - டி.கே. சண்முகம் - வானதி பதிப்பகம்
15. நாடக வரலாறு - எஸ்.வி. சகஸ்ரநாமம்
16. நாகரீகக் கோமாளி என்.எஸ். கிருஷ்ணன் - அறந்தை நாராயணன்
17. நடிகமணி டி.வி.நாராயணசாமி - சுந்தரம்
18. எனது போராட்டம் - ம.பொ. சிவஞானம்
19. என் வாழ்க்கை நினைவுகள்: திருப்புமுனை- தொகுதி 1- சி.சுப்பிரமணியம் - என்சிபிஹெச்
20. திராவிட இயக்கத்தில் பிளவுகள் - முனைவர் கோ. கேசவன்
21. உலகத் தலைவர் பெரியார் - கி. வீரமணி
22. சுயமரியாதைத் திருமணம்: தத்துவமும் வரலாறும் - கி. வீரமணி

23. தந்தை பெரியார் மறைவுக்குப் பின் திராவிடர் கழகம் - வே. ஆனைமுத்து
24. ஆரிய மாயை - அண்ணா
25. தேர்தல் அரசியல் - காமராஜ் முதல் கருணாநிதி வரை - த. சிகாமணி.
26. காமராஜ் ஒரு சரித்திரம் - முருக. தனுஷ்கோடி
27. சட்டப்பேரவையில் ஜீவா - தொகுப்பு: கே. ஜீவபாரதி.
28. அண்ணா பேசுகிறார் - தொகுப்பு: சி.என்.ஏ. பாபு.
29. சுட்டாச்சு சுட்டாச்சு - சுதாங்கன்
30. தமிழ் சினிமாவின் கதை - அறந்தை நாராயணன்
31. வனவாசம் - கண்ணதாசன்
32. மனவாசம் - கண்ணதாசன்
33. ஐக்கிய தமிழகம் - ப. ஜீவானந்தம்
34. இலட்சிய வரலாறு - அண்ணா - திராவிடப்பண்ணை
35. காஞ்சிபுரத்துத் தேர்தல் ரகசியம் - அண்ணா - அன்பு நிலையம்
36. அண்ணாயியம் - டாக்டர் கு. விவேகானந்தன்
37. அண்ணா : சிலநினைவுகள் - கவிஞர் கருணானந்தம்
38. நினைவுகள் - இராம. அரங்கண்ணல்
39. அண்ணா கண்ட தியாகராயர் -திராவிடர் கழக வெளியீடு
40. திமுக தேர்தல் அறிக்கைகள் 1952 முதல் 2006 - தொகுப்பு: பொ. தங்கபாண்டியன்
41. இன்றைய ஆட்சி ஏன் ஒழியவேண்டும் - பெரியார் தொகுப்பு: ப. திருமாவேலன்
42. காந்தி ராமசாமியும் பெரியார் ராமசாமியும் - தொகுப்பு: ப. திருமாவேலன்
43. ஆறுமாதக் கடுங்காவல் - மு. கருணாநிதி
44. ஆரிய மாயை - அண்ணா
45. கோட்டையும் கோடம்பாக்கமும் - ஆரூர் தாஸ் - விகடன் பிரசுரம்
46. அறிஞர் அண்ணா - கி. வீரமணி
47. திராவிடர் கழகத்தின் அணுகுமுறை - கலி. பூங்குன்றன் - பெ.சு.பி.நி. வெளியீடு
48. ராசாராம் 60 - தொகுப்பு: ராணிமைந்தன்
49. ஆர்.எம்.வீ : ஒரு தொண்டர் - தொகுப்பு: ராணிமைந்தன்
50. எம்.ஜி.யார்? ஒரு எக்ஸ்ரே - விருதுநகர் பெ. சீனிவாசன்
51. யார் இந்த எம்.ஜி.ஆர்? - பா. ஜெயபாண்டியன்
52. இதய ஒலி - கலைஞர்

53. அறநிலையங்கள் - அண்ணா - மறுமலர்ச்சி நூல் நிலையம்
54. திராவிட தேசியம் - அண்ணா
55. அண்ணாயிசம் - அ.இ.அ.தி.மு.க கொள்கை விளக்கம்
56. திமுக எங்கே செல்கிறது? - மாஜினி - மின்னல் நூலகம்
57. திமுக ஆட்சியின் சர்வாதிகாரப் போக்கு - சி. சுப்பிரமணியம்
58. எச்சரிக்கை தேவை! எழுச்சி தேவை! - மு. கருணாநிதி
59. இந்தி எதிர்ப்பு வரலாறு - புலவர் த. அழகரசன்
60. இந்திச் சிக்கலும் இறுதித் தீர்வும் - கு.ச. ஆனந்தன்
61. இந்தி.. யா? இந்தியாவா? - கே.எசு. ஆனந்தம்
62. கொள்கைக் குழப்பம் - லட்சிய விளக்கம் - அண்ணா - சம்பத்
63. திராவிட இந்தியா - ந.சி. கந்தையா
64. ஈழப்போராட்டத்தில் எனது சாட்சியம் - புஸ்பராஜா
65. எம்.ஜி.ஆர் கதை - இரண்டு பாகங்கள் - எஸ். விஜயன்
66. மக்கள் திலகம் எம்.ஜி.ஆர் - வித்வான் வே. லட்சுமணன்
67. வணக்கம் - வலம்புரி ஜான்
68. எம்.ஜியார்: நிழலும் நிஜமும் - கே. மோகன்தாஸ்
69. திரைப்பட நினைவுகள் - மா. லட்சுமணன்
70. திமுக பிறந்தது எப்படி? - அருணன்.
71. அண்ணா ஆட்சியைப் பிடித்தது எப்படி? - அருணன்
72. நடிகர் முதல்வரானது எப்படி? - அருணன்
73. எம்.ஜி.ஆர் நினைவுகள் - எஸ். விஜயன்
74. எம்.ஜி.ஆருடன் எனக்கிருந்த தொடர்பு - ம.பொ. சிவஞானம்
75. விடுதலை - ஆண்டன் பாலசிங்கம்
76. செந்தமிழ் வேளிர் எம்.ஜி.ஆர் - ஓர் வரலாற்று ஆய்வு - புலவர் செ. இராசு
77. சுதந்தர வேட்கை - அடேல் பாலசிங்கம்
78. போரும் சமாதானமும் - ஆண்டன் பாலசிங்கம்
79. ஈழப்போர்முனையில் புலிகளுடன் நான் - ப. நெடுமாறன்
80. தமிழீழம் சிவக்கிறது - ப. நெடுமாறன்
81. எனது சுயசரிதை - சிவாஜி கணேசன்
82. திமுக - இரா. நெடுஞ்செழியன் -தமிழ்நாடு புத்தக நிலையம் 1961
83. மேடும் பள்ளமும் - நாஞ்சில் மனோகரன்
84. திரு.வி.க எழுதிவைத்த வாழ்க்கைக் குறிப்புகள் - இரண்டு பாகங்கள் - வசந்தா பதிப்பகம்

85. மாமனிதர் மதியழகன் - டாக்டர் கே.எம்.செல்வராஜ் - கணியூர் பதிப்பகம்

86. சம்பத் பேசுகிறேன்

87. தலித் விடுதலையும் திராவிடர் இயக்கமும் - பெ.கமல நாதன்-தமிழில்:ஆ.சுந்தரம்

88. திராவிட இயக்க இதழ்கள் - இரண்டு தொகுதிகள்

89. இங்கே ஒரு ஹிட்லர் - க. சுப்பு

90. ஒரு மேயரின் நினைவுகள் - வேலூர் நாராயணன்

91. சுயமரியாதை இயக்கத்தைத் தோற்றுவித்ததேன்? - தந்தை பெரியார்

92. ஜஸ்டிஸ் கட்சி அரசின் சாதனைகள் - முனைவர் பு. இராசதுரை

93. தீ பரவட்டும் - அண்ணா

94. சுயாட்சித் தமிழகம் - ம.பொ. சிவஞானம்

95. மொழிச் சிக்கலும் மாநில சுயாட்சியும் - ம.பொ. சிவஞானம்

96. மாநில சுயாட்சிக் கிளர்ச்சியின் வரலாறு - ம.பொ. சிவஞானம்

97. சட்ட மன்றத்தில் சுயாட்சிக் குரல்- ம.பொ. சிவஞானம்

98. வைக்கம் போராட்ட வரலாறு - தொகுப்பு: கி. வீரமணி

99. நமது குறிக்கோள் - பெ.சு.பி.நி. வெளியீடு

100. கழகமும் துரோகமும் - பெரியார்

101. கலைஞர் கண்ட வள்ளுவர் கோட்டம் - மா. செங்குட்டுவன்

102. அரங்கமும் அந்தரங்கமும் - கண்ணதாசன்

103. வீராங்கனையின் வெற்றிப்பயணம் - கவிஞர் மணிமொழி, நாஞ்சில் மணிமாறன்

104. திராவிடர் இயக்கமும் பொதுவுடைமையும் - க. திருநாவுக்கரசு

105. பணத்தோட்டம் - அண்ணா - திராவிடப்பண்ணை வெளியீடு

106. விடுதலைப்போர் - அண்ணா - திராவிடப்பண்ணை வெளியீடு

107. இந்திய தேசிய இயக்கத்தின் வரலாறு - ம.பொ. சிவஞானம்

108. என் சரிதம் - உ.வே.சா

109. தினமணி சுதந்தரப் பொன்விழா மலர்

110. தேர்ந்தெடுத்த வழி - பா. மாணிக்கம்

111. வரலாறு படைத்த தினத்தந்தி - பொன்விழா வெளியீடு

112. இந்திய கம்யூனிச இயக்க வரலாறு - அருணன்

113. தந்தை பெரியார் காங்கிரஸை விட்டு விலகியதேன்? - குடி அரசு இதழ்த் தொகுப்பு

114. திராவிட மாயை ஒரு பார்வை - சுப்பு - திரிசக்தி பதிப்பகம்

115. என் பார்வையில் கலைஞர் - சு. சமுத்திரம்
116. திராவிட இயக்கம் - ஒரு மார்க்சீய ஆய்வு - அருணன்
117. பெரியார்? - அ. மார்க்ஸ் - பயணி வெளியீடு
118. ஓர் இலக்கியவாதியின் அரசியல் அனுபவங்கள் - ஜெயகாந்தன்
119. சுயமரியாதை இயக்கம் - மங்கள முருகேசன்
120. நெ.து. சுந்தரவடிவேலு வாழ்க்கை வரலாறு
121. தமிழகத்தில் பண்பாட்டு நெருக்கடிகள் - கோவை ஞானி
122. டாக்டர் பி. ஆர். அம்பேத்கர் - தனஞ்செய் கீர்
123. என் தேசம் என் வாழ்க்கை - எல்.கே. அத்வானி
124. நினைவிற்கு எட்டியவரை - ஜோதிபாசு
125. கண்டுணர்ந்த இந்தியா - ஜவாஹர்லால் நேரு - தமிழில்: ஜெயரதன்-பூரம் பதிப்பகம்
126. தமிழ்நாடு தமிழருக்கே - அண்ணா - மணிவாசகர் பதிப்பகம்
127. இந்திய வரலாறு காந்திக்குப் பிறகு - ராமச்சந்திர குஹா
128. வகுப்புரிமை வரலாறு - கி. வீரமணி - திராவிடர் கழக வெளியீடு
129. வகுப்புரிமைப் போராட்டம் ஏன்? - வே. ஆனைமுத்து
130. சங்கொலியில் இரா. செழியன் எழுதிய தொடர்
131. ஜீவா என்றொரு மானுடன் - பொன்னீலன்
132. தலைவர் கலைஞர் மேலவைப் பேருரை - திமுக தலைமைக்கழக வெளியீடு
133. கலைஞர் தொடுத்த கணைகள் - திமுக தலைமைக்கழக வெளியீடு
134. உண்மைகளின் வெளிச்சத்தில் - திமுக தலைமைக்கழக வெளியீடு
135. ஆந்திராவும் இந்திராவும் - திமுக தலைமைக்கழக வெளியீடு
136. இன உணர்வு - திமுக தலைமைக்கழக வெளியீடு
137. திமுக பொன்விழா மலர் - 1975 - திமுக தலைமைக்கழக வெளியீடு
138. இந்திய ஜனநாயகம் எங்கே போகிறது? - திமுக தலைமைக்கழக வெளியீடு
139. தியாக வரலாறு - திமுக தலைமைக்கழக வெளியீடு
140. தொடங்கினோம், தொடர்வோம் - திமுக தலைமைக்கழக வெளியீடு
141. திமுக ஆட்சியைப் பாதுகாக்கவேண்டும் ஏன்? - பெரியார் 1971
142. திமுக ஆட்சியின் சாதனைகள் - கி. வீரமணி 1971
143. தியாக நெருப்பில் வைகோ - செ. திவான்
144. திசை மாறிய வைகோ - டி.ஏ. இலக்குமணன்
145. யார் துரோகி? - எல். கணேசன்
146. திராவிட இயக்கச் சாதனைகள் - எல். கணேசன்

147. சரிந்த சாம்ராஜ்ஜியம் - அண்ணா - மணிவாசகர் பதிப்பகம்

148. பேரறிஞர் அண்ணா சந்தித்த அடக்குமுறைகள் - 2 தொகுப்புகள் தொகுப்பு : எம்.பாட்டழகன் - மீனா கோபால் பதிப்பகம்

149. தினமணி - அண்ணா நூற்றாண்டு மலர் - 2009

150. ஆட்சி மன்றங்களில் பேரறிஞர் அண்ணாவின் விவாத மேன்மை - தொகுப்பு: ஜே. ஸ்ரீசந்திரன் - தமிழ்நிலையம்

151. தமிழர் மதம் - மறைமலையடிகள்

152. திமுக:பிரச்னைகளும் பிளவுகளும் - க. திருநாவுக்கரசு - நக்கீரன் பதிப்பகம்

153. நான் பார்த்த அரசியல் - கண்ணதாசன்

154. திராவிட இயக்க வேர்கள் - க. திருநாவுக்கரசு - நக்கீரன் பதிப்பகம்

155. திராவிட இயக்கத் தூண்கள் - க. திருநாவுக்கரசு - நக்கீரன் பதிப்பகம்

156. அண்ணாவின் கதை - நவீனன் - தினமணி கதிர் - 1970

157. கலைஞரும் கழகமும் - கவிஞர் கலி.பூங்குன்றன் - திராவிடர் கழக வெளியீடு

158. திமுக முடிவு - ஒரு வரலாற்றுக் குற்றம் - மின்சாரம் - தி.க வெளியீடு

159. திமுக அமைப்புச் செயலாளரின் அறிக்கையும் நமது நிலையும் - கவிஞர் கலி.பூங்குன்றன் - தி.க. வெளியீடு

160. கேள்விகள் - ஞாநி -ஞானபாநு பதிப்பகம்

161. தமிழ்வானின் விடிவெள்ளி - தந்தை பெரியார் - க.அன்பழகன்

162. இந்திய அரசியலமைப்பின் வளர்ச்சியும் விடுதலை இயக்க வரலாறும் - டாக்டர் ஜி. பாலன், டாக்டர் டி. தட்சிணாமூர்த்தி - வானதி பதிப்பகம்

163. மூன்று முதல்வர்களுடன் - பொ.க.சாமிநாதன் - காமராசர் - அண்ணா பதிப்பகம்

164. தென்னிந்தியாவின் போர்வாள் கலைஞர் - தென்னரசு

165. மத்திய மாநில உறவுகள் : சில குறிப்புகள் - தி.சு.கிள்ளிவளவன்

166. திராவிடர் இயக்கமும் திரைப்பட உலகமும் - க.திருநாவுக்கரசு - மணிவாசகர் பதிப்பகம்

167. ஆரம்பகால தமிழ் சினிமா - 2 தொகுதிகள் - அறந்தை நாராயணன் - விஜயா பப்ளிகேஷன்ஸ்

168. திராவிடம் பாடிய திரைப்படங்கள் - அறந்தை நாராயணன் - நியூ செஞ்சுரி புக் ஹவுஸ் - 1994

169. சுதந்தர இந்திய அரசியல் நிர்ணயம் - ஏ.என். சிவராமன்

170. அரசியல் அலைகள் - நாஞ்சில் கே.மனோகரன் - தென்னகம் வெளியீடு (1972)

171. கடந்த காலம் - கே.பி.கேசவமேனனின் சுயசரிதை

172. அன்னை ஈ.வெ.ரா மணியம்மையாரின் சிந்தனை முத்துகள் - தொகுப்பு: கி. வீரமணி

173. வகுப்புரிமைச் சிற்பி எஸ். முத்தையா முதலியார் - மங்கள முருகேசன்
174. காங்கிரஸ் வரலாறு : மறைக்கப்படும் உண்மைகளும் கறைபடிந்த அத்தியாயங்களும் - கி. வீரமணி
175. தொண்டில் உயர்ந்த தூயவர் அன்னை ஈ.வெ.ரா. மணியம்மையார் - மங்கள முருகேசன்
176. அண்ணாவோடு வாழ்ந்த அந்த சிறைவாசம் - இரா. நெடுஞ்செழியன் - பாரி நிலையம்
177. தினத்தந்தி வரலாற்றுச் சுவடுகள்
178. கற்காலம் முதல் கம்ப்யூட்டர் காலம் வரை - ஐ. சண்முகநாதன், பூம்புகார் பதிப்பம்.
179. Kamaraj : A Study – V.K. Narasimhan
180. Hindi Against India : The Meaning of DMK – Mohan Ram – Rachna Prakashan - 1968
181. Rajaji : A Life – Rajmohan Gandhi – Penguin Books 1997
182. The Dynasty – S.S. Gill
183. History of Indian National Congress – B. Pattabi Sitaramayya
184. Indira Gandhi Selected Speeches and Writings – 1972 - 1977
185. Justice Party – Golden Jubilee Souvenir - 1968
186. A Hundred Years of Hindu
187. The Emergence of Provincial Politics – The Madras Presidency : 1870-1920 – Cambridge University Press - 1976
188. Role of Regional Political Parties in India-Dasarathi Bhuyan-Mittal Publications
189. Minorities inMadras State – Group Interests in Modern Politics – Dr. Saraswathi
190. Seshan : An Intimate Story – K. Govindan Kutty – Konark Publishers Pvt Ltd
191. The Origin of Justice Party – P. Rangaswami Naidu
192. Modern India 1885 – 1947 – Sumit Sarkar – Macmillan India Limited
193. Modern Indian History – B.L.Grover, S. Grover – S.Chand and Company
194. India Wins Freedom – Maulana Abul Kalam Azad – Orient Longman Ltd
195. An Advanced History of India – R.C. Majumdar, H.C. Raychaudhuri and Kalikinkar Datta – Macmillan

நன்றி

ஜஸ்டிஸ்

திராவிடன்

குடி அரசு

திராவிட நாடு

விடுதலை

நகர தூதன்

முரசொலி

மன்றம்

குத்தூசி

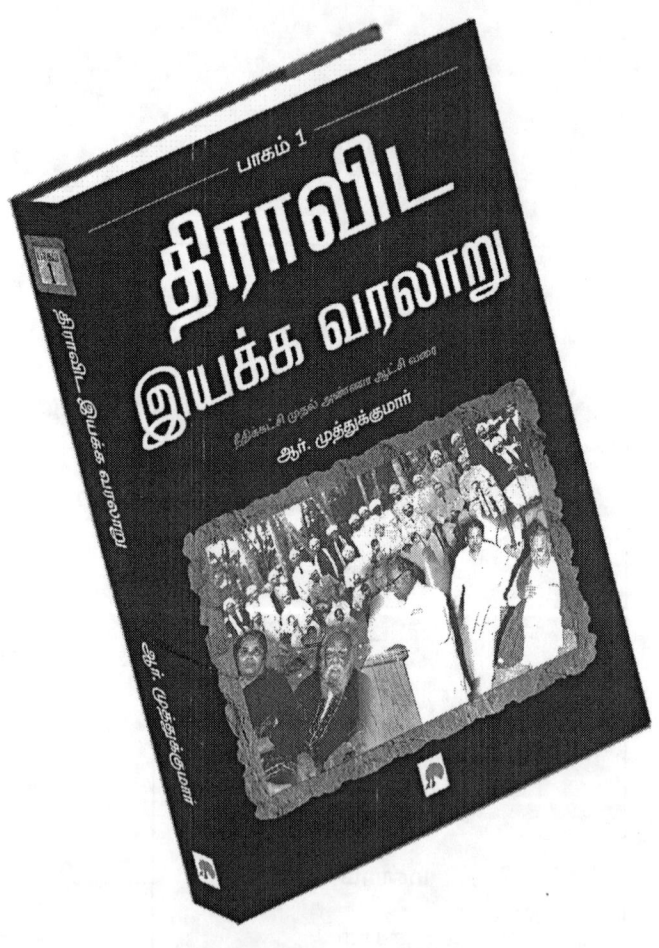

திராவிட இயக்க வரலாறு (பாகம் 1)

நீதிக்கட்சி முதல் அண்ணா ஆட்சி வரை